AF889735

'बेटर' ही अत्युत्कृष्ट कलाकृती आहे. हॉस्पिटलच्या चार भिंतीमध्ये घडणाऱ्या अनेक घटना आपल्याला बाहेरील जगाबद्दल काहीतरी अविस्मरणीय सांगून जातात.

– माल्कम ग्लॅडवेल - 'ब्लिंक' या पुस्तकाचा लेखक

'बेटर' हे पानोपानी मोहिनी घालून मंत्रमुग्ध करणारं पुस्तक आहे. जो शल्यविशारद वर्ज्य विषय हाताळण्यास किंवा आत्मपरीक्षण करण्यास कचरत नाही; अशा लेखकानं ते अलौकिक प्रभुत्व, अंतर्ज्ञान, अनुकंपा आणि विनम्र भाव दाखवून लिहीलं आहे. त्यातला विषय दृष्टीनं टिपण्यास किंवा शब्दांत वर्णन करण्यास अत्यंत अवघड असून, काही भाग थरारक वैद्यकीय रहस्यांनी भरलेला आहे. प्रत्येक पानात एक सच्चा आणि विचारी माणूस डोकावतोय, तो अत्यंत बारकाईनं लक्ष पुरवतोय आणि ज्या जगात जवळीक आणि आदर या दोन्ही गोष्टींचं वावडं असू शकतं, त्या दोहोंमध्ये समतोल राखण्यात यश मिळवतोय.'

– डिॲन ॲकरमन – 'ॲन आल्केमी ऑफ माइंड'च्या लेखिका

'आजच्या जगात लेखन करताना यातना आणि मृत्यू टाळण्याचा मानवी प्रयत्नांचा इतका उत्तम उपयोग करणारा लेखक विरळाच. अतुल गवांदे केवळ प्रत्येक सर्वसामान्य अशा माणसानं संग्रही ठेवावं, असं वैद्यकशास्त्रावरचं पुस्तकच लिहीत नाहीयेत; तर ते कार्यक्षमता वाढवू इच्छिणाऱ्या प्रत्येकाला मार्गदर्शन करण्यासाठी वैद्यकशास्त्राचा उपयोग करून घेत आहेत.'

– मायकेल लुईस – 'द ब्लाइंड साइड'चे लेखक

'वैद्यकीय व्यवसायाबद्दल गवांदे महत्त्वाच्या गोष्टी सांगतात आणि त्यांची लेखनशैली अप्रतिम आहे. गवांदे यांच्या लेखनाच्या एक दशांश गुणवत्तेनं जरी मला वैद्यकीय व्यवसाय करता आला असता, तरी मी एकीकडे लहान प्रमाणावर तसा सुरू करण्याचा गंभीरपणे विचार केला असता.'

– स्टीफन जे. डनबार – 'फ्रीकॉनॉमिक्स' या पुस्तकाचे लेखक

'अत्यंत प्रांजल आणि मानवतायुक्त लेखन... भीती, अपराधीपणाची भावना, शरम आणि विनोद अशांसारख्या, व्यवसायात अनुभवाला येणाऱ्या भावनांचं वर्णन करणारं..... मंत्रमुग्ध करणाऱ्या तपशिलानं परिपूर्ण.'

– द इकॉनॉमिस्ट

'डॉक्टरांनी लिहिलेली फारच थोडी ललित पुस्तकं अस्तित्वात आहेत आणि डॉक्टर व रुग्ण यांचं गुंतागुंतीचं नातं लक्षात घेता, ती अत्यंत मोलाची आहेत. वैद्यकीय व्यावसायिकांना दररोज जे आव्हानात्मक निर्णय घेणं भाग पडतं, त्याचं दर्शन, गवांदेंचं हे मार्मिक पुस्तक उत्तम प्रकारे घडवतं.'

– सूझन सॉल्टर रेनॉल्ड्स – लॉस एंजेलिस टाइम्स

'विवादाच्या गदारोळाला सामोरं जाताना अजिबात न कचरता श्री. गवांदे यांनी आपणा सर्वांच्या भल्यासाठी, रुग्ण आणि डॉक्टर या दोहोंच्या दृष्टीनं अत्यंत मोलाचं असं महत्त्वाचं लिखाण केलं आहे.'

– द जर्नल ऑफ क्लिनिकल इन्व्हेस्टिगेशन

'बोलकं चित्रण करून तपशील आणि अत्यंत कुशल नाटक यांच्या साहाय्यानं वाचकांना खिळवून ठेवण्यात श्री. गवांदे यशस्वी झाले आहेत. सध्याच्या वैद्यकीय विषयांवरील लेखकांमध्ये ते अग्रस्थानी आहेत आणि त्यांच्या पुस्तकातील छोटासा समारोपाचा भाग वाचणं, हे प्रत्येक वैद्यकीय विद्यार्थ्याच्या दृष्टीनं अत्यंत आवश्यक असं वाचन ठरेल.'

– ॲलिस केरी – बुक पेज

'अत्यंत सच्चं आणि मंत्रमुग्ध करणारं..... हे तेजस्वी, खात्री पटवणारं आणि प्रेरित करणारं पुस्तक, चुरचुरीत भाषाशैलीमुळे आणि उत्तम प्रकारे वर्णिलेल्या असंख्य प्रसंगांमुळे कोणत्याही वाचकाला खिळवून ठेवेल.'

– चार्लस मॅथ्यूज – ह्यूस्टन क्रॉनिकल

'खरोखरच लक्षवेधक!'

– बॅरन एच. लर्नर, द वॉशिंग्टन पोस्ट

'अनेक विषयांना हात घालण्याच्या गवांदे यांच्या धोरणामुळे पुस्तक आपल्याला खिळवून ठेवतं... अत्युत्तम प्रकारे लिहिलेलं.'

– गिल्बर्ट क्रूझ, एन्टरटेनमेन्ट वीकली

'गवांदे यांचं हे मार्मिक लेखन प्रत्येकानं वाचायलाच हवं. याचं वाचन म्हणजे 'उन्नती म्हणजे काय', हे जाणून घेण्यासाठी उचललेलं पहिलं पाऊल समजावं.'

– रॉबर्ट बर्नबॉम, बॉस्टन कॉमन मॅगेझीन

'प्रत्येक वैद्यकीय व्यावसायिकानं वाचायलाच हवं, असं पुस्तक... आणि इतरांच्या दृष्टीनं, वैद्यकीय व्यवसायाचं मार्मिक आणि सहृदयतेनं केलेलं चित्रण.'

– किर्कस रिव्ह्यू

'गवांदे आपल्या माधुर्यपूर्ण शैलीनं, वैद्यकीय आणि नैतिक पेचप्रसंगांचं वर्णन करत आहेत. आपल्या वैद्यकीय व्यवसायातील समस्या आपण दूर करण्यात यश मिळवल्यानंतर मागे वळून पाहिलं, तर आपल्या नक्कीच लक्षात येईल की, श्री. गवांदें यांचे लेखन हा या प्रवासाचा महत्त्वपूर्ण भाग होता.'

– पब्लिशर्स वीकली

'हे अत्यंत माहितीपूर्ण, विचारप्रवर्तक आणि खरोखरच अत्यंत वाचनीय आहे... प्रत्येक विषय खात्रीलायक वैयक्तिक अनुभवांनी विणलेला आहे — प्रसूतिवेदना सहन करणारी आई, सिस्टीक फायब्रॉसिसनं ग्रस्त असं लहान मूल, रुग्णांच्या वतीनं डॉक्टरांच्या दुर्व्यवहारांबद्दल खटले लढवणारा वकील.'

– सँडी बॉवर्स, द फिलाडेल्फिया इन्क्वायरर

‘मंत्रमुग्ध करणारा प्रबंध.’

– आयरिश टॅटलर

‘आत्मपरीक्षण करणारा, उत्साही, कुशल आणि विवेकी लेखक... वैद्यकीय व्यवसायाला जडलेल्या रोगांचं उत्तम निदान.’

– जेरोम पी. कॅसिरर, ब्रिटिश मेडिकल जर्नल

‘एका शल्यविशारदाला इतकं उत्तम लेखन करणं जमावं हे – खूप आश्चर्यकारक वाटतं!... झोपण्यापूर्वी अंथरुणावर पडल्या-पडल्या वाचण्यासाठी ‘बेटर’ हे उत्तम पुस्तक आहे. (परंतु ते बहुधा तुमची झोप उडवेल.) — सर्वांच्याच दृष्टीनं ते वाचनीय आहे : डॉक्टरांच्या, तसंच रुग्णांच्या, अपंगांच्या आणि ठणठणीत प्रकृतीच्या लोकांच्या, डॉक्टरकडे जायला घाबरणाऱ्यांच्या आणि आपल्याला व्याधी जडलीय, या समजुतीनं घाबरणाऱ्यांच्याही. या अत्यंत सुज्ञ आणि सहृदय शल्यविशारदाकडून प्रत्येक जणच काहीतरी मोलाचं शिकू शकेल.’

– टॉम रोझेंथाल, डेली मेल

‘हे लेख अत्यंत वाचनीय आणि विचारपूर्ण आहेत.’

– रोनक टाइम्स

‘अत्यंत सहजतेनं लेखन करू शकणारा हुशार लेखक, ज्याच्या नजरेतून महत्त्वाचा कोणताही तपशील सुटत नाही. हे आगळंवेगळं पुस्तक, तुमची विचार करण्याची पद्धत खरोखरच पूर्णपणे बदलून टाकतं. प्रत्येकानं ते वाचलंच पाहिजे.’

– जेम्स ले फानू, फायनान्शिअल टाइम्स

बेटर

एका शल्यविशारदाचं गुणवत्तेबाबतचं चिंतन

डॉ. अतुल गवांदे

अनुवाद

सुनीति काणे

मेहता पब्लिशिंग हाऊस

Mehta Publishing House, Pune 411030.
✆ +91 020-24476924 / 24460313 / Mob. No. 9545000513
Email : production@mehtapublishinghouse.com
Website : www.mehtapublishinghouse.com

- *या पुस्तकातील लेखकाची मते, घटना, वर्णने ही त्या लेखकाची असून त्याच्याशी प्रकाशक सहमत असतीलच असे नाही.*

BETTER by **Dr. ATUL GAWANDE**

Translated into Marathi Language by Suneeti Kane

बेटर / मार्गदर्शनपर

अनुवाद : सुनीति काणे
Email : author@mehtapublishinghouse.com

मराठी अनुवादाचे व प्रकाशनाचे हक्क मेहता पब्लिशिंग हाऊस, पुणे.

प्रकाशक : सुनील अनिल मेहता, मेहता पब्लिशिंग हाऊस,
१९४१, सदाशिव पेठ, माडीवाले कॉलनी, पुणे – ४११०३०.

अक्षरजुळणी : 'संवाद', ८ ओंकार सोसायटी, दत्तवाडी, पुणे ४११०३०.

मुद्रक : ट्रिनिटी अ‍ॅकॅडमी फॉर कॉर्पोरेट ट्रेनिंग लिमिटेड

मुखपृष्ठ : मेहता पब्लिशिंग हाऊस

प्रथमावृत्ती : जून, २०१९

किंमत : ₹ २९५

P Book ISBN 9789353172572

माझे आई-बाबा
आणि
बहीण यांना प्रेमपूर्वक

प्रस्तावना

अनेक वर्षांपूर्वी, मेडिकल कॉलेजच्या शेवटच्या वर्षात असताना, मी एका रुग्णावर उपचार केले होते. तो रुग्ण अजूनही माझ्या स्मृतीवर कोरला गेलेला आहे. मी इंटर्नल मेडिसिन या विषयाच्या रोटेशनवर होतो. पदवी मिळवण्यापूर्वीचं हे माझं अंतिम रोटेशन होतं. एका वरिष्ठ रेसिडन्टनं (हॉस्पिटलमध्येच राहणाऱ्या निवासी डॉक्टरनं) तीन-चार रुग्णांची प्राथमिक जबाबदारी माझ्यावर सोपवली होती. त्यातली एक रुग्ण होती सत्तरीच्या आसपासच्या वयाची, सुरकुतलेली – पोर्तुगीज स्त्री. तिला बरं वाटत नसल्यामुळे तिला हॉस्पिटलमध्ये दाखल करण्यात आलेलं होतं. तिचं सारं अंग दुखत होतं. तिला सतत थकवा जाणवत होता. तिला खोकला झालेला होता. तिला ताप येत नव्हता. तिची नाडी आणि रक्तदाब ठीक होता. परंतु प्रयोगशाळेत केलेल्या रक्ततपासणीत, तिच्या रक्तातल्या पांढऱ्या पेशींची संख्या प्रचंड प्रमाणात वाढल्याचं आढळून आलं. तिच्या छातीच्या एक्स-रेमध्ये न्यूमोनियाची शक्यता जाणवत होती. परंतु न्यूमोनिया असेलच, अशी खात्री देता येत नव्हती. त्यामुळे तिच्या इंटर्निस्टनं (शरीरांतर्गत भागाच्या तज्ज्ञानं) तिला हॉस्पिटलमध्ये दाखल करून घेतलं होतं आणि आता ती माझ्या देखरेखीखाली होती. मी तिची थुंकी आणि रक्त तपासलं आणि इंटर्निस्टच्या सल्ल्यानुसार तिला न्यूमोनियासाठीची प्रतिजैविकं (अँटीबायोटिक) द्यायला सुरुवात केली. अनेक दिवस मी तिची दिवसातून दोन वेळा तपासणी करत होतो. मी तिचे महत्त्वाचे तपशील (ताप, रक्तदाब, हृदयाचे ठोके, श्वसनवेग इ.) बघत होतो. तिच्या फुप्फुसांचा आवाज काळजीपूर्वक ऐकत होतो. तिच्या प्रयोगशाळेतल्या तपासण्यांवर नजर ठेवून होतो. दररोज तिची परिस्थिती तशीच आढळत होती. तिला खोकला होता, ताप नव्हता. तिला फक्त बरं वाटत नव्हतं. मी ठरवलं की, तिला प्रतिजैविकं द्यायची आणि काय होतं, ते बघायचं. ती बरी होईल.

एके दिवशी सकाळी सात वाजताच्या तपासणी फेरीच्या वेळेस, तिनं झोप न आल्याची आणि रात्रभर घाम फुटत राहिल्याची तक्रार केली. आम्ही तिचा रुग्णतक्ता तपासला. तिला अजूनही ताप आलेला नव्हता. तिचा रक्तदाब प्रमाणात होता. तिच्या हृदयाचे ठोके नेहेमीपेक्षा थोडेसे अधिक जलद पडत होते, परंतु फरक तेवढाच होता. ''तिच्यावर नीट नजर ठेव,'' माझ्या वरिष्ठ निवासी डॉक्टरनं मला सांगितलं. आदल्या दिवशीच्या सकाळपेक्षा कोणताही फारसा फरक दिसत नसला, तरी मी म्हटलं, ''अर्थातच मी नीटपणे नजर ठेवेन.'' मी तिला दुपारच्या जेवणाच्या वेळेस तपासण्याचा मनाशी निर्णय घेतला. परंतु वरिष्ठ निवासी डॉक्टर मात्र स्वत:हूनच तिला तपासायला त्या दिवशी सकाळी दोन वेळा गेला.

त्याच्या या छोट्याशा कृतीची मला तेव्हापासून वारंवार आठवण येत राहते. ही अगदी लहानशी गोष्ट होती... सद्सदविवेकबुद्धीला अनुसरून त्यानं हे केलं होतं. तिच्याबद्दलची कोणतीतरी गोष्ट त्याला काळजीची वाटली होती. सकाळच्या फेऱ्यांच्या वेळेस त्यानं मलासुद्धा जोखलं होतं. त्याला मी चौथ्या वर्षाचा, जनरल-सर्जरीची रेसिडन्सी मिळवलेला, मेडिकल कॉलेजचं शेवटचं रोटेशन उरकून टाकणारा एक विद्यार्थी वाटलो असणार. त्याचा माझ्यावर विश्वास असेल? नक्कीच नाही! त्यामुळे त्या दिवशी सकाळी तो स्वत:च दोन वेळा तिला तपासायला आला.

ह्या दोन खेपा मारणं, हे काही दोन सेकंदांचं काम नव्हतं. ही रुग्ण स्त्री हॉस्पिटलच्या चौदाव्या मजल्यावर होती. आमच्या सकाळच्या अध्यापन-बैठका, कॅफेटेरिया, त्या दिवशी आम्हाला उपस्थित राहावं लागेल अशा सर्व जागा त्या इमारतीच्या खालच्या दोन मजल्यांवर होत्या. इमारतीतल्या लिफ्ट्स अतिशय हळूहळू चालायच्या. त्या वरिष्ठ निवासी डॉक्टरला त्या दिवशी सकाळी एका अध्यापन-बैठकीची जबाबदारी सांभाळावी लागणार होती. इतर बहुसंख्य डॉक्टरांप्रमाणे तोसुद्धा नर्सला सांगू शकला असता की, समस्या उद्भवली, तर तिनं लगेच त्याला फोन करावा. तो त्याच्या हाताखालच्या निवासी डॉक्टरलासुद्धा तिच्यावर नजर ठेवायला सांगू शकला असता; परंतु त्यानं तसं केलं नाही. तो स्वत:च तिला तपासायला दोन वेळा गेला.

तो पहिल्या वेळेस तिला तपासायला गेला, तेव्हा त्याला दिसलं की, तिला १०२° ताप होता आणि तिला नाकातल्या नळीद्वारे दिला जाणारा प्राणवायू अधिक प्रमाणात देणं गरजेचं होतं. दुसऱ्या वेळेस त्याला दिसलं की, तिचा रक्तदाब खाली जात होता आणि नर्सनं तिला प्राणवायू देण्यासाठी मास्क चढवला होता. ते पाहून त्यानं तिला ताबडतोब अतिदक्षता विभागात (I.C.U.) हलवलं. काय चाललं होतं, याचा मला थांगपत्ता लागेपर्यंत त्यानं तिच्यावर उपचार करायला सुरुवात केली होती. त्यानं तिला वेगळी प्रतिजैविकं, रक्ताद्वारे द्राव आणि रक्तदाब-

नियंत्रणासाठीची औषधं द्यायला प्रारंभ केलेला होता; कारण आधीच्या प्रतिजैविकांना दाद न देणाऱ्या चिवट न्यूमोनियामुळे तिला भयानक जंतुसंसर्ग झालेला होता. त्यानं तिला दोन वेळा तपासल्यामुळे ती वाचू शकली आणि त्यानं दोन खेपा मारून तिच्यावर लक्ष ठेवल्यामुळेच ती त्यानंतर उत्तम प्रकारे सुधारत गेली. तिला व्हेंटिलेटरवर ठेवण्याची वेळच आली नाही. चोवीस तासांत तिचा ताप उतरला. तीन दिवसांतच ती घरी जाऊ शकली.

ज्या गोष्टीत आपल्या हातून अगदी सहजपणे ढिसाळपणा घडू शकतो, ती गोष्ट नीटपणे करता येण्यासाठी कशाची गरज असते? मी एक विद्यार्थी आणि त्यानंतर एक निवासी डॉक्टर होतो, तेव्हा कार्यक्षम बनण्याचा मला ध्यास लागलेला होता. परंतु त्या निवासी डॉक्टरनं त्या दिवशी जे करून दाखवलं, ते निव्वळ कार्यक्षमतेपेक्षा अनेक पटींनी अधिक महत्त्वाचं होतं. न्यूमोनिया कसा वाढत जातो आणि त्याच्यावर योग्य उपचार कसे करावेत, एवढंच त्यानं जाणलेलं नव्हतं. त्यानं हेसुद्धा जाणलं होतं की, त्या विशिष्ट रुग्णाला होऊ पाहणारा न्यूमोनिया कसा ओळखायचा आणि कसा थोपवायचा आणि त्या नेमक्या क्षणी हाताशी असलेली माणसं आणि साधनसामग्री लक्षात घेता, ही गोष्ट कशी साध्य करून घ्यायची.

कामाचा दर्जा सुधारण्याबाबत बरेचदा लोक नामवंत खेळाडूंचा आदर्श डोळ्यांपुढे ठेवतात आणि माझ्यासारख्या शल्यविशारदाच्या दृष्टीनं नामवंत खेळाडू खरोखरच खूप गोष्टी शिकवू शकतात — चिकाटी, परिश्रम, सराव आणि अचूकपणा; परंतु वैद्यकशास्त्रातील यशासाठी काही परिमाणं अशी आहेत की, ज्यांचं ज्ञान केवळ खेळाच्या मैदानातून मिळवता येणार नाही. एक तर इथे माणसांच्या जीवन-मरणाचा प्रश्न ऐरणीवर आलेला असतो. त्यामुळे आम्ही घेतलेले निर्णय आणि आमच्या हातून घडलेल्या चुका नैतिक स्वरूपाच्या असतात. खचवून टाकतील अशा प्रकारच्या इतरांच्या अपेक्षांना आम्हाला सामोरं जावं लागत असतं. डॉक्टर या नात्यानं आमच्यावर जबाबदारी असते – आजार दूर करून प्रत्येक रुग्णाला, विज्ञानानं शक्य करून दिलंय तेवढं, दीर्घ आणि स्वास्थ्यमय आयुष्य मिळवून देणं. आम्ही कोणत्या मार्गानं प्रयत्न करावा, हे सुस्पष्ट नसतं. आम्हाला ज्यावर प्रभुत्व मिळवायचं असतं, ते ज्ञानभांडारसुद्धा प्रचंड मोठं आणि तरीसुद्धा अपूर्ण असतं. असं असूनही आम्ही त्वरेने आणि बिनचूकपणे उपचार करावेत, अशी इतरांची अपेक्षा असते. कधी कधी एका रुग्णावर उपचार करण्यासाठी आम्हाला लॅबोरेटरी तंत्रज्ञांपासून प्रत्येक पाळीवरच्या परिचारिकेपर्यंत आणि त्याबरोबरच प्राणवायूचा पुरवठा करणारी यंत्रणा सांभाळणाऱ्या अभियंत्यांपर्यंत शेकडो लोकांकडून काम करून घ्यावं लागतं. हे काम आम्ही सहृदयतेनं, मार्दवानं आणि काळजीपूर्वक करावं, अशीसुद्धा आमच्याकडून अपेक्षा केली आहे. केवळ पणाला लागलेलं

जीवनच नव्हे, तर डॉक्टर म्हणून काम करताना उभी ठाकणारी गुंतागुंतसुद्धा आमचं काम मनोवेधक – तेवढंच अस्वस्थता आणणारं बनवत असते.

अलीकडेच वक्षाचा कर्करोग (ब्रेस्ट कॅन्सर) झालेल्या एका रुग्ण स्त्रीवर मी उपचार केले. चौसष्ठवर्षीय व्हर्जिनिया मॅग्बू - इंग्रजीची शिक्षिका होती. तिला तिच्या वक्षात एका लहानशा गुळगुळीत गोट्याच्या आकाराची गाठ असल्याचं जाणवलं. सुईनं उतींचा छेद घेऊन सूक्ष्मदर्शकाखाली त्याची परीक्षा केल्यावर — बायॉप्सी केल्यावर — रोगाचं निदान झालं. कर्करोगाची गाठ आकारानं लहान – पाऊण इंच व्यासाची – होती. रुग्ण स्त्रीनं तिच्या पुढल्या पर्यायांबद्दल विचार केला आणि वक्ष काढून न टाकणारी इलाजपद्धती निवडली. मी त्या गाठीच्या जवळपासच्या मोठ्या भागासकट ती गाठ कापून काढणार होतो आणि त्याच वेळेस सेंटिनेल लिम्फ-नोडची बायॉप्सी करून, लिम्फ-नोड्सपर्यंत कर्करोग पसरला नसल्याची खात्री करून घेणार होतो. त्यानंतर तिच्यावर रेडिएशन (क्ष-किरणांचे) उपचार केले जाणार होते.

ही शस्त्रक्रिया फारशी अवघड किंवा विशेष धोक्याची नव्हती, फक्त शल्यविशारदांच्या चमूनं प्रत्येक गोष्टीबाबत दक्षता घेणं गरजेचं होतं. शस्त्रक्रियेच्या दिवशी, या रुग्ण स्त्रीला ऑपरेटिंग रुममध्ये आणण्यापूर्वी, भूल देणाऱ्या तज्ज्ञानं पुन्हा एकवार खात्री करून घेतली होती की, भूल देताना काही धोका उद्‌भवण्याची शक्यता नाही. तिनं मॅग्बूचा वैद्यकीय इतिहास आणि औषधं पुन्हा एकदा नजरेखालून घातली. संगणकावर तिच्या लॅब टेस्ट्स बघितल्या. तिचा ई.सी.जी. तपासून पाहिला. रुग्णानं शस्त्रक्रियेपूर्वी निदान सहा तास काही अन्नपाणी घेतलं नसल्याची तिनं खात्री करून घेतली. रुग्णाचं तोंड उघडायला लावून तिचे कोणतेही दात हलत नसल्याची किंवा कवळी असल्यास ती काढायला लावण्याची खबरदारी भूलतज्ज्ञ स्त्रीनं घेतली. एका नर्सनं रुग्णाच्या नावाचा बिल्ला वाचून ती योग्य तीच रुग्ण असल्याची खात्री करून घेतली. रुग्ण स्त्रीला कोणत्या औषधांची ॲलर्जी होती, याबाबत तिच्याशी बोलून त्याबाबत नर्सनं खात्री करून घेतली आणि तिनं ज्या शस्त्रक्रियेला परवानगी दिली होती, त्याबद्दल तिला पूर्णपणे ठाऊक होतं किंवा नाही, याचीसुद्धा नर्सनं समक्ष बोलून खात्री करून घेतली. रुग्ण स्त्रीच्या डोळ्यांमध्ये काँटॅक्ट लेन्स नाहीत, याची आणि अडथळा होण्यासारखे अंगठीसदृश अलंकार तिच्या अंगावर नसल्याची नर्सनं खात्री करून घेतली. मॅग्बूला तिच्या वक्षात जिथं गाठ जाणवली होती, त्या जागेभोवती मी फेल्टपेननं एक वर्तुळ काढलं, म्हणजे शस्त्रक्रियेच्या वेळेस योग्य जागा ओळखण्यात काही अडचण उद्‌भवली नसती. शस्त्रक्रियेच्या दिवशी पहाटेस, तिच्या वक्षातील गाठीजवळ क्ष-किरण विसर्जित करणाऱ्या पदार्थाचं इंजेक्शन देण्यात आलं होतं. त्यायोगे सेंटिनेल-लिम्फनोड-बायॉप्सी करणं सुलभ झालं

असतं. मी क्ष-किरणोत्सर्गी पदार्थ कुठे पोचला होता, याची जागा गीजर काउंटर वापरून पाहून घेतली आणि खात्री करून घेतली की, कोणती लिम्फनोड दूषित होती व काढून टाकायला हवी, हे क्ष किरणांवरून स्पष्टपणे दिसत होतं. दरम्यान, ऑपरेटिंग-रूम, आधीच्या शस्त्रक्रियेनंतर, पूर्णपणे निर्जंतुक केली गेल्याची खात्री दोन नर्सेसनी नीटपणे करून घेतली होती. आम्हाला आवश्यक असलेल्या शस्त्रक्रियेच्या सर्व उपकरणांची व सामग्रीची जुळवाजुळवसुद्धा या दोघींनी करून ठेवलेली होती. शस्त्रक्रियेच्या अवजारांच्या पेटीवर एक चिकटपट्टीचं लेबल लावलेलं असतं. ती पेटी उष्णता देऊन निर्जंतुक करण्यात आलेली असली, तर हे लेबल तपकिरी रंगाचं बनतं. ते तसं बनलेलं होतं, हे त्या दोघींनी काळजीपूर्वक तपासलं. आधीच्या इलेक्ट्रोकॉटरी मशीनच्या यंत्रणेसंबंधी शंका उपस्थित झाल्यामुळे, त्या जागी तंत्रज्ञाने नवं मशीन आणून ठेवलं. प्रत्येक गोष्टीची दोनदोनदा खातरजमा करण्यात आलेली होती. मॅग्बू आणि तिच्यावर शस्त्रक्रिया करणाऱ्यांचा चमू पूर्णपणे तयारीत होता.

दुपारी दोनपर्यंत, मी तिच्या आधीच्या रुग्णांवरच्या शस्त्रक्रिया आटोपून टाकल्या होत्या आणि तिच्या शस्त्रक्रियेसाठी मीसुद्धा पूर्णपणे तयार होतो. त्यानंतर मला एक फोन आला.

ऑपरेटिंग रूमच्या निर्णय-कक्षावरील एका स्त्रीनं मला सांगितलं की, मॅग्बूची शस्त्रक्रिया लांबणीवर टाकावी लागणार होती.

''का?'' मी तिला विचारलं.

कारण रिकव्हरी रूममध्ये (शस्त्रक्रियेनंतर रुग्णाला ज्या कक्षात देखरेखीखाली ठेवण्यात येतं, तिथे) अजिबात जागा नव्हती. त्यामुळे तीन ऑपरेटिंग रूम्समधल्या, शस्त्रक्रिया आटोपलेल्या रुग्णांना बाहेर आणणं शक्य होत नव्हतं आणि रिकव्हरी - रूममध्ये जागा होईपर्यंत पुढील सर्व शस्त्रक्रिया लांबणीवर टाकण्यात येत होत्या.

''ठीक आहे,'' मी मनाशी म्हटलं. असं अधूनमधून घडत असतं. आम्ही वाट पाहायला तयार होतो; परंतु चार वाजले, तरीसुद्धा मॅग्बूला ऑपरेटिंग रूममध्ये नेण्यात आलेलं नव्हतं. मी ऑपरेटिंग रूमच्या निर्णय कक्षात फोन केला आणि काय चाललं होतं, याचा अंदाज घेतला.

मला सांगण्यात आलं की, रिकव्हरी-रूममध्ये आता जागा झालेली असली, तरी मॅग्बूची शस्त्रक्रिया लांबणीवर टाकण्यात आलेली होती; कारण 'रप्चर्ड एऑर्टिक अॅन्यूरिझम' (फुगवटा आलेली रक्ताशयाची मुख्य धमनी फुटलेल्या) झालेल्या रुग्णावर तातडीनं शस्त्रक्रिया करण्यासाठी, त्याला इमर्जन्सी रूममधून प्राधान्यक्रम देऊन आणलं जात होतं. तिथले कर्मचारी आम्हाला दुसरी ऑपरेटिंग-रूम मिळवून देण्याच्या प्रयत्नात होते.

ऑपरेशनसाठी नेण्यापूर्वी ज्या खोलीत रुग्ण स्ट्रेचरवर ठेवला जाऊन वाट

पाहत असतो, त्या खोलीत तिष्ठत पडलेल्या मॅग्बूजवळ जाऊन मी तिला परिस्थिती समजावून सांगितली आणि तिची क्षमा मागितली. आणखी फार वेळ वाट पाहावी लागणार नाही, असं मी तिला म्हटलं. तिनं ही बातमी स्वस्थचित्तानं ऐकून घेतली. काही गोष्टी अटळ असतात, असं ती म्हणाली. वेळ भरभर जावा, म्हणून तिनं झोपण्याचा प्रयत्न केला. तरीसुद्धा ती अधूनमधून जागी होत होती. दर वेळेस ती जागी झाली की, तिला आढळत होतं की, परिस्थितीत अजून कोणताही फरक पडलेला नव्हता.

संध्याकाळी सहा वाजता मी पुन्हा एकदा फोन केला आणि ऑपरेटिंग रूमच्या निर्णयकक्षातील प्रमुखाशी बोललो. तो म्हणाला की, माझ्यासाठी ऑपरेटिंग-रूम उपलब्ध झालेली असली, तरी नर्सेस मात्र उपलब्ध नाहीत. संध्याकाळी पाचनंतर, बेचाळीस ऑपरेटिंग रूम्सपैकी फक्त सतरा ऑपरेटिंग रूम्सना पुरेशा नर्सेस उपलब्ध असतात आणि त्या वेळेस तेवीस शस्त्रक्रिया होणार होत्या. त्यानं चार ऑपरेटिंग रूम्समधील नर्सेसना आधीच सक्तीचा ओव्हरटाइम करायला लावलेला होता. आणखी नर्सेस मिळवून देण्यास तो असमर्थ होता. आणखी एका रुग्णावर शस्त्रक्रिया करणं केवळ अशक्य होतं.

"ठीक आहे! मग तुझ्या मते, मॅग्बूला केव्हा शस्त्रक्रियेसाठी नेता येईल?" मी विचारलं.

तो म्हणाला, "कदाचित आज तिला नेता येणारच नाही." तो म्हणाला की, सात वाजल्यानंतर फक्त सात ऑपरेटिंग रूम्ससाठी नर्सेस उपलब्ध असायच्या आणि रात्री अकरानंतर फक्त पाच ऑपरेटिंग रूम्ससाठी नर्सेस उपलब्ध असायच्या आणि वाट पाहत तिष्ठत पडलेली मॅग्बू ही एकमेव रुग्ण नव्हती. तो म्हणाला, "बहुधा आजची तिच्यावरची शस्त्रक्रिया रद्द करावी लागेल." रद्द करायची? ते कसं शक्य होतं?

मी स्वत: निर्णयकक्षात गेलो. एक शल्यविशारद माझ्या आधीच तेथे पोचून तिथल्या प्रमुख भूलतज्ज्ञाबरोबर वाद घालत होता. दुसरा तिथल्या प्रमुख व्यवस्थापकाच्या कानाशी फोनवरून शंख करत होता. प्रत्येकालाच ऑपरेटिंग रूम हवी होती आणि सर्वांना पुरेशा ऑपरेटिंग रूम्स उपलब्ध नव्हत्या. एका रुग्णाला फुप्फुसांचा कर्करोग झालेला होता आणि त्यावर तातडीनं शस्त्रक्रिया करणं गरजेचं होतं. दुसऱ्या रुग्णाच्या मानेवर गाठ आलेली होती आणि त्याची त्वरित बायॉप्सी करणं आवश्यक होतं. एक शल्यविशारद म्हणाला, "माझी शस्त्रक्रिया चट्कन आटोपेल." तर दुसरा म्हणाला, "माझ्या रुग्णावरची शस्त्रक्रिया लांबवून चालण्याजोगं नाही." दुसऱ्या दिवसासाठी आणखी रुग्णांवर शस्त्रक्रिया करायचा निर्णय घेतला होता आणि आजची शस्त्रक्रिया उद्यावर ढकलली गेली असती, तर त्या शस्त्रक्रिया

लांबणीवर टाकाव्या लागल्या असत्या आणि उद्या असाच गोंधळ झाला नसता, याची खात्री कोण देऊ शकलं असतं?

मी मॅग्बूच्या वतीनं रदबदली करत होतो. तिला वक्षाचा कर्करोग झालेला होता आणि ती गाठ काढणं तातडीनं करायला हवं होतं. त्यासाठी एकही क्षण दवडून चाललं नसतं. क्ष-किरणोत्सर्गी ट्रेसरचं इंजेक्शन देऊन आठ तास उलटले होते आणि त्याचा प्रभाव तासागणिक कमी होत चाललेला होता. तिची शस्त्रक्रिया आणखी लांबणीवर टाकली असती, तर तिला पुन्हा एकदा क्ष-किरणोत्सर्गी ट्रेसरचं इंजेक्शन द्यावं लागलं असतं – तिच्यावर क्ष-किरणांचा दुपटीनं मारा करावा लागला असता आणि हे सारं केवळ ऑपरेटिंग रूम देता न आल्यापायी घडलं असतं. हे सारं सद्सद्विवेकबुद्धीला पटण्याजोगं नव्हतं,

तरीसुद्धा कुणीही, कसलीही खात्री देऊ शकत नव्हतं!

वैद्यकशास्त्रातील कार्यक्षमतेबद्दलचं हे पुस्तक आहे. एक डॉक्टर या नात्यानं तुम्ही जेव्हा या व्यवसायात पडता, तेव्हा तुमची समजूत असते की, कार्यक्षमता म्हणजे अचूक निदान, तांत्रिकदृष्ट्या क्षमता आणि लोकांबद्दल सहानुभाव दर्शवण्याची कुवत! परंतु एवढ्याच गोष्टी पुरत नसतात, याची तुम्हाला लवकरच जाणीव होते. इतर कोणत्याही व्यवसायाप्रमाणे, वैद्यक व्यवसायातसुद्धा तुम्हाला व्यवस्थापन-यंत्रणेशी झटापट करावी लागते. सीमित साधनसामग्री मिळवण्यासाठी परिस्थितीशी, लोकांशी आणि आपल्या त्रुटींशी दोन हात करावे लागतात. असंख्य प्रकारच्या समस्यांना आणि अडथळ्यांना तोंड देत आपल्याला मार्ग काढावा लागतो. असं असूनही, येन केन प्रकारेण, आपल्याला प्रगती करावी लागते, कौशल्यं मिळवावी आणि सुधारावी लागतात. ते आपण कसं करत आलोय आणि कसं करत आहोत, हा माझा या पुस्तकातला विषय आहे.

वैद्यकीय व्यवसायात किंवा धोक्याच्या आणि जबाबदारीच्या अन्य कोणत्याही व्यवसायात, यशस्वी होण्यासाठी तीन गोष्टी अत्यंत महत्त्वाच्या असतात. त्यातली पहिली गोष्ट आहे परिश्रमपूर्वक काम करणं म्हणजेच चूक टाळण्यासाठी आणि अडचणींवर मात करण्यासाठी बारीकसारीक तपशील काटेकोरपणे तपासून पाहणं. परिश्रमपूर्वक लक्ष पुरवणं ही गोष्ट अगदी सोपी आणि क्षुल्लक वाटते, नाही का? (तुम्ही फक्त बारकाईनं लक्ष पुरवायचं असतं! बरोबर ना?) पण ही गोष्ट सोपीही नाही किंवा क्षुल्लकही नाही. परिश्रमपूर्वक लक्ष पुरवणं ही गोष्ट कार्यक्षमतेसाठी अत्यंत महत्त्वाची आहे आणि ती साध्य करणं अत्यंत अवघड आहे, हे मी तीन उदाहरणांद्वारे सिद्ध करणार आहे. पहिलं उदाहरण आहे डॉक्टर्स आणि नर्सेस यांनी (शस्त्रक्रियेपूर्वी) नीटपणे हात धुवावे, यासाठी करावे लागलेले अथक प्रयत्न; दुसरं उदाहरण आहे इराक आणि अफगाणिस्तान येथे जखमी झालेल्या सैनिकांवर इलाज

करतानाचे अनुभव आणि तिसरं उदाहरण आहे पृथ्वीतलावरून पोलिओचं निर्मूलन करण्यासाठी करावे लागलेले भगीरथ प्रयत्न.

यशासाठी दुसरा अत्यावश्यक असलेला गुण आहे – योग्य प्रकारे काम करणं! वैद्यकशास्त्रात आपला घडोघडी माणसांशी संबंध येत असतो. त्यामुळे मानवी त्रुटींमुळे — लोभीपणा, उद्धटपणा, असुरक्षिततेची भावना, गैरसमज — असंख्य अडचणी या व्यवसायात उद्भवत असतात. याबद्दल विवेचन करताना मी काही अत्यंत अस्वस्थ करणारे प्रश्न उपस्थित करणार आहे – उदा. डॉक्टरांना किती वेतन दिलं जावं आणि डॉक्टरांच्या हातून चुका घडल्या, तर त्यांनी त्यासाठी रुग्णांची किती आणि कशी भरपाई करावी. चार डॉक्टर्स आणि एका नर्सच्या कारनाम्यांबद्दल मी सांगणार आहे. वैद्यकीय नीतिमूल्यांचे नियम तोडून, त्यांनी कैद्यांना ठार मारण्यात सहभाग घेतलेला होता. आजारी रुग्णासाठी कुठवर झुंजत राहावं आणि केव्हा ते प्रयत्न थांबवावेत, याचं कोडं उलगडण्याचा माझा प्रयत्न सतत चालू असतो.

यशासाठी अत्यावश्यक असलेला तिसरा गुण आहे कल्पकता – वेगळ्या प्रकारे विचार करण्याची कुवत. कल्पकतेबद्दल बरेच जण चुकीची व्याख्या करतात. कल्पकतेसाठी असामान्य हुशारी गरजेची नसते, तर तशी वृत्ती गरजेची असते. त्यासाठी सर्वाधिक गरज असते चुकांकडे डोळेझाक न करता, चुकांची कबुली देण्याची आणि चुका सुधारण्यासाठी बदल घडवून आणण्याची. त्यासाठी चुकांबद्दल सातत्यानं आत्मचिंतन करून, चुका सुधारण्यासाठी नवे तोडगे शोधत राहावं लागतं. हे गुण अंगी बाणवणं अवघड असलं, तरी ते अशक्य मात्र अजिबात नाही. याबद्दल विस्तारानं सांगताना मी उदाहरणं देणार आहे - या व्यवसायातील साध्यासुध्या माणसांची. त्या माणसांनी कल्पकता आणि चातुर्य यांचा वापर करून रुग्णसेवेत कायापालट घडवलाय. प्रसूतीच्या वेळेस, बाळाला जन्म देते वेळी वापरल्या जाणाऱ्या पद्धतींमध्ये त्यांनी जे बदल घडवले किंवा सिस्टीक फायब्रॉसिससारख्या असाध्य रोगाशी दोन हात करण्यासाठी त्यांनी जे अभिनव मार्ग शोधून काढले, त्यासाठी त्यांनी कल्पकतेचा वापर करून कायापालट घडवला होता. आपणांपैकी आणखी किती जण तसं करू शकतील, याबद्दल मी विचार करणार आहे.

सुधारणा घडवणं ही सतत चालणारी प्रक्रिया असते. हे जग गोंधळानं, बेशिस्तीनं भरलेलं आणि चीड आणणारं आहे आणि – ही वस्तुस्थिती वैद्यकीय व्यवसायालासुद्धा टाळता येत नाही. भरीत भर म्हणजे, वैद्यकीय व्यवसायात काम करणारे आम्हीसुद्धा सर्वसाधारण मानवच असतो. आमचीसुद्धा एकाग्रता ढळू शकते, आमचासुद्धा वैयक्तिक कमकुवतपणा असू शकतो आणि आमच्या मागेसुद्धा स्वत:च्या विवंचना असतात. आणि तरीसुद्धा एक डॉक्टर या नात्यानं काम करताना

आमचं आयुष्य इतरांच्या आयुष्यांशी, विज्ञानाशी आणि या दोहोंमधील गुंतागुंतीच्या संबंधांशी जोडलं गेलेलं असतं. डॉक्टरचं आयुष्य जबाबदारीचं असतं. डॉक्टर ही जबाबदारी स्वीकारायला तयार आहे की नाही, हा प्रश्नच उपस्थित होऊ शकत नाही. डॉक्टर म्हणून कामाला सुरुवात केली की, त्यानं ही जबाबदारी उचललेलीच असते. प्रश्न एवढाच असतो की, स्वीकारलेली ही जबाबदारी नेटकेपणे कशी निभावता येईल!

एकही खिडकी नसलेल्या, नीरव शांतता असलेल्या, शुभ्र प्रकाशानं उजळलेल्या प्रतीक्षा-कक्षात सचिंत आणि भुकेल्या अवस्थेत व्हर्जिनिआ मॅग्बूला आणखी दोन तास तिष्ठत पडावं लागलं. मिनिटांमागून मिनिटं पुढे सरत होती. वैद्यकीय व्यवसाय करताना कधी कधी तुमची भावना होते की, तुम्ही एका प्रचंड मोठ्या आणि अत्यंत गुंतागुंतीच्या यंत्रात अडकला आहात आणि हे यंत्र आपल्या लहरी लयीनुसारच मार्गस्थ होणार आहे. अशा वेळेस खरोखरच वाटतं की, आस्था आणि सेवाभाव दाखवल्यामुळे रुग्णाची परिस्थिती सुधारेल, ही समजूत अत्यंत भाबडेपणाची म्हटली पाहिजे. परंतु प्रत्यक्षात मात्र खरोखरच तसं घडू शकतं.

मॅग्बूनं मला प्रश्न केला की, त्या रात्री तिच्यावर शस्त्रक्रिया केली जाण्याची काही खरीखुरी शक्यता होती का? मी प्रांजल उत्तर दिलं की, तशी शक्यता कमी होत चालली होती. परंतु तरीही तिला घरी परत पाठवण्याची माझ्या मनाची तयारी होत नव्हती. मी तिला थोडा वेळ वाट पाहण्याची विनंती केली आणि आठ वाजण्यापूर्वी माझ्या पेजरवर टेक्स्ट-मेसेज आला. 'तुमच्या रुग्णाला २९ नंबरच्या ऑपरेटिंग रूममध्ये आणा.' दोन नर्सेसना तिष्ठत असलेले रुग्ण दिसले आणि घरी न जाता, त्यांनी आणखी वेळ काम करायची तयारी दाखवली. "आज माझ्यापुढे इतर कोणतंही महत्त्वाचं काम नव्हतं," त्यातली एक जण वरपांगी विनयानं म्हणाली. तुम्ही प्रयत्न करत असता, तेव्हा तुमच्या कधी कधी लक्षात येतं की, प्रयत्न करणारे तुम्ही एकटेच नसता!

माझ्या पेजरवर टेक्स्ट-मेसेज आल्यानंतर, अकराव्या मिनिटाला मॅग्बू ऑपरेटिंग-टेबलावर होती. तिच्या दंडात झोपेच्या औषधाचं इंजेक्शन दिलं जात होतं. तिची त्वचा स्वच्छ करण्यात आली होती. तिच्या देहाभोवती निर्जंतुक केलेलं आवरण चढवण्यात आलं होतं. वक्षातली कर्करोगग्रस्त गाठ सुलभतेनं काढता आली. तिच्या लिम्फ नोड्स (लसिका ग्रंथी) कर्करोगमुक्त होत्या. तिच्यावरची शस्त्रक्रिया चुटकीसरशी आटोपली. आम्ही मलमपट्टी करत होतो, तेव्हा ती शांतपणे जागी झाली. तिच्या डोक्यावरल्या ऑपरेटिंग-लाईटकडे ती टक लावून पाहत होती. "हा दिवा शिंपल्यांसारखा दिसतोय," ती म्हणाली.

अनुक्रमणिका

भाग १ : परिश्रमपूर्वक लक्ष पुरविणे

भाग २ : योग्य कार्यप्रणाली वापरणे

भाग ३ : कल्पकता

भाग १

परिश्रमपूर्वक लक्ष पुरविणे

हात धुण्याबाबत

डिसेंबर महिन्यातील एका सर्वसाधारण दिवशी, डेबोरा योको या संसर्गजन्य रोगांच्या तज्ज्ञ स्त्रीसमवेत आणि सूझन मरिनो ह्या सूक्ष्मजीवशास्त्रज्ञ स्त्रीसमवेत, मी आमच्या हॉस्पिटलमध्ये चक्कर मारली. ह्या दोघी जणी आमच्या हॉस्पिटलच्या जंतुसंसर्ग-नियंत्रण-विभागात काम करतात. त्यांची आणि त्यांच्या विभागातील अन्य तीन कर्मचाऱ्यांची जबाबदारी आहे, हॉस्पिटलमध्ये जंतुसंसर्ग फैलावू न देण्याची. हे मोठं दिखाऊ काम नाही आणि ते दिखाऊ लोकही नाहीत. योको पंचेचाळीस वर्षांची, मृदुभाषी, हसताना खळ्या पडणारी स्त्री आहे. ती कामाच्या जागी स्नीकर्स (टेनिस-शूज) घालून येते. मरिनोनं पन्नाशी पार केलीय. ती जात्याच भिडस्त स्वभावाची आहे. परंतु या दोघींनी इन्फलुएन्झाची साथ, **लेजनेअर्स डिसीझ***, जिवावर बेतणारा बॅक्टेरिआ (सूक्ष्म रोगजंतू) द्वारा फैलावणारा **मेनिंजायटिस****
आणि रुग्णाच्या मेंदूच्या बायॉप्सीनुसार **क्रेट्झफेल्ड जेकब्ज***** डिसीझ या भयानक

---

* Legionnaires' disease डबक्यात साचलेल्या पाण्यात वाढणाऱ्या अमीबाद्वारे पसरणारे रोगजंतू जिवावर बेतणाऱ्या न्यूमोनियाचा फैलाव करतात. हा रोग १९७६ सालच्या लेजनेअर्स कन्व्हेन्क्शनच्या वेळा उघडकीस आला.

** Menigitis - बॅक्टेरिया व्हायरसमुळे मेंदूवरील आणि मज्जारज्जूवरील आवरणाला सूज येते. डोकं दुखणं, मान आखडणं, ताप, डोक्यात गोंधळ, उजेड सहन न होणं ही त्याची लक्षणं आहेत.

*** Creutzfeld - Jakob disease मज्जातंतूंचा विनाश घडवणारा, चुकीच्या प्रोटीन फोल्डिंगमुळे फैलावणारा रोग. याला मॅड काऊ डिसीझसुद्धा म्हणतात. या चुकीच्या प्रोटीन फोल्डिंगना प्रायॉन म्हणतात.

रोगांचा फैलाव रोखण्यात यश मिळवलं होतं. यापैकी क्रेट्झफेल्ड जेकब्ज डिसीझ सर्वांत भीषण आहे. तो बरा तर करता येत नाहीच आणि जिवावरही बेततो, पण त्याचा फैलाव करणारे प्रियॉन (Prion) हे रोगजंतू नेहमीच्या उकळून किंवा तापवून निर्जंतुकीकरण करण्याच्या पद्धतीला दाद देत नाहीत. ह्या रुग्णाच्या ब्रेन-बायॉप्सीचे निकाल हातात पडेपर्यंत, त्या मेंदूच्या शल्यविशारदानं बायॉप्सीसाठी वापरलेली आयुधं इतर रुग्णांवरसुद्धा वापरली गेली असण्याची भरपूर शक्यता होती. परंतु जंतुसंसर्ग-फैलाव-नियंत्रण करणाऱ्या चमूनं वेळेतच ती आयुधं हस्तगत केली आणि त्यानंतर रासायनिक प्रक्रिया वापरून ती निर्जंतुक केली. योको आणि मारिनो यांनी गोवर, प्लेग, रॅबिट फीवर (या रोगाचे जंतू हॉस्पिटलमधल्या लॅबोरेटरीद्वारे अत्यंत संसर्गजन्य ठरतात आणि हे रोगजंतू अतिरेक्यांकडून शस्त्र म्हणून वापरले जातील, अशी चिंता व्यक्त केली जाते), अशा आपत्तींचा फैलाव रोखला आहे. एकदा त्यांनी देशभरातून गोठवलेल्या स्ट्रॉबेरीज परत आणायला लावल्या होत्या; कारण एका आईस्क्रीम पार्टीत गोठवलेल्या स्ट्रॉबेरीजमुळे हेपटायटिसवरची प्रचंड लागण झाल्याचं उघडकीस आलं होतं. या दोघींनी मला सांगितलं की, सध्या आमच्या हॉस्पिटलमध्ये, रोटा व्हायरस, नॉरवॉक व्हायरस, स्यूडोमोन्सच्या अनेक जाती, बऱ्याच प्रतिजैविकांना अजिबात दाद न देणारा क्लेबसिल आणि सध्याच्या हॉस्पिटल्समध्ये सर्वव्यापी असलेला कर्दनकाळ — प्रतिजैविकांना पुरून उरणारा, स्टॅफिलोकॉकस ऑरेअस आणि एन्टरोकॉकस फेकॅलिस (यांच्यामुळे न्यूमोनिआ, जखमांमध्ये जंतुसंसर्ग आणि रक्तामध्ये जंतुसंसर्ग होतो.) यांसारखे रोगजंतू मोकाट सुटलेले होते.

यू. एस्. सेंटर्स फॉर डिसीझ कंट्रोल यांच्या अहवालानुसार, दर वर्षी हॉस्पिटलमधील वास्तव्यकाळात, वीस लाख अमेरिकन्सना जंतुसंसर्ग होतो. त्यांपैकी नव्वद हजार लोक त्या जंतु संसर्गामुळे मृत्युमुखी पडतात. योको म्हणते की, थैमान घालणाऱ्या रोगजंतूंचा सामना करणं किंवा रुग्ण आणि कर्मचारी यांमध्ये अधूनमधून पसरणारी घबराट थोपवणं हे जंतुसंसर्ग-नियंत्रण-विभागापुढलं फार मोठं आव्हान नव्हे. त्यांच्यापुढलं सर्वांत अवघड काम आहे जंतुसंसर्ग टाळण्यासाठी सर्वाधिक उपयुक्त गोष्ट आमच्यासारख्या डॉक्टर्सना करायला लावणं : आम्हाला हात धुवायला लावणं!

त्यांनी कोणताही प्रयत्न करायचा बाकी ठेवलेला नाही. शल्यचिकित्सेसाठी आलेले रुग्ण ज्या कक्षात मी दाखल करतो, तेथे फिरत असताना योको आणि मरिनो यांनी मला त्यांनी ठिकठिकाणी लावलेल्या पाट्या दाखवल्या. त्यांनी विचारपूर्वक हलवलेली वॉश-बेसिन्स माझ्या निदर्शनाला आणून दिली, त्यांनी बसवून घेतलेली जास्तीची वॉशबेसिन्स त्यांनी मला दाखवली. त्यांनी विशेष

खबरदारी घेणाऱ्या, पाच हजार डॉलर्स किमतीच्या हातगाड्या मला दाखवल्या. या हातगाड्यांमध्ये हात धुण्यासाठीची सर्व सामग्री, हातमोजे, गाउन्स या सर्व गोष्टी एकाच, सुटसुटीत, देखण्या आणि उपयुक्त कार्यक्षमतेनं जुळणी केलेल्या पुडक्यात ठेवण्यात आलेल्या असतात. हात धुण्याचा नियम न चुकता पाळणाऱ्या हॉस्पिटलमधील कक्षांना त्यांनी बक्षीस म्हणून सिनेमाची तिकिटं फुकट दिलेली होती. त्यांनी स्वच्छता पाळण्याबाबतचे अहवाल लिहिण्यासाठी कार्डस् वाटली होती, तरीसुद्धा आम्ही आमच्या जुन्या गलथान सवयी सोडलेल्या नाहीत. इतर ठिकाणी करण्यात आलेल्या सर्वेक्षणांसारखीच आमच्या हॉस्पिटलमधली परिस्थिती आहे – आम्ही सारे डॉक्टर्स आणि नर्सेस, आवश्यक आहे त्याच्या निमपटीनं किंवा एक तृतीयांश पटीनं हात धूत असतो. सर्दी झालेल्या रुग्णाबरोबर हस्तांदोलन केल्यावर, कुणाच्यातरी जखमेवर चिकटून बसलेली मलमपट्टी खेचून काढल्यावर, घामाघूम झालेल्या छातीवर स्टेथोस्कोप टेकवल्यावर आमच्यापैकी बरेच जण केवळ आमच्या पांढऱ्या लॅबकोटवर हात पुसतात आणि पुढच्या रुग्णाकडे वळतात किंवा तक्त्यावर अहवाल लिहितात किंवा त्याच हातानं जेवतात.

शरमेची गोष्ट म्हणजे यात नवं काहीही नाही. १८४७ साली, अठ्ठाविसाव्या वर्षी, व्हिएन्नामधील आयनॅक सेमेलविस या प्रसूतितज्ज्ञानं निष्कर्ष काढला होता की, बाळंतरोगाचा प्रादुर्भाव, नेहमी किंवा नीटपणे हात न धुण्याच्या डॉक्टरांच्या सवयीमुळेच होत असतो. बाळंतरोगाला 'प्युर्पेरल फीवर' असं म्हणायचे आणि प्रतिजैविकं अस्तित्वात येण्यापूर्वी ते बाळंतिणींच्या मृत्यूचं प्रमुख कारण होतं. (रोगजंतूंमुळे संसर्गजन्य रोग फैलावतात, हेसुद्धा त्या काळी लोकांना ठाऊक नव्हतं.) बाळंतरोग, स्ट्रेप्टोकॉकस या सूक्ष्म रोगजंतूंमुळे (बॅक्टेरियांमुळे) फैलावतो. (हेच रोगजंतू स्ट्रेप थ्रोट ह्या रोगाचंसुद्धा कारण असतात.) बाळंतपणानंतर हे रोगजंतू योनिमार्गाद्वारे प्रवेश करून गर्भाशयापर्यंत पोचतात. सेमेलविस काम करत असलेल्या हॉस्पिटलमध्ये दर वर्षी बाळंत झालेल्या तीन हजार स्त्रियांपैकी सहाशे स्त्रिया या रोगामुळे मृत्युमुखी पडायच्या. बाळंतपणात मरण पावणाऱ्या स्त्रियांची संख्या २० टक्के इतकी प्रचंड होती. तुलनेत, घरी बाळंत होणाऱ्या स्त्रियांमध्ये मृत्यूचं प्रमाण केवळ १ टक्का होतं. सेमेलविसनं निष्कर्ष काढला की, स्वत: डॉक्टर्सच एका रुग्णाकडून दुसऱ्या रुग्णाकडे हे रोगजंतू नेत होते आणि त्यानं नियम घातला की, त्याच्या कक्षात काम करणाऱ्या प्रत्येक डॉक्टरनं आणि नर्सनं, एका रुग्णाकडून दुसऱ्या रुग्णाकडे जाण्यापूर्वी नखांचा ब्रश आणि क्लोरीन यांनी हात स्वच्छ केलेच पाहिजेत. हे केल्यावर बाळंतरोगामुळे मृत्यू पावणाऱ्यांची संख्या २० टक्के वरून १ टक्क्यावर आली. त्याचा निष्कर्ष खरा असल्याचा हा वादातीत पुरावाच होता. परंतु इतर ठिकाणी डॉक्टरांनी आपल्या जुन्या सवयी सोडल्या

नाहीत. त्याच्या दाव्यामुळे त्याचे काही सहकारी डॉक्टर्स संतापलेसुद्धा! डॉक्टर्सच रुग्णांच्या मृत्यूला जबाबदार होते, हे सत्य स्वीकारणं त्यांना शक्य होत नव्हतं. त्याचा गौरव करण्याऐवजी त्यांनी अखेरीस सेमेलविसला नोकरीवरून काढून टाकलं.

डॉक्टरांच्या हट्टीपणाचं आणि आंधळेपणाचं सर्वोत्कृष्ट उदाहरण म्हणून सेमेलविसची कहाणी अजूनही उद्‌धृत केली जाते. त्याचं म्हणणं ग्राह्य न धरलं जाण्यामागे आणखी एक सबळ कारण होतं : एकोणिसाव्या शतकातल्या डॉक्टरांना बाळंतरोगामागची अनेक आणि तेवढीच जोरदार कारणं सांगितली जात होती. उदाहरण द्यायचं, तर तेव्हा जोरदार समज होता की, हॉस्पिटलच्या हवेतील प्रदूषणामुळे हा रोग फैलावतो. आणि सेमेलविसनं, त्याच्या सिद्धान्तामागचं तार्किक कारण प्रसिद्ध करण्यास किंवा प्राण्यांवर प्रयोग करून त्याच्या सिद्धान्ताला पुष्टी देण्यास नकार दिला, ही गोष्ट अनाकलनीय वाटते. असं करण्याऐवजी त्याच्या सिद्धान्ताचा पुरावा मागणं, हा त्याचा वैयक्तिक अपमान समजून त्यानं त्याची निंदा करणाऱ्यांवरच कडक टीकेची झोड उठवली.

त्याच्या सिद्धान्ताबाबत प्रश्न उपस्थित करणाऱ्या, युनिव्हर्सिटी ऑफ व्हिएन्नामधील प्रसूतितज्ज्ञाला त्यानं पत्र लिहीलं, 'प्राध्यापक महाशय, तुम्ही या कत्तलीत सहभाग घेत आहात.' बर्झबर्गमधील त्याच्या एका सहकारी डॉक्टरला त्यानं खडसावून पत्र लिहीलं, 'श्रीयुत हॉफरॅथ, माझा सिद्धान्त खोटा असल्याचा पुरावा न देता, त्या ऐवजी तुम्ही तुमच्या शिष्यांना तो खोटा असल्याचं सांगत राहिलात, तर मी देवापुढे आणि जगापुढे बेधडकपणे म्हणेन की, तुम्ही खुनी आहात आणि 'बाळंतरोगाच्या इतिहासात' तुमचं नाव वैद्यकशास्त्राचा नीरो म्हणून कोरलं गेलं, तर ते अजिबात चुकीचं ठरू नये!' त्याच्या हाताखाली काम करणारे कर्मचारीच त्याच्या विरोधात गेले. व्हिएन्नामधली नोकरी गेल्यावर तो 'पेस्ट'या गावी हलला. तिथे तो सिंकपुढे उभा राहून हात धुवायला विसरणाऱ्यांना नावं ठेवायचा. लोक जाणूनबुजून हात धुणं टाळू लागले. कधी-कधी त्याच्या हात धुण्याच्या नियमात मुद्दाम विघ्नं आणू लागले. सेमेलविस हा अलौकिक बुद्धिमत्ता असलेला माणूस होता, पण तो टोकाला जाणारा विक्षिप्त अवलियासुद्धा होता. त्यामुळे त्याची बुद्धिमत्ता जगाला उपयुक्त ठरली नाही. आणखी वीस वर्षं उलटल्यावर जोसेफ लिस्टरनं 'लॅन्सेट' ह्या ब्रिटिश मेडिकल जर्नलमध्ये शस्त्रक्रियेच्या वेळेस निर्जंतुकीकरण करण्याची विनवणी अधिक सुस्पष्ट कारणं देऊन अधिक आर्जवानं आणि आदरभावानं केली.

डॉक्टरांनी एकशेचाळीस वर्षं जो हटवादीपणा केला, तो पाहता म्हणावंसं वाटतं की, त्यांना वठणीवर आणायला खरोखरच (सेमेलविससारख्या) एखाद्या वेड्याचीच तर गरज नाही? योको आणि मरिनो कशाचा सामना करत आहेत,

त्याकडे थोडं लक्ष द्या! माणसाच्या त्वचेचा कोणताही भाग रोगजंतूविरहित नसतो. मानवी हाताच्या प्रत्येक चौरस सेंटिमीटर भागात रोगजंतूंच्या पुंजक्यांची संख्या पाच हजारापासून ते पन्नास लाखांपर्यंत असते. केस, काख, जांघा यात रोगजंतूंचं प्रमाण याहून जास्त असतं. हातांवरील भेगांमध्ये १० ते २० टक्के रोगजंतू अडकलेले असतात आणि जोरानं हात धुवूनही ते काढून टाकणं अवघड असतं आणि पूर्व निर्जंतुकीकरण करणं केवळ अशक्य असतं. नखांमागली जागा, निर्जंतुकीकरणाच्या दृष्टीनं सर्वांत वाईट असते. त्यामुळेच अलीकडल्या रोग नियंत्रण केंद्रा (CDC)च्या मार्गदर्शनानुसार, हॉस्पिटलमधील कर्मचाऱ्यांची नखं पाव इंचांपेक्षा कमी लांबीची असायला हवीत आणि त्यांनी कृत्रिम नखं काढून टाकायला हवीत.

सर्वसाधारण साबण निर्जंतुकीकरणाचं काम फार तर अर्धंमुर्धं पार पाडतात. त्यांच्यामुळे माती आणि काजळी दूर झाली, तरी पंधरा सेकंद हात धुवूनही रोगजंतूंची संख्या खूपच शिल्लक राहते. सेमेलविसच्या लक्षात आलेलं होतं की, सर्वसाधारण साबण पुरेसा ठरणार नाही आणि निर्जंतुकीकरणासाठी त्यानं क्लोरीनचा द्राव वापरायला प्रारंभ केला होता. आजचे जंतुनाशक साबण क्लोरहेक्सिडीनसारखी रसायनं वापरतात. त्या रसायनांमुळे सूक्ष्मजंतूंची पटलं आणि प्रथिनं नष्ट केली जातात. परंतु अगदी योग्य साबण वापरला, तरी नीटपणे हात धुण्याच्या प्रक्रियेला एक शिस्त असते. पहिल्या प्रथम तुम्ही तुमचं घड्याळ, अंगठ्या आणि इतर दागिने काढून टाकायला हवेत, कारण त्यांच्यात खूप सूक्ष्मरोगजंतू अडकून राहतात. त्यानंतर तुम्ही नळाच्या कोमट पाण्यानं हात ओले करून घ्यायचे असतात. द्रवरूपी साबण हातावर ओतून घेऊन जवळजवळ कोपरापर्यंत सर्वत्र त्याचा फेस चोळायचा असतो आणि फेसानं चोळण्याची प्रक्रिया साबण-निर्मात्यांच्या सूचनेप्रमाणे — पंधरा ते तीस सेकंद सुरू ठेवायची असतो. त्यानंतर पूर्ण तीस सेकंद खर्चून हा फेस चोळून धुवून काढायचा असतो. स्वच्छ, वापरानंतर फेकून द्यायच्या टॉवेलनं हात संपूर्ण कोरडे करून, तोच टॉवेल वापरून नळ बंद करायचा असतो. प्रत्येक रुग्णाशी संपर्क आल्यावर हीच संपूर्ण प्रक्रिया करणं अपेक्षित असतं.

ही शिस्त जवळजवळ कुणीच पाळत नाही. ही गोष्ट अशक्यप्राय वाटते. सकाळच्या फेरीत आमचे निवासी डॉक्टर्स एका तासात वीस रुग्ण तपासतात. आमच्या आय.सी.यू.मध्ये नर्सेसचा तेवढ्याच रुग्णांशी संपर्क येत असतो. आणि प्रत्येक रुग्ण तपासल्यावर हात धुवायचे असतात. जरी हात धुणं तुम्ही एका मिनिटात आटोपू शकलात, तरी तासाभरातला तुमचा एक तृतीयांश वेळ फक्त हात धुण्यातच खर्च होईल. वारंवार हात धुवून त्वचेचासुद्धा दाह होऊ लागेल आणि त्यामुळे त्वचारोग संभवू शकेल. तसं झालं, तर त्यामुळेच हातावरली सूक्ष्मरोगजंतूंची संख्या वाढेल.

साबणापेक्षा कमी दाहकारण असलेले अल्कोहोलचे द्राव आणि जेल युरोपात दोन दशकं वापरले जात असले, तरी अमेरिकेत त्यांचा वापर नुकताच सुरू होत आहे. ते वापरायला खूप कमी वेळ लागतो — फक्त पंधरा सेकंदांत हाता-बोटांवर अल्कोहोल जेल चोळता येतात आणि हवेतच हात वाळवता येतात. रुग्णाच्या खाटेच्या बाजूला अल्कोहोल जेल डिस्पेन्सर्स ठेवता येतात आणि दर वेळेस सिंकपर्यंत यात्रा घडणं टळतं. आणि अल्कोहोलची मात्रा ५० ते ९५ टक्के असली, तर त्यांच्या वापरानं इतर विषाणूदेखील मारता येतात. (गमतीची गोष्ट म्हणजे शुद्ध अल्कोहोल तितकंसं प्रभावी नसतं. त्यात थोडं पाणी मिसळलं, तरच सूक्ष्मजीवजंतूंची प्रथिनं नष्ट होतात.)

असं असूनही, आम्ही वापरात आणलेलं ६० टक्के अल्कोहोल असलेलं जेल आमच्या कर्मचाऱ्यांनी स्वीकारावं, यासाठी योकोला पूर्ण वर्षभर झगडावं लागलं. सुरुवातीला कर्मचाऱ्यांनी त्याच्या वापराला विरोध केला, कारण त्यांना भीती वाटत होती की, त्याच्या वापरामुळे हवा विषारी बनेल. (अर्थातच तसं घडलं नाही!) त्यानंतर, त्याविरुद्ध भरपूर पुरावे उपलब्ध असूनही, त्यांना भीती वाटत होती की, अल्कोहोल-जेलच्या वापरामुळे त्वचादाह संभवेल. म्हणून कोरफड असलेलं जेल आणलं गेलं. मग त्याच्या वासाबद्दल कर्मचाऱ्यांच्या तक्रारी सुरू झाल्या. म्हणून कोरफडीचं उच्चाटन करण्यात आलं. मग काही नर्सेसनी अल्कोहोल-जेल वापरायला नकार दिला, कारण त्याच्या वापरामुळे जननक्षमता कमी होते, अशी वावडी उठली. जेव्हा रोगसंसर्ग-प्रतिबंध-कक्षानं पुरावे दाखवले की, अल्कोहोलचं आपल्या शरीरात शोषण होत नाही आणि हॉस्पिटलमधल्या फर्टिलिटी-स्पेशलिस्टनं (प्रजनन-तज्ज्ञानं) या जेलच्या वापरात काहीही धोका नसल्याला दुजोरा दिला, तेव्हाच या अफवा थंडावल्या.

ह्या जेलचा सर्वत्र वापर सुरू झाल्यावर, हाताची स्वच्छता पाळण्याचं प्रमाण ४० टक्क्यांपासून ७० टक्क्यांवर पोचलं. परंतु ही गोष्ट काळजीत पाडणारी आहे — हॉस्पिटलमधलं जंतुसंसर्गाचं प्रमाण अणुभरही कमी झालं नाही. ७० टक्के वेळा हाताच्या स्वच्छतेचे नियम पाळलं जाणं पुरेसं नव्हतं. जर ३० टक्के वेळा लोकांनी हात निर्जंतुक केले नसले, तर रोगजंतूंचा फैलाव होण्यास भरपूर वाव मिळणार होता. आणि खरोखरच प्रतिजैविकांना हा जुमानणाऱ्या स्टॅफिलोकॉकस आणि एन्टेरोकॉकस या सूक्ष्मरोगजंतूंचा संसर्ग होण्याचं प्रमाण वाढत गेलं. योकोकडे दैनंदिन आकडेवारी येत असते. मी तिच्याकडील आकडेवारीवर नुकतीच नजर टाकली होती. मला दिसलं की, हॉस्पिटलमधील सातशे रुग्णांपैकी त्रेसष्ठ रुग्णांमध्ये, MRSA (मेथिसिलिन रेझिस्टंट स्टॅफिलोकॉकस ओरीअस) आणि बावीस जणांना VRA (व्हँकोमायसिन रेझिस्टंट एन्टरोकॉकस)ची लागण झालेली होती. दुर्दैवानं,

अमेरिकन हॉस्पिटलमधलं हे नेहमीचंच प्रमाण आहे.

प्रतिजैविकांना न जुमानणाऱ्या सूक्ष्मरोगजंतूंचा संसर्ग होण्याचं प्रमाण जगभरात वाढत चाललेलं दिसतंय. व्हीआरइची पहिली साथ १९८८ मध्ये उद्‌भवली. त्या वेळेस इंग्लंडमधील किडनी-डायलिसिस-कक्षात त्याचा फैलाव झाला. १९९० पर्यंत हे सूक्ष्मरोगजंतू परदेशातसुद्धा पोचले आणि अमेरिकेतील हजार अतिदक्षता विभागातील रुग्णांपैकी चार जणांना व्हीआरइची लागण झाली. १९९७ पर्यंत अतिदक्षता विभागामध्ये व्हीआरइची बाधा होण्याच्या प्रमाणानं २३ टक्क्याची भीतिदायक पातळी काढली होती. जेव्हा सार्स (सिव्हिअर ॲक्यूट रेस्पिरेटरी सिन्ड्रोम) व्हायरस २००३ साली चीनमध्ये सापडला आणि काही आठवड्यांमध्येच त्याने जगभरातील दोन डझन देशांतल्या दहा हजार लोकांना ग्रासलं. (त्यातले १० टक्के लोक मृत्युमुखी पडले) तेव्हा त्याच्या फैलावाचं प्रमुख माध्यम होतं, हॉस्पिटल कर्मचाऱ्यांचे हात! जर आणि जेव्हा, याहूनही अधिक घातक सूक्ष्मरोगजंतू किंवा व्हायरस – एव्हिअन फ्लू किंवा त्याहूनही भीतीप्रद अन्य काहीतरी — डोकं वर काढतील, तेव्हा काय होईल? योको म्हणते, "तेव्हा हाहा:कार माजेल!"

सेमेलविससारख्या डॉक्टरला हात धुण्याच्या वेडाशिवाय अन्य कोणताही पर्याय दिसत नाही. योको, मरिनो आणि त्यांच्या सहकाऱ्यांनी हॉस्पिटलच्या विविध कक्षांत न सांगता तपासणी-फेऱ्या मारायला सुरुवात केलीय. सर्जरीच्या अति दक्षता विभागात, त्यांनी मला त्यांची पद्धत दाखवली. ते थेट रुग्णाच्या खोलीत पोचतात. सांडलवंड होऊन ते पुसलं गेलंय का, टॉयलेट्स स्वच्छ करायची राहिली आहेत का, कोणते नळ ठिबकत आहेत का, रिकामे जेल-डिस्पेन्सर उचलायचे राहून गेले आहेत का, वापरून टाकून दिलेल्या सुयांच्या पेट्या भरून जाऊन वाहत आहेत का, निर्जंतुक हातमोजे आणि गाउन्स पुरेसे आहेत का, यांकडे ते काकदृष्टीनं बघत असतात. रुग्णांच्या जखमांना मलमपट्टी करताना किंवा त्यांच्या कॅथेटर्सना हात लावताना नर्सेसनी निर्जंतुक केलेले हातमोजे चढवले आहेत की नाहीत, यावर त्यांचं बारकाईनं लक्ष असतं; कारण याच हयगयीमुळे रोगजंतूंचा सर्वाधिक फैलाव होत असतो. आणि प्रत्येक रुग्णापाशी जाण्यापूर्वी प्रत्येक जण हात धुतंय किंवा नाही, या सर्वांत महत्त्वाच्या गोष्टीकडे त्यांची बारीक नजर असते. योको किंवा मरिनो लोकांना जाब विचारायला मुळीच कचरत नाहीत, परंतु ती गोष्ट त्या मार्दवानं करतात. ('तुम्ही जेल वापरायला विसरला आहात का?' हे वाक्य त्यांना वारंवार उच्चारावं लागतं.) कर्मचारी त्यांना ओळखू लागले आहेत. हातमोजे आणि गाउन घातलेली एक नर्स एका रुग्णाच्या खोलीतून बाहेर आली आणि तिनं त्या पेशंटचा चार्ट (नोंदणी तक्ता) उचलला. (ही गोष्ट तिनं अस्वच्छ हातांनी करायला नको होती!) तिची नजर मरिनोवर जाताक्षणी ती थांबली. "मी खोलीत कशालाही हात

लावला नव्हता. मी स्वच्छ आहे!'' ती गडबडून जाऊन बोलली.

योको आणि मरिनो यांना त्यांच्यावरल्या जबाबदारीचा हा भाग अत्यंत अप्रिय वाटतो. त्यांना जंतुसंसर्गाबाबतची पोलीसगिरी करणं नकोसं वाटतं. ते मोठं मौजेचं तर नाहीच आणि त्याचा फायदा होतो, असंही नाही! बारा मजल्यांवर आणि मजल्यागणिक चार कक्षांमध्ये रुग्ण असतात. सेमेलविस ज्याप्रमाणे एकुलत्या एक सिंकपाशी उभा राहून, डोळे वटारून कर्मचाऱ्यांना हात धुवायला लावत होता, तसं करणं इथे केवळ अशक्य आहे! आणि सेमेलविसचे कर्मचारी त्याच्या विरोधात बंड पुकारून उठले, तसंच इथेसुद्धा घडण्याची शक्यता आहे. पण इतर पर्याय तरी कुठे आहेत? 'जर्नल ऑफ हॉस्पिटल इन्फेक्शन' आणि 'इन्फेक्शन कंट्रोल अँड हॉस्पिटल एपिमिऑलॉजी' या दोन सुप्रसिद्ध मेडिकल जर्नल्सचे जुने अंक मी चाळत होतो. जंतुसंसर्ग वाढवणाऱ्या आपल्या सवयी मोडून काढण्याचे अनेक प्रयत्न किती अयशस्वी ठरले आहेत, याची साक्ष देणारे अनेक खेदजनक लेख त्या जर्नल्समध्ये मला सापडले. जर एखादा निर्जंतुक करणारा असा साबण, द्राव किंवा जेल सापडला, की त्याच्या वापरानंतर अनेक तास रोगजंतू दूर राहतील, तरच ही समस्या दूर होऊ शकेल. परंतु दुर्दैवानं असा चमत्कार करणारा महातोडगा अजून अस्तित्वात आलेला नाही. ही परिस्थिती पाहून एका तज्ज्ञानं विनोदानं विधान केलं होतं की, आपण हात धुण्याचा नाद सोडून द्यावा आणि रुग्णांना स्पर्श करणं पूर्णपणे टाळावं; तरच ही समस्या दूर होईल!

आपल्याला नेहेमीच अगदी सोपा उपाय हवा असतो : एक असा छोटासा बदल की, एका फटक्यात समस्येचं निवारण होईल! परंतु आयुष्यात फारच थोड्या गोष्टी अशा प्रकारे घडत असतात. प्रत्यक्षात यशासाठी शंभर योग्य पावलं उचलावी लागत असतात. तीसुद्धा एकामागून एक, योग्य प्रकारे, कोणताही गोंधळ-गडबड न होता, प्रत्येकाच्या सहकार्यानं! डॉक्टरचं काम हे एकट्यानं करायचं बौद्धिक काम आहे, अशी आपली समजूत होती. परंतु प्रत्यक्षात यश मिळवण्यासाठी, रोगाचं योग्य निदान करण्यापेक्षा, प्रत्येकाला हात धुवायला लावणं अधिक महत्त्वाचं ठरत असतं.

सेमेलविसनंतर ऑपरेटिंग रुममध्ये जी परिस्थिती असायची आणि लिस्टरनंतर जी परिस्थिती होती, त्या दोहोंमध्ये किती तफावत घडली हे पाहिलं की, आपण थक्क होतो! ९० टक्के वेळा हात धुणं पुरेसं ठरेल, असा ऑपरेटिंग रुममधील कुणाचाच दावा नसतो. ऑपरेटिंग टेबलजवळ येण्यापूर्वी एकाही डॉक्टरनं किंवा नर्सनं हात धुतले नसले, तर आपण हादरून जातो आणि थोड्याच दिवसांत त्या रुग्णाला जंतुसंसर्ग झालेला दिसला, तर आपल्याला त्याचं काहीही आश्चर्य वाटत नाही. लिस्टरनंतर आपल्या अपेक्षा आणखी वाढल्या आहेत. आता आपण निर्जंतुक

केलेले हातमोजे, गाउन्स, तोंडावरचे मास्कस आणि केसांवरच्या कॅप्स वापरण्याची खबरदारी घेतो. आपण रुग्णाची त्वचा निर्जंतुक करतो आणि त्याच्या अंगावर निर्जंतुक केलेलं आवरण चढवतो. आपली शस्त्रक्रियेची हत्यारं आपण उकळत्या पाण्याच्या वाफेनं आणि वाफ सहन करण्याच्या दृष्टीनं ती हत्यारं नाजूक असल्यास, रसायनांच्या वापरानं ती निर्जंतुक करतो. ऑपरेटिंग रुममधली प्रत्येक गोष्ट निर्जंतुकीकरणाच्या दृष्टीनं काळजीपूर्वक हाताळण्याची आपण खबरदारी घेत असतो. आपण शस्त्रक्रिया करणाऱ्या चमूमध्ये आणखी एका नर्सची भर टाकली आहे. तिला आपण सर्क्युलेटिंग नर्स म्हणतो. तिचं मुख्य काम आहे या चमूला निर्जंतुक ठेवणं. दर वेळा अनपेक्षितपणे रुग्णावर शस्त्रक्रिया करतेवेळी एखादं जास्तीचं हत्यार गरजेचं ठरतं; तेव्हा एका माणसानं ते हत्यार शेल्फवरून काढून, हात धुवून परत येईपर्यंत इतर लोक ताटकळत थांबू शकत नाहीत. हे काम सर्क्युलेटिंग नर्स करते. ती गरज पडेल त्यानुसार जास्तीचे स्पंज, कात्र्या आणून देते; आलेल्या फोन कॉल्सना उत्तर देते, कागदपत्रं सांभाळते, जास्तीची मदत लागली, तर ती मिळवण्यासाठी धावाधाव करते. दर वेळेला सर्क्युलेटिंग नर्सनं अशी कामं केली की, फक्त वेळच वाचत नसतो. तिच्यामुळे रुग्णाला रोगजंतूंपासून सुरक्षित ठेवणं शक्य होतं. तिच्या उपस्थितीमुळेच निर्जंतुकीकरणाला प्राधान्यक्रम देता येतो.

आपल्या हॉस्पिटल्समध्ये रोगांच्या साथीचा फैलाव होण्यास प्रतिबंध करणं, याच्या मार्गात अज्ञान आडवं येत नसतं. त्याबद्दलच्या ज्ञानात कोणतीही कमतरता नाही - कमतरता आहे, ते ज्ञान प्रत्यक्षात वापरण्यासाठी सहकार्य देण्याची! घालून दिलेले नियम लोकांना पाळायला लावणं, हे सोपं काम नाही. सेमेलविसनंतर १४० वर्षं उलटली, तरीही ऑपरेटिंग - रूममध्ये घेतली जाणारी खबरदारी, हॉस्पिटलमधील अन्य सर्व जागी का घेतली जाऊ नये, हे एक गूढच आहे. परंतु ऑपरेटिंग-रुममध्ये जे लोक अत्यंत दक्षतेनं नियम पाळत असतात, तेच लोक बरेचदा वॉर्डस्मध्ये फिरताना अत्यंत निष्काळजीपणे वागताना दिसतात. मी हे खात्रीनं म्हणू शकतो कारण माझ्या लक्षात आलंय की, मीसुद्धा त्यांच्यापैकीच एक आहे! मी ऑपरेटिंग-रुममध्ये असताना हात धुण्याबाबत जेवढी खबरदारी घेतो, तेवढीच खबरदारी ऑपरेटिंग-रुमबाहेर वावरतानासुद्धा घ्यायचा मी प्रामाणिक प्रयत्न करत असतो. मी त्यात बऱ्यापैकी यशस्वीही ठरतो. परंतु कुठेतरी माझ्या हातून चूक घडते आणि ते राहून जातं. असं जवळजवळ दररोज घडतं! मी हॉस्पिटलमधल्या रुग्णाच्या खोलीत शिरतो, तेव्हा माझ्या डोक्यात विचारचक्र फिरत असतं की, त्याला त्याच्या शस्त्रक्रियेबाबत काय सांगावं किंवा काळजीनं ग्रस्त होऊन दाराशी उभ्या असलेल्या त्याच्या नातलगांना काय सांगावं. कधी कधी एखाद्या निवासी-डॉक्टरनं मला सांगितलेला विनोद माझ्या डोक्यात घोळत असतो आणि विचारांच्या नादात,

आठवण करून देणाऱ्या अनेक चकचकीत पाट्या भिंतीवर दिसत असूनही, मी जंतुनाशक जेल हातांवर चोळायचं विसरून जातो. कधी कधी मला त्याची आठवण असतेसुद्धा! परंतु जेलचा डिस्पेन्सर शोधून काढता येईपर्यंत, त्या रुग्णानं हस्तांदोलनासाठी हात पुढे केलेला असतो आणि पुढे जाऊन हस्तांदोलन न करणं, खूप चमत्कारिक वाटतं. कधी कधी तर मला चक्क वाटतं, 'मरू दे ते जेल! किती उशीर झालाय आधीच! मला भरभर काम उरकायला हवीत आणि एकदा जेल लावलं नाही, तर काय अनर्थ कोसळणार आहे?'

पॉल ओ नील हा एके काळी सेक्रेटरी ऑफ ट्रेझरी होता आणि त्यानंतर तो सर्वांत मोठ्या ॲल्युमिनियम कंपनीचा – आल्कोआचा – सी.ई.ओ. होता. त्यानं पिट्सबर्ग, पेनसिल्व्हेनिया इथल्या स्वास्थ्यसुधारसमितीचा प्रमुख म्हणून काम हाती घ्यायचं कबूल केलं आणि हॉस्पिटलमध्ये होणाऱ्या जंतुसंसर्गाचं उच्चाटन करण्याला त्यानं अग्रक्रम दिला. ही गोष्ट साध्य करणं शक्य होतं, हे सिद्ध करण्यासाठी त्यानं पिट्सबर्ग व्हेटेरन्स हॉस्पिटलमध्ये चाळीस खाटांचा एक नवा कक्ष सुरू केला आणि त्या कामाची जबाबदारी पीटर पेरिआ या तरुण इंडस्ट्रियल इंजिनिअरवर सोपवली. त्या प्रकल्पात सहभागी झालेल्या एका डॉक्टरनं मला सांगितलं की, पीटर त्या कक्षातल्या कर्मचाऱ्यांना भेटला, तेव्हा त्यानं त्यांना, "तुम्ही तुमचे हात का धूत नाही?" असा प्रश्न विचारला नाही; त्यानं त्यांना प्रश्न विचारला, "तुम्ही तुमचे हात का धुवू शकत नाही?" बहुतेक लोक उत्तर द्यायचे की, त्यात खूप वेळ खर्च होतो. त्यामुळे इंजिनिअर या नात्यानं, त्यांचा (इतर गोष्टींमध्ये) वेळ वाचवण्याची मोहीमच त्यानं हाती घेतली. वेळेवर सर्व सामग्री उपलब्ध करून देण्यासाठी, त्यानं रुग्णाच्या खाटेजवळ फक्त गाउन्स आणि हातमोजेच ठेवायला सुरुवात केली नाही; तर त्यासोबत गॉझ, टेप अशा आवश्यक गोष्टीसुद्धा ठेवायला सुरुवात केली. त्यामुळे खोलीबाहेर पडून या गोष्टींची शोधाशोध करण्यात खर्च होणारा वेळ वाचला. स्टेथॉस्कोपद्वारा जंतुसंसर्ग होत असतो. प्रत्येकाला नव्या रुग्णापाशी तपासणी करायला जाताना, स्टेथॉस्कोप साफ करायला लावण्याऐवजी, त्यानं प्रत्येक पेशंटसाठी त्या-त्या खोलीत भिंतीवर वेगळा स्टेथॉस्कोप लावून ठेवला. जंतुप्रसार रोखण्यासाठी आणि स्वच्छता राखणं सोपं पडावं म्हणून, त्यानं अनेक सुधारणा घडवून दैनिक कामं सुटसुटीत बनवली. थोडक्यात म्हणजे हॉस्पिटलमधल्या प्रत्येक खोलीत ऑपरेटिंग रुमसारखी स्वच्छता पाळली जावी, या दृष्टीनं त्यानं प्रयत्न केले. हॉस्पिटलमध्ये प्रत्येक रुग्णाला भरती करून घेताना त्याच्या नाकातल्या जंतूंची तपासणी करण्याचा नवा पायंडा त्यानं पाडला. तसं केल्यामुळे हॉस्पिटलमधल्या कर्मचाऱ्यांना ताबडतोब कळू लागलं की, कोणत्या रुग्णाच्या शरीरात प्रतिजैविकांना दाद न देणारे सूक्ष्म-रोगजंतू होते आणि कर्मचारी अधिक जागरूकतेनं त्यांची

काळजी घेऊ लागले. कधी-कधी या धोरणाला ‘सर्च अँड डिस्ट्रॉय’ ‘जंतूंचा शोध घ्या आणि त्यांचा नायनाट करा’ असं म्हणतात. हॉस्पिटलमध्ये सर्वाधिक मृत्यू एमआरएसएमुळे होत असत. त्याची लागण होण्याचं प्रमाण नव्वद टक्क्यांनी खाली आलं. दर महिन्याला चार ते सहा रुग्णांना एमआरएसएची लागण व्हायची, आता वर्षभरात चार ते सहा रुग्णांना एमआरएसएची लागण होऊ लागली.

परंतु असं असूनही दोन वर्षांनंतर असे प्रयत्न फक्त आणखी एका कक्षाद्वारे केले जाऊ लागले होते. इतर कक्षांमध्ये पेरिआ उपलब्ध नव्हता आणि दुसऱ्या एका प्रकल्पासाठी पेरिआनं त्याचा मूळ कक्ष सोडला, तेव्हा त्या कक्षातली कार्यक्षमतासुद्धा घसरणीला लागली. निराश होऊन ओ-नीलनं स्वास्थ्यसुधारप्रकल्पाचा प्रमुख या पदाचा त्याग केला. कोणत्याही मूलभूत गोष्टीत काहीही फरक पडलेला नव्हता!

परंतु याबाबत काहीतरी करता येईल, असा आशावाद मात्र नाहीसा झालेला नव्हता. या प्रकल्पावर पेरिआला मदत करणाऱ्या जॉन लॉइड या शल्यविशारदानं, काय करावं याबद्दल विचार करायचं सोडलेलं नव्हतं. व्हिएतनामधल्या मुलांमधलं कुपोषण दूर करण्यासाठी, ‘सेव्ह द चिल्ड्रन’ हा प्रकल्प राबवला जात होता. त्यासंबंधीचा एक लेख जॉन लॉइडच्या वाचनात आला. कुपोषण दूर करण्याचा हा प्रकल्प, टफ्टस युनिव्हर्सिटीतील आहारतज्ज्ञ जेरी स्टर्निन आणि त्याची पत्नी मोनीक चालवत होते. कुपोषणग्रस्त मुलं असलेल्या खेड्यांमध्ये काम करताना, खेड्याबाहेरून तोडगे आणणं या पतिपत्नींनी संपूर्णपणे थांबवलं होतं. ते धोरण अनेकदा असफल झालं होतं. जरी कुपोषण दूर करण्याबाबतचे तोडगे सर्वांना वर्षानुवर्षं माहीत होते, तरी अधिक पोषक अन्न तयार करणं आणि भुकेल्या मुलांना ते अधिक फलदायी रीतीनं भरवणं, यासाठी बरेच आईवडील त्रयस्थांचे सल्ले मानायला राजी नसायचे, हे पाहिल्यावर ग्रामस्थांकडूनच यावरचे तोडगे शिकून घेण्यावर स्टर्निन पति-पत्नींनी आपलं लक्ष केंद्रित केलं. त्यांनी खेड्यातल्या लोकांचे लहान-लहान गट पाडून, चौकशी करायला प्रारंभ केला की, त्यांच्यापैकी कोणाच्या मुलांचं उत्तम प्रकारे पोषण झालेलं दिसत होतं. सर्वसाधारण पठडीपेक्षा ‘हटके’ वागणारं कोण होतं, याचा स्टर्निन पतिपत्नी शोध घेऊ लागते. ज्या आयांच्या मुलांचं (गरिबीतही) उत्तम प्रकारे पोषण झालेलं दिसत होतं, त्या आया नेमकं काय करत होत्या, हे पाहण्यासाठी स्टर्निन पतिपत्नी इतर आईबापांना घेऊन त्यांच्याकडे जाऊ लागले.

या छोट्याशा कृतीमुळे चमत्कार घडून आला. खेड्यातल्या लोकांच्या लक्षात आलं की, गरिबी असूनही त्यांच्यापैकी काहींच्या मुलांचं उत्तम प्रकारे पोषण होत होतं आणि त्या मुलांच्या आया मुलांना अन्न देण्याबाबत पूर्वापारपासून चालत आलेल्या प्रथा अनेक प्रकारे मोडत होत्या : उदाहरण द्यायचं, तर डायरिया झालेला

असतानासुद्धा त्या आया मुलांना दररोज जेवण देत होत्या किंवा दररोज दोनच मोठी जेवणं देण्याऐवजी, दिवसातून अनेकदा त्या मुलांना थोडंथोडं खाऊ घालत होत्या. रताळ्याच्या पानांना कदान्न समजलं जात असलं, तरीसुद्धा ह्या आया मुलांचा भात शिजवताना, त्यात रताळ्याची पानं घालत होत्या. त्यांच्या या कल्पना इतरांनी स्वीकारल्या. नव्या पद्धतीनं मुलांना जेवण देऊ लागल्यावर कोणता फरक पडला, याची आकडेवारी या प्रकल्पाकडून खेड्यांमध्ये ठळक अक्षरात लावली जाऊ लागली. स्टर्निन पतिपत्नी ज्या खेड्यांमध्ये हा प्रकल्प राबवत होते, त्या सर्व खेड्यांमध्ये अवघ्या दोनच वर्षांत, कुपोषणाचं प्रमाण ६५ टक्के ते ८५ टक्क्यांनी खाली आलं.

'प्रथेपासून 'हटके' वागणं' ह्या कल्पनेचा लॉइडवर जबरदस्त प्रभाव पडला — या कल्पनेनुसार, लोकांना बदलायला लावण्याऐवजी, त्यांच्या ठायी आधीच असलेल्या कौशल्यांवर झिलई चढवली जात होती. मार्च २००५पर्यंत, लॉइड आणि पेरिआ या दोघांनी मिळून, हॉस्पिटलमधला जंतुसंसर्ग कमी करण्यासाठी या कल्पनेचा स्वीकार करावा, असं पिट्सबर्गमधल्या व्हेटेरन्स हॉस्पिटलच्या प्रमुखांना पटवलं. त्यांनी स्टर्निन दांपत्याचं सहकार्यही मिळवलं. सर्वांनी मिळून प्रत्येक स्तरावरच्या कर्मचाऱ्यांचे (फूड सर्व्हिस कामगार, सफाई कामगार, नर्सेस, डॉक्टर्स, आणि खुद्द रुग्णसुद्धा!) लहानलहान गट पाडले आणि त्यांच्याबरोबर तीस मिनिटस् कालावधीच्या अनेक चर्चा केल्या. चर्चेच्या सुरुवातीला हे सर्व जण प्रत्येक गटाला सांगायचे, ''हॉस्पिटलमधली जंतुसंसर्गाची समस्या दूर करण्याच्या हेतूनं आम्ही इथं आलो आहोत. ती समस्या दूर करण्याबाबत तुम्हाला काय-काय ठाऊक आहे, हे आम्हाला जाणून घ्यायचं आहे.'' हे सर्व जण कर्मचाऱ्यांना कोणत्याही सूचना देत नव्हते, त्यांच्यापुढे कोणतेही नियम घालून देत नव्हते, तज्ज्ञांच्या मतांबाबतचे कोणतेही तक्ते त्यांच्यापुढे ठेवत नव्हते. जेरी स्टर्निन म्हणाला, ''आम्ही स्वत:वर एकच बंधन घालून घेतलं होतं : 'आम्ही स्वत:हून कोणताही सुधारक बदल घडवू पाहणार नाही!'

चर्चेत लोकांना सहभागी करून, त्यांची मतं विचारताक्षणी अनेक कल्पनांचा ओघ सुरू झाला. ज्या जागी जंतुनाशक जेल्सचे डिस्पेन्सर्स ठेवलेले नव्हते, अशा जागा हे कर्मचारी दाखवू लागले. निर्जंतुक गाउन्स आणि ग्लोव्ह्जची टंचाई पडू नये, यासाठीचे उपाय सुचवू लागले. ज्या नर्सेस केवळ स्वत:चे हात धुण्यातच कुचराई करत नव्हत्या, तर त्या रुग्णांनासुद्धा हात धुण्याचं महत्त्व पटवून देत होत्या, अशांची नावं कर्मचारी आदरानं सांगू लागले. अनेक कर्मचारी म्हणाले की, आयुष्यात पहिल्यांदाच कुणीतरी त्यांचा सल्ला आणि मत विचारात घेत होतं. वागण्याच्या पद्धतीत आता फरक पडताना दिसू लागला होता. जेव्हा चाळीस नवे

जेल-डिस्पेन्सर्स आले, तेव्हा कर्मचाऱ्यांनीच ते योग्य जागी ठेवण्याची जबाबदारी उचलली. एखाद्या डॉक्टरनं हात धुतले नाहीत, तर त्याबद्दल पूर्वी त्याला न खडसावणाऱ्या नर्सेससुद्धा, इतरांचं पाहून अशा डॉक्टर्सना खडसावू लागल्या. रुग्णांना तपासताना हातमोजे घालणं मूर्खपणाचं आहे, असं मानणाऱ्या आठ डॉक्टर्सना त्यांच्या दोन सहकाऱ्यांनी पटवून दिलं की, ते मोठंसं अवघड काम नाही. ह्या कल्पना काही फारशा नव्या नव्हत्या. स्टर्निन म्हणाला, "आठव्या गटाशी बोलल्यावर त्यानंतरच्या गटांकडून आधी सांगितल्या गेलेल्या कल्पनांचीच पुनरावृत्ती ऐकू येऊ लागली. परंतु तरीही आम्ही त्यांचं म्हणणं आदरानं ऐकून घेत राहिलो. कारण आमच्यासाठी तो तेहतिसावा गट असला, तरी त्या गटाचं म्हणणं कुणीतरी पहिल्यांदाच ऐकून घेत होतं, स्वत:हून, सुधारणा घडवण्याची संधी आयुष्यात त्यांना प्रथमच मिळत होती!"

लॉइड, पेरिआ आणि स्टर्निन यांनी ह्या कल्पनांना आणि छोट्या छोट्या यशांना हॉस्पिटलच्या वेबसाइटवर आणि बातमी-पत्रकांमध्ये प्रसिद्धी द्यायला प्रारंभ केला. या मंडळींनी बारकाईनं नजर ठेवण्याचा, प्रत्येक रुग्णाला दाखल करून घेताना आणि त्याला घरी साडताना, त्याच्या नाकातील जंतूंचं प्रमाण मोजण्याचा पायंडा पाडला. प्रत्येक कक्षातल्या मासिक सुधारणांना ते बातमी-फलकावरून प्रसिद्धी देऊ लागले. हा प्रयोग वर्षभर राबवल्यावर (आणि आधीची अनेक वर्षं कोणत्याही प्रगतीशिवाय गेलेली असताना), जखमेला एमआरएसएचा संसर्ग होण्याचं संपूर्ण हॉस्पिटलमधलं प्रमाण प्रथमच शून्यावर आलं.

हेच धोरण देशभरातील आणखी दहा हॉस्पिटल्समध्ये राबवण्यासाठी, 'रॉबर्टवुड जॉन्सन फाउंडेशन' आणि 'द ज्यूइश हेल्थकेअर फाउंडेशन' यांनी अलीकडेच लक्षावधी डॉलर्स खर्चून नवा प्रयत्न हाती घेतला आहे. लॉइड सावधगिरीची सूचना देतोय की, पिट्सबर्गमधील यश टिकून राहील की नाही, हे अजून दिसायचंय! हेच यश देशभरातही साध्य करून घेता येईल की नाही, हेसुद्धा आताच सांगता येणार नाही. परंतु इतर कशाचाही उपयोग होत नव्हता आणि समस्या दूर करण्यासाठीची शतकभरातली ही सर्वांत दिलखेचक कल्पना होती.

मी योको आणि मरिनो यांबरोबर हॉस्पिटलची फेरी मारत होतो, तेव्हा आम्ही हॉस्पिटलच्या सर्वसाधारण कक्षात पोचलो. आणि मी प्रथमच या दोघींच्या नजरेतून कक्षाकडे पाहू लागलो. रुग्णांच्या खोल्यांमध्ये फिजिकल-थेरपिस्ट, आया-दाया, नर्सेस, आहारतज्ज्ञ, निवासी डॉक्टर्स, विद्यार्थी या सर्वांची सतत ये-जा चाललेली होती. त्यातले काही जण प्रामाणिकपणे हात धूत होते. काही जण त्याकडे दुर्लक्ष करत होते. योकोनं माझ्या निदर्शनाला आणून दिलं की, या आठांपैकी तीन

खोल्यांच्या दारावर पिवळ्याधमक रंगाचे, सावधगिरी बाळगण्याची सूचना करणारे फलक लावलेले होते, कारण त्या खोल्यांमधल्या रुग्णांना एमआरएसए किंवा व्हीआरइचा संसर्ग झालेला होता. तेव्हाच माझ्या डोक्यात प्रथमच प्रकाश पडला की, याच मजल्यावर माझा एक रुग्ण होता आणि त्याच्या दारावरसुद्धा अशी पिवळी पाटी लटकत होती.

तो रुग्ण बासष्ठ वर्षांचा होता आणि गेल्या तीन आठवड्यांपासून हॉस्पिटलमध्ये पडून होता. दुसऱ्या हॉस्पिटलमध्ये केलेली शस्त्रक्रिया अयशस्वी झाल्यामुळे, गंभीर परिस्थितीत त्याला इथे आणलं गेलं होतं. मी तातडीनं त्याची प्लीहा काढून टाकली होती आणि त्यानंतर सुरू झालेला रक्तस्राव आटोक्यात न आल्यामुळे, त्याच्यावर आणखी एक शस्त्रक्रिया करणं भाग पडलं होतं. त्याच्या पोटावर उघडी जखम होती आणि तो खाऊ शकत नव्हता. त्याच्या शिरेतून त्याला पोषक अन्नाचा द्राव टोचावा लागत होता. परंतु तो सुधारण्याच्या मार्गावर होता. हॉस्पिटलमध्ये दाखल झाल्याच्या तिसऱ्या दिवशी त्याला अतिदक्षता विभागामधून बाहेर काढण्यात आलं होतं. सुरुवातीला केलेल्या त्याच्या तपासणीत, प्रतिजैविकांना दाद न देणारे कोणतेही सूक्ष्मरोगजंतू सापडलेले नव्हते. परंतु त्याला दाखल करून घेतल्यावर, दहा दिवसांनी केलेल्या तपासण्यांमध्ये मात्र एमआरएसए आणि व्हीआरइ या दोहोंची लागण झालेलं दिसून आलं. त्यानंतर थोड्याच दिवसांत त्याचा ताप १०२° वर पोचला. त्याचा रक्तदाब खाली जाऊ लागला. त्याच्या हृदयाचे ठोके जलद पडू लागले. त्याला जंतुसंसर्ग झालेला होता. त्याला अन्न पुरवणाऱ्या नळीलाच जंतुसंसर्ग झालेला होता आणि ती आम्हाला काढून टाकावी लागली.

त्या क्षणी त्याच्या दारावरच्या पाटीवर नजर जाईपर्यंत, माझ्या लक्षातच आलेलं नव्हतं की, माझ्यामुळेच कदाचित त्याला जंतुसंसर्ग झालेला असावा. परंतु ते माझ्या हातून घडलं असणं अगदी सहज शक्य आहे. आमच्यापैकी कुणाकडून तरी ते नक्कीच घडलं होतं!!

स्वच्छ करून टाकणे

सतत प्रामाणिकपणे प्रयत्न करत राहणं किती महत्त्वाचं असतं, हे लोकांच्या लक्षातच येत नाही. त्यामागचं मुख्य कारण असं आहे की, लोकांना ती अगदी क्षुल्लकशी गोष्ट वाटत असते. प्रामाणिक प्रयत्नांची शब्दश: केली जाणारी व्याख्या आहे, 'हाती घेतलेलं काम तडीला नेण्यासाठी सतत, प्रामाणिकपणे प्रयत्न करत राहणं.' असं करणं म्हणजे केवळ अथक प्रयत्न करत राहणं असं वाटण्याची शक्यता असते आणि माणसाचं आयुष्यातलं तेच परम उद्दिष्ट राहिलं, तर आयुष्य खरोखरच अळणी आणि कंटाळवाणं बनेल.

परंतु कोणतंही प्रचंड मोठं उद्दिष्ट साध्य करण्यासाठी सतत, प्रामाणिक प्रयत्न करणं ही प्राथमिक गरज तर असतेच; परंतु हाती महत्त्वाची जोखीम घेणाऱ्यांच्या दृष्टीनं ते प्रचंड मोठं आव्हान असतं. मानवी प्रयत्न आणि कार्यक्षमता या दृष्टीनं त्यासाठी प्रचंड प्रमाणावर, अशक्य कोटीतले वाटतील, असे प्रयत्न करावे लागतात. परंतु वैद्यकशास्त्रातल्या काही जणांनी त्या अपेक्षा जवळजवळ अविश्वसनीय कुवतीनं पूर्ण केल्या आहेत. भारतातून पोलिओचं उच्चाटन करण्याची मोहीम त्या प्रकारात मोडते.

याचं उदाहरण म्हणून, अकरा महिन्यांच्या एका बाळाची माहिती देत आहे. या बाळाचं काळंभोर, दाट जावळ विंचरताना त्याची आई त्याचे केस विंचरून पुढे आणायची आणि त्याच्या गोल चेहऱ्याभोवती, कपाळावर त्याच्या केसांची महिरप तयार करायची. या बाळाचे कुटुंबीय दक्षिण भारतातल्या, कर्नाटक राज्यातल्या तुंगभद्रेकाठच्या उप्परहल्ला नावाच्या खेड्यात राहतात. त्या खेड्याच्या तीन दिशांना

दगडांची उतरंड असलेले कोरडे डोंगर दिसतात. खेड्यात नळाचं पाणी किंवा वीज अशा सुविधा नाहीत. या बाळाची आई निरक्षर आहे, वडील फक्त रस्त्याच्या पाट्या वाचू शकतात. ते दोघे शेतमजुरी करतात आणि ते त्यांच्या तीन मुलांबरोबर, गवतानं शाकारलेल्या मातीच्या झोपडीत राहतात. परंतु मुलांचं पोषण नीटपणे केलं जातंय. आई चांदी-सोन्याची कर्णभूषणं घालते. अधूनमधून ते कुटुंब प्रवासही करतं.

२००० सालच्या एप्रिल महिन्यात, ते कुटुंब उत्तरेकडे राहणाऱ्या नातेवाईकांना भेटायला गेलं. परत आल्यावर लगेचच १ मे रोजी त्या बाळाला खूप ताप चढला आणि मळमळ आणि उलट्या यांनी ते बाळ त्रस्त झालं. त्याच्या आईवडिलांनी त्याला जवळच्याच एका दवाखान्यात नेलं. तिथल्या डॉक्टरनं त्या बाळाला अँटिबायॉटिकचं (प्रतिजैविकाचं) इंजेक्शन दिलं. दोन दिवसांनी त्या बाळाचा ताप उतरला, परंतु त्याला त्याचे दोन्ही पाय हलवता येईनासे झाले. घाबरून गेलेल्या आईवडिलांनी त्याला त्याच डॉक्टरकडे नेलं. त्या डॉक्टरनं त्यांना चाळीस मैलांवर असलेल्या बेल्लारी गावातल्या जिल्ह्याच्या रुग्णालयात पाठवलं. दिवस पुढे सरकला, तसा त्या बाळाचा अशक्तपणा शरीरभर पसरला. श्वास घ्यायला त्याला त्रास होऊ लागला आणि श्वास खोलवर घेता येईनासा झाला. कोणतीही हालचाल न करता, तो त्याच्या हॉस्पिटलमधल्या खाटेवर निपचितपणे पडून राहिला.

लहान मुलांना एकाएकी पक्षाघाताचा झटका आला, तर पाळाव्या लागणाऱ्या नित्याच्या कार्यपद्धतीनुसार, त्या डॉक्टरनं कर्नाटकच्या बंगलोर या राजधानीतल्या जागतिक आरोग्य संघटनेच्या निरीक्षक-वैद्यकीय अधिकाऱ्याला फोन केला. या अधिकाऱ्यानं या बाळाच्या विष्ठेचे नमुने घेऊन ते मुंबईतल्या राष्ट्रीय प्रयोगशाळेत तपासणीसाठी पाठवायची सूचना दिली. जून २४ रोजी अखेरीस या तपासणीचे अहवाल परत आले. जागतिक आरोग्य संघटनेच्या नवी दिल्लीतल्या तरुण तंत्रज्ञ-अधिकाऱ्याला फोनवरून तो अहवाल कळवण्यात आला. त्या बाळाला पोलिओ झाला असल्याचं निश्चित निदान करण्यात आलेलं होतं. ह्या रोगाचं दक्षिण भारतातून पूर्णपणे उच्चाटन केलं गेलं होतं, अशा समजुतीला तडा गेला आणि धोक्याची घंटा वाजू लागली!

जगभरातून पोलिओचं उच्चाटन करण्यासाठी जागतिक आरोग्य संघटना गेली वीस वर्षं मोहीम चालवत आहे. जर ही मोहीम यशस्वी झाली, तर तो मानवजातीचा सर्वांत महत्त्वाकांक्षी विजय ठरेल. परंतु हा 'तर' मोठाच अडसर आहे! आंतरराष्ट्रीय संस्था पृथ्वीतलावरून वेगवेगळ्या रोगांचं उच्चाटन करण्याच्या मोठाल्या प्रतिज्ञा करत असतात. परंतु बहुतेक वेळा त्यांना यश मिळवता येत नाही. हे जग इतकं प्रचंड मोठं आणि इतक्या वैविध्यानं भरलेलं आहे की, उच्चासनावरून काढलेल्या

फर्मानांना ते दाद देत नाही!

वेगवेगळ्या रोगांचं उच्चाटन करण्याचे इतर प्रयत्न पाहा! १९०९ साली, नुकत्याच संस्थापित झालेल्या रॉकफेलर फाउंडेशननं जगभरातून जंतांचा नायनाट करण्याची मोहीम हाती घेतली. त्यासाठी त्यांनी कृमिनाशक अँटी हेल्मिंथिक औषधांचा बावन्न देशांमध्ये वापर केला. त्याचा काहीही उपयोग झाला नाही. आज जगभरातल्या एक अब्ज लोकांना (जगाच्या लोकसंख्येपैकी एक षष्ठांश लोकांना) जंतांचा त्रास आहे. जंत माणसाच्या आतड्यातल्या रक्ताचं शोषण करून जगणाऱ्या कृमी आहेत. यलो फीवरविरुद्ध रॉकफेलर फाउंडेशननं सतरा वर्षं मोहीम राबवली. युनायटेड स्टेट्स आर्मड सर्व्हिसेसनं त्यात सहभाग घेतला होता. १९३२ साली त्यांना ती मोहीम थांबवावी लागली, कारण मानवी देहाच्या बाहेरसुद्धा यलो फीवरचे जंतू फोफावू शकतात, हे निदर्शनाला आलं. (डासांच्या अंड्यांमध्ये यलोफीवरचे विषाणू तग धरतात.) १९५५ साली जागतिक आरोग्य संघटना आणि युनिसेफ यांच्या संयुक्त प्रयत्नांनी योज् (उष्ण कटिबंधातील देशांमध्ये आढळणारा त्वचेचा संसर्गजन्य रोग) रोगाचं उच्चाटन करण्याची मोहीम सुरू झाली. या संसर्गजन्य रोगामुळे पुवानी भरलेल्या अत्यंत वेदनादायी जखमा होतात. ह्या मोहिमेवर काम करणाऱ्या कर्मचाऱ्यांनी ६१ देशातले एकशेसाठ कोटी लोक तपासले आणि हा रोग झालेल्या प्रत्येक रुग्णावर पेनिसिलिन देऊन उपचार केले. बारा वर्षांनी ही मोहीम सोडून द्यावी लागली, कारण आतल्या आत दबलेल्या जंतुसंसर्गाद्वारे ह्या रोगाचा फैलाव होत राहिलेला होता. पन्नास आणि साठच्या दशकात मलेरियाचं (हिवतापाचं) उच्चाटन करण्यासाठी अब्जावधी डॉलर्स खर्च केले गेले. आज जगभरातील कोटींहून अधिक लोक दर वर्षी या रोगाला बळी पडत आहेत.

शंभर वर्षं काम केल्यावर, जगभरातून फक्त एकाच रोगाचं उच्चाटन करण्यात यश मिळवता आलेलं आहे — तो रोग म्हणजे देवी. यासाठी प्रचंड मोठी मोहीम राबवावी लागली असली, तरी पोलिओ-निर्मूलनाच्या मोहिमेपेक्षा ते काम खूपच सोपं होतं. देवीचे पाणी भरलेले फोड लगेच ओळखू येतात. ज्या क्षणी देवीची लागण झालेला रोगी आढळायचा, त्याच क्षणी त्याचा संसर्ग झालेल्या प्रत्येक व्यक्तीला देवीची लस टोचण्यात यायची. संपर्कातल्या सर्वांना लस टोचण्याच्या धोरणाला रिंग इम्युनायझेशन (रोग्याच्या सभोवतालच्या सर्वांचं संसर्गापासून संरक्षण करणं) म्हणायचे. त्या धोरणाचा अवलंब करून १९७९ सालापर्यंत देवी या रोगाचं संपूर्ण निर्मूलन करता आलं. पोलिओची लागण झाल्याचं ओळखणं त्यापेक्षा खूपच अवघड असतं. पोलिओमुळे पक्षाघात झालेला एक माणूस इतर २०० ते १००० लोकांना जंतुसंसर्ग पोचवू शकतो. असा जंतुसंसर्ग झालेल्या २०० ते १००० माणसांमध्ये, बरेचदा स्टमक फ्लूखेरीज अन्य दृश्य लक्षणं दिसत नाहीत. परंतु ही

लक्षणं दूर झाल्यानंतरसुद्धा अनेक आठवडे ते इतरांमध्ये पोलिओच्या रोगजंतूंचा फैलाव करत राहतात किंवा बालपणात झालेला प्रत्येक पक्षाघात पोलिओमुळे नसतो! आणि पक्षाघात झालेल्या रुग्णाची विष्ठा रोगजंतूंच्या तपासणीसाठी पाठवून त्याचा निकाल मिळेपर्यंत अनेक आठवडे लागतात. पोलिओचा एक रुग्ण ओळखता येईपर्यंत, इतर असंख्य लोकांना त्याच्या रोगजंतूंची लागण होत असते. त्यामुळे पोलिओच्या संसर्गापासून संरक्षण पुरवण्यासाठी देवीपेक्षा खूप मोठ्या प्रमाणावर लसीकरण करणं भाग पडतं आणि देवीच्या संसर्गापासून त्वरित संरक्षण मिळवून देण्यासाठी फक्त एकदा लस टोचली की, पुरेसं होतं. पोलिओ व्हॅक्सीनचा एक डोस बरेचदा पुरेसा ठरत नाही. ज्या मुलांना डायरियाचा त्रास असतो, त्यांना एकदा दिलेला डोस पुरत नाही. त्यांना चार ते सहा आठवड्यांनी पुन्हा एकदा डोस द्यावा लागतो. कार्यबाहुल्याच्या दृष्टीनं देवी आणि पोलिओ यांची प्रतिबंधक लस / डोस देणं हे मेणबत्ती विझवणं आणि जंगलातला वणवा विझवणं एवढं भिन्न असतं.

परंतु इतके अडथळे येत असूनही पोलिओ निर्मूलनाच्या मोहिमेनं खूपच आघाडी मारलीय. सर्रास पोलिओ डोस देण्याच्या प्रथेमुळे, पाश्चिमात्य देशांत पोलिओ क्वचितच आढळला; तरीसुद्धा यूएसए, कॅनडा, युरोप येथे १९८०पर्यंत अधूनमधून त्याचे रुग्ण आढळायचे आणि जगातल्या अन्य खूप मोठ्या भागांत जागोजागी पोलिओचे रुग्ण आढळायचे. १९८८ साली साडेतीन लाखांपेक्षा अधिक लोकांना पोलिओमुळे पक्षाघात झाला. ७० कोटी लोकांना पोलिओची लागण झाली. परंतु, २००४ सालापर्यंत फक्त ४९८ लोकांना लागण झालेली दिसली. संपूर्ण अमेरिका, युरोप, पश्चिमी पॅसिफिक देश, जवळजवळ संपूर्ण आफ्रिका आणि आशिया सध्या पोलिओपासून मुक्त आहेत.

परंतु २००१ सालानंतर प्रत्येक वर्षी ह्या रोगाचं संपूर्ण निर्मूलन होऊ घातलं असताना आशिया किंवा आफ्रिका खंडातल्या कोणत्यातरी देशांत पोलिओचा फैलाव होतो, तो देशाच्या सीमेबाहेर पोचतो आणि पोलिओ पुन्हा जोरानं फैलावेल, अशी शक्यता निर्माण करतो. २००२ साली भारतात तसं घडलं. उत्तर भारतात पोलिओचे १६०० रुग्ण आढळले. जगभरात पोलिओचे रुग्ण आढळले, त्यांपैकी ४/५ रुग्ण उत्तर भारतातच आढळले. असं असूनही लोकांची समजूत होती की, उतरेकडच्या मूठभर राज्यांमध्येच हा रोग सीमित राहिला आहे. परंतु त्यानंतर, २००३ साली दक्षिण भारतातल्या मुलाला पोलिओ झाल्याचं आढळलं. जवळजवळ तीन वर्षांतली कर्नाटकातली ती पहिलीच लागण होती. तेथून तो रोग इतरत्र पसरला असता, तर ही मोहीम फसली असती!

२५ जून रोजी कर्नाटकातल्या पोलिओ-रुग्णाची माहिती मिळाल्याला चोवीस तास होण्यापूर्वीच जागतिक आरोग्य संघटनेच्या दिल्लीतल्या डॉक्टर आणि तंत्रज्ञ-अधिकारी असलेल्या सुनील बहलनं जागतिक आरोग्य संघटना, युनिसेफ आणि भारतीय सरकारामधल्या महत्त्वाच्या स्थानांवरील लोकांना ई-मेल पाठवली. रोगाबद्दल प्राथमिक आढावा घेऊन त्याबद्दल माहिती कळवण्याची जबाबदारी त्याच्यावर होती. त्यानं कळवलं, 'ह्या रोगाचा रुग्ण ज्या भागात सापडला आहे, तो या दृष्टीनं कर्नाटकातला सर्वांत वाईट भाग असल्याचा इतिहास आहे.' या पोलिओ उच्चाटन मोहिमेच्या प्रारंभीच्या काळात या भागात पोलिओचा प्रतिबंधक-डोस देण्याचं प्रमाण अत्यंत कमी होतं आणि पोलिओचे सर्वाधिक रुग्ण तिथे आढळले होते. "मोठ्या प्रमाणावरची 'सफाई,' त्वरित आणि आजूबाजूच्या मोठ्या भागात हाती घेतली नाही, तर पोलिओचा व्हायरस इथं जोरदार मूळ धरेल, अशी खूपच शक्यता आहे." 'सफाई' किंवा 'मॉप्अप्' ही जागतिक आरोग्य संघटनेची खास परिभाषा असून, त्याचा अर्थ आहे, पोलिओचा नवा रुग्ण जिथे सापडला आहे, त्याच्या आजूबाजूच्या लागण होऊ शकेल अशा सर्व मुलांना, पोलिओचा डोस देण्याची जोरदार मोहीम हाती घ्यायची. ज्या भागातून पोलिओचं निर्मूलन करण्यात आलं आहे, तिथे पोलिओचा नवा रुग्ण सापडल्यामुळे, हा रोग फैलावण्याची जिथं-जिथं भीती आहे, त्या भागात अशी 'सफाई' हाती घेतली जाते. ही मोहीम अत्यंत जलद गतीनं पार पाडून रोगाची लागण होऊ शकेल अशा तिथल्या सर्व मुलांना पोलिओ-व्हॅक्सीन दिलं जातं आणि मोहीम जलद गतीनं पूर्ण केली जात असल्यामुळे त्यासाठी स्वयंसेवक उभे करणं सोपं पडतं.

ह्या 'सफाई' मोहिमेसाठी जो भाग हाती घ्यावा लागणार होता, त्या भागाचा नकाशा सुनील बहलनं संबंधित व्यक्तींकडे पाठवून दिला. पन्नास हजार चौरस मैलांच्या टापूवर त्यांना 'सफाई' मोहीम हाती घ्यावी लागणार होती. उन्हाळी सुट्ट्या आणि सणाचे दिवस लक्षात घेऊन सरकारी कर्मचाऱ्यांनी २७ जुलैला ह्या मोहिमेचा पहिला हप्ता सुरू करायचं ठरवलं. दुसरा हप्ता आणखी एका महिन्यानंतर सुरू केला जाणार होता. जागतिक आरोग्य संघटनेच्या भारतातला पोलिओ प्रकल्पावर ब्रायन व्हीलर नावाचा पस्तीस वर्षांचा टेक्सासमधला तरुण, प्रमुख अधिकारी म्हणून काम बघत होता. त्यानं या मोहिमेबद्दलचा तपशील मला सांगितला. तो म्हणाला, "भारत सरकार वैद्यकीय कर्मचारी आणि स्वयंसेवक यांची जुळवाजुळव करेल. पोलिओ-व्हॅक्सीन कसं द्यायचं, याचं त्यांना प्रशिक्षण द्यावं लागेल. त्यांना वाहतुकीची साधनं, पोलिओ-व्हॅक्सीन आणि व्हॅक्सीन थंड ठेवण्यासाठी बर्फ आणि कूलर्स पुरवावे लागतील. त्यांना वेगवेगळ्या भागांमध्ये जाऊन पाच वर्षांखालील प्रत्येक बालकाला पोलिओ व्हॅक्सीन द्यावं लागेल. निदान ९० टक्के मुलांना हे

व्हॅक्सीन देता यायला हवं तरच पोलिओचा प्रसार रोखण्यात यश मिळेल. अन्यथा ही मोहीम व्यर्थ ठरेल.''

मी त्याला विचारलं की, यासाठी किती लोकांचा सहभाग गरजेचा ठरेल. त्यानं त्याच्याजवळचं खर्चाचं अंदाजपत्रक तपासून पाहिलं. तो म्हणाला, ''या मोहिमेसाठी व्हॅक्सीन देणारे सदतीस हजार कर्मचारी, त्यांच्यावर नजर ठेवणारे चार हजार वैद्यकीय निरीक्षक, दोन हजार भाड्यानं घेतलेल्या गाड्या, अठरा हजारांपेक्षा जास्त व्हॅक्सीन-कॅरिअर्स उभे करावे लागतील आणि कर्मचाऱ्यांना दारोदारी फिरून बेचाळीस लाख मुलांना पोलिओ-व्हॅक्सीन द्यावं लागेल. हे सारं फक्त तीन दिवसांत पार पाडावं लागेल.''

पोलिओ हा रोग जवळजवळ नेहमीच लहान मुलांना लक्ष्य करतो. पोलिओमुळे पक्षाघात झालेले रुग्ण ८० टक्के वेळा पाच वर्षांखालची मुलंच निघतात. आतड्यावर चाल करून जाणाऱ्या व्हायरसमुळे हा रोग होतो. हा व्हायरस आतड्यात पोचल्यावर पोलिओचा संसर्ग होतो. आतड्यात पोचलेला व्हायरस, आतड्यावरील त्वचेतून आत शिरतो आणि जवळपासच्या लिम्फनोड्समध्ये (लसिका-ग्रंथींमध्ये) ठाण मांडतो. तिथे तो अनेक पटींनी फोफावतो. त्याच्यामुळे ताप चढतो, पोट बिघडतं आणि तो विष्ठेत प्रवेश करतो. पोलिओ व्हायरसचा संसर्ग झालेल्या लोकांच्या आंघोळीच्या जागांमधून, कपड्यांमधून, पिण्याच्या पाण्यातून ह्या रोगाचा फैलाव होऊ लागतो. (देहाबाहेर हा व्हायरस साठ दिवस तग धरू शकतो.)

पोलिओ व्हायरसची फक्त काही प्रकारच्या मज्जापेशींनाच लागण होते; परंतु ज्या मज्जापेशीला त्याची लागण होती, ती पेशी विनाश पावते. सर्वांत भीतिदायक संसर्ग असतो रक्तातून ब्रेन-स्टेमच्या पेशींना होणारा! ह्या पेशी श्वसन आणि गिळणं या क्रियांवर नियंत्रण ठेवत असतात. त्या पेशींना पोलिओ व्हायरसचा संसर्ग झाला, तर त्या माणसाला जिवंत ठेवण्यासाठी त्याला नळीतून अन्न द्यावं लागतं आणि श्वसनासाठी व्हेंटिलेटरवर ठेवावं लागतं. परंतु बहुतेक वेळा पोलिओ-व्हायरस मजारज्जूच्या 'अँटेरिअर हॉर्न सेल्स'ना निकामी करतो. त्या पेशी हात, पाय आणि पोट यांच्या स्नायूंवर नियंत्रण ठेवत असतात. बरेचदा या व्हायरसमुळे इतके न्यूरॉन्स निकामी होतात की, स्नायूंची हालचाल संपूर्णतः बंद पडते. स्नायूरज्जूंची नैसर्गिक प्रतिक्रिया बंद पडते. अवयव लुळे पडून निकामी बनतात.

इतिहासातील सर्वांत मोठ्या प्रमाणावरच्या **क्लिनिकल ट्रायल** (रुग्णांना औषध देऊन, परिणामांची केली जाणारी पद्धतशीर पाहाणी)नंतर १९५५ साली पोलिओ-व्हॅक्सीन सर्व प्रथम वापरात आणलं गेलं. (जोनास साल्कनं मारलेल्या

पोलिओ-व्हायरसपासून तयार केलेलं व्हॅक्सीन, ४,४०,००० मुलांना देण्यात आलं, आणखी २,१०,००० मुलांना प्लासिबो इंजेक्शन (औषध नसलेलं इंजेक्शन, परंतु इंजेक्शनमध्ये औषध नसल्याचं गुप्त ठेवलं गेलेलं) आणि दहा लाख मुलांना कोणतंही इंजेक्शन दिलं गेलं नव्हतं आणि तुलनेसाठी त्यांचा उपयोग केला गेला होता. आणखी पाच वर्षांनी आल्बर्ट साबिन यानं त्यानं तयार केलेल्या वेगळ्या पोलिओ व्हॅक्सीनच्या वापराबद्दलची माहिती प्रकाशित केली. त्यानं पोलिओची साथ उसळलेल्या एक लक्ष लोकवस्तीच्या मेक्सिको देशातल्या टोलुका या गावात, पोलिओ प्रतिबंधासाठी त्यानं वापरलेल्या व्हॅक्सीनच्या परिणामांबद्दल माहिती दिली. त्यानं तोंडातून पोलिओचा डोस दिला. शाल्कच्या इंजेक्शनपेक्षा, तोंडातून डोस देणं सोपं होतं. यात पोलिओचे जंतू जिवंत स्थितीत होते, परंतु कमजोर अवस्थेतले पोलिओचे जंतू वापरले गेले होते. त्याच्या वापरामुळे रोग प्रतिबंधक शक्ती वाढवली जातच होती, परंतु त्याच्यामुळे संसर्गजन्य असा हलक्या प्रमाणावरचा पोलिओचा संसर्ग झालेल्या मुलाकरवी आजूबाजूच्या लोकांची रोगप्रतिबंधक शक्ती वाढवली जात होती. अवघ्या चारच दिवसांत साबिनच्या संघानं अकरा वर्षं वयाखालच्या ८० टक्के मुलांना – एकूण – २६००० मुलांना – तोंडाद्वारे पोलिओ व्हॅक्सीन दिलं. ही प्रचंड जोरदार मोहीम होती आणि त्यानंतर फक्त काही आठवड्यांमध्येच त्या शहरातून पोलिओनं पोबारा केला.

साबिनचं म्हणणं होतं की, या पद्धतीनं पोलिओ-व्हॅक्सीन दिलं, तर संपूर्ण देशातूनच काय, संपूर्ण जगातूनही पोलिओचं निर्मूलन करता येईल. पाश्चिमात्य देशातल्या फक्त एका नेत्यानं साबिनचं म्हणणं मनावर घेतलं. तो नेता होता क्यूबाचा फिडेल कॅस्ट्रो. १९६२ साली कॅस्ट्रोच्या क्रांतिरक्षक समितीनं (कमिटी फॉर द डिफेन्स ऑफ द रिव्होल्यूशननं) ५२,३६६ स्थानिक गटांची स्थापना केली आणि देशभरात आठवडाभर मोहीम राबवून दारोदारी जाऊन साबिनची व्हॅक्सीन वापरली. १९६३ साली संपूर्ण क्यूबामध्ये फक्त एकालाच पोलिओची लागण झाली.

असे परिणाम दिसूनही, साबिनचं भव्य स्वप्न १९८५ सालापर्यंत वास्तवात उतरू शकलं नाही. १९८५ साली पॅन अमेरिकन हेल्थ ऑर्गनायझेशननं (संपूर्ण अमेरिका खंडातली स्वास्थ्य संस्था) संपूर्ण अमेरिका खंडातून पोलिओचं उच्चाटन करण्याची मोहीम हाती घेतली. (सहा वर्षांनी पेरू देशातला पिचिनाकी गावातला, लुई फर्मिन टेनोरिओ हा दोन वर्षांचा मुलगा, अमेरिका खंडातला पोलिओचा शेवटचा रुग्ण होता.) १९८८ साली, ह्या मोहिमेच्या यशापासून स्फूर्ती घेऊन, जागतिक आरोग्य संघटनेनं जगभरातून पोलिओचं उच्चाटन करायचा चंग बांधला. त्याच वर्षी रोटरी इंटरनॅशनलनं या मोहिमेसाठी पंचवीस कोटी डॉलर्स देऊ केले.

(त्यानंतर आजमितीपर्यंत त्यांनी आणखी पस्तीस कोटी डॉलर्स दिले आहेत.) पोलिओ व्हॅक्सीन तयार करून जगभरात त्याचं वाटप करण्याची जबाबदारी युनिसेफनं उचलली आणि अमेरिकेनं ही मोहीम रोग नियंत्रण कक्षाचा (सीडीसी - सेंटर फॉर डिसीझ कंट्रोल) प्रमुख प्रकल्प असल्याचं जाहीर केलं, त्यासाठी तज्ज्ञांचा सल्ला आणि मोठ्या प्रमाणावरचं वित्तसाहाय्य देऊ केलं.

ह्या प्रकल्पाचा केंद्रबिंदू आहेत – 'नॅशनल इम्युनाइझेशन डेज' (रोग-प्रतिबंधासाठीचा राष्ट्रीय दिवस). या तीन दिवसांच्या काळात देशभरातल्या पाच वर्षांखालच्या सर्व मुलांना पोलिओ-व्हॅक्सीन दिलं जातं. त्यांना ते आधी देण्यात आलेलं असलं, तरी ते पुन्हा दिलं जातं. १९९७ साली एका आठवड्यात एकाच वेळेस चीन, भारत, भूतान, पाकिस्तान, बांग्लादेश, थायलंड, व्हिएतनाम आणि बर्मा(म्यानमार) यांमधील २५ कोटी मुलांना पोलिओ-व्हॅक्सीन देण्यात आलं होतं. 'नॅशनल इम्युनायझेशन डेज' दरम्यान एकदा तर पन्नास कोटी मुलांना पोलिओ-व्हॅक्सीन देण्यात आलं होतं. पन्नास कोटी हा जगाच्या लोकसंख्येचा एक दशांश हिस्सा आहे. अशा प्रयत्नांमुळे आणि पोलिओची लागण झाल्याची बातमी त्वरित कळवणाऱ्या निरीक्षकांच्या जाळ्यामुळे, जागतिक आरोग्य संघटनेच्या मोहिमेनं, जगभरातल्या पोलिओ रुग्णांची संख्या पूर्वीच्या तुलनेत १ टक्क्यापर्यंत खाली आणली आहे.

गमतीची गोष्ट म्हणजे, यांपैकी कोणतीही गोष्ट करण्याचा जागतिक आरोग्य संघटनेला कोणताही अधिकृत हक्क नाही. वेगवेगळ्या देशांच्या सरकारांनी काय करायचं याबाबत जागतिक आरोग्य संघटना कोणत्याही सूचना देऊ शकत नाही, जागतिक आरोग्य संघटना ही जिनीव्हा गावातली चिमुकली नोकरशाही आहे. तिचं व्यवस्थापन शेकडो आंतरराष्ट्रीय प्रतिनिधींद्वारा केलं जातं. संस्थेला काय करावं, याची सूचना त्यांची वार्षिक मतं देतात; परंतु ते कसं करावं याबद्दल काहीही सांगत नाहीत. एक अब्ज लोकसंख्येच्या भारत देशात देशभरात जागतिक आरोग्य संघटनेनं २५० डॉक्टर्स नियुक्त केले आहेत आणि पोलिओच्या नव्या रुग्णांवर नजर ठेवायची जबाबदारी त्यांच्यावर सोपवली आहे. जागतिक आरोग्य संघटनेनं एक महत्त्वाचं साधन मिळवलं आहे : ते म्हणजे माहिती आणि विशेष नैपुण्य! एवढंच साधन कसं पुरेसं ठरेल, असा मला प्रश्न पडला होता. त्यानंतर मी कर्नाटकात गेलो.

या 'सफाई मोहिमे'च्या ('मॉप-अप'च्या) तीन दिवसांच्या काळात, मी पंकज भटनागर या जागतिक आरोग्य संघटनेच्या बालरोगतज्ज्ञाबरोबर कर्नाटकात फिरलो. ही मोहीम नीटपणे राबवली जात होती की नाही, हे पाहण्याची जबाबदारी पंकजवर होती. तो चाळिशीच्या वरच्या वयाचा, थोडंसं पोट सुटलेला, मनमोकळा आणि

आनंदी माणूस होता. दक्षिणेकडे जाणाऱ्या विमानाची आम्ही दिल्लीत वाट पाहत होतो, तेव्हा तो म्हणाला की, ह्या कामात विघ्नं येऊ शकतात. या 'सफाई' ऊर्फ 'मॉप अप'च्या कामासाठी बराचसा पैसा जागतिक आरोग्य संघटना पुरवते. युनिसेफ व्हॅक्सीन्स पुरवतं. भारतातली रोटरी संस्था या मोहिमेसाठीचे फलक आणि पत्रकं छापून जाहिरात करते. परंतु प्रत्यक्ष मोहिमेत सहभाग घेणाऱ्या लोकांवर या तिघांपैकी कुणाचाच ताबा नसतो. मोहिमेत भाग घेतात, सरकारी स्वास्थ्य कर्मचारी आणि ते व्हॅक्सीन देण्यासाठी हजारो लोक नेमतात, त्यांना योग्य प्रकारे प्रशिक्षण देतात आणि त्यांना घरोघरी पाठवतात.

आम्ही दिल्लीहून बंगलोरला विमानानं गेलो. मग रात्री आठ तास आगगाडीनं प्रवास करून बेल्लारीला पोचलो. हे गर्दीचं, धुळीनं भरलेलं गाव उप्परहळ्ळाचं जिल्ह्याचं मुख्य गाव आहे. एका छोट्याशा विचित्र हॉटेलात (सफारी संकल्पनेवर बेतलेल्या) पंकजनं त्याच्या टीममधल्या लोकांना ब्रेकफास्टसाठी एकत्र बोलावलं. चाळीस लाख मुलांना पोलिओ-व्हॅक्सीन देण्याच्या कामाचं नियंत्रण करण्यासाठी तेथे फक्त चौघे जण उपलब्ध होते. तीन तरुण वैद्यकीय-अधिकारी आणि तो स्वत:! फक्त या चौघा जणांनाच स्थानिक कन्नड भाषेत बोलता येत होतं. ह्या वैद्यकीय अधिकाऱ्यांनी इडली-डोशांचा नाश्ता संपवून सिगारेटी शिलगावल्या. (भारतात सार्वजनिक स्वास्थ्य संस्थेत काम करणाऱ्यांपैकी निम्मे डॉक्टर तरी धूम्रपान करत असावेत.) पंकजनं त्यांच्याकडे सद्य:स्थितीच्या अहवालाची मागणी केली.

पोलिओचा पहिला रुग्ण आढळल्यावर, त्याच भागात आणखी चार जणांना पोलिओची बाधा झालेली आढळली होती. त्यात उप्परहळ्ळ्यामधल्या आणखी एक मुलाचा समावेश होता आणि आणखी चौघांच्या निकालाची प्रतीक्षा होती. 'सफाई'साठी जे तेरा जिल्हे निवडले होते, त्यांपैकी एकट्या बेल्लारी जिल्ह्यातच एकाखेरीज बाकीचे रुग्ण आढळले होते!

पंकज म्हणाला, "असं असेल, तर आपण या जिल्ह्यातल्या 'सफाई'वरच बारकाईनं लक्ष ठेवलं पाहिजे! ही जागा, पोलिओ संसर्गाच्या दृष्टीनं, संपूर्ण जगभरातली सर्वाधिक धोक्याची जागा आहे." आणखी एका डॉक्टरनं या विभागावरची आणखी काही आकडेवारी सादर केली. तो पंकजला म्हणाला, "बेल्लारी जिल्ह्याची लोकसंख्या २९,६५,४५९ आहे. त्यात ५४२ खेडी आहेत आणि नऊ शहरं आहेत. जिल्ह्यातले ५२ टक्के पुरूष आणि ७४ टक्के स्त्रिया निरक्षर आहेत, जिल्ह्यातल्या सार्वजनिक स्वास्थ्य सेवेसाठी फक्त ९९ डॉक्टर्स काम करत आहेत." त्यानं नकाशाकडे नजर टाकून म्हटलं, "पोलिओचे रुग्ण, सिरिगुप्पा या चाळीस मैलांवरच्या झोपडपट्टीनं बजबजलेल्या गावाभोवतालच्या त्रिकोणी भागातल्या

खेड्यांमध्येच आढळले आहेत.''

पंकजनं कामं वाटून दिली. 'सफाई' कामावर नजर ठेवण्यासाठी त्यानं स्वत:कडे उपरहळ्ळा, सिरिगेरे नावाचं पोलिओ-रुग्ण आढळलेलं खेडं, शंकास्पद रुग्ण आढळलेली दोन शहरं आणि चित्रदुर्गामधली खाण या जागा ठेवल्या. चित्रदुर्गामध्ये पोलिओ डोस देणाऱ्या कर्मचाऱ्यांना प्रवेश मिळणं बहुधा अवघड गेलं असतं, कारण खाण कामगारांची वसाहत एका खासगी कंपनीच्या मालकीच्या जमिनीवर वसलेली होती. उरलेली खेडी त्यानं इतरांमध्ये वाटून दिली आणि त्यांना सांगितलं की, या खेड्यांमध्ये नजर ठेवून झाल्यावर त्यांनी पंकज पाठोपाठ उपरहळ्ळा आणि इतर दोन शहरांमध्ये फेरतपासणीसाठी यावं. सकाळी साडेआठ वाजता पंकजनं आणि मी प्रवासाला सुरुवात केली होती.

आम्ही 'फोर-व्हील-ड्राइव्ह' असलेली टोयोटा आणि सुपारीचं खांड चघळणारा ड्रायव्हर भाड्यानं घेतलेला होता. खाचखळग्यांनी भरलेल्या रस्त्यावर तासभर प्रवास केल्यानंतर, या ड्रायव्हरनं आम्हाला सांगितलं की, कारची बॅटरी खराब झाली होती. जेव्हा-जेव्हा कारचं इंजीन बंद केलं जाईल, तेव्हा-तेव्हा आम्हाला मागून ढकलून गाडी सुरू करून द्यावी लागेल. पंकजला ह्याची मौजच वाटली!

खिडकीबाहेर उन्हानं भाजून निघालेली जमीन आणि शुष्क, मातकट रंगाच्या टेकड्या दिसत होत्या. या वर्षी पाऊस पडलेलाच नव्हता. ठिबक सिंचन उपलब्ध असलेली मोजकीच शेतं हिरवी दिसत होती. पस्तीस मैलांवरच्या सिरिगेरेला पोचायला आम्हाला दोन तास लागले. एकमेकांना खेटून उभ्या असलेल्या मातीच्या झोपड्यांनी हे खेडं भरून गेलेलं होतं. गल्ल्यांमध्ये कचरा ओसंडून वाहत होता आणि धुळकट चेहऱ्याची मुलं सगळीकडे खेळताना दिसत होती. पंकजनं ड्रायव्हरला एका झोपड्यांच्या पुंजक्यापाशी अचानकच गाडी थांबवायला सांगितली. प्रत्येक घराच्या दारावर एक नंबर, खडूनं 'P' हे अक्षर आणि त्या दिवसाची तारीख घातलेली दिसली. दारावरचा नंबर त्या घराचा क्रमांक होता. 'P' या अक्षराचा अर्थ होता की, पोलिओचा डोस देणारे लोक तिथं आले होते, त्यांनी त्या घरातली पाच वर्षांखालची मुलं शोधून काढली होती आणि त्यांना त्याच दिवशी पोलिओचा डोस दिला होता. त्या दिवसाची दरवाजावर त्यांनी तारीख घातली होती, हा या गोष्टीचा पुरावा होता. पंकजनं एक कागदाचं पॅड घेतलं आणि तो एका झोपडीपाशी गेला. झोपडीच्या दारापाशी उभ्या असलेल्या तरुण स्त्रीला त्यानं विचारलं की, त्या घरात किती लहान मुलं राहत होती. ती म्हणाली, ''एक.'' त्यानं त्या मुलाला पाहण्याची इच्छा दर्शवली. तिनं त्या मुलाला आणल्यावर पंकजनं त्याच्या हाताची करंगळी तपासून करंगळीच्या नखाच्या मुळापाशी काळ्या शाईचा ठिबका असल्याची खात्री

करून घेतली. पोलिओचा डोस दिल्याची निशाणी म्हणून कर्मचारी नखाच्या मुळापाशी अशी काळी निशाणी काढतात. त्यानं त्या स्त्रीला प्रश्न विचारला की, आणखी काही मुलं शेतात गेली होती का किंवा नातेवाईकांकडे दुसऱ्या गावी गेली होती का? त्या स्त्रीनं 'नाही' असं उत्तर दिलं. पंकजनं त्या स्त्रीला पुढला प्रश्न विचारला की, यापूर्वी या मुलाला पोलिओचा डोस देण्यात आलेला होता का? तिनं पुन्हा 'नाही' असं उत्तर दिलं. त्यानं पुढे विचारलं की, गावात पोलिओची लागण झाल्याचं तिनं ऐकलं होतं का? तिनं तसं ऐकलेलं होतं. तिच्या घरापाशी पोलिओ-डोस देणारे कर्मचारी येण्यापूर्वी तिच्या कानी पडलं होतं का, की असे लोक येणार होते? तिच्या कानावर तसं पडलेलं नव्हतं. त्यानं तिचे आभार मानले आणि तिनं दिलेल्या सर्व माहितीची त्यानं एका तक्त्यावर नोंद केली आणि त्यानंतरच तो पुढल्या घराकडे वळला.

अनेक घरांची पाहणी केल्यानंतर पंकज म्हणाला की, आतापर्यंत कर्मचाऱ्यांनी त्यांचं काम केलेलं दिसत होतं. परंतु त्या दिवशी पोलिओ-डोस देणारे लोक येणार होते, याची कुणालाच पूर्वसूचना दिली गेलेली नव्हती, हे पाहून तो अस्वस्थ झाला. वेगवेगळ्या ठिकाणी माहितीफलक लावण्याखेरीज (असे एकदोन फलक खेड्यात शिरताना आम्हाला दिसले होते) कर्मचाऱ्यांनी ध्वनिक्षेपक वापरून अशिक्षित लोकांपर्यंत ही माहिती पोचवायला हवी होती. त्यासाठी रिक्षांमध्ये माईकवर ही माहिती देणारी टेप वाजवणं आवश्यक होतं. तशी पूर्वसूचना केली गेली नसती, तर काही लोकांनी पोलिओ-डोस देण्यासाठी दारावर ठोकणाऱ्या कर्मचाऱ्यांना दूर लोटलं असतं.

आणखी काही झोपड्यांमध्ये फेरी मारल्यावर आम्हाला पोलिओ डोस देत फिरत असलेले कर्मचारी दिसले. त्यात एक समाजसेविका होती. तिनं पायात सँडल्स घातले होते, निळी साडी परिधान केली होती आणि केसात फूल खोचलं होतं. तिच्याबरोबर एक तरुण स्वयंसेविका होती. ही मुलगी कॉलेजची विद्यार्थिनी होती. तिनंसुद्धा केसांमध्ये फूल माळलं होतं आणि तिच्या खांद्यावरून पोलिओ-व्हॅक्सीन ठेवलेली निळी, चौकोनी आइसबॉक्स लटकत होती. एका झोपडीच्या दारापाशी त्या उभ्या होत्या. त्या दारावर त्यांनी 'P' ऐवजी 'X' अशी खूण केलेली होती; कारण त्या घरातल्या स्त्रीनं त्यांना सांगितलं होतं की, त्या घरात तीन मुलं राहत असली, तरी त्यातला एक घरी नसल्यामुळे, त्याला पोलिओचा डोस देता येणं शक्य नव्हतं. पंकजनं या स्त्रियांना व्हॅक्सीन्स ठेवलेली कोल्ड-बॉक्स उघडायला सांगितलं. त्यानं त्यातले फ्रीझर पॅक्स तपासले. बाहेर इतका उष्मा असूनही ते अजून गोठलेल्या स्थितीत होते. त्यानं व्हॅक्सीनच्या कुप्या तपासल्या. त्या अजूनही ताज्या होत्या. प्रत्येक कुपीवर राखाडी आणि पांढरी खूण होती. पंकजनं त्यांना ह्या

खुणेचा अर्थ काय, असा प्रश्न विचारला. त्या म्हणाल्या की, व्हॅक्सीन अजूनही गुणकारी असल्याची ती निशाणी आहे. व्हॅक्सीनची मुदत संपली की, ही खूण कशी दिसते, असं पंकजनं त्यांना विचारलं. खुणेतला पांढरा रंग राखाडी किंवा काळा बनतो, असं त्यांनी उत्तर दिलं, हे उत्तर बरोबर होतं. पंकज पुढे जाऊ लागला.

खेड्यात नव्यानंच आढळलेल्या पोलिओ रुग्णाच्या घराकडे पंकजनं मोर्चा वळवला. ही मुलगी अठरा महिन्यांची होती आणि गप्प पडून होती. या मुलीची आई गर्भवती होती आणि तिला चिकटून तीन वर्षांचा एक मुलगा उभा होता. त्या आईनं रुग्ण मुलीला उताणं झोपवलं, म्हणजे आम्हाला तिची तपासणी करता आली असती. तिचा एकही पाय हलू शकत नव्हता. तिचा पाय उचलल्यावर, तिच्या पृष्ठभागातून, गुडघ्यातून किंवा घोट्यातून कोणतीही प्रतिक्रिया उमटली नाही. तिला रोग जडल्याला फक्त चारच आठवडे झालेले होते. तिच्याकडून इतरांना अजूनही नक्कीच संसर्ग पोचू शकला असता.

ह्या घरी आलेली आणखी तीन मुलं पंकजनं तपासली. त्यानं प्रत्येकाच्या हाताचं निरीक्षण केलं. त्यांच्यापैकी कुणालाच तोपर्यंत पोलिओचा डोस दिला गेलेला नव्हता.

आम्ही टोयोटाला मागून ढकलत रेटा दिला आणि सिरिगेरेच्या प्रमुख स्वास्थ्यसेवा केंद्राकडे मोर्चा वळवला. हे केंद्र खेड्याबाहेर काही मैलांवर होतं. ही एक भकास, रंगाचा हात न फिरलेली, तीन खोल्यांची सिमेंटची इमारत होती. त्या केंद्राचा प्रमुख डॉक्टर आम्हाला दाराशीच भेटला. तो चाळीस वर्षांचा होता. त्यानं इस्त्री केलेली पँट घातली होती, अर्ध्या बाह्यांच्या शर्टाची बटणं लावलेली होती. त्या भागातला कॉलेजशिक्षण घेतलेला तो एकमेव माणूस होता आणि त्याला आमचा सहवास हवासा वाटत होता. त्यानं आम्हाला चहा देऊ केला आणि गप्पा मारायचा प्रयत्न केला. परंतु पंकज फक्त मुद्याचंच बोलत होता. "तुमच्याकडला तपशीलवार तक्ता दाखवता?" पंकजनं खाली बसण्यापूर्वीच प्रश्न विचारला. प्रत्येक स्थानिक केंद्रप्रमुखानं खेड्यातील प्रत्येक भागाचा आराखडा काढणं अपेक्षित होतं. त्या आराखड्यावरून तिथली मोहीम कशी आयोजित केली गेली होती, हे लगेच कळलं असतं. त्या आराखड्याची पंकज मागणी करत होता.

या डॉक्टरजवळचा आराखडा म्हणजे जुनकट कागदांची एक चळत होती. त्यावर मार्करनं नकाशे काढलेले होते आणि पेन्सिलीनं तक्के भरले होते. पहिल्या पानावरच त्यानं नोंद केली होती की, प्रत्येकी दोन कर्मचाऱ्यांचे त्यानं बावीस गट पाडलेले होते आणि त्यांनी ३४,१४४ लोकसंख्येची पाहणी करून पोलिओ डोस

देणं अपेक्षित होतं. "लोकसंख्येचा हा आकडा बरोबर आहे, हे तुम्हाला कसं कळलं?" पंकजनं विचारलं. तो डॉक्टर म्हणाला की, त्यानं घरोघरी जाऊन सर्वेक्षण केलेलं होतं. पंकजनं नकाशावर नजर टाकली. या विभागातली खेडी दहा मैलांच्या टापूत विखुरलेली होती. "दूरच्या टापूतल्या कर्मचाऱ्यांपर्यंत तुम्ही व्हॅक्सीन कशी पोचवता?" तो डॉक्टर म्हणाला, "वाहनानं." पंकजनं विचारलं, "तुमच्या हाताशी किती वाहनं आहेत?" त्यानं उत्तरं दिलं, "दोन." "कोणती वाहनं आहेत?" पंकजनं विचारलं. एक होती ॲम्ब्युलन्स आणि एक भाड्याची कार. "आणि पर्यवेक्षक निरीक्षणासाठी कशा प्रकारे प्रवास करतो?" पंकजनं विचारलं. ह्या प्रश्नाला उत्तर नव्हतं. डॉक्टरनं कागदांची चाळवाचाळव करून शोधायचा प्रयत्न केला. पुन्हा सन्नाटा पसरला. त्याच्याकडे या प्रश्नाला उत्तर नव्हतं!

पंकजनं चौकशी सुरू ठेवली. बावीस गटांना दिवसाकाठी शंभर आईस-पॅक्स लागले असते. तीन दिवसांच्या मोहिमेसाठी एकूण तीनशे आइसपॅक्स लागले असते. "तुम्ही फक्त दीडशे आइसपॅक्सचीच अंदाजपत्रकात तरतूद का केलीत?" त्या डॉक्टरनं उत्तर दिलं की, दुसऱ्या दिवसासाठी रात्री आम्ही ते पुन्हा गोठवतो. "कुठे?" पंकजनं विचारलं. त्या डॉक्टरनं पंकजला त्याचा डीप फ्रीझर दाखवला. पंकजनं तो उघडला आणि आतला तापमापक बाहेर काढला. त्यावरचं तापमान, गोठवण्यासाठी आवश्यक असलेल्या तापमानापेक्षा जास्त होतं. तो डॉक्टर म्हणाला, "वीज जाते." "मग त्यासाठी तुझ्याजवळ कोणता उपाय आहे?" तो म्हणाला की, त्याच्याजवळ जनरेटर होता. तो पाहण्याची पंकजनं मागणी केल्यावर डॉक्टरला नाईलाजानं कबूल करावं लागलं की, जनरेटरसुद्धा काम करत नव्हता!

पंकज हा भीतिदायक वाटेल असा माणूस नाही. त्याच्या दाट काळ्या, भांग पाडलेल्या आणि कधी-कधी उभ्या राहणाऱ्या केसांमुळे तो पोरगेलासा वाटतो. त्याचा सेलफोन वाजला की, त्यातून जेम्सबाँड ट्यून वाजते. आम्ही गाडीतून जात असतो, तेव्हा वाटेत दिसणारी माकडं तो बोटानं दाखवतो. तो विनोद करतो. तो डोकं मागे कलवून खदखद हसतो. परंतु कामाच्या जागी मात्र तो गंभीरपणे वावरतो आणि अगदी मोजकंच बोलतो. लोकांची उत्तरं बरोबर आहेत की चुकीची, याचा तो त्यांना थांगपत्ता लागू देत नाही. तो प्रत्येकाला सचिंत अवस्थेत ठेवतो. तो त्याचं काम ठीक करतोय, असं त्या डॉक्टरला आश्वासन द्यायची तीव्र इच्छा मला जाणवत होती. परंतु मधले मूक क्षण हलके करण्यासाठी काहीही बोलणं कटाक्षानं पंकज टाळत होता.

सिरिगुप्पामध्ये पोलिओच्या आणखी दोन घटना आढळल्या होत्या. तिथल्या

भागात आम्ही आणखी एका वैद्यकीय अधिकाऱ्याबरोबर फेरफटका मारला. सिरिगुप्पा हे दाट लोकवस्तीचं शहर आहे. बिनखिडक्यांच्या काँक्रीटच्या गाळ्यांनी, गंजत चाललेल्या पत्र्यांच्या झोपड्यांनी कुजबुजलेलं, त्रेचाळीस हजार लोकवस्तीचं हे शहर आहे. म्हशी, मोटरसायकल्स, बें-बें करणारे बकरे आणि फळविके यांच्या गर्दीतून तिथल्या अरुंद गल्ल्यांमधून आम्हाला पुढे जावं लागत होतं. इथे वीज होती. विजेच्या खांबांवरून ओघळणाऱ्या तारांमधून ती वाहून आणली जात होती. काही घरांमधून टीव्हीचा आवाज बाहेरपर्यंत ऐकू येत होता.

काही महिन्यांपूर्वीच, कावळ्याच्या छत्रीप्रमाणे उगवलेल्या, मुस्लीमधर्मीयांच्या लहानशा वसाहतीत पोलिओच्या दोन नव्या घटना आढळल्या होत्या. प्रत्येक दारी जाऊन पंकजनं माहिती मिळवली की, इथल्या जवळजवळ कुठल्याच मुलाला नेहमीचं पोलिओ-व्हॅक्सीन दिलं गेलं नव्हतं. त्यातली काही कुटुंबं आमच्याकडे संशयानं बघत होती. आमच्या प्रश्नांना एकतर तुटकपणे, त्रोटक उत्तरं तरी देत होती किंवा आम्हाला संपूर्णपणे टाळायचा प्रयत्न करत होती. आताच्या मोहिमेत एका मुलाला पोलिओ व्हॅक्सीन द्यायचं राहून गेल्याचं आमच्या लक्षात आलं. पंकजला भीती वाटत होती की, आणखी काही मुलांनासुद्धा लपवून ठेवून व्हॅक्सीन द्यायचं टाळण्यात आलं असावं. आदल्या वर्षी या मुस्लीम समाजात एक अफवा उठली होती की, भारतीय सरकार मुस्लिमांच्या मुलांना वंध्यत्व आणण्यासाठी त्यांना पोलिओच्या व्हॅक्सीनऐवजी दुसरे कशाचेतरी थेंब देत होतं. पोलिओ-निर्मूलन-मोहिमेत अधिक मुस्लीम लोकांना सहभाग घ्यायला लावून आणि त्याबद्दल विशेष शिक्षण देण्याचे प्रकल्प राबवून ह्या अफवा दूर करण्यात यश मिळालंय, असं तेव्हा वाटत होतं. पण ती समजूत बरोबर होती का, असा आता प्रश्न पडत होता.

नंतर ह्या मोहिमेतील लोकांबरोबर आणि एका स्थानिक डॉक्टरबरोबर बालकुंडी नावाच्या खेड्यात पाहणी करता-करता एका लहानखुऱ्या, देखण्या स्त्रीच्या घरापाशी आम्ही पोचलो. तिनं पायांच्या बोटात जोडवी घातलेली होती आणि तिच्या कडेवर एक मूल होतं. दुसरा तीन वर्षांचा मुलगा जवळच उभा होता आणि आमच्याकडे डोळे विस्फारून पाहत होता. त्या दोन्ही मुलांना पोलिओ-व्हॅक्सीन देण्यात आलेलं नव्हतं, म्हणून पंकजनं त्यांना पोलिओ ड्रॉप्स देण्याची त्यांच्या आईची परवानगी विचारली. तिनं नकार दिला. ती रागावलेली किंवा घाबरलेली दिसत नव्हती. पंकजनं तिला विचारलं की, जवळपासच पोलिओचा रुग्ण सापडल्याचं तिच्या कानावर आलं होतं का? तिनं होकार दिला, परंतु तरीसुद्धा पोलिओ-ड्रॉप्स देण्याला तिचा ठाम नकार होता. असं का? तिच्यापाशी उत्तर नव्हतं. पंकज म्हणाला, "ठीक आहे." आम्हाला तिनं वेळ दिल्याबद्दल, पंकजनं तिचे आभार मानले आणि तो

पुढल्या घरापाशी जायला निघाला.

"बस, येवढंच?" मी विचारलं.

"हो." तो म्हणाला.

स्थानिक डॉक्टर मात्र अजूनही तिथंच थांबलेला होता आणि आम्ही मागे वळून पाहिलं, तेव्हा तो त्या स्त्रीवर ओरडत होता. "तू मूर्ख आहेस का? तुझी मुलं लुळी-पांगळी होतील. ती मरतील."

त्या एकाच वेळेस मी पंकजनं संतापलेलं पाहिलं. आम्ही माघारी वळलो आणि त्या डॉक्टरपाशी पोचलो. पंकजनं विचारलं, "तू का म्हणून ओरडतो आहेस? यापूर्वी ती निदान ऐकून घेत होती. परंतु आता? आता तर ती ऐकूनही घेणार नाही!"

सर्वांपुढे स्पष्टपणे खरडपट्टी काढली गेलेली पाहून शरमलेल्या डॉक्टरनं प्रत्युत्तर दिलं, "ती अडाणी आहे. तिच्या मुलासाठी काय भलं आहे, हे तिला कळत नाहीय."

पंकज म्हणाला, "त्याचा काय संबंध? तुझ्या ओरडण्यामुळे काहीही साध्य होत नाहीय आणि ड्रॉप्स घ्यायची आपण लोकांवर जबरदस्ती करतोय, अशी बातमी पसरली, तर त्यानं काहीही फायदा होणार नाही."

पंकजनं मला नंतर सांगितलं, आतापर्यंत थोडेच लोक पोलिओ-ड्रॉप्स घ्यायला नकार देत होते. एक लहानशा अफवेनं ही सारी मोहीमच विनाश पावली असती.

एक अवघड प्रश्न वारंवार विचारला जातो. स्थानिक डॉक्टर्स, खेड्यातले लोक, ह्या मोहिमेसाठी दारोदार फिरणारे लोक सर्व जण हा प्रश्न विचारतात. येवढी प्रचंड पोलिओ-मोहीम कशासाठी राबवली जाते? (प्रश्न आहे का?) आपली खरी गरज आहे शुद्ध पाण्याची (डायरियामुळे भारतातली पाच लाख मुलं दर वर्षी मृत्यू पावतात.) अधिक चांगलं पोषण होण्याची (तीन वर्षांखालची भारतातली निम्मी मुलं खुरटलेली आहेत), मैला साफ करण्याची सुव्यवस्था पुरवण्याची (यामुळे पोलिओबरोबरच इतर रोगांचंसुद्धा निर्मूलन होईल), कालव्यांद्वारा पाणीपुरवठा केला जाण्याची (म्हणजे एक वर्ष पाऊस पडला नाही, तर शेतकरी भिकेला लागणार नाहीत.)!

यावर काही अगदी ठोक उत्तरं दिली जातात. "आपण हे सारं काही करू शकू!" हे त्यावरचं एक उत्तर आहे. "आपण पोलिओचं निर्मूलन करू आणि इतर गोष्टींमध्येसुद्धा सुधारणा करू," हे आणखी एक उत्तर आहे. परंतु प्रत्यक्षात मात्र काही गोष्टींनाच प्राधान्यक्रम दिला जातो. उदाहरणच द्यायचं झालं, तर त्या संपूर्ण

आठवड्यात डॉक्टरांनी प्राथमिक स्वास्थ्यसेवा पुरवणारी उत्तर कर्नाटकातली सर्व केंद्रं बंद ठेवली होती आणि पोलिओ-मोहिमेत भाग घेतलेला होता.

पंकज याहून अधिक पटण्याजोगं कारण पुढे करतो : तो म्हणतो ''पोलिओचं निर्मूलन करणं खूपच महत्त्वाचं आहे.'' एका खेड्यातला एक माणूस तावातावानं विचारत होता की, सरकार आणि जागतिक आरोग्य संघटना पोलिओ-निर्मूलनाऐवजी कुपोषण दूर करण्यावर लक्ष का केंद्रित करत नाहीयेत? पंकज म्हणाला, ''त्यांना केवळ इतकंच करणं शक्य आहे आणि जर तुम्ही उपाशी असाल, तर भरीला पंगू होण्यानं काहीच साध्य होणार नाही!''

परंतु हाच युक्तिवाद तुम्ही कोणत्याही व्याधीच्या निर्मूलनाबाबत करू शकता — अंधत्व किंवा कर्करोग किंवा मूतखडा (किडनीस्टोन) सुद्धा! (तुम्ही म्हणू शकता, ''तुम्ही उपाशी असाल, तर मूत्रपिंडातील वेदनेमुळे काहीच साध्य होणार नाहीये!'') आणि पुढला प्रश्न आहे पैशांचा. आजवर या मोहिमेवर जगभरात तीन बिलियन (तीन अब्ज) डॉलर्स खर्च झाले आहेत : प्रत्येक रुग्णामागे सहाशे डॉलर्स! तुलनाच करायची झाली, तर भारतीय सरकारचं स्वास्थ्यसेवेसाठीचं, २००३ सालचं माणशी अंदाजपत्रक होतं केवळ चार डॉलर्स! पोलिओचा शेवटचा रुग्ण बरा करून पृथ्वीतलावरून पोलिओचं निर्मूलन होईपर्यंत आणखी दोन अब्ज डॉलर्स खर्च होतील, असा अंदाज एका अधिकाऱ्यानं माझ्यापाशी व्यक्त केला होता. जरी पोलिओचं संपूर्णतः निर्मूलन करण्यात या मोहिमेनं यश मिळवलं, तरी हेच पैसे सांडपाण्याचा योग्य निचरा करण्यात किंवा स्वास्थ्य-सेवा सुधारण्यात खर्च केले असते, तर कदाचित आणखी आयुष्यं वाचू शकली असती, ही शक्यता नाकारता येणार नाही.

आणि पोलिओचं संपूर्णतः उच्चाटन करण्यात यश मिळेलच, अशी छातीठोकपणे खात्रीही देता येत नाही! उच्चाटन साध्य करण्याची तारीख जागतिक आरोग्य संघटनेला २००० सालावरून २००२ सालावर आणि २००२ सालावरून २००५ सालावर लांबवावी लागली होती आणि ती आता पुन्हा एकदा लांबवावी लागली आहे. मोहिमेच्या शेवटच्या काही वर्षांमध्ये, पुन्हा-पुन्हा डोकं वर काढणाऱ्या काहीशे घटनांना तोंड देण्यासाठी आणखी-आणखी पैसा खर्च करणं भाग पडतंय. अशा गोष्टींमुळे निराशेची भावना उत्पन्न होणं स्वाभाविक असतं. भारतात दर वर्षी दोन कोटी चाळीस लाख मुलं जन्माला येतात. ही संख्या व्हेनेझुएलाच्या संपूर्ण लोकसंख्येएवढी आहे आणि एवढी मुलं पोलिओचे रुग्ण बनण्याची शक्यता दर वर्षी उभी होत असते. असं घडू नये, यासाठी दर वर्षी पाच वर्षांच्या आतल्या वयाच्या प्रत्येक मुलाला पोलिओचा डोस देण्याचं जंगी काम हाती घ्यावं लागेल. हा पैसा योग्य कामी खर्च होणार आहे, याची खात्री देता येत नाही, हे सत्य

नाकारून चालणार नाही!

परंतु अशा साऱ्या शंका उपस्थित केल्या गेल्या असल्या, तरी या मोहिमेमुळे पन्नास लाख मुलांना पोलिओमुळे पक्षाघात होण्याची शक्यता टाळता आलेली आहे, हेसुद्धा तितकंच खरं आहे. हे यशही थोडकं नव्हे! आणि जगभरातून पोलिओचं निर्मूलन करण्याचं उद्दिष्ट अत्यंत महत्त्वाकांक्षी असलं, तरी ते शक्यतेच्या परिघातलं आहे आणि मानवजातीला कायमचं उपकारक ठरेल, असं ते कार्य आहे. भविष्यात जन्मणाऱ्या प्रत्येक व्यक्तीच्या दृष्टीनं, पृथ्वीतलावरून केलं गेलेलं देवीचं उच्चाटन हे जसं वरदानच ठरलं आहे, तसंच पोलिओचं उच्चाटन हेसुद्धा वरदान ठरू शकेल.

परंतु त्यासाठी आपल्याला त्या शेवटच्या पोलिओच्या रुग्णाचा मुकाबला करावा लागणार आहे. अन्यथा लक्षावधी स्वयंसेवकांचे प्रयत्न आणि खर्चलेले अब्जावधी डॉलर्स व्यर्थ ठरतील किंवा त्याहूनही अधिक दुष्परिणाम घडू शकेल : तो म्हणजे, संपूर्ण निर्मूलनाचं ध्येयच शंकेला पात्र ठरू शकेल.

ह्या ध्येयाची पूर्तता करण्यासाठी प्रचंड कष्टांचं, अत्यंत अनाकर्षक आणि यशाची अनिश्चितता असलेलं काम हाती घ्यावं लागतं. जर पोलिओचं निर्मूलन ह्या संस्मरणीय कृत्याचं स्मारक उभारण्याचा आपला संकल्प असेल, तर तो साध्य करणं, हे असाधारण स्तरावरच्या परिपूर्णतेचं प्रतीक ठरेल – महत्त्वाकांक्षी उद्दिष्टाला अथक प्रामाणिक प्रयत्नांची जोड देऊन साध्य केलेलं! या कामासाठी एक सुसूत्रप्रणाली निर्माण करण्यात आलेली आहे आणि भारतापेक्षासुद्धा अधिक भीषण परिस्थिती असलेल्या बांग्लादेश, व्हिएटनाम, रवांडा, झिंबाब्वे यांसारख्या देशांमध्येसुद्धा त्या प्रणालीच्या वापरामुळे पोलिओचं निर्मूलन करणं शक्य झालं आहे. यादवी युद्ध चालू असताना, अंगोला देशातून पोलिओचं निर्मूलन करता आलं आहे. अफगाणिस्तानात युद्ध चालू असूनही, कंदाहारमधली २००२ सालची पोलिओची साथ निपटण्यासाठी जागतिक आरोगय संघटनेनं 'सफाई' मोहिमे द्वारा यश मिळवलं होतं. २००६ साली उत्तर नायजेरियात नव्यानं पोलिओ-सफाईची मोहीम हाती घ्यावी लागली होती, कारण तिथं पोलिओनं मूळ धरलं आहे आणि अधूनमधून त्याचा फैलाव आसपासच्या देशांमध्येसुद्धा होत राहातो. पंकजनं मला सांगितलं, की भारतात पोलिओ निर्मूलनाच्या मोहिमेसाठी राजस्थानच्या थर वाळवंटात उंट वापरले जातात, झारखंडच्या अरण्यांमधल्या आदिवासींपर्यंत पोचायला जीप्सचा वापर केला जातो, आसाम आणि मेघालय इथल्या पूरव्याप्त भागात संचार करण्यासाठी मोटरबोट्स वापरल्या जातात आणि बंगालच्या उपसागरातल्या दूरवरच्या बेटांमध्ये पोचण्यासाठी नौदलाच्या वेगवान युद्धनौका वापरल्या जातात. आम्ही हाती घेतलेल्या सफाई-मोहिमेदरम्यान आम्ही तीन दिवसांत दारोदारी फिरण्यासाठी एक हजार मैल पालथे

घातले होते. पंकज सतत त्याच्या मोबाईल-फोनवर बोलत होता. त्यानं दिलेल्या माहितीनुसार बर्फाच्या कारखान्यांमधला बर्फ, आईसपॅक्सची गरज असलेल्या स्वयंसेवकांपर्यंत पोचवायची व्यवस्था राज्य सरकारातले मोहिमेवरचे कर्मचारी करत होते. त्यांनी सफाई मोहिमेची मुदत एका विभागात एक दिवसानं वाढवली होती कारण तिथल्या स्थानिक अधिकाऱ्याचा तिथल्या प्रचंड लोकसंख्येबाबतचा आणि प्रत्यक्षात किती मुलांना पोलिओ-व्हॅक्सीन देण्याची गरज पडेल, याबद्दलचा अंदाज पूर्णपणे चुकलेला होता. बालकुंडी खेड्याबाहेर चार मैलांवर आम्हाला भटक्या मजुरांची एक तात्पुरती वसाहत दिसली. ह्या मजुरांची कोणत्याही नकाशावर नोंदच करण्यात आलेली नव्हती. परंतु आम्ही तिथल्या मुलांची पाहणी केली तेव्हा त्या सर्वांच्या करंगळीच्या नखांवर पोलिओ-डोस दिल्याच्या शाईच्या खुणा दिसत होत्या. चित्रदुर्गामधल्या खाणी दुरवस्थेत होत्या; परंतु सरकारी कर्मचाऱ्यांनी, मोहिमेच्या कर्मचाऱ्यांना, खासगी जागेवरच्या वसाहतींमध्ये जाण्याचा परवाना मिळवून दिलेला होता. शोध घेतल्यावर आम्हाला आजूबाजूला इथे-तिथे थोडी मुलं दिसली. त्या प्रत्येकाला पोलिओ-व्हॅक्सीन दिलं गेलं होतं.

ही 'सफाई' मोहीम संपली, तोपर्यंत युनिसेफच्या अधिकाऱ्यांनी तेरा जिल्ह्यांमध्ये पन्नास लाखांपेक्षा अधिक ताजी पोलिओ-व्हॅक्सीन्स पुरवली होती. टीव्ही, रेडिओ आणि स्थानिक वर्तमानपत्रं जनजागृतीसाठी सतत या मोहिमेबद्दलची माहिती प्रसारित करत होती. भारतातील रोटरी-क्लबनी २५,००० फलक, ६,००० भित्तिपत्रिका आणि ६,५०,००० पत्रकं बनवून वाटली होती आणि योजलेल्या ४२ लाख मुलांपैकी ४० लाख मुलांना पोलिओ-व्हॅक्सीन देण्यात या मोहिमेनं यश मिळवलं होतं.

२००५ साली भारतात पोलिओचे फक्त ६६ नवे रुग्ण आढळले होते. पंकजला आणि त्याच्या सहकाऱ्यांना आता वाटू लागलंय की, भारतात पोलिओ-निर्मूलन करण्याचं त्यांचं उद्दिष्ट अखेरीस साध्य होऊ लागलंय आणि भारतात ते एकदा साध्य झालं की, ते जगातसुद्धा साध्य होईल.

परंतु पंकज आणि त्याचे सहकारी ज्या आव्हानांचा सामना करत आहेत, त्यांची व्याप्ती खूप आहे, ही गोष्ट नाकारून चालण्याजोगं नाही. पंकज म्हणतो की, बालरोगतज्ज्ञ म्हणून काम करताना त्यानं आजवर पोलिओचे १००० रुग्ण पाहिले आहेत. आम्ही खेड्यांमधून आणि शहरांमधून प्रवास करत होतो, तेव्हा पोलिओचे रुग्ण तो पाहताक्षणी, केवळ एका दृष्टिक्षेपात ओळखू शकत होता. माझ्या लक्षात येऊ लागलं की, ते सगळीकडेच दिसत होते : दोन वाळक्या पायांची खुरमांडी घालून बसलेला आणि चाकांच्या फळकुटावरून इकडे तिकडे जाणारा भिकारी,

एक पाय ओढत, फरपटवत चालत असलेला रस्त्यावरचा माणूस आखडलेला हात एका बाजूला घट्ट टेकवून चाललेला माणूस.

'सफाई'च्या मोहिमेच्या दुसऱ्या दिवशी आम्ही उपरहळ्ळा या खेड्यात पोचलो. कर्नाटकातला पोलिओचा फैलाव इथूनच सुरू झालेला होता. इथला पोलिओचा पहिला रुग्ण आता चौदा महिन्यांचा झालेला होता. ह्या मुलाचा कमरेवरचा अर्धा भाग निरोगी, बळकट स्नायूंचा दिसत होता. रोगाची लागण झाल्यावर काही दिवसातच त्याचं श्वसन पूर्ववत झालेलं होतं. परंतु त्याच्या आईनं त्याला पालथं झोपवल्यावर स्पष्टपणे दिसत होतं की, त्याचे पाय मात्र शुष्क आणि निर्जीव दिसत होते. नर्सनं त्या बाळाच्या आईला बाळाकडून करून घेण्यासाठी जे व्यायाम शिकवले होते, त्यांच्या साहाय्यानं त्याच्या डाव्या पायाची पुरेशी हालचाल होऊ लागली होती आणि त्याला रांगता येऊ लागलं होतं. परंतु उजवा लुळा पाय मात्र मागून फरपटत पुढे सरकत होता.

उपरहल्लामधल्या उघड्या गटारांच्या बाजूनं, चिखलानं माखलेल्या डुकरांच्या आणि मांजरांप्रमाणे खुरांवर डोकं टेकवून विसावलेल्या गायींमधनं वाट काढत आम्ही या रुग्ण मुलाच्या शेजारच्या घरी पोचलो. तिथं त्या मुलाची लागण होऊन, एका मुलीला पोलिओ झालेला होता. ती अठरा महिन्यांची होती. तिच्या मोठ्या चेहऱ्यावर व्याकुळ भाव दाटून आलेला होता. तिचे दात पांढरेशुभ्र होते आणि तिचे केस आखूड आणि सरळसोट होते. तिच्या कानात लहानसे सोन्याचे डूल होते आणि तिनं पिवळ्या तपकिरी पट्ट्यांच्या कापडाचा झगा घातलेला होता. ती तिच्या आईच्या हातांमध्ये चुळबुळ करत होती, परंतु तिच्या झग्याबाहेर पडलेले तिचे पाय मात्र निर्जीवपणे लोंबकळत होते. तिची आई, आपल्या पक्षाघात झालेल्या मुलीला घेऊन आमच्यापुढे उन्हात उभी राहिलेली असताना तिच्या चेहऱ्यावर कोणताही भाव नव्हता. पंकजनं हळुवारपणे तिला विचारलं, "या मुलीला कधी पोलिओचा डोस देण्यात आलेला होता का? कदाचित तिला डोस देऊनही फायदा झाला नसेल." ती स्त्री म्हणाली की, तिची मुलगी आजारी पडली, त्या आधी काही आठवड्यांपूर्वी एक स्वास्थ्यसेविका पोलिओचा डोस घेऊन तिच्यापाशी आलेली होतील. परंतु तिनं खेड्यातल्या इतर लोकांकडून ऐकलं होतं की, पोलिओ ड्रॉप्स दिले की, मुलांना ताप येतो. म्हणून तिनं तिच्या मुलीला पोलिओ-व्हॅक्सीन दिलं नव्हतं. तिच्या चेहऱ्यावर दुःखाची दाट छाया दाटून आली. ती जमिनीकडे नजर लावून म्हणाली की, तिला त्या गोष्टीचं महत्त्व कळलेलंच नव्हतं.

अखेरीस पंकज पुढल्या घराकडे गेला. दारोदारी पोलिओ-व्हॅक्सीन देणाऱ्यांवर तो नजर ठेवत होता. त्याचं काम संपल्यावर आम्ही तेथून निघालो. या खेड्याबाहेर

नेणारा रस्ता लाल मातीचा होता. बैलगाड्यांच्या चाकांमुळे पडलेल्या खड्ड्यांमधून आमची कार खडखडत पुढे चालली होती.

मी पंकजला विचारलं, ''सरतेशेवटी पोलिओचं निर्मूलन करता आल्यानंतर तू पुढे काय करशील?''

तो म्हणाला, ''गोवर नेहमीच अस्तित्वात असणार आहे!''

युद्धातील दुर्घटना

युद्धात जखमी झालेल्या अमेरिकन सैनिकांची ताजी यादी दर मंगळवारी अमेरिकी संरक्षण खात्याद्वारे इंटरनेटवरून प्रसारित केली जाते. या ताज्या यादीनुसार, डिसेंबर ८, २००६ पर्यंत एकूण २६,५४७ अमेरिकन सैनिक युद्धात जखमी झाले होते. त्यांच्यापैकी २,६६२ मरण पावले, १०,८३९ जिवंत राहिले, परंतु परत कामावर येण्यास असमर्थ ठरले आणि कमी जखमी झालेले १३,०८५ सैनिक बहात्तर तासांत परत कामावर रुजू होऊ शकले. व्हिएतनाम-युद्धानंतर आपल्या लष्करी-रुग्ण सेवकांवरचा, जखमींवर उपचार करण्याचा ताण किती प्रचंड प्रमाणात वाढलेला आहे, याची या आकड्यांवरून कल्पना येईल.

जेव्हा इराकच्या युद्धात मृत्युमुखी पडलेल्यांची संख्या सप्टेंबर २००५मध्ये दोन हजारांवर पोचली, तेव्हा साऱ्या जगाचं लक्ष त्या बातमीवर केंद्रित झालं. ज्याप्रमाणे आपल्या देशात घडलेल्या खुनांचे आकडे हे देशातल्या हिंसाचाराच्या गंभीर व्याप्तीचं परिमाण असतं, त्याप्रमाणेच युद्धात मृत्युमुखी पडलेल्यांचे आकडे युद्धाच्या व्याप्तीचं आणि गंभीर धोक्याचं परिमाण मानलं जातं. परंतु हे दोन्ही आकडे पूर्ण कल्पना देण्यास पुरेसे ठरत नाहीत; कारण कुणी मृत्युमुखी पडेल की नाही, हे केवळ शत्रूच्या संहारक शस्त्रांवरच अवलंबून नसतं; ते आपल्या वैद्यकीय सेवेवरही तेवढंच अवलंबून असतं. एकोणीसशे साठच्या दशकाच्या मध्यानंतर, हिंसाचारात मरण पावलेल्यांचे अलीकडले आकडे प्रथमच कधी नाही एवढे खाली आले आहेत. परंतु बंदूक-पिस्तुलांनी केले जाणारे हल्ले त्या काळात तिपटीपेक्षाही जास्त झाले आहेत. मृत्यूंचं प्रमाण खाली आलंय, त्यामागचं मुख्य कारण आहे – आघातानंतर पुरवली जाणारी उत्कृष्ट वैद्यकीय सेवा – ट्रॉमा केअर. जास्त लोकांवर

बंदुकीच्या गोळ्या झाडल्या जात असल्या, तरी त्यातल्या अनेक जणांना वाचवण्यात डॉक्टर यशस्वी ठरत आहेत. बंदुकीच्या हल्ल्यात जखमी झालेल्यांपैकी १६ टक्के लोक १९६४ साली मृत्युमुखी पडायचे, आज ते प्रमाण ५ टक्के इतकं आलंय.

लढाईतसुद्धा आपल्याला हीच सुधारणा दिसतेय. जरी शस्त्रास्त्रांनी शक्ती खूप वाढलेली असली, तरी त्यामुळे घडणाऱ्या मृत्यूंचा आकडा खाली आलेला आहे. क्रांतियुद्धाच्या वेळेस संगिनी आणि एका वेळेस एकच गोळी झाडणाऱ्या बंदुकींचा सामना अमेरिकी सैनिक करत होते आणि युद्धात जखमी झालेल्यांपैकी ४२ टक्के लोक मरण पावत होते. दुसऱ्या युद्धात अमेरिकी सैनिकांवर हातबाँब, बाँब, तोफांचे गोळे आणि मशीनगन्स वापरून हल्ला केला जात होता; परंतु जखमी झालेल्यांपैकी फक्त ३० टक्के लोक मृत्युमुखी पडत होते. कोरियन वॉरपर्यंत शस्त्रास्त्रं निदान तेवढीच भीषण असूनही, युद्धात जखमी झालेल्या सैनिकांपैकी फक्त २५ टक्के सैनिक मृत्युमुखी पडले होते.

पुढल्या पन्नास वर्षांमध्ये यात आणखी फारशी प्रगती झाली नाही. व्हिएतनाम-युद्धादरम्यान १,५३,३०३ सैनिक जखमी झाले आणि त्यातले ४७,४२४ मरण पावले. १९९०-९१च्या पर्शियन गल्फ वॉरमध्ये ४६७ जखमी झाले आणि त्यांपैकी १४७ मरण पावले. युद्धात जखमी झालेल्यांपैकी मृत्युमुखी पडलेल्यांचं प्रमाण तेव्हाही २४ टक्के राहिलं होतं. गंभीर जखमा करणारी शस्त्रास्त्रं वाढलेली असली, तरी जखमींना वाचवण्यासाठीचं आपलं तंत्रज्ञान त्या प्रमाणात वाढू शकलेलं नव्हतं.

लष्कर आणखी प्रगत वैद्यकीय-सेवा पुरवण्यासाठी निकराचे प्रयत्न करत होतं. नवीन उपचारपद्धती आणि नवं तंत्रज्ञान शोधणं हा सर्वांत श्रेयस्कर मार्ग वाटत होता. या आधीच्या शतकात याच क्षेत्रांमध्ये सर्वाधिक प्रगती घडलेली होती. भूल देण्यासाठी नवी औषधं शोधली गेली होती. पहिल्या महायुद्धात जखमी झालेल्या सैनिकांच्या रक्तवाहिन्यांवर शस्त्रक्रिया करण्याचं तंत्रज्ञान विकसित करण्यात यश मिळालं होतं. भाजण्यावर आणखी चांगले उपचार करता येऊ लागले होते. रक्त देण्याच्या कुशल पद्धतींचा शोध लावण्यात यश मिळालं होतं. दुसऱ्या महायुद्धात जखमी झालेल्या सैनिकांवर उपचार करण्यासाठी पेनिसिलीन उपलब्ध झालं होतं, तर कोरियन-वॉरमध्ये जखमी झालेल्यांवर उपचार करण्यासाठी विविध प्रकारची प्रतिजैविकं (अँटिबायॉटिक्स) उपलब्ध झाली होती. त्यामुळे अमेरिकेनं नव्या शोधांसाठी कोट्यवधी डॉलर्स खर्च केले होते : जिथे ताजं रक्त उपलब्ध नाही, तिथे रुग्णाला रक्त पुरवण्यासाठी रक्ताला पर्यायी द्राव आणि गोठवून सुकवलेला प्लाझ्मा (रक्तातल्या पिवळसर रंगाचा द्राव) तयार करणं, आघातदायक जखमांवर जीन-थेरपी करणं, फुप्फुसांना झालेली दुखापत आटोक्यात ठेवण्यासाठीची औषधं

निर्माण करणं, रणभूमीवरील सैनिकांच्या जीवनावश्यक परिमाणांची नोंद व वहन करणारी उपकरणं शक्य तेवढ्या लहान आकाराची बनवणं.

यांपैकी फारच थोड्या गोष्टी प्रत्यक्षात साध्य करणं शक्य झालेलं आहे आणि सध्या इराक आणि अफगाणिस्तान इथल्या युद्धात जखमी झालेल्यांच्या मृत्यूचं प्रमाण ज्या अविश्वसनीयरीत्या घटलं आहे, त्याचं श्रेय वरील कोणत्याही गोष्टीला देता येणार नाही.

अमेरिकी क्रांतियुद्ध, १८१२ची लढाई आणि स्पॅनिश-अमेरिकन वॉर या तिन्हींमध्ये मिळून जेवढे अमेरिकी सैनिक जखमी झाले होते किंवा व्हिएतनाम-वॉरच्या पहिल्या चार वर्षांत जेवढे अमेरिकी सैनिक जखमी झाले होते, त्याहून इराक-अफगाण युद्धात जास्त अमेरिकी सैनिक जखमी झाले आहेत. असं असूनही त्यातले फारच थोडे – फक्त १० टक्के – सैनिक मरण पावले आहेत.

लष्करी वैद्यकीय कर्मचाऱ्यांना हे कसं साध्य करता आलं, याकडे पाहणं उद्‌बोधक ठरेल. पर्शियन गल्फ वॉरच्या तुलनेत सध्या मूलत: नवं तंत्रज्ञान किंवा उपचारपद्धती उपलब्ध झालेली नसूनही, त्यांनी हे करून दाखवलं आहे! आणि वैद्यकीय सेवा पुरवणाऱ्या कर्मचाऱ्यांचा तुटपुंजा पुरवठा होत असूनही त्यांनी हे करून दाखवलं आहे. जगभरातल्या मोहिमांसाठी २००५ साली लष्करापाशी फक्त १२० सर्वसाधारण शस्त्रक्रिया करणारे शल्यविशारद (जनरल सर्जन्स) पूर्ण वेळासाठी उपलब्ध होते आणि २०० राखीव शल्यविशारद उपलब्ध होते. इराकमध्ये लढणाऱ्या १,३०,००० ते १,५०,००० सैनिकांना वैद्यकीय सुविधा पुरवण्यासाठी, लष्कर फक्त ३० ते ५० जनरल सर्जन्स आणि १० ते १५ ऑर्थोपेडिक सर्जन्स (हाडांचे शल्यविशारद) पुरवू शकतं आणि या मूठभर शल्यविशारदांना भीषण प्रकारच्या जखमांवर उपचार करावे लागतात.

डॉक्टर्स ज्याला 'वॉर राउंड्स' (युद्धविषयक चर्चा व आढावा) म्हणतात, तो ऐकण्यासाठी २००४ सालच्या हेमंत ऋतूत मला वॉशिंग्टन डीसीमधल्या वॉल्टर रीड आर्मी मेडिकल सेंटरमध्ये बोलावण्यात आलेलं होतं. त्या वेळेस मला खराखुरा बोध झाला की, युद्धात होणाऱ्या जखमा किती गंभीर स्वरूपाच्या असू शकतात. प्रत्येक गुरुवारी वॉल्टर रीडमधले शल्यविशारद बगदादमधल्या लष्करी - शल्यविशारदांबरोबर टेलिफोनवरून विचारविनिमयाची बैठक घेतात. त्यात ते युद्धात जखमी होऊन वॉशिंग्टनमध्ये आलेल्या अमेरिकी सैनिकांबद्दल चर्चा करतात. मी तिथे उपस्थित होतो, तेव्हा चर्चेसाठी घेतलेल्या यादीतला एक जण बंदुकीच्या गोळीनं जखमी झालेला होता, एकाला रणगाडे थोपवण्यासाठी पेरलेल्या भूसुरुंगामुळे जखम झालेली होती, एकाला हातबाँबमुळे इजा झालेली होती, तिघांना प्रक्षेपणास्त्राद्वारे फेकलेल्या बाँबमुळे इजा झालेली होती, चौघांना तोफेच्या गोळ्यांमुळे इजा झालेली

होती, आठ जणांना आयइडी (इम्प्रोव्हाइज्ड एक्स्प्लोझिव्ह डिव्हाइस – आयत्या वेळी, मिळेल त्या साधनांनी बनवलेला स्फोटक दारूगोळा)मुळे इजा झालेली होती आणि सात जणांना झालेल्या जखमांचं कारण कळलेलं नव्हतं. यांपैकी एकही सैनिक पंचवीस वर्षांपेक्षा जास्त वयाचा नव्हता. सर्वांत कमी गंभीर जखमा झालेला सैनिक एकोणीस वर्षांचा होता. त्याला भूसुरुंगामुळे चेहऱ्यावर आणि मानेवर जखमा झाल्या होत्या आणि भाजलं होतं. इतर जखमींमध्ये एक हात कापून टाकण्याची गरज उद्‌भवलेला एक सैनिक होता. आणखी एका सैनिकाला बॉम्बस्फोटामुळे भीषण इजा झाल्यामुळे त्याचा उजवा पाय खुब्यापासून कापावा लागला होता, त्याचा डावा पाय गुडघ्यापासून कापावा लागला होता आणि त्याच्या ओटीपोटावर उघडी जखम होती. आणखी एकाच्या डाव्या मूत्रपिंडाला आणि मोठ्या आतड्याला बंदुकीच्या गोळीमुळे इजा झालेली होती. एकाच्या दंडाखाली झालेल्या इजेमुळे त्याच्या ऑक्झिलरी आर्टरीला (छातीचा पिंजरा, काख आणि हाताच्या वरच्या भागाला शुद्ध रक्त पुरवणारी रोहिणी) आणि व्हेनला (नीलेला) झालेल्या इजेवर शस्त्रक्रिया करावी लागली होती. आणखी एका जखमी सैनिकाच्या प्लीहेला गंभीर इजा झालेली होती, त्याच्या टाळूवरचं हाड मोडून जखम झालेली होती आणि त्याची जीभ पूर्णपणे चिरली गेली होती. ह्या अत्यंत भीषण आणि गंभीर स्वरूपाच्या जखमा होत्या, तरीसुद्धा हे सारे रुग्ण बचावले.

हे कसं काय शक्य झालं, याचं उत्तर ना तर नव्या तंत्रज्ञानात सापडलं ना तर लष्करी सेवेतील डॉक्टरांच्या अंगी असलेल्या कोणत्या विशेष कौशल्यात सापडलं. जॉर्ज पीपल्स हा बेचाळीस वर्षं वयाचा कॅन्सर-सर्जन आहे. मी सर्जरीमध्ये इंटर्नशिप करत होतो, तेव्हा तो माझा मुख्य रेसिडंट डॉक्टर होता. ऑक्टोबर २००१मध्ये वर्ल्ड ट्रेड सेंटरवर आणि पेन्टागॉनवर हल्ले झाल्यानंतर त्यानं सर्जन्सची पहिली टीम अफगाणिस्तानात नेली. तिथल्या कामगिरीवरून परत आल्याबरोबर त्याला २००३ मध्ये पुन्हा इराकमध्ये पाठवण्यात आलं. त्या वेळेस अमेरिकी लष्करी पायदळ कुवेतच्या वाळवंटातून बगदादवर चाल करून जात होतं. जॉर्ज पीपल्सनं कॉलेज शिक्षण वेस्ट पॉइंट इथल्या अमेरिकन मिलिटरी ॲकॅडमीमध्ये घेतलं होतं आणि वैद्यकीय शिक्षण बाल्टिमोरमधल्या जॉन्स हॉपकिन्स मेडिकल स्कूलमधून घेतलं होतं. सर्जरीची रेसिडन्सी त्यानं बॉस्टनमधील ब्रिघॅम ॲंड विमेन्स हॉस्पिटलमधून केली होती आणि त्यानंतर कॅन्सर सर्जरीची फेलोशिप मिळवून ह्यूस्टनच्या ॲंडर्सन कॅन्सर सेंटरमधून एम.डी. ही पदवी मिळवली होती. त्याचं वैद्यकीय शिक्षण पूर्ण झाल्यावर त्याला लष्करी सेवेत अठरा वर्षं काम करावं लागणार होतं, परंतु त्याबद्दल त्यानं कधी कुरकुर केल्याचं माझ्या किंवा माझ्या ओळखीच्या इतर

कुणाच्या कधीही कानावर आलं नाही. १९९८ साली त्याची वॉल्टर रीड आर्मी मेडिकल सेंटरवर नियुक्ती झाली आणि तिथे तो लगेचच कॅन्सर-सर्जरीचा प्रमुख म्हणून नियुक्त झाला. शिक्षण पूर्ण करत असताना पीपल्सची तीन गोष्टींबाबत ख्याती होती : त्याची स्थितप्रज्ञ वृत्ती, त्याची बुद्धिमत्ता (त्याचं शिक्षण पूर्ण होण्यापूर्वीच वक्षांच्या कॅन्सरच्या व्हॅक्सीनच्या शोधाबद्दल त्याचे सतरा शोधनिबंध प्रसिद्ध झालेले होते) आणि रेसिडेन्सीच्या काळात त्याला आणि त्याच्या पत्नीला झालेली पाच मुलं. परंतु ट्रॉमा-सर्जरीत त्यानं विशेष प्रशिक्षण घेतल्याचं मात्र ऐकिवात नव्हतं. युद्धभूमीवर जाण्यापूर्वी रेसिडन्सीनंतर बंदुकीच्या गोळीनं झालेली जखमसुद्धा त्याच्या नजरेला पडलेली नव्हती. इराकमध्ये त्यानं पाहिलेल्या भीषण जखमांच्या जवळपास येईल, असं त्यानं तोवर काहीही पाहिलेलं नव्हतं. वॉल्टर रीडमध्ये त्याला बहुतांशी वक्षांवरची शस्त्रक्रियाच करावी लागत होती. असं असूनही, त्यानं आणि त्याच्या गटातल्या इतरांनी इराकमध्ये अभूतपूर्व संख्येच्या जखमींना जिवंत ठेवण्यात यश मिळवलं.

"हे कसं काय शक्य झालं?" मी त्याला विचारलं. मी त्याच्या सहकाऱ्यांनासुद्धा हाच प्रश्न विचारला. युद्धावरच्या वैद्यकीय सेवा गटात काम करणाऱ्या प्रत्येकाला मी हाच प्रश्न विचारला. आणि त्यांच्या तोंडून ऐकलेल्या वर्णनातून मला जाणवत गेलं की, त्यांनी ज्या आश्चर्यकारक पद्धतीनं काम करण्याचा प्रयत्न केलेला होता, तसा प्रयत्न सर्वसाधारण नागरिकांना रुग्णसेवा पुरवताना क्वचितच केला जातो. ही आश्चर्यकारक पद्धत म्हणजे कामातल्या कुशलतेला विज्ञानाचं रूप देणं, हाताशी असलेलं ज्ञान आणि तंत्रज्ञान यांचा सर्वोत्कृष्ट प्रकारे वापर कसा करता येईल, याचा शोध घेऊन त्यात सतत सुधारणा घडवत राहणं. या डॉक्टरांनी अगदी साध्या-सोप्या, जवळजवळ वैशिष्ट्यहीन म्हणता येतील अशा सुधारणा आणि फरक केले होते आणि त्यामुळे रुग्णसेवा पुरवण्यात प्रचंड प्रमाणावर सुधारणा झालेली होती.

असा एक फरक होता केव्हलर व्हेस्ट्सच्या वापराबद्दलचा. केव्हलर-व्हेस्ट्स अजिबात नव्या नाहीत. १९७०च्या दशकाच्या शेवटीच त्या वापरात आणल्या गेल्या होत्या. शहरांमधल्या पोलीस-खात्यात १९८०च्या दशकाच्या प्रारंभीच त्यांचा वापर करायला सुरुवात केलेली होती. अमेरिकन लष्कराला त्या पर्शियन-वॉरच्या वेळेस उपलब्ध करून देण्यात आल्या होत्या. सोळा पौंड वजनाची केव्हलर-फ्लॅक (तोफगोळ्यांना पुरून उरणारी) – व्हेस्ट, माणसाच्या महत्त्वाच्या इंद्रियांना (हृदय, फुफ्फुसं आणि पोटातली इंद्रियं,) स्फोट, जोराचे आघात आणि तीक्ष्ण शस्त्रांचे आघात यांपासून सुरक्षित ठेवते. परंतु पर्शियन-वॉरच्या वेळेस जखमी झालेल्या सैनिकांचा तपशील तपासणाऱ्या संशोधकांना मात्र आढळलं होतं की, युद्धात जखमी होऊन उपचारांसाठी आणल्या गेलेल्या सैनिकांनी ह्या व्हेस्ट्स

घातलेल्याच नव्हत्या. त्यामुळे सैनिकांनी ह्या व्हेस्ट्स (चिलखतं) वापराव्यात, यासाठी कमांडर्सना जबाबदार धरावं, असा फतवा काढला गेला. सैनिकांनी या व्हेस्ट्स जड आहेत, त्यात उकडतं, त्या वापरायला त्रास होतो, अशी कितीही तक्रार केली, तरी त्यांना त्या वापरायला लावायची जबाबदारी कमांडर्सवर सोपवण्यात आलेली होती. सैनिकांनी या व्हेस्ट्सचा वापर सर्रास सुरू केल्याबरोबर रणात मृत्यू पावणाऱ्यांची संख्या खाली गेली.

यंत्रणेच्या कामकाजावर बारकाईनं लक्ष दिल्यानंतर दुसरी महत्त्वाची गोष्ट लक्षात आली. लष्कराच्या बॉर्डन इन्स्टिट्यूटमध्ये शल्यविशारद म्हणून काम करणाऱ्या कर्नल रॉनल्ड बेलामी यांनी व्हिएटनाम-वॉरमधल्या आकडेवारीचं परीक्षण केलं आणि निष्कर्ष काढला की, जखमी सैनिकांना हेलिकॉप्टरनं हॉस्पिटलमध्ये पोचवण्यास सुरुवात केल्यामुळे दुसऱ्या महायुद्धात याच कामाला लागणाऱ्या अकरा तासांच्या अवधीच्या तुलनेत आता तासाहूनही कमी वेळ लागत होता आणि एकदा जखमींवर त्वरित उपचार झाले की, त्यांच्यापैकी फक्त ३ टक्के लोक मृत्युमुखी पडत होते. असं असूनही, युद्धात जखमी झालेल्या सैनिकांपैकी एकूण २४ टक्के लोक मरण पावत होते. त्यामागचं मुख्य कारण असं होतं की, तासाच्या आत जखमींवर उपचार करूनही ते पुरेसं त्वरित ठरत नव्हतं. सर्वसामान्य नागरिकांवर उपचार करणारे शल्यविशारद 'मोलाच्या एक तासा'चा निर्देश करतात. त्या काळात उपचार सुरू केले, तर बरेचसे जबर जखमी लोक (ट्रॉमा पेशंट्स) वाचू शकतात. परंतु रणांगणावर होणाऱ्या जखमा त्याहून खूपच गंभीर स्वरूपाच्या असतात. मुख्यत: त्यात खूपच भीषण प्रमाणावर रक्तस्राव होत असतो. त्यामुळे रणांगणावर जखमी झालेल्या सैनिकांना वाचवायचं झालं, तर जखम झाल्यापासून केवळ पाच मिनिटांच्या आत त्यांच्यावर उपचार सुरू केले, तरच यश मिळू शकतं, असा बेलामीचा निष्कर्ष होता. संरक्षक व्हेस्ट्स (चिलखतं) वापरली, तर पाच मिनिटांपेक्षा जास्त वेळानं उपचार सुरू करून चालत होतं. परंतु लष्कराचं सध्याचं धोरण होतं, कमी वजनाचं खोगीर चढवलेल्या सैनिकांच्या जलद हालचाली घडवण्याचं. या धोरणामुळे, हे सैनिक पुरवठा करणाऱ्या आणि वैद्यकीय सेवा पुरवणाऱ्या कर्मचाऱ्यांपेक्षा खूप पुढच्या अंतरावर जाऊन पोचायचे आणि त्यांना उपचारांसाठी जलद गतीनं आणणं आणखीच अवघड होऊन बसायचं. त्यामुळे जखमी सैनिकांना वाचवण्याची शक्यता सुधारण्याऐवजी, आणखीच अंधुक होऊ लागली होती.

या कारणामुळे लष्करानं दुसऱ्या महायुद्धात क्वचित प्रसंगी वापरलेलं धोरण अमलात आणायचं ठरवलं. त्यासाठी 'फॉरवर्ड सर्जिकल टीम्स' किंवा 'सैन्याच्या पाठोपाठ जात रुग्णसेवा पुरवणारे गट' स्थापन केले गेले. या गटात फक्त वीस

लोक असायचे : तीन जनरल सर्जन्स, एक ऑर्थोपेडिक (हाडांचा) सर्जन, दोन भूल देणाऱ्या नर्सेस, तीन इतर नर्सेस आणि इतर डॉक्टर्स आणि त्यांचे मदतनीस. इराक आणि अफगाणिस्तान युद्धात एफएसटी (फॉरवर्ड सर्जिकल टीम्स) गट सैन्यापाठोपाठ तीन हम्वींमधून (हम्वी – मोठ्या रुग्णवाहिका) सैनिकांमागोमाग थेट रणांगणावर पोचतात. त्यांच्या बरोबर हलक्या वजनाचे, चटकन जमिनीवर उभे करण्यासारखे आणि एकमेकांना जोडण्यासारखे तीन तंबू असतात. ते एकत्र जोडून उभे केले, की, ९०० चौरस फुटांएवढी जागा रुग्णालयासाठी तयार होते. जखमींवर त्वरित कृत्रिम श्वसन सुरू करण्यासाठी आणि त्यांच्यावर ताबडतोब शस्त्रक्रिया सुरू करण्यासाठी आवश्यक अशी सर्व सामग्री पाच काळ्या रंगाच्या बॅक-पॅक्समध्ये भरलेली असते. त्याखेरीज त्यांच्यासोबत आयसीयु (अतिदक्षता-काळजी)साठीची सामग्री, सर्वसाधारण शस्त्रक्रियांसाठीची सामग्री आणि हाडांवरच्या शस्त्रक्रियेसाठीची सामग्री असते. त्यायोगे ह्या वैद्यकीय उपचार पथकाजवळ निर्जंतुक केलेली उपकरणं, भूल देण्यासाठीचं सामान, औषधं, निर्जंतुक आवरणं आणि काऊन्स, कॅथेटर्स, पूर्ण ब्लडकाउंट करणारं, हातात धरण्याजोगं उपकरण, इलेक्ट्रोलाइट्स इत्यादी गोष्टी तयार असतात. त्यांच्याजवळ एक लहानसं अल्ट्रासाउंड मशीन, पोर्टेबल मॉनिटर्स, व्हेंटिलेटर्स (कृत्रिम श्वसनासाठीचं मशीन), ५० टक्के शुद्ध प्राणवायू पुरवू शकेल, असा ऑक्सिजन - कॉन्सन्ट्रेटर, रक्त देण्यासाठी लाल रक्तपेशींच्या वीस बाटल्या आणि उलगडण्याजोगी सहा स्ट्रेचर्स आणि कचरा टाकण्यासाठीचे उभे डबे असतात. ही सर्वसाधारण अशी वैद्यकीय सामग्री आहे. या वैद्यकीय सेवा पथकाला अँजिओग्राफी आणि रेडिओग्राफी (एक्स-रे) सामग्री नसताना काम धकवावं लागतं. हाडांच्या शस्त्रक्रियेसाठी हातानं चाचपून अस्थिभंग (फ्रॅक्चर) ओळखावं लागतं. रुग्णवाहिकेतून खाली उतरल्यावर एका तासाच्या आतच हे पथक संपूर्ण सुविधा असलेलं, दोन ऑपरेटिंग टेबल्स आणि व्हेंटिलेटर-सुविधा असलेली चार रिकव्हरी बेड्स असलेलं हॉस्पिटल उभं करू शकतं.

जॉर्ज पीपल्सनं २४७ क्रमांकाचं असं पथक इराकच्या युद्धात ११०० मैल फिरवलं. या पथकानं नसीरिया, नजफ, कर्बाला आणि दक्षिणेकडच्या वाळवंटातल्या इतर जागी, त्यानंतर उत्तरेला मोसुलमध्ये आणि अखेरीस बगदादमध्ये अशी फिरती रुग्णालयं उभारली आणि चालवली. त्याच्याजवळच्या नोंदींनुसार, सुरुवातीच्या काही आठवड्यांमध्ये त्यानं जखमी झालेल्या ७४ इराकींवर आणि १३२ अमेरिकी सैनिकांवर उपचार केले. या ७४ इराकींपैकी २२ जण सैनिक होते, तर ५२ सर्वसाधारण नागरिक होते. काही दिवस शांततेत जायचे, तर काही दिवस प्रचंड धांदलीत जायचे. नासिरियात असताना एका दिवसात या पथकाला जबर जखमी झालेल्या दहा जणांवर उपचार करावे लागले. त्यातल्या एकाला बॉंबमधल्या तीक्ष्ण

तुकड्यांमुळे उजवीकडच्या खालच्या भागात गंभीर जखमा झालेल्या होत्या. एकाच्या पोटात बंदुकीची गोळी घुसून जठर, यकृत आणि लहान आतडं यांना जखमा झालेल्या होत्या. दुसऱ्या एकाला बंदुकीच्या गोळीमुळे पित्ताशय, यकृत आणि मोठ्या आतड्याच्या आडव्या भागाला इजा झालेली होती. एकाच्या मानेत, छातीत आणि पाठीत बाँबमधले तीक्ष्ण तुकडे घुसले होते. एकाच्या गुदद्वाराला बंदुकीच्या गोळीमुळे जखम झाली होती, इतर दोघांना शरीराच्या टोकाच्या भागांना बंदुकीच्या गोळीमुळे जखमा झाल्या होत्या. पुढल्या दिवशी आणखी पंधरा जखमींवर उपचार करावे लागले.

जॉर्ज पीपल्सनं वर्णन करून मला सांगितलं की, नव्या उपचारपद्धतीमुळे जखमींवर उपचार करण्याच्या पद्धतीत केवढा जमीन-अस्मानाचा फरक पडला होता! जखमी माणूस येऊन पोचला की, सुरुवातीला नागरी वैद्यकीय सेवेत जे सर्वसाधारण 'ॲडव्हान्स्ड लाइफ सपोर्ट प्रोटोकॉल्स' (रुग्णाला जिवंत ठेवण्यासाठी आवश्यक असे सर्व अद्ययावत उपचार नियमबद्धपणे पुरवणं.) पाळले जातात, तेच उपचार हे पथकसुद्धा करत होतं. परंतु इथल्या रुग्णांना खोलवर गेलेल्या तीक्ष्ण गोष्टींमुळे अनेकदा खूप गंभीर स्वरूपाच्या जखमा झालेल्या असायच्या. पीपल्सच्या २७४ क्रमांकाच्या पथकाला आढळलेले ८० टक्के रुग्ण बंदुकीच्या गोळ्या, बाँबमधले तीक्ष्ण तुकडे किंवा स्फोट यांमुळे जखमी झालेले असायचे. त्यामुळे नागरी रुग्णसेवेपेक्षा त्यांना इथे वारंवार लाइफ सेव्हिंग (जीव वाचवण्यासाठीचे) उपचार देण्याची सोय करावी लागत होती. एफएसटी पथकाजवळची सामग्री अत्यंत सीमित स्वरूपाची असल्यामुळे, त्यांना अगदी थोडा वेळ शस्त्रक्रिया करणं शक्य व्हायचं आणि शस्त्रक्रियेनंतर अतिदक्षता स्वरूपाची काळजी फक्त सहा तास घेता यायची. त्यामुळे या पथकाचे लोक संपूर्ण शस्त्रक्रियेऐवजी, घातक स्वरूपांच्या जखमांवर त्वरित इलाज करण्यावरच लक्ष केंद्रित करायचे. यकृताला झालेल्या जखमेतून होणारा रक्तस्राव होत असलेल्या रोहिणींमधलं रक्त जखम झालेल्या भागापलीकडे थेट पोचवण्यासाठी, रोहिणीत तात्पुरत्या स्वरूपाच्या प्लॅस्टिक ट्यूब्ज घालायचे. फाटलेलं आतडं ते पिना मारून तात्पुरतं सांधायचे. जंतुसंसर्ग होऊ नये आणि जोराचा रक्तस्राव होऊ नये, यासाठी ते भीषण जखमा धुवून टाकायचे. दोन तासांच्या आत शस्त्रक्रिया उरकण्यावर त्यांचा भर असायचा. अशा प्रकारे झालेली इजा नियंत्रणाखाली आणून झाली की, ते त्या सैनिकाला इतरत्र पाठवून द्यायचे. असं पाठवते वेळी, बरेचदा तो जखमी सैनिक अजूनही भूल दिलेल्या अवस्थेत असायचा, व्हेंटिलेटरवर असायचा. त्याच्या पोटावरची जखम गॉझ भरलेल्या स्थितीत उघडीच असायची. आतडं अजून व्यवस्थितपणे सांधलेल्या अवस्थेत नसायचं, रक्तवाहिन्यांवर शस्त्रक्रिया करणं अजूनही गरजेचं असायचं.

अशा अवस्थेतले असे रुग्ण पुढच्या उपचारांसाठी अन्यत्र पाठवले जायचे.

पुढच्या उपचारांसाठी युद्धात जखमी झालेल्यांसाठी दोन 'कॉम्बॅट सपोर्ट हॉस्पिटल उपलब्ध होती. ती चार ठिकाणी होती. अशी हॉस्पिटल २४८ बेड्सची असतात. त्यात सहा ऑपरेटिंग टेबल्स असतात, शस्त्रक्रियेसाठी आवश्यक अशा काही विशेष सुविधा उपलब्ध असतात आणि रेडिऑलॉजी (एक्स-रे) आणि लॅबोरेटरी (मल-मूत्र, रक्त तपासणीसाठी) सुविधा उपलब्ध असतात. फिरती हॉस्पिटल्ससुद्धा विमानातून, ट्रॅक्टर-ट्रेलरनं किंवा जहाजानं, भागाभागानं आणून चोवीस ते अठ्ठेचाळीस तासांत एकत्र जोडता येतात आणि रुग्णसेवेसाठी संपूर्णत: सिद्ध केली जातात, सीएचएस पातळीवरचं उद्दिष्टसुद्धा संपूर्णत: बरं करण्याचं नसतं. युद्धात जखमी झालेल्यांना इथे जास्तीतजास्त तीन दिवस ठेवता येतं. त्याहून जास्त काळ उपचारांची गरज असलेल्या जखमी अमेरिकी सैनिकांना 'चतुर्थ श्रेणी'च्या हॉस्पिटलमध्ये हलवलं जातं. असं एक हॉस्पिटल कुवेतमध्ये आणि दुसरं रोटा, स्पेन येथे उभारण्यात आलं आहे, परंतु अशा प्रकारचं मुख्य हॉस्पिटल लॅन्डस्टुल, जर्मनी येथे आहे. ज्या जखमींवर तीस दिवसांपेक्षा जास्त काळ उपचार करण्याची गरज असते, अशांना अमेरिकेत मुख्यत: वॉल्टर रीडमध्ये किंवा सॅन अँटोनियो, टेक्सासमधल्या ब्रूक आर्मी मेडिकल सेंटरमध्ये हालवलं जातं.

या कार्यप्रणालीची सवय व्हायला थोडा वेळ लागला. प्रारंभी, प्रत्येक पातळीवरचे शल्यविशारद आपल्या रुग्णाला शक्य तेवढा अधिक वेळ स्वत:च्या नजरेखाली ठेवू पाहायचे. त्यांना एकतर वाटायचं की, ते संपूर्ण उपचार करू शकतील किंवा पुढील पातळीवरले वैद्यकीय कर्मचारी कितपत चांगले उपचार करू शकतील, याबद्दल त्यांच्या मनात साशंकता तरी असायची. (शल्यविशारद बनण्यासाठीचं शिक्षण घेत असताना, 'इतर कुणावरही विश्वास ठेवू नये' हा मंत्र आम्ही आत्मसात केलेला असतो.) वॉल्टर रीडजवळ उपलब्ध असलेल्या आकडेवारीनुसार, युद्ध सुरू झाल्यावर पहिल्या काही महिन्यांच्या काळात युद्धात जखमी होऊन दीर्घकाळ उपचारांची गरज असलेल्या सैनिकाला युद्धभूमीपासून अमेरिकेतल्या हॉस्पिटलमध्ये पोचायला सरासरी आठ दिवस लागायचे. हळूहळू मात्र नवी प्रणाली शल्यविशारदांच्या अंगवळणी पडू लागली. आता हाच काळ आठ दिवसांवरून चार दिवसांवर आलेला आहे. (व्हिएतनाम-युद्धाच्या वेळेस युद्धभूमीवरून अमेरिकेतल्या हॉस्पिटलमध्ये जखमींना आणण्यासाठी ४५ दिवस लागायचे.) ही नवी कार्यप्रणाली खूपच उपयुक्त ठरली आहे.

मी वॉशिंग्टनला गेलो असता मला एक वैमानिक भेटला. ११ सप्टेंबर रोजी बलाडमध्ये त्याच्यावर तोफगोळ्याचा हल्ला झालेला होता. तो अवघ्या छत्तीस तासांमध्ये, वॉल्टर रीडमधल्या ऑपरेटिंग टेबलवर पोचला होता. तो गंभीर प्रकारे

जखमी झालेला होता. त्याच्या दोन्ही जांघांना इजा झालेली होती, पोटात जखम झालेली होती, उजव्या हातात बॉंबमधला तीक्ष्ण तुकडा घुसलेला होता, चेहऱ्यावर जखमा झालेल्या होत्या. त्याला युद्धभूमीवरून जवळच्या ३१ क्रमांकाच्या बलाडमधल्या सीएचएसमध्ये नेण्यात आलं, त्याचा रक्तस्राव नियंत्रणाखाली आणण्यात आला, त्याच्या शिरेतून पोषक द्राव आणि रक्त द्यायला प्रारंभ करून त्याला सचेत केलं गेलं, त्याचा उजवा पाय जांघेपासून कापून टाकण्यात आला. त्याच्या पोटावर शस्त्रक्रिया करून आतल्या इजेचा शोध घेतला असता, त्याच्या मोठ्या आतड्याला इजा झालेली आढळली. त्यावर त्वरित शस्त्रक्रिया करण्यात आली. त्याच्या पोटावरची जखम उघडीच ठेवून त्यावर पारदर्शक प्लास्टिकचं आवरण शिवून टाकण्यात आलं होतं. शल्यविशारदांनी त्याच्यावर नेमके कोणते उपचार केलेले आहेत, हे सांगणारी चिठ्ठी त्याच्या अंगावर चिकटवून ठेवण्यात आली होती. विमान दलाच्या अतिदक्षता पथकानं त्याला बलाडहून जर्मनीतल्या लॅन्डस्टुल इथल्या हॉस्पिटलमध्ये नेलं. तो जर्मनीत पोचला, तेव्हा तिथल्या लष्करी शल्यविशारदांनी निर्णय घेतला की, तो जगला-वाचला, तर त्याला बरं होण्यास तीस दिवसांपेक्षा जास्त वेळ लागेल. त्यांनी त्याला जिवंत ठेवण्यासाठीचे सर्व उपचार सुरू ठेवले, त्याच्या जखमा चट्कन पुन्हा साफ केल्या आणि त्याला वॉल्टर-रीडमध्ये पाठवून दिलं. त्याला झालेल्या इजेवर उपचार करण्यासाठी त्याच्यावर तेथे अनेक शस्त्रक्रिया कराव्या लागल्या आणि त्याला अनेक आठवडे अतिदक्षता विभागात ठेवावं लागलं, परंतु तो बचावला. ज्या त्वरेनं त्याच्यावर वेळोवेळी उपचार केले गेले, अशा प्रकारची काळजी यापूर्वी कधीही घेतली गेलेली नव्हती; त्यामुळे त्याची परिणतीसुद्धा आयुष्य वाचण्यात झाली. यापूर्वीच्या युद्धांमध्ये, अशा प्रकारच्या जखमा झालेल्यांना वाचवता यायचं नाही.

परंतु कमी लोक मरण पावत असले, तरी जगले - वाचलेले लोक त्यासाठी जबर किंमत मोजतात. या वैमानिकाचा एक पाय गुडघ्याच्या वरच्या भागापासून कापून टाकावा लागला. त्याचा दुसरा पाय जांघेपासून कापावा लागला. त्याला त्याचा उजवा हात आणि चेहऱ्याचा काही भाग गमवावा लागला. तो आणि त्याच्यासारखे इतर लोक कशा प्रकारे हालचाल करून जगू शकतील, याबद्दल आता काहीही सांगता येणार नाही. त्याच्या पोटाला झालेल्या इजेमुळे त्याला स्वत:चं स्वत: अंथरुणातून उठता येत नाही किंवा चाकाच्या खुर्चीत बसता येत नाही. एक हात गमावल्यामुळे आतड्यांवरच्या शस्त्रक्रियेनंतर आपले आपण व्यवहार करणं त्याला अशक्य होऊन बसलंय. इतक्या प्रचंड जखमा झालेल्यांचं पुनर्वसन करण्याची वेळ आमच्यावर यापूर्वी कधीही आलेली नव्हती. अशा लोकांना आयुष्य जगण्याची उमेद वाटावी, यासाठी काय करता येईल, याबद्दल आता कुठे आम्ही

शिकण्याचा प्रयत्न करू लागलो आहोत.

४ एप्रिल, २००४ रोजी, चार खासगी लष्करी कंत्राटदारांना फल्लूजामध्ये ठार मारण्यात आल्यावर आणि त्यांचे देह विच्छिन्न करण्यात आल्यावर बगदादच्या पश्चिमेच्या या गावातल्या १५,००० ते २०,००० बंडखोरांना ताब्यात घेण्यासाठी अमेरिकेच्या तीन मरीन बटॅलिअन्सनी तिथे हल्ला चढवला. पाच दिवस घनघोर लढाई झाल्यावर, इराकी सरकारनं जोरदार निषेध केला. त्यामुळे व्हाईट-हाऊसनं (अमेरिकी अध्यक्षांनी) अमेरिकी लष्कराला तिथून माघारी वळायचा आदेश दिला. आणखी सात महिन्यांनी अमेरिकी मरीन्सनी ९ नोव्हेंबर रोजी पुन्हा एकदा हल्ला चढवला. त्या शहरातल्या दोनशे मशिदींमध्ये आणि पन्नास हजार इमारतींमध्ये लपून बसलेल्या बंडखोरांवर हल्ला चढवण्यासाठी अमेरिकी मरीन्सच्या चार तुकड्या, वाहनांचा वापर करणाऱ्या लष्करी पायदलाच्या दोन तुकड्या आणि बारा हजार सैनिक चाल करून आले आणि गल्लोगल्ली लढू लागले. आठवड्यातच त्यांनी शहर ताब्यात घेतलं, परंतु त्यानंतर अनेक आठवडे लढाई मात्र चालूच राहिली होती. फल्लुजातल्या या दोन लढायांदरम्यान अकराशेंहून अधिक अमेरिकी सैनिक जखमी झाले. किती बंडखोर जखमी झाले, हा आकडा अद्याप कळलेला नाही. या जखमींवर उपचार करण्यासाठी, जवळपासच्या भागात वीसपेक्षासुद्धा कमी ट्रॉमा-सर्जन्स उपलब्ध होते आणि संपूर्ण देशभरात फक्त दोन न्यूरोसर्जन्स उपलब्ध होते. मरीन्स आणि लष्कराच्या एफटीएसनी काही जखमींवर उपचार केले असले, तरी जखमींची संख्या इतकी प्रचंड होती की, ते हतबल झाले. तेथे ज्यांच्यावर उपचार करणं अशक्य होतं, अशांना ताशी दोनशे मैल वेगानं जाणाऱ्या ब्लॅकहॉक् मेडिव्हॅक् हेलिकॉप्टर्सनी जखमींवर उपचार करणाऱ्या हॉस्पिटल्समध्ये पोचवण्यात आलं. त्यातले निम्मे रुग्ण बगदादमधल्या सीएचएसमध्ये पोचवण्यात आले.

मी बॉस्टनमध्ये ज्या सहकाऱ्यासमवेत प्रशिक्षण घेतलं होतं, तो मायकेल मर्फी नावाचा सहकारी त्या वेळेस तेथे राखीव म्हणून तैनात होता. तो नॉर्थ-कॅरोलायनामध्ये व्हॅस्क्युलर-सर्जन (रक्तवाहिन्यांवर शस्त्रक्रिया करणारा शल्यविशारद) म्हणून काम करत होता. जून २००४मध्ये त्यानं लष्कराच्या राखीव पथकात प्रवेश केला होता. ऑक्टोबरमध्ये त्याला मध्यवर्ती अधिकाऱ्यांकडून (सेंट्रल कमांड) बोलावणं आलं. ''मी रविवारी डरहॅम सोडलं. आणखी एकाच आठवड्यानं मी इराकमधल्या तुकडीसमवेत हातात एम् नाइन पिस्तूल घेऊन आयरिश रोडवरून प्रवास करायला सुरुवात केली, तेव्हा 'मी माझ्या स्वत:वर हे काय ओढवून घेतलंय', अशी माझी भावना झालेली होती!'' त्यानं मला नंतर सांगितलं.

तो ३१ क्रमांकाच्या सीएचएसमध्ये पोचला, तेव्हा हातात बॅग असलेल्या

स्थितीतच त्याला ऑपरेटिंग रुममध्ये पाठवण्यात आलं आणि पोटात तीक्ष्ण पदार्थानं जखमा झालेल्या, दोन्ही पाय तुटलेले, एका दंडातल्या रोहिणीला इजा होऊन त्यातून रक्ताची धार लागलेल्या एका सैनिकावर त्वरित उपचार करण्याची त्याला सूचना देण्यात आली. मर्फीनं त्यापूर्वीच्या संपूर्ण आयुष्यात अशी भीषण जखम त्यापूर्वी कधीही पाहिलेली नव्हती. त्या जखमी सैनिकाला, एखाद्या भिजलेल्या कुत्र्याला जपून आत आणावं, तसं तिथल्या वैद्यकीय पथकानं आत आणलं आणि त्यांनी ज्या संघवृत्तीनं त्याच्यावर उपचार केले, तशी संघवृत्ती त्यापूर्वी मर्फीनं कधीही पाहिलेली नव्हती! ''दोनच आठवड्यांत भेदरून गेलेल्या माणसापासून, एका आत्मविश्वासानं सळसळणाऱ्या सर्जनमध्ये माझं परिवर्तन झालं.''

नोव्हेंबरमध्ये फल्लुजात जी लढाई झाली, त्याचं वर्णन लष्करात 'ऑपरेशन फँटम फ्यूरी' (सैतानी चेवानं केलेलं युद्ध) अशा शब्दांत केलं जातं. त्या युद्धकाळात फल्लुजातला सीएसएचवरचा ताण असह्य कोटीला पोचलेला होता. ''दर दोन तासांनी, पाच, दहा, पंधरांच्या संख्येनं जखमी लोक आणले जात होते,'' मर्फी म्हणाला. CSH पाशी इमर्जन्सी रूममध्ये पंचवीस खाटा होत्या, पाच ऑपरेटिंग टेबल्स होती, अतिदक्षता विभागासाठीचं एक पथक होतं आणि ते सर्वस्वी अपुरं ठरलं होतं. परंतु त्यावरच त्यांनी कसंबसं रेटून नेलं. सर्जन्स आणि इमर्जन्सी फिजीशियन्सनी सर्वांत गंभीर स्वरूपाच्या जखमा झालेल्यांवर इलाज केले. त्याहून कमी गंभीर स्वरूपाच्या जखमा झालेल्यांवर, जो कोणी उपलब्ध होता — फॅमिली फिजिशियन, पीडिआट्रिशियन (बालरोगतज्ज्ञ), अगदी डोळ्यांचा सर्जनसुद्धा — त्यानं उपचार केले. ऑपरेटिंग टेबलवर शस्त्रक्रिया करणाऱ्या सर्जन्सनी गंभीर इजा थोपवण्याइतपत उपचार करून, भराभरा आणखी रुग्णांवर उपचार केले. प्रकृती थोडी स्थिर झाली की, जखमींना ताबडतोब लॅन्ड्स्टुलमधल्या हॉस्पिटलमध्ये रवाना केलं जात होतं. जखमींपैकी एकतृतीयांश लोक इराकी होते. ते नागरिक किंवा सैनिक असले, तर इराकी हॉस्पिटलमधली खाट उपलब्ध होईपर्यंत त्यांना इथं ठेवलं जात होतं. ते बंडखोरांपैकी असले, तर त्यांच्यावर प्राथमिक उपचार करून त्यांची रवानगी तुरुंगांमध्ये केली जात होती. घनघोर युद्ध जुंपलं होतं, तेव्हा मर्फी आणि त्याचे सहकारी, अधूनमधून अर्धा तास विसावा घेऊन सलग अठ्ठेचाळीस तास काम करत होते. त्यानंतर थोडीशी झोप घेऊन पुन्हा पुढले अठ्ठेचाळीस तास काम करत होते.

नोव्हेंबरच्या फल्लुजातल्या लढाईत सहाशे नऊ अमेरिकी सैनिक जखमी झाले होते. असं असूनही लष्करी वैद्यकीय पथकांनी मृत्यूंचं प्रमाण केवळ १० टक्के राखण्यात यश मिळवलं होतं. फल्लुजातल्या दोन लढायांमध्ये एकंदर ११०० अमेरिकी सैनिक जखमी झाले. या वैद्यकीय पथकांनी १०४ सैनिकांखेरीज इतर सर्व

सैनिकांना वाचवण्यात यश मिळवलं. ही कामगिरी अतुलनीय होती आणि ती कामगिरी शक्य झाली, ती केवळ कल्पनाही करता येणार नाही, अशा निग्रही प्रामाणिक प्रयत्नांमुळे! उदाहरणच द्यायचं, तर फल्लुजात काय घडलं, याची आकडेवारी आपल्याला उपलब्ध कशी होऊ शकली, याकडे पाहायला हवं. ती आकडेवारी उपलब्ध होऊ शकली, कारण युद्धाच्या रणधुमाळीत झोपेशिवाय दोन दोन दिवस काम करणाऱ्या, थकून गेलेल्या वैद्यकीय पथकानं, वेळात वेळ काढून नीटपणे नोंदी ठेवल्यामुळेच! ३१ क्रमांकाच्या सीएसएचमध्ये, तीन वरिष्ठ फिजीशिअन्सनी ही सर्व माहिती गोळा करून, त्या माहितीची नोंद करून ठेवण्याची जबाबदारी स्वीकारली होती. प्रत्येक जखमी सैनिकाबद्दल ७५ वेगवेगळ्या मुद्यांच्या नोंदी ते करून ठेवत होते. ह्या नोंदी तपासून पाहिल्यावर, या सैनिकांना नेमकं काय झालेलं होतं आणि त्यांच्यावरचे उपचार किती यशस्वी ठरले होते, हे समजणं सोपं जाईल, हा या साऱ्या खटाटोपामागचा हेतू होता. ''डॉक्टरांसाठीची एक छोटीशी खोली होती. त्यात दोन कॉम्प्युटर्स होते. मला आठवतंय की, हे डॉक्टर्स रात्री उशिरा, कधीकधी तर पहाटेच्या वेळीसुद्धा कॉम्प्युटरवर ही माहिती टाकत बसलेले असायचे.'' मर्फी जुनी आठवण सांगत म्हणाला.

आपल्या देशात अशा प्रकारच्या तपशीलवार नोंदी आपण कधीच करत नाही. ''गेल्या सहा महिन्यांत शस्त्रक्रियेनंतर गुंतागुंत उद्‌भवण्याचं आणि त्यात रुग्ण मृत्युमुखी पडण्याचं प्रमाण काय होतं?'' असा प्रश्न आपण सर्वसाधारण अमेरिकन हॉस्पिटलला विचारला, तर त्यांना त्या प्रश्नाचं उत्तर देता येत नाही. ''डॉक्टरांना नोंदी करण्यासाठी वेळच मिळत नाही,'' असं सांगायचा मला मोह होतोय. परंतु असा मोह होताक्षणी, बगदादमध्ये रात्री उशिरापर्यंत जागत बसून, कॉम्प्युटर्सवर नोंदी करणारे डॉक्टर्स मला आठवतात. त्यांनी केलेल्या उपचारांची उपयुक्तता जाणून घेण्याचं त्यांना इतकं महत्त्व वाटत होतं की, त्यासाठी ते झोपेवर पाणी सोडत होते. आपल्या कामाच्या उपयुक्ततेबाबतचा बारीकसारीक तपशील काळजीपूर्वक लक्षात घेतला, तरच आपली कार्यक्षमता सुधारणं शक्य होईल, ही गोष्ट ते जाणत होते. त्या प्रकारचीच जागरूकता, पोलिओचं निर्मूलन करणारे जागतिक आरोग्य संघटनेचे डॉक्टर्स आणि हॉस्पिटलमध्ये होणाऱ्या जंतुसंसर्गाचं पूर्णतः निर्मूलन करू पाहणारे पिट्‌सबर्गमधले व्हेटेरन्स ॲडमिनिस्ट्रेशन हॉस्पिटलमधले डॉक्टर्ससुद्धा दाखवत होते.

युद्ध जसं आणखी वर्षं चालू राहिलं, तसतसं वैद्यकीय पथकांना अनेक अनपेक्षित समस्यांना तोंड देणं भाग पडलं. अपेक्षेपेक्षा युद्ध लांबतच गेलं, जखमी सैनिकांची संख्या वाढत गेली आणि त्यांना होणाऱ्या इजेचं स्वरूपही बदललं. परंतु काळजीपूर्वक

जमा करण्यात आलेल्या नोंदी मात्र खूपच उपयुक्त ठरल्या. ह्या नोंदी काळजीपूर्वक पाहणाऱ्या सर्जन्सच्या लक्षात आलं की, अंधत्व देणाऱ्या जखमांचं प्रमाण वाढत चाललं होतं. सैनिकांना डोळ्यांचं संरक्षण करण्यासाठी गॉगल्सचा वापर करण्याची सूचना देण्यात आलेली होती. परंतु त्यांना देण्यात आलेले गॉगल्स त्यांना अतिशय कुरूप वाटत होते. एक सैनिक म्हणाला, "फ्लॉरिडातला एखादा वृद्ध वापरेल, तसे ते गॉगल्स होते." त्यामुळे लष्करानं मान तुकवली आणि निमूटपणे वायली ब्रँडचे, आकर्षक दिसणारे, बॉंबपासून डोळे सुरक्षित ठेवणारे गॉगल्स मागवले. डोळ्यांना होणाऱ्या इजांचं प्रमाण ताबडतोब खाली गेलं.

लष्करातल्या डॉक्टरांना आढळलं की, आत्मघातकी पथकांनी केलेल्या बॉंबस्फोटांमुळे आणि भूसुरुंग आणि इतर आइडी (मिळेल तो स्थानिक माल वापरून बनवलेले स्फोटक पदार्थ)च्या स्फोटांमुळे होणाऱ्या जखमांचं प्रमाण वाढत चाललं होतं आणि अशा जखमा नियंत्रणाखाली आणणं अवघड बनत चाललं आहे. आयइडीमुळे खोलवर गेलेल्या, शरीराच्या पृष्ठभागावर जोराचे आघात करणाऱ्या आणि भाजण्यासारख्या अशा सर्व प्रकारच्या जखमा होतात. अशा गावठी बॉंबमध्ये नुसते खिळे, बोल्ट नसून त्याखेरीज माती, चिंध्या, हाडंसुद्धा भरलेली असतात. गावठी बॉंबच्या स्फोटामुळे जखमी झालेल्यांना, वरवर क्षुल्लक दिसणाऱ्या लहान-लहान जखमा झाल्या, तरी त्या खूप रक्तपात घडवून जिवावर बेतू शकतात. लष्करानं ते लक्षात घेऊन प्रथमोपचारांच्या पेटीत इमर्जन्सी बँडेजेस ठेवायला सुरुवात केली. ही बँडेजेस जखमेवर घट्ट बसून रक्तवाहिनीवर दाब दिला जायचा आणि त्यायोगे रक्तस्राव थोपवला जायचा. सैनिकाला एका हातानं ती घट्ट बसवणं शक्य व्हायचं. जखमेतून वाहणाऱ्या रक्ताची त्वरित गुठळी करून रक्तस्राव थोपवणारी औषधं आत घातलेली नव्या प्रकारची बँडेजेससुद्धा वाटण्यात आली. भाजून जखमी झालेल्यांवर शस्त्रक्रिया करणारे लोक, रक्तस्राव होणाऱ्या साऱ्या जागा गॉझनं बंद करून त्यानंतर पोटाच्या किंवा इतर शस्त्रक्रिया करायला शिकले. जखमींच्या जखमा ओलीनं वारंवार धुवून त्यातून जंतुसंसर्ग करणारी घाण दूर करणं महत्त्वाचं होतं, याचीसुद्धा सर्जन्सना जाणीव झाली.

याचा अर्थ असा नव्हे की, लष्करातल्या डॉक्टरांना सर्व गोष्टींवर नेहमीच तोडगे शोधता येत होते! त्यांनी केलेल्या नोंदींवरून स्पष्ट होतं की, अनेक समस्यांवर त्यांना अजूनही चांगले तोडगे सापडलेले नाहीत. उदाहरण द्यायचं झालं, तर इराक युद्धाच्या प्रारंभीच्या काळात, केव्हलर-व्हेस्ट्सच्या वापरामुळं, कमरेवरच्या धडाच्या भागाला होणाऱ्या इजा थोपवणं शक्य झालेलं होतं. परंतु त्यानंतर सर्जन्सना आढळून आलं की, आयइडी (गावठी बॉंब)मुळे भाजून होणाऱ्या जखमा त्या चिलखतासारख्या व्हेस्टच्या आतून आणि काखेत असलेल्या छिद्रातून वरपर्यंत

पोचत होत्या. भाजून होणाऱ्या जखमांमुळे, हाडांचे डॉक्टर्स ज्याला 'मॅन्गल्ड एक्स्ट्रिमिटीज' किंवा छिन्नविच्छिन्न झालेले देहावरचे भाग (स्नायू, हाडं आणि अनेकदा रक्तवाहिन्यांना छिन्नविच्छिन्न करणारी इजा) म्हणतात, त्या प्रकारची इजा व्हायची. अशा प्रकारची इजा भीषण स्वरूपाची असते आणि ती जिवावरही बेतू शकते. अशी इजा झाली असता, अवयव (हात किंवा पाय) तोडून टाकावा की नाही, हा ऑर्थोपेडिक (हाडांच्या) सर्जन्सना पडणारा यक्षप्रश्न असतो. शहरात गंभीर आघात करणाऱ्या जखमा होतात, तेव्हा ज्या निकषांवर हा निर्णय घेतला जातो, त्याचंच अनुकरण सुरुवातीला लष्करी सर्जन्स करत होते. परंतु ह्या निकषानुसार निर्णय घेऊन इलाज केल्यावर झालेलं निष्पन्न पाहून त्यांनी ठरवलं की युद्धकाळात हे निकष उपयोगाचे ठरत नाहीत. युद्धात अवयवांना होणाऱ्या जखमा अत्यंत गंभीर स्वरूपाच्या असतात म्हणून किंवा त्या इतर इंद्रियांपर्यंत पोचतात म्हणून, नागरी निकष पाळून अवयव सुरक्षित ठेवण्याचा निर्णय रुग्णाच्या जिवावर बेतायचा. अवयव कापून टाकायचं टाळल्यामुळे बरेचदा जिवावर बेतेलसा रक्तस्राव व्हायचा, जंतुसंसर्ग व्हायचा आणि गँग्रीन (शरीराचा भाग सडणे) व्हायचं. काही काळानं आणखीच गुंतागुंतीच्या समस्या उद्‌भवायच्या असत. या जखमा गंभीर स्वरूपाच्या असल्यामुळे किंवा जखमींना दूर अंतरावर पोचवावं लागत असल्यामुळे, सर्जन्सना फुप्फुसात रक्ताची गुठळी अडकणं किंवा डीप व्हेन्स थ्रॉम्बॉसिस (शिरेत रक्ताची गुठळी अडकणं) अशा समस्यांमध्ये वाढ होताना दिसू लागली. प्रारंभीच्या आकडेवारीनुसार, वॉल्टर रीडमध्ये आणल्या गेलेल्या जखमींपैकी ५ टक्के लोकांना पल्मनरी एम्बॉलिझम (फुप्फुसात रक्ताची गुठळी अडकणं) होऊन त्यातले दोन मृत्युमुखी पडले. यावर सहजपणे उपाय सापडत नव्हता. रक्त पातळ ठेवणारी औषधं वाहत्या जखमा झालेल्यांना आणि शस्त्रक्रियांची गरज असलेल्यांना देणं धोक्याचं होतं.

इराकमध्ये जखमी झालेले सैनिक अनेक प्रतिजैविकांना दाद न देणारे सूक्ष्मरोगजंतू (मल्टिपल ड्रग रेझिस्टंट बॅक्टेरिया) फैलावू लागले. अशा सूक्ष्मरोगजंतूंचं नाव होतं ॲसिनेटोबॅक्टर बाऊमॅनाय. अफगाणिस्तानातून आलेले सैनिक या प्रकारच्या रोगजंतूंना बळी पडत नव्हते. हे सूक्ष्मरोगजंतू प्रतिजैविकांच्या वापरामुळे तयार झाले होते की, ते इराकमध्ये आधीपासूनच अस्तित्वात होते, हे सांगणं कठीण आहे. ते काहीही असो! २००४ साली वॉल्टर रीडमध्ये आलेल्या ४४२ रुग्णांचा तपशील पाहता दिसून येतं की, त्यांच्यापैकी ३७ रुग्णांना (८.४ टक्के) ह्या सूक्ष्म रोगजंतूंची लागण झालेली होती. हे प्रमाण आधीच्या तुलनेत अनेक पट होतं. या सूक्ष्मरोगजंतूंचा संसर्ग इतर सैनिकांच्या जखमांना, इतर कृत्रिम अवयवांना आणि कॅथेटर्सना होऊन हॉस्पिटलमधल्या तीन इतर रुग्णांनासुद्धा त्याची बाधा झाली. काही काळानं इराक

मधून आलेल्या सैनिकांना सर्रास वेगळं ठेवलं जाऊ लागलं आणि त्यांना या सूक्ष्म रोगजंतूंची लागण झाली होती किंवा नाही, हे तपासून पाहिलं जाऊ लागलं. वॉल्टर-रीडमध्येसुद्धा वैद्यकीय सेवा पुरवणाऱ्यांना हात धुवायची काळजी घेण्याच्या सूचना करण्यात आल्या.

ही केवळ वैद्यकीय आव्हानं झाली! युद्धाचं स्वरूप बदलल्यामुळे आणखी एवढ्याच गंभीर समस्या उद्भवल्या. विजेसारख्या चपलतेनं आक्रमण करण्याची युद्धाची पद्धत मागे पडली आणि खूप काळ वेढा घालून बसण्याची गरज उद्भवली. त्यामुळे सीएसएचना स्थानिक हॉस्पिटलमध्ये परिवर्तित करावं लागलं. उदाहरणार्थ, वैद्यकीय सेवा पुरवणारं पथक, बगदादमधल्या युद्धातून बाहेर असलेल्या 'ग्रीन झोन' मधल्या इब्न सुना हॉस्पिटलमधून काम करू लागलं. तिथून काम करायला सुरुवात केल्यावर, त्यांच्याकडे उपचारांची मागणी करत अनेक इराकी नागरिक येऊ लागले. त्यांच्यावर उपचार करण्याचं धोरण नव्हतं. अशा काही हॉस्पिटल्सनी इराकी नागरिकांवर उपचार करण्यास नकार दिला, कारण अमेरिकी लक्ष्यावर झडप घालण्यासाठी त्यांच्यात कुणी आत्मघातकी - हल्लेखोर लपला असेल, अशी त्यांना साधार भीती वाटत होती. काही हॉस्पिटल्सनी इराकींवर उपचार करायचं कबूल केलं खरं, परंतु त्यांना इराकी नागरिकांच्या प्रचंड संख्येला तोंड देणं अशक्य झालं. विशेषत: बालकांवर उपचार करणं अशक्य झालं, कारण अमेरिकी वैद्यकीय पथकांमध्ये फारच थोडे बालरोगतज्ज्ञ होते आणि त्यांच्याजवळची सामग्रीसुद्धा तुटपुंजी होती.

जास्तीचे कर्मचारी आणि साधनसामग्री सर्वत्र उपलब्ध करून दिली जावी, अशी विनंती करण्यात आली होती. परंतु या गोष्टींची गरज वाढत गेली, तरी त्यांचा पुरवठा मात्र सीमितच राहिला. लष्करी सेवेत रुजू होऊ इच्छिणाऱ्यांची संख्या एकदम खाली गेली. २००४ साली लष्करी अहवालानुसार, मर्फीखेरीज फक्त १४ इतर सर्जन्स राखीव लष्करी सेवेत रुजू झाले. अनेक सर्जन्सना पुन्हा युद्धभूमीवर पाठवण्यात आलं, तर इतरांना तिथे जास्त दिवस राहण्याचा आदेश दिला गेला. परंतु तरीही पुरेसे सर्जन्स उपलब्ध होऊ शकले नाहीत. त्यामुळे लष्करातले युरॉलॉजिस्ट्स, प्लास्टिक सर्जन्स, कार्डिओ-थोरॅसिक सर्जन्स या सर्वांना जनरल सर्जनचं काम करण्याचे आदेश देण्यात आले. पुन्हा तिसऱ्या वेळेस सर्जन्सना युद्धभूमीवर पाठवण्याबाबत विचार सुरू झाला. सरकारातल्या संरक्षण खात्यानं जाहीर केलं की, लष्कराकडे अधिक डॉक्टर्सना आकृष्ट करून घेण्यासाठी ते अधिक चांगला पगार देऊ करेल. परंतु, हे धोरण यशस्वी ठरलं नाही. लष्करी सेवेत दिला जाणारा पगार, अन्यत्र जागी मिळणाऱ्या पगाराच्या तोडीचा कधीच नव्हता. त्या जोडीला कुटुंबापासून दूर युद्धभूमीवर पाठवलं जाण्याची निश्चितता आणि धोक्याचं

काम यांमुळे जास्त पगाराचं आमिष पुरेसं ठरलं नाही. २००५च्या मध्यापर्यंत, इराक आणि अफगणिस्तान इथलं युद्ध, अमेरिकेच्या दुसऱ्या महायुद्धातल्या सहभागापेक्षासुद्धा जास्त काळ लांबत चाललेलं होतं आणि या युद्धात कुणालाही सक्तीनं सामील करून घेतलं नव्हतं. अशी सक्ती केली गेली नसल्यामुळे, लष्करातल्या शल्यविशारदांना त्यांची अतुलनीय कामगिरी पुढे चालू ठेवणं कठीण होऊन बसलं.

असं असूनही, निदान अजूनपर्यंत त्यांनी आपली उत्कृष्ट कार्यक्षमता टिकवून धरली आहे. २००६ साल संपलं, तोपर्यंत लष्करी वैद्यकीय सेवापथकं, युद्धात जखमी झालेल्यांपैकी ९० टक्के सैनिकांना जिवंत ठेवण्यात यशस्वी ठरली होती आणि ९० टक्के आकडा खरोखरच अविश्वसनीय आहे. युद्धात जखमी झालेल्यांवर उपचार करण्याच्या पद्धतींमध्ये गरजेनुसार आमूलाग्र बदल करण्याचं धोरण, लष्करी डॉक्टर्सनी अजूनही चालू ठेवलेलं होतं. नव्या शोधांची वाट न पाहता, कार्यक्षमतेला विज्ञानात परिवर्तित करण्याच्या निग्रहामुळेच त्यांना ही गोष्ट साध्य करता आली. आणि कस पाहणाऱ्या संकटांना तोंड देत, अतुलनीय वैयक्तिक त्याग करून त्यांनी ही गोष्ट करून दाखवली!

एका शल्यविशारदाचा विशेष उल्लेख करायलाच हवा. मार्क टेलरनं लष्करी सेवेला २००१ साली प्रारंभ केला. त्याला मिलिटरी स्कॉलरशिपवर, 'जॉर्ज वॉशिंग्टन युनिव्हर्सिटी मेडिकल स्कूल'मधून वैद्यकीय शिक्षण घेता आलं होतं. या स्कॉलरशिपच्या अटींची पूर्तता करण्यासाठी, त्यानं लष्करी सेवेसाठी जनरल सर्जन हे पद स्वीकारलं आणि फोर्ट ब्रॅग्ज वोमॅक आर्मी मेडिकल सेंटर (नॉर्थ कॅरोलायना) येथे तो रुजू झाला. इतर अनेक लष्करी सर्जन्सप्रमाणे, त्यालासुद्धा दोन वेळा इराकला जावं लागलं. पहिल्यांदा २००३ सालच्या फेब्रुवारी महिन्यापासून ते मे महिन्यापर्यंत आणि पुन्हा ऑगस्ट २००३पासून पुढल्या वर्षाच्या हिवाळ्यापर्यंत. तो ७८२ क्रमांकाच्या एफएसटीमध्ये काम करत होता. मार्च २०, २००४ रोजी, घरी परतायच्या चारच दिवस आधी, फल्लुजाच्या बाहेर असताना, बराकीबाहेर उभं राहून फोन करत असताना तो रॉकेटद्वारा डागलेल्या हातबॉंबच्या हल्ल्यात मृत्युमुखी पडला. त्याच्या सहकाऱ्यांनी निकराचे प्रयत्न केले, तरीही त्याला ते वाचवू शकले नाहीत. कोणत्याही डॉक्टरनं याहून मोठी किंमत मोजलेली नाही!

भाग २

योग्य कार्यप्रणाली वापरणे

नग्न रुग्ण

२००१ सालच्या 'कंदाहार' ह्या सिनेमात एक अत्यंत सुरेख आणि चित्ताकर्षक दृश्य दाखवण्यात आलेलं आहे. हा सिनेमा तालिबान राजवटीखालच्या अफगाणिस्तानातल्या कथानकावर घेतला गेलेला आहे. ह्या दृश्यात एका पुरुष डॉक्टरला, एक स्त्री-रुग्णाला तपासायला सांगितलेलं आहे. दोघांच्या मधोमध ब्लँकेट टाकून जाड पडदा उभा केलेला आहे. त्या पडद्यामागची स्त्री बुरख्याखाली नखशिखान्त झाकलेली आहे. ते दोघे थेट एकमेकांशी बोलत नाहीत. त्या रुग्ण स्त्रीचा लहान मुलगा – तो सहा वर्षांचा असावा – दोघांमधला दुवा आहे. तो लहान मुलगा डॉक्टरला सांगतो की त्याच्या आईचं पोट दुखतंय.

डॉक्टर विचारतो, "तिचं जेवण उलटून पडलंय का?"

तो मुलगा आईला विचारतो, "तुझं जेवण उलटून पडलंय का?" ती स्त्री स्पष्टपणे ऐकू जाईल अशा आवाजात उत्तर देते, "नाही." परंतु जणू काही त्याला ऐकूच आलं नाही, असं भासवत डॉक्टर उत्तराची वाट पाहतो. तो मुलगा डॉक्टरला सांगतो, "नाही."

डॉक्टरला रुग्णाची तपासणी करता यावी, म्हणून त्या पडद्यात एक दोन इंची, वर्तुळाकार छिद्र पाडलेलं आहे. डॉक्टर त्या मुलाला सांगतो, "तिला त्या छिद्राजवळ यायला सांग." मुलगा तसं करतो. ती तिचं तोंड उघडून ते छिद्रापाशी आणते. त्या छिद्रातून डॉक्टर तिच्या घशाची तपासणी करतो. तो त्या मुलाला म्हणतो, "तिला तिचे डोळे छिद्राजवळ आणायला सांग." अशा प्रकारे तपासणी केली जाते. सभ्यतेचे असे संकेत असू शकतात, असं दिसतंय.

मी शल्यविशारद म्हणून कामाला सुरुवात केली, तेव्हा रुग्णाची तपासणी

करताना कोणता शिष्टाचार पाळावा, याबद्दल माझ्या मनात कोणतीही स्पष्ट कल्पना नव्हती. अमेरिकेत याबद्दल कोणतंही स्पष्ट धोरण नाही. याबद्दलच्या अपेक्षा धूसर स्वरूपाच्या असतात आणि ह्या विषयाबद्दल चर्चा करणं धोक्याचं ठरू शकतं. शारिरीक तपासणी करताना रुग्णाच्या देहाला हात लावावा लागतो आणि विशेषत: डॉक्टर एक पुरुष असला आणि रुग्ण एक स्त्री असली, तर तो डॉक्टर नग्न देहाची तपासणी ज्या प्रकारे करतो, त्याबद्दल शिष्टसंमत आचार आणि विश्वास या संदर्भातले प्रश्न उपस्थित होऊ शकतात.

आदर्श पद्धत कुणालाही शोधून काढता आलेली नाही. एका इराकी सर्जननं मला त्याच्या मायदेशातली – इराकमधली – शारीरिक तपासणीबाबतची रूढी सांगितली. तो मला म्हणाला की, तशी गरज वाटली, तर तो विनासंकोच स्त्री-रुग्णाची संपूर्ण शारीरिक तपासणी करतो. परंतु डॉक्टर आणि रुग्ण भिन्नलिंगी असल्यामुळे, ते एकटेच एकत्र असणं औचित्याला धरून ठरत नाही. म्हणून ह्या शारीरिक तपासणीच्या वेळेस त्या रुग्ण स्त्रीचा कुणीतरी कुटुंबीय तिच्या सोबत नेहमीच उपस्थित असतो. स्त्रिया त्यांच्या अंगावरचे कपडे उतरवून, तपासणीचा गाउन घालत नाहीत. त्याऐवजी देहाचा लहानसा भाग एकावेळी उघडा केला जातो. नर्सला पाठराखीण म्हणून क्वचितच उपस्थित राहायला सांगितलं जातं. डॉक्टर एक स्त्री असली, तर त्याची गरजच पडत नाही आणि डॉक्टर एक पुरुष असला, तर रुग्ण स्त्रीचा कुणीतरी कुटुंबीय तिथं उपस्थित राहून, काही वावगं घडत नाही ना, यावर नजर ठेवतो.

मला भेटलेल्या एका व्हेनेझुएलाच्या डॉक्टरच्या म्हणण्याप्रमाणे, कॅरॅकसमध्ये वक्ष किंवा योनी यांची तपासणी करतेवेळी स्त्रीरुग्ण नेहमीच एक पाठराखीण आणतात. मग तपासणी करणारा डॉक्टर स्त्री असो की पुरुष! तो डॉक्टर म्हणाला, ''असं केल्यामुळे कुणाबद्दलच अविश्वास दर्शवला जात नाही.'' परंतु ही पाठराखीण मात्र वैद्यकीय व्यावसायिक असावी लागते. त्यामुळे नातेवाइकांना खोलीबाहेर पाठवून दिलं जातं आणि एका स्त्री नर्सला तपासणीच्या वेळेस खोलीत बोलावलं जातं. जर अशी पाठराखीण उपलब्ध नसली किंवा स्त्री रुग्णानं तिला आत यायला परवानगी दिली नाही, तर तपासणी केली जात नाही.

किएव्हमधल्या एका युक्रेनी डॉक्टरनं मला सांगितलं की, तिथले डॉक्टर 'शॅपेरॉन' (पाठराखीण) वापरत असल्याचं तिच्या ऐकिवात नाही. पाठराखीण म्हणजे काय, याची फोड करून तिला सांगावं लागतं. ती म्हणाली की, किएव्हमधल्या पद्धतीनुसार, तपासणीच्या वेळेस, रुग्णाबरोबर जर अन्य कुणी नातलग तिथं आला, तर त्याला तपासणीच्या खोलीबाहेर जायला सांगितलं जातं. डॉक्टर आणि रुग्ण दोघांनाही त्यांचा गणवेश घालावा लागतो. रुग्ण तपासणीसाठीचा पांढरा

गाउन घालतात आणि डॉक्टर पांढरा कोट चढवतात. नेहमी आडनावानंच एकमेकांना संबोधलं जातं. कोणतीही अनौपचारिकता वापरून वातावरण गढूळ केलं जात नाही. तिच्या मते अशी काळजी घेतली की, विश्वास दृढ होतो आणि वैद्यकीय तपासणीच्या हेतूबद्दल कोणताही संदेह उद्‌भवत नाही.

डॉक्टरांपुढे विविध पर्याय उपलब्ध असतात, असं दिसतं.

ऑक्टोबर २००३मध्ये मी माझ्या तपासणीच्या वेळांची पाटी लावली आणि लगेचच माझा पहिला रुग्ण माझ्याकडे आला. मला जाणीव झाली की, आयुष्यात प्रथमच मी रुग्णाबरोबर संपूर्णत: एकटाच होतो. इतर कुठलाही डॉक्टर पर्यवेक्षणासाठी उपस्थित नव्हता किंवा खोलीत येऊ घातला नव्हता. पडद्याच्या पलीकडल्या बाजूला इमर्जन्सी-रुममधल्या कर्मचाऱ्यांची कोणतीही धावपळ चालू नव्हती. त्या खोलीत फक्त रुग्ण आणि मी होतो. आम्ही दोघे खाली बसलो असतो, बोललो असतो. मी त्याला येण्याचं कारण विचारलं असतं, त्याच्या यापूर्वीच्या वैद्यकीय समस्यांची माहिती विचारली असती, घेतलेल्या औषधांची यादी पाहिली असती, त्याच्या कौटुंबिक आणि सामाजिक पार्श्वभूमीची चौकशी केली असती. त्यानंतर शारिरीक तपासणी करायची वेळ उभी राहिली असती.

मी कबूल करतो की, काही प्रसंग मला विशोभित वाटतात. मला तपासणीसाठीच्या गाउन्सचा स्वभावत:च तिटकारा आहे. आमच्या क्लिनिकमधले तपासणीसाठीचे गाउन्स अगदी पातळ कापडाचे किंवा पातळ कागदाचे असतात आणि ते अगदी ढगळ असतात. ते घातले की, रुग्णाचा देह उघडा राहून त्याला हमखास थंडी वाजते. मी ठरवलं की, रुग्णाच्या अंगावरच्या कपड्यातच मी त्याची तपासणी करेन आणि त्याच्या प्रतिष्ठेला जपेन. जर पित्तखडा झालेल्या स्त्रीनं शर्ट घातलेला असेल, तर तिच्या पोटाची तपासणी करताना ती तो बाजूला करू शकेल. परंतु कधीकधी एखादी रुग्ण स्त्री ड्रेस आणि खाली टाइट्स (घट्ट बसणारी पूर्ण लांबीची पँट) घालून येऊ शकते. अशा वेळेस मी तिला तिचा ड्रेस मानेपर्यंत वर घ्यायला सांगितला आणि टाइट्स गुडघ्यापर्यंत खाली घ्यायला सांगितल्या तर आम्हा दोघांनाही ते किती विचित्र वाटेल! वक्षात गाठ आली असता, तिची तपासणी करणं तत्त्वत: अशक्य कोटीतलं नाही. रुग्ण स्त्री तिच्या ब्राचा हूक काढून टाकून तिच्या शर्टची बटणं काढू शकते. परंतु प्रत्यक्षात तसं करणं किंवा करायला सांगणं खूप विचित्र वाटतं. नाडी पाहणंसुद्धा एक समस्या ठरू शकते. फीमरल पल्स पाहण्यासाठी (मांडीच्या हाडाजवळ जांघेत लागणारी नाडी) जांघेपर्यंत पाय उघडा करावा लागतो. पँटचा पाय जांघेपर्यंत वर घेता येणं शक्य होत नाही. पँट खाली घ्यायला सांगणं पण विचित्र वाटतं. हे सारे अवघडून टाकणारे प्रसंग अनुभवल्यावर मी तो नाद सोडला आणि रुग्णांना कपडे बदलून तपासणीचा गाऊन चढवायला सांगू लागलो!

(परंतु, मी स्त्रियांना जितके वेळा गाऊन चढवायला सांगतो, तितके वेळा मी पुरुषांना तसं सांगत नाही. मी माझ्या एका युरालॉजिस्ट मैत्रिणीला एकदा विचारलं, की जननेंद्रियांची किंवा गुदाची तपासणी करतानात ती तिच्या पुरुष-रुग्णांना गाऊन चढवायला सांगते किंवा नाही. ती म्हणाली, ती तसं सांगत नाही. माझ्याप्रमाणेच तीसुद्धा पुरुष रुग्णांना पँटची झिप काढून पँट खाली करायला सांगते.)

स्त्री रुग्णांबरोबर पाठराखीण ठेवण्याबाबतचं धोरण मी अजून निश्चित केलेलं नाही. योनिमार्गाची तपासणी करतेवेळी मी माझ्या वैद्यकीय मदतनिसाला नेहमी आत बोलावतो आणि वक्षांची तपासणी करताना बहुतेक वेळा त्याला बोलावत नाही. गुदाच्या तपासणीबाबत माझं कोणतंही निश्चित धोरण नाही.

मी माझ्या सहकाऱ्यांना ते काय करतात, याबद्दल विचारलं आणि मला विविध प्रकारची उत्तरं मिळाली. अनेक जण म्हणाले की, ते सर्व पेल्व्हिक (योनी) आणि रेक्टल (गुद) तपासण्यांसाठी – शॅपेरॉन (पाठराखीण) आणायला सांगतात- (कमरेखालच्या सर्व तपासण्यांसाठी ते शॅपेरॉन आणायला लावतात); परंतु वक्षांच्या तपासणीसाठी ते क्वचितच तसं करतात. इतर काही जण म्हणाले की, ते वक्षांच्या आणि योनिमार्गाच्या तपासणीच्या वेळेस शॅपेरॉन आणायला लावतात, परंतु गुदाची तपासणी करताना शॅपेरॉनचा आग्रह धरत नाहीत. काही जण केव्हाही शॅपेरॉन बोलवत नाहीत. मी एका स्त्रीरोग आणि प्रसूतितज्ज्ञाशी बोलत होतो. तो मला म्हणाला की, त्याच्या शाखेचे अर्धे डॉक्टर्स तरी सरसकट शॅपेरॉन बोलावत नाहीत. त्याला स्वत:ला शॅपेरॉन (पाठराखीण) हा शब्द अत्यंत हीन वाटतो, कारण तो शब्द अविश्वास दर्शवतो. परंतु योनिमार्गाची किंवा वक्षांची तपासणी करते वेळी, तो त्याच्या मदतनिसाला आत आणायची तयारी दर्शवतो आणि रुग्णाला त्याबाबत निर्णय घेऊ देतो. परंतु तो म्हणतो की, पहिल्या तपासणीनंतर, त्यातले फारच थोडे स्त्रीरुग्ण आणखी कुणाची उपस्थिती आवश्यक समजतात. जर रुग्ण स्त्रीला, तपासणीच्या वेळेस तिची बहीण, मित्र किंवा आई तिच्यासोबत उपस्थित राहावी असं वाटलं तर त्याला तो आक्षेप घेत नाही. परंतु या लोकांची उपस्थिती, गैरवर्तनाच्या आरोपापासून त्याचं संरक्षण करेल, अशा भ्रमात तो कधीही वावरत नाही. त्याऐवजी तो रुग्णाचा अंदाज घेऊन ठरवतो की, साक्षीसाठी त्याची नर्स आत बोलावणं गरजेचं आहे किंवा नाही.

लंडनमध्ये वैद्यकीय शिक्षण घेऊन अमेरिकेत रेसिडंट (निवासी) डॉक्टर म्हणून काम करणाऱ्या एकानं मला म्हटलं की, इथे स्त्री-पुरुष रुग्णांमध्ये जो भेद वेळोवेळी केला जातो, तो त्याला विचित्र वाटतो. ''इंग्लंडमध्ये नर्सच्या उपस्थितीशिवाय मी स्त्रीचं पोट कधीही तपासणार नाही. परंतु इथे इमर्जन्सी रूममध्ये स्त्रीरुग्णाचं गुद किंवा जांघेतली गाठ यांची तपासणी करताना मी नर्सला उपस्थित राहायला

सांगितलं, तेव्हा त्यांना वाटलं की, माझं डोकं फिरलंय. ते म्हणाले, ‘सरळ आत जा आणि तपास!’ इंग्लंडमध्ये वक्ष, गुद यांची तपासणी करताना किंवा जांघेतली नाडी तपासताना (फेमोरल पल्स), विशेषत: ती रुग्ण तरुण स्त्री असेल, तर शॅपेरॉनशिवाय अशी तपासणी करणं, हे मूर्खपणाचं किंवा मंदबुद्धीचं लक्षण ठरेल! फार नाही, अगदी एका रुग्णानं जरी तक्रार केली, ‘मी पाय दुखतोय, म्हणून आले होते आणि डॉक्टरनं माझ्या जांघेत हात घालायला सुरुवात केली,’ तर लैंगिक छळाबद्दल तुम्हाला निलंबित करून तुमची पोलीस तपासणी केली जाईल,'' त्यानं मला सांगितलं.

इंग्लंडमधलं धोरण अगदी कडक आहे. जनरल मेडिकल कौन्सिल, रॉयल कॉलेज ऑफ फिजिशिअन्स आणि रॉयल कॉलेज ऑफ ऑब्स्टेट्रिशिअन्स अँड गायनॉकॉलॉजिस्टस यांनी स्पष्टपणे नियम घालून दिलेला आहे की, ‘इंटिमेट एक्झॅमिनेशन’ (वक्ष, योनि/लिंग, गुद) करतेवेळी सर्व रुग्णांना योग्य लिंगाचा (पुरुषांना पुरुष/स्त्रीला स्त्री) शॅपेरॉन द्यायलाच हवा. मग त्या डॉक्टरचं किंवा रुग्णाचं लिंग कोणतंही असो! पुरुष डॉक्टर स्त्री रुग्णाच्या खासगी भागांची तपासणी करत असताना शॅपेरॉन तेथे असायलाच हवा. अशा वेळेस वैद्यकीय पथकातली स्त्री कर्मचारी तिथे शॅपेरॉन म्हणून उपस्थित असायला हवी आणि अहवालात तिच्या नावाची नोंद केली जायलाच हवी. अशा वेळेस जर रुग्णानं शॅपेरॉनची उपस्थिती नाकारली आणि तपासणी ताबडतोब करणं गरजेचं नसलं, तर स्त्री डॉक्टरकडून तपासणी करता येईपर्यंत ही तपासणी पुढे ढकलावी.

अमेरिकेत असे स्पष्ट नियम घालून दिलेले नाहीत. त्यामुळे डॉक्टरांकडून कशा वागण्याची अपेक्षा करावी, ह्याची आमच्या रुग्णांना काहीही कल्पना नसते. काही प्राथमिक नियम घालून दिले गेलेत, ही गोष्ट खरी आहे. स्टेट मेडिकल बोर्ड्सच्या फेडरेशननं (राज्यस्तरीय वैद्यकीय मंडळांच्या संघानं) स्पष्टपणे सांगितलं आहे की, वैद्यकीय तपासणीखेरीज अन्य हेतूनं रुग्णाच्या वक्षांना किंवा योनीला स्पर्श करणं हा शिक्षापात्र लैंगिक गुन्हा ठरेल. त्याचप्रमाणे रुग्णाशी तोंडानं संपर्क साधणं, आपल्यासमोर रुग्णाला हस्तमैथुन करण्यास उत्तेजन देणं आणि लैंगिक संबंधांच्या बदल्यात रुग्णसेवा पुरवणं, हेसुद्धा शिक्षापात्र गुन्हे ठरतील. लैंगिकदृष्ट्या गैरवर्तनात — मग त्यात स्पर्श करण्यात आला नसला, तरीही त्यावर तेवढीच बंदी घातली गेली आहे – पुढील प्रकार मोडतात : रुग्णाला ‘डेट’वर बोलावणं, रुग्णाच्या लैंगिक कलावर व पसंतीवर टीका करणं, रुग्णाच्या देहाबद्दल किंवा पेहरावाबद्दल कामुक शेरेबाजी करणं आणि स्वत:च्या लैंगिक अनुभवांबद्दल किंवा कल्पनाविलासाबद्दल रुग्णाशी संभाषण सुरू करणं. वैद्यकीय शिक्षण घेत असताना मला कुणी या सीमारेषा स्पष्टपणे समजावून सांगितल्या नव्हत्या, परंतु त्या समजावून सांगण्याची

गरजही नव्हती, असं मला खरोखरच वाटतं.

योग्य प्रकारे वागणाऱ्या डॉक्टरांपुढची मुख्य अडचण अशी असते की, रुग्णाची शारीरिक तपासणी कशा प्रकारे करावी, ही गोष्ट संदिग्ध असते. कोणत्याही रुग्णाला खराखुरा प्रश्न पडू शकतो की, डॉक्टरनं मला 'तिथं' स्पर्श करण्याची खरोखरच गरज होती? आणि जेव्हा डॉक्टर रुग्णाला त्याच्या लैंगिक पूर्वेतिहासाबद्दल प्रश्न विचारतो, तेव्हा त्यामागच्या हेतूची कुणी खात्री देऊ शकेल? रुग्णाला तपासताना कधीनाकधी सारे डॉक्टर्स शरमले आहेत किंवा त्यांचे विचार भरकटले आहेत, या गोष्टीवरूनच सिद्ध होतं की, मोहाला बळी पडणं किती सहज शक्य आहे!

एखादाच शब्द, एखादा विनोद किंवा अनपेक्षित जागी दिसलेल्या टॅटूबद्दल (गोंदवून काढलेल्या चित्राबद्दल) अनवधानानं मारलेला एखादा शेरासुद्धा रुग्ण तपासणीच्या वेळचं वातावरण बदलून टाकू शकतो. एका शल्यविशारदानं मला सांगितलं की, त्याच्याकडे आलेल्या एका तरुण रुग्ण स्त्रीनं, तिच्या वक्षात आलेल्या गाठीबद्दल चिंता व्यक्त करताना, वक्षाचा उल्लेख 'बूब' अशा शब्दांत केला. परंतु तिच्याशी बोलताना जेव्हा डॉक्टरनंसुद्धा 'बूब' असा शब्द वापरला, तेव्हा ती अत्यंत संकोचून गेली आणि तिनं नंतर त्याबद्दल तक्रार नोंदवली. माझ्या माहितीच्या एका स्त्रीनं तिचा स्त्रीरोगतज्ज्ञ बदलल्याचं माझ्या ऐकिवात आहे. त्यामागचं कारण होतं की, त्यानं तिच्या योनिमार्गाची तपासणी करताना तिच्या 'टॅन लाइन्स' बद्दल अनवधानानं स्तुतिपर शब्द वापरले होते.

प्रत्यक्ष शारिरीक तपासणी करतेवेळी कुठे आणि कसा स्पर्श करावा, हा अत्यंत धोक्याचा निर्णय असतो. जर डॉक्टर ज्या प्रकारे तपासणी करतोय, त्याच्या औचित्याबद्दलच रुग्ण शंका घेऊ लागला, तर कोणतीतरी चूक घडतेय, हे नक्की. तर मग या बाबतीत आपण कोणती पद्धत स्वीकारावी?

अधिक कडक आणि समान व्यावसायिक नियम घालून देणं गरजेचं आहे. त्यामागे अनेक कारणंसुद्धा आहेत. पहिलं कारण आहे : रुग्णाला इजेपासून सुरक्षित ठेवणं. डॉक्टरांविरुद्ध राज्यस्तरीय वैद्यकीय मंडळं ज्या शिक्षा फर्मावत असतात, त्यातल्या ४ टक्के शिक्षा लैंगिक गुन्ह्यांसाठी केल्या जातात. दोनशेपैकी एक डॉक्टर, त्याच्या व्यावसायिक आयुष्यात, कधीतरी रुग्णांबरोबरच्या लैंगिक गैरवर्तनासाठी शिक्षापात्र ठरत असतो. यातले काही-काही गुन्हे तर योनिमार्गाच्या तपासणीवेळेस संभोग घेण्याइतके गंभीर स्वरूपाचे आहेत. यातले जवळजवळ सर्व गुन्हे स्त्री रुग्णावर पुरुष डॉक्टरनं केलेल्या लैंगिक अतिक्रमणाबाबतचे आहेत आणि या सर्व गुन्ह्यांच्या वेळेस कुणीही शॅपेरॉन उपस्थित नव्हती. एका राज्यात, अशा गुन्ह्यांपैकी एक तृतीयांश गुन्हे, स्त्री रुग्णाला डेटवर नेणं किंवा कामुकतेनं स्पर्श करणं असे

होते; तर दोन तृतीयांश गुन्हे लैंगिकदृष्ट्या असभ्य वर्तन करणं किंवा अयोग्य प्रकारे स्पर्श करून, संभोगापासून थोडक्यात बचावणं, अशा प्रकारचे होते.

स्पष्टपणे नियम घालून दिले की, रुग्णांद्वारे डॉक्टरांवर खोटे दोषारोप करण्याचं प्रमाणसुद्धा घटेल. असे दोषारोप केले जाण्यापासून शॅपेरॉनच्या उपस्थितीमुळे डॉक्टरांना संरक्षण मिळू शकेल. शॅपेरॉन उपस्थित असली, तर रुग्णाद्वारे गैरवर्तन घडण्यालासुद्धा प्रतिबंध होईल. १९९४ सालच्या एका संशोधन प्रकल्पात आढळलं की, ७२ टक्के स्त्री वैद्यकीय प्रशिक्षणार्थींना आणि २९ टक्के पुरुष वैद्यकीय प्रशिक्षणार्थींना, निदान एकदा तरी रुग्णाकडून शारीरिक लगट केली जाण्याचा अनुभव वाट्याला आला. १२ टक्के स्त्री वैद्यकीय प्रशिक्षणार्थींना पुरुष रुग्णांनी कामुक स्पर्श केला किंवा कवटाळलं.

परंतु गैरवर्तनाला आळा घालणं किंवा दोषारोप थांबवणं यांना प्राधान्यक्रम देऊन, रुग्ण तपासणीबाबतचे नियम करणंसुद्धा चुकीचं ठरेल. अशा घटना क्वचितच घडतात, म्हणून नव्हे (परंतु, आकडेवारीनुसार अशा घटना क्वचित घडतात, हेसुद्धा सत्यच आहे) किंवा गैरवर्तनाला संपूर्णपणे आळा घालणं अशक्य आहे, म्हणूनही नव्हे; परंतु गैरवर्तन संपूर्णत: थांबवण्यासाठी तालिबानींसारखे कडक निर्बंध घालावे लागतील आणि त्यामुळे रुग्णाची संपूर्ण आणि नीटपणे तपासणी करता येणं अशक्य होऊन रुग्णालाच इजा पोहोचण्याचा धोका उद्भवेल. त्यामुळे असा प्राधान्यक्रम चुकीचा ठरेल!

वैद्यकीय-वर्तनाबद्दलचे नियम कडक करण्याचा विचार करणं गरजेचं आहे, ते एका वेगळ्याच महत्त्वाच्या कारणामुळे! असे स्पष्ट नियम आखून दिले की, डॉक्टर आणि रुग्ण यांच्यात विश्वासाचं आणि सामंजस्याचं नातं निर्माण होईल आणि त्यासाठी असे नियम अत्यंत उपयुक्त ठरतील. वैद्यकीय व्यवहारांमध्ये हल्ली जी अनौपचारिकता डोकावू लागलीय — डॉक्टरांनी पांढरे कोट घालण्याला फाटा देणं किंवा डॉक्टरनं आणि रुग्णानं एकमेकांना पहिल्या नावानं संबोधणं — त्यामुळे आपल्याला एके काळी मार्गदर्शन करणाऱ्या सीमारेषा आता धूसर होऊ लागल्या आहेत. जर तपासणी करतेवेळी शिष्टसंमत व्यवहार कोणता, हे खुद्द डॉक्टरलाच उमजत नसलं, तर ते रुग्णाला तरी कसं काय उमजू शकेल? अशा परिस्थितीत वर्तणुकीचा वेगळा अर्थ काढला जाऊ शकणार नाही का? आपण आपल्या पूर्वीच्या प्रथा झुगारून दिल्या आहेत, परंतु त्या जागी आपण नव्या प्रथा आणू शकलो नाहीत.

अशी अनिश्चितता कशी टाळावी, याबद्दल युरॉलॉजिस्ट असलेल्या माझ्या वडिलांनी अत्यंत काळजीपूर्वक विचार केलेला होता. त्यांनी मला सांगितलं की, भारतातून आलेल्या स्थलांतरितानं, ओहायो राज्यातल्या दक्षिणेकडच्या छोट्याशा

गावात व्यवसाय थाटताना विशेष काळजी घेणं किती गरजेचं होतं, हे त्यांनी पूर्णपणे जाणलं होतं. ते युरॉलॉजिस्ट या नात्यानं ज्या तपासण्या करत होते, त्या नेहमी केल्या जाणाऱ्या तपासण्याच होत्या, याबद्दल रुग्णाची खात्री पटवण्यासाठी तेव्हा कोणतेही स्पष्ट नियम घालून दिले गेले नव्हते. त्यामळे संदेहाला जागा उरू नये, म्हणून माझे वडील अत्यंत काळजीपूर्वक वागायचे.

ही प्रक्रिया प्रत्यक्ष रुग्ण तपासणीपूर्वीच सुरू व्हायची, ते नेहमीच टाय आणि पांढरा कोट अशा पोषाखात वावरायचे. ते अत्यंत सौजन्यपूर्वक वागायचे. जरी अनेकदा सामाजिक स्तरावर तो रुग्ण त्यांच्या परिचयाचा असायचा आणि त्या रुग्णाबरोबर खासगी बाबींबद्दल बोलताना त्यांना कोणताही संकोच वाटत नसायचा. (वंधत्वापासून लैंगिक संबंधांपर्यंत कोणताही विषय वर्ज्य नसायचा), तरी ते कटाक्षानं नेहमी वैद्यकीय परिभाषेतच बोलायचे. जर स्त्री रुग्णानं गाउन चढवणं गरजेचं असलं, तर ती कपडे बदलत असताना ते खोलीबाहेर जायचे. रुग्ण तपासणीच्या वेळेस ते काय करणार असायचे आणि कोणत्या कारणास्तव करणार असायचे, याबद्दल ते नेहमीच कटाक्षानं नीटपणे सांगायचे. जर रुग्ण झोपलेल्या स्थितीत असताना रुग्णाला झिप् किंवा बटणं उघडावी लागली, तर मदत करायचं ते कटाक्षानं टाळायचे. पोटाची तपासणी करतानासुद्धा ते हातमोजे वापरायचे. जर रुग्ण अठरा वर्षांखालची मुलगी असेल, तर ते नेहमीच शॅपेरॉन म्हणून स्त्री नर्सला आत बोलवायचे. मग ती तपासणी खासगी अवयवांची असो की नसो.

त्यांची पद्धत यशस्वी ठरली आहे. त्यांची प्रॅक्टिस जोरात चालली आहे. कोणत्याही वावग्या अफवा कधीही उठलेल्या नाहीत. मोठा होत असताना त्यांचे अनेक रुग्ण माझ्या परिचयाचे झाले होते. ते सर्व जण त्यांच्यावर पूर्णपणे विश्वास ठेवायचे.

परंतु माझ्या लक्षात आलंय की, त्यांच्या काही पद्धती माझ्या दृष्टीनं योग्य ठरणार नाहीत. माझ्या रुग्णांना कमरेखालील देहाएवढ्याच कमरेवरील देहाबाबतच्या समस्या असतात आणि नेहमीची पोटाची तपासणी करताना किंवा काखेतली सुजलेली लसिकाग्रंथी (लिम्फ नोड) तपासताना — शॅपेरॉन बोलावणं मला अनावश्यक वाटतं. योनिमार्गाच्या तपासणीखेरीज इतर वेळा मी हातमोजे चढवत नाही. परंतु माझ्या वडिलांच्या वागणुकीतील सौजन्याचं मात्र मी न चुकता अनुकरण करतो. भाषेतलं आणि पोषाखातलं औचित्य, विनयशीलतेला महत्त्व देणं, अत्यंत बारकाईनं रुग्ण तपासणी करणं या गोष्टींचं अनुकरण करण्याचा मी प्रयत्न करतो. आणि त्यांच्या उदाहरणावरून बोध घेऊन मी आणखी एक बदल केला आहे – आता फक्त स्त्री रुग्णाच्या योनिमार्गाच्या तपासणीच्या वेळेसच नव्हे, तर वक्षांच्या किंवा गुदाच्या तपासणीच्या वेळेससुद्धा मी माझ्या सहकारी स्त्रीला शॅपेरॉन म्हणून

खोलीत बोलावतो. मी म्हणतो, ‘‘तुमची हरकत नसेल, तर मी जॅनिसला आत बोलवतो. ती आपली शॅपेरॉन असेल.’’

वैद्यकीय व्यवसायात यशाला कलंक लावण्यासाठी किती छोटीशी गोष्ट पुरेशी ठरते, हे पाहिलं की दडपल्यासारखं होतं. तुम्ही विशेष तंत्रज्ञान आणि ज्ञान असलेले व्यावसायिक म्हणून कामाला सुरुवात करता. केवळ शिष्टाचाराबद्दलची एखादी चूक तुमच्या यशाआड येऊ शकेल, याची तुम्हाला कल्पनाही नसते. परंतु वैज्ञानिक परिमाणाएवढंच सामाजिक परिमाणही महत्त्वाचं ठरतं. तुम्ही किती अनौपचारिकपणे वागावंत, केव्हा औपचारिकता पाळावी, किती मितभाषी असावं, केव्हा स्पष्टपणे बोलावं या गोष्टी अत्यंत महत्त्वाच्या असतात. रोगांचा मुकाबला करण्याच्या या व्यवसायात, आपण आनुवंशिक किंवा पेशींच्या प्रतिक्रियांपेक्षा मानवी प्रतिक्रियांपासून अधिक बोध घेत असतो. विज्ञानाएवढंच मानवी व्यवहारांना महत्त्व असल्यामुळेच हा वैद्यकीय व्यवसाय इतका गहन आणि मनोवेधक बनला आहे. प्रत्येक वाक्याची देवघेव कशा प्रकारे घडते, यावरच ठरतं, की रुग्णाचा डॉक्टरवर विश्वास बसतो की नाही, रुग्णाचं म्हणणं डॉक्टर नीटपणे समजून घेतो की नाही, योग्य निदान केलं जातंय की नाही आणि योग्य उपचार केले जात आहेत किंवा नाही. परंतु या क्षेत्रात हमखास यशस्वी ठरतील, अशी कोणतीही सूत्रं नाहीत.

आता शॅपेरॉनबाबतचा माझा तोडगाच पाहा. तिशीच्या वयाची, मॅनहॅटनमध्ये राहणारी माझी स्नेही, एकदा मला म्हणाली की, तिच्या त्वचेवरच्या ‘मोल’बद्दल (काळा डाग) काळजी वाटल्यामुळे ती एका त्वचारोग तज्ज्ञाकडे गेली. तो डॉक्टर साठीच्या वयाचा होता आणि पूर्णपणे व्यावसायिक औचित्यानं वागत होता. जेव्हा बाकीची माहिती घेऊन झाल्यावर शारीरिक तपासणी करण्याची वेळ आली आणि तिच्या झिरझिरीत गाउनखाली इतरत्र कुठे असे काळे डाग होते का, हे तपासण्याची वेळ आली, तेव्हा त्यानं शॅपेरॉनला आत बोलावलं. खरं तर हे तिला सुखाचं आणि आश्वस्त वाटावं, म्हणून त्यानं केलं होतं. परंतु हा त्वचारोगतज्ज्ञ माझ्या स्नेही स्त्रीच्या देहाची तपासणी करत असताना, त्यानं शॅपेरॉन म्हणून आणलेली त्याची स्त्री साहाय्यिका कोपऱ्यात उभी राहून नुसती पाहत होती आणि त्यामुळे आपला देह प्रदर्शनात मांडला गेलाय, असं माझ्या त्या स्नेही स्त्रीला वाटू लागलं.

माझी स्नेही मला म्हणाली की, तिला खूप विचित्र वाटलं. ‘‘शॅपेरॉनची कल्पनाच टाहो फोडून सांगत असते: ‘ही परिस्थिती अत्यंत धोक्याची आहे आणि खटल्यात एकमेकांवर दोषारोप केले जाऊ नयेत, म्हणून ही नर्स एका कोपऱ्यात विनाकारण, गप्पपणे उभी केली गेलीय.’ अशा शॅपेरॉनमुळे मला इतकं अवघडल्यासारखं वाटतं म्हणून सांगू! त्यामुळे चमत्कारिकपणाची हद्द होते. त्या शॅपेरॉनमुळे नेहेमीची

वैद्यकीय तपासणी व्हिक्टोरिअन काळातल्या भावनाप्रक्षोभक नाटकात परिवर्तित होते.''

असं असेल, तर खासगी भागांची तपासणी करताना, शॅपेरॉनच्या उपस्थितीमुळे, रुग्ण स्त्रीला अधिक आश्वस्त वाटेल की नाही? मला वाटतं की, शॅपेरॉनच्या उपस्थितीमुळे उपकाराऐवजी अपकारच होईल. परंतु तशी खात्री देता येत नाही. अशा प्रकारचं सर्वेक्षण कधीही करण्यात आलेलं नाही आणि त्यावरूनच सिद्ध होतं की, वैद्यकीय व्यवसायातलं मानवी क्रिया-प्रतिक्रियांचं महत्त्व आपण पुरेसं जाणलेलं नाही. सर्वसामान्य शिष्टाचारापासून अर्थकारणापर्यंत आणि रागापासून आचारसंहितेपर्यंत प्रत्येक गोष्ट सर्वसाधारण वाटणाऱ्या रुग्ण तपासणीच्या वेळेस महत्त्वाची ठरू शकते. नाती अत्यंत वैयक्तिक स्वरूपाची आणि आश्वासन, विश्वास आणि आशेवर आधारित असतात आणि त्यामुळेच वैद्यकीय व्यवसायातलं यश केवळ यशस्वी इलाजांच्या संख्येखेरीज अन्य गोष्टींवरसुद्धा अवलंबून असतं. आणि प्रत्येक डॉक्टरनं योग्य रीतीनंच वागलं पाहिजे. रुग्णांशी योग्य पद्धतीनं कसं वागावं, याचं स्वरूप अनिश्चित असतं. कधी-कधी तर दडपण येईल एवढं ते अनिश्चित असतं. तुम्ही शॅपेरॉनचा वापर करावा की नाही? जर रुग्ण तपासणीच्या वेळेस तुम्हाला मोल (काळा डाग) दिसला आणि तो तुम्हाला धोक्याचा वाटला, परंतु दुसऱ्या डॉक्टरचं मत उलट निघालं, तर तुमच्या निदानाचा तुम्ही फेरविचार करायला हवा की नाही? जेव्हा तुम्ही रुग्णावर विविध प्रकारचे इलाज करून पाहिलेले असतात आणि ते सारे अयशस्वी ठरलेले असतात, तेव्हा तुम्ही प्रयत्न करत राहावं? की प्रयत्न करणं थांबवावं? असे निर्णय घ्यावेच लागतात आणि कोणताही निर्णय नेहमीच योग्य ठरतो, असं नाही. परंतु असं असलं, तरी आपल्याला अधिक चांगले निर्णय घेता यावेत, यासाठी वेगवेगळे मार्ग उपलब्ध आहेत.

डॉक्टरांची उपकारबद्धता

मॅसॅच्युसेट्स राज्यातल्या केंब्रिजमधल्या, मिडलसेक्स काउंटी सुपीरियर कोर्टात, तो एक सर्वसाधारण असा सोमवारचा दिवस होता. बावन्न फौजदारी-गुन्ह्यांचे खटले आणि एकशेसत्तेचाळीस दिवाणी खटले त्या सोमवारी सुनावणीसाठी येणार होते. सहा अ क्रमांकाच्या कोर्टाच्या खोलीत, डॅनियन काचूल आरोपीच्या पिंजऱ्यात उभा होता. तीन वेळा बलात्कार केल्याचा आणि तीन वेळा जिवावर हल्ला केल्याचा गुन्हा त्याच्यावर दाखल करण्यात आलेला होता. दहा ब क्रमांकाच्या कोर्टाच्या खोलीत कोकेनची विक्री करणं आणि बेकायदेशीररीत्या घातक हत्यारं बाळगणं असे गुन्हे डेव्हिड सँटिॲगोवर दाखल करण्यात आले होते. सात ब क्रमांकाच्या कोर्टाच्या खोलीत, निमिहॅन विरुद्ध वॉलिंजर, यांच्या मोटर चालवताना दुर्लक्ष केल्याच्या खटल्याची सुनावणी चालू होती : त्याच्या शेजारच्याच सात अ या कोर्टाच्या खोलीत वैद्यकीय कर्तव्यच्युतीच्या म्हणजेच हलगर्जीपणाच्या आरोपाखाली, डॉ. केनेथ रीड यांच्या खटल्याची उलट-तपासणी सुरू होती.

डॉ. रीड यांनी हारवर्डमधून डर्मटॉलॉजी (त्वचातज्ज्ञ) पदवी मिळवलेली होती. त्यांच्या गाठीला एकवीस वर्षांचा अनुभव होता. यापूर्वी त्यांच्यावर कधीही कर्तव्यच्युतीचा आरोप करण्यात आलेला नव्हता. जवळजवळ दहा वर्षांपूर्वी, एका रुग्ण स्त्रीनं त्यांच्या ऑफिसात तपासणीसाठी आल्याबद्दल आणि त्यांच्याशी फोनवर बोलल्याबद्दल त्यांची उलटतपासणी घेतली जात होती. १९९६ सालच्या उन्हाळ्यात, बार्बरा स्टॅन्ली नावाच्या अठ्ठावन्न वर्षांच्या स्त्रीला, तिच्या इंटर्निस्टनं डॉ. केनेथ रीड यांच्याकडे पाठवलं होतं; कारण तिच्या डाव्या जांघेवर गडद रंगाची पाव इंच रुंदीची चामखिळासारखी गाठ आली होती. आपल्या ऑफिसात तिला लोकल ॲनेस्थेसिया

देऊन (फक्त गाठ आलेला भागच बधीर करून), डॉक्टर रीडनी त्या गाठीचा वरचा भाग कापून बायॉप्सीसाठी (कर्करोग परीक्षणासाठी) पाठवून दिला. पॅथॉलॉजिस्टचा रिपोर्ट काही दिवसांतच आला आणि त्यानुसार त्वचेचा कर्करोग (मॅलिग्नंट मेलॅनोमा) झाल्याची जवळजवळ पक्की खात्री वर्तवली गेली. बार्बरा स्टॅन्ली दुसऱ्या वेळेस डॉ. रीडना भेटायला आली, तेव्हा डॉ. रीडनी तिला सांगितलं की, ती गाठ समूळ काढून टाकणं गरजेचं होतं. त्यासाठी गाठीच्या आजूबाजूची दोन सेंटिमीटर रुंदीची (जवळजवळ इंचभर रुंदीची) निरोगी त्वचासुद्धा काढून टाकावी लागणार होती. कर्करोग इतरत्र फैलावेल, अशी डॉ. रीडना भीती वाटत असल्यामुळे, त्यांनी वेळ न दवडता ही शस्त्रक्रिया करून टाकण्याचा सल्ला दिला. परंतु बार्बरा स्टॅन्ली टाळाटाळ करू लागली. डॉ. रीडनं शस्त्रक्रियेसाठी आवश्यक भाग तिला दाखवला, तो जवळजवळ तीन इंच व्यासाचा होता आणि इतकी विद्रूप करणारी शस्त्रक्रिया करणं गरजेचं होतं, असं तिला अजिबात पटत नव्हतं. ती म्हणाली की, तिच्या एका मैत्रिणीला कर्करोग झाल्याचं चुकीचं निदान करण्यात आलं होतं आणि तिच्यावर विनाकारण शस्त्रक्रिया केली गेली होती. डॉ. रीडनी मात्र आपलं म्हणणं सोडलं नाही आणि तिच्या मांडीवरची उरलेली गाठ अर्ध्या इंचाचा छेद देऊन कापली आणि पुन्हा एकदा बायॉप्सीसाठी पाठवली. ह्या वेळेस वेगळ्या पॅथॉलॉजिस्टकडे सर्व टिश्यू (उती) पाठवून आणखी एक मत घेण्याची डॉ. रीडनी कबुली दिली.

या वेळेस बायॉप्सीसाठी पाठवलेल्या टिश्यूमध्ये कर्करोगाचं लक्षण न आढळलेलं पाहून डॉ. रीडना आश्चर्य वाटलं. आणि जेव्हा डॉ. वॉलस क्लार्क या कर्करोगावरील मान्यवर तज्ज्ञाकडे हे टिश्यू पाठवण्यात आले, तेव्हा त्यांनी निष्कर्ष काढला की, पहिल्या वेळचं कॅन्सरचं निदान चुकीचं होतं. त्यांनी त्यांच्या रिपोर्टमध्ये लिहीलं, 'हा मेलॅनोमा आहे, असं मला वाटत नाही, परंतु मी ती शक्यता पूर्णपणे नाकारू शकत नाही.' डॉ. रीड आणि स्टॅन्ली यांनी फोनवर या रिपोर्टबद्दल चर्चा केली.

यातल्या कोणत्याही गोष्टीबद्दल दुमत नव्हतं. दुमत फक्त टेलिफोनवर झालेल्या संभाषणाबाबत होतं. स्टॅन्लीचं म्हणणं होतं की, डॉ. रीडनी तिला सांगितलं की, तिला मेलॅनोमा नव्हता – पहिल्या बायॉप्सीवरचं दुसऱ्या तज्ज्ञाचं मत होतं की, तो निकाल निगेटिव्ह (कर्करोग नाही, असा) होता आणि आणखी शस्त्रक्रियेची गरज नव्हती. डॉक्टर रीडच्या मते त्यांनी असं सांगितलं नव्हतं. ते म्हणाले, "मी बार्बरा स्टॅन्लीला सूचित केलं की, डॉ. वॉलस क्लार्कना ही गाठ कर्करोग नसलेली, Spitz Nevus नावाची गाठ वाटते आहे, परंतु त्याबद्दल ते १००% खात्री देत नाहीयेत. मी तिला असंही सांगितलं की, डॉक्टर क्लार्कच्या मते, या गाठीवर पुरेसे उपचार झाले आहेत, परंतु पुन्हा फेरतपासणीसाठी येणं आवश्यक आहे आणि त्यांच्या मते आणखी शस्त्रक्रिया करण्याची गरज नाही. मी

बार्बरा स्टॅन्लीला असंसुद्धा सांगितलं की, आधीच्या बायॉप्सीच्या निकालापेक्षा हा निकाल वेगळा आहे आणि सर्वांत सुरक्षित मार्ग आहे — या गाठीच्या आजूबाजूची दोन सेंटिमीटर व्यासाची कातडी काढून टाकण्याचा.'' पहिला निकाल चुकलेला पाहून ती खूप भडकली आणि तिनं त्यांना सांगितलं की, आणखी शस्त्रक्रियेसाठी ती अजिबात तयार नाही. डॉ. रीड म्हणाले, ''हे ऐकून मी तिला म्हटलं की, तिनं निदान नियमितपणे पुनर्तपासणीसाठी तरी येणं अत्यंत आवश्यक आहे.'' तिची तसं करायची अजिबात तयारी नव्हती. आणि तिनं प्रत्यक्षात त्यांना त्यानंतर चुकीच्या इलाजाबद्दल एक खरमरीत पत्र लिहिलं आणि त्यांच्या बिलाचे पैसे चुकते करायला नकार दिला.

दोन वर्षांनी ती गाठ पुन्हा वर आली. या वेळेस स्टॅन्ली दुसऱ्या एका डॉक्टरकडे गेली. या वेळच्या बायॉप्सीचा निकाल अगदी स्पष्ट होता : खोलवर गेलेला कर्करोग! तिला सांगण्यात आलं की, पहिल्या वेळेसच ही गाठ समूळ काढून टाकायला हवी होती. जेव्हा अखेरीस ती आणखी खोलवर शस्त्रक्रिया करून घ्यायला तयार झाली, तेव्हा आढळलं की, कर्करोग तिच्या जांघेतील लिम्फनोड्सपर्यंत (लसिका ग्रंथींपर्यंत) फैलावला होता. तिला वर्षभर केमोथेरपी घ्यावी लागणार होती. केमोथेरपीला सुरुवात करून पाच महिने झाल्यावर तिला जोराची फिट् (आकडी) आली. कॅन्सर तिच्या मेंदूपर्यंत आणि डाव्या फुफ्फुसापर्यंत पोचलेला होता. तिला रेडिएशन थेरपी (क्ष किरण उपचार) घेण्याची सूचना करण्यात आली. क्ष किरण उपचार सुरू केल्यावर काही आठवड्यांतच बार्बरा स्टॅन्ली मरण पावली.

परंतु त्यापूर्वी तिनं हॉस्पिटलमधल्या पलंगावरून एका वकिलाला बोलावून घेतलं होतं. तिला टेलिफोन-डिरेक्टरीच्या 'यलो-पेजेस'मध्ये (व्यावसायिकांच्या जाहिरातींमध्ये) वैद्यकीय कर्तव्यच्युतीच्या खटल्यांमध्ये विशेषज्ञ असलेल्या बॅरी लँग नावाच्या वकिलाची पानभर जाहिरात दिसली होती. तो त्याच दिवशी हॉस्पिटलमध्ये येऊन तिला भेटला. तिनं लँगला सांगितलं की, तिला डॉ. केनेथ रीडवर कर्तव्यच्युतीचा खटला भरायचा होता. लँगनं तिचं वकीलपत्र स्वीकारलं. सहा वर्षांनी, बार्बरा स्टॅन्लीच्या मुलांच्या वतीनं, तो तिचा खटला लढवण्यासाठी केंब्रिजमधल्या कोर्टरूममध्ये उभा राहिला आणि त्याचा पहिला साक्षीदार म्हणून त्यानं रीडला उभं केलं.

कर्तव्यच्युतीबाबतचे खटले डॉक्टरच्या दृष्टीनं अत्यंत भीतिदायक आणि अनेकदा चीड आणणारे असतात आणि ते नेहमीच वाट्याला येतात. (माझ्यावर अजून खरीखुरा कर्तव्यच्युतीचा खटला भरण्यात आलेला नसला, तरी तो केव्हाही भरला जाऊ शकतो, याची मला पूर्णपणे जाणीव आहे.) सर्जरी किंवा ऑब्स्टेट्रिक्स

(शस्त्रक्रिया किंवा प्रसूतिशास्त्र) या अत्यंत धोक्याच्या व्यवसायातल्या सर्वसाधारण डॉक्टरवर सहा वर्षांतून एक तरी खटला भरला जातो. सत्तर टक्के वेळा फिर्यादी तो खटला मागे तरी घेतो किंवा कोर्टात डॉक्टर तो खटला जिंकतो. परंतु बचावासाठी खूप पैसा खर्च होतो आणि जेव्हा डॉक्टर तो खटला हरतो, तेव्हा सर्वसाधारणत: ज्यूरी पाच लाख डॉलर्सच्या नुकसान भरपाईची मागणी करतात. डॉक्टर्सना कर्तव्यच्युतीसाठीच्या विम्याच्या वार्षिक हप्त्यापोटी तीस हजारांपासून तीन लाखांपर्यंत पैसे मोजावे लागतात. डॉक्टर ज्या राज्यात व्यवसाय करतात, त्या राज्यातल्या खटल्यांच्या प्रथेनुसार हा हप्ता बदलत असतो. न्यूरोसर्जन्स (मज्जासंस्थेचे शल्यविशारद) आणि ऑब्स्टेट्रिशिअन्स (प्रसूतितज्ज्ञ) याहून ५० टक्के जास्त रक्कम विम्याच्या हप्त्यापोटी मोजतात. जवळजवळ सर्व डॉक्टर्सना ही पद्धत अत्यंत असमंजसपणाची वाटते. वैद्यकीय सेवा पुरवणं ही अवघड गोष्ट असते. त्यात हजारो चुका होण्याची शक्यता असते आणि कोणताही डॉक्टर काही गंभीर चुका करण्यातून बचावत नसतो. घडलेल्या चुकीसाठी नुकसानभरपाई म्हणून लक्षावधी डॉलर्सची मागणी करणं, ही डॉक्टर्सना दुष्टपणाची कृती वाटते आणि हातून खरोखरच चूक घडली नसेल, तर तो दुष्टपणाचा कळसच वाटतो.

प्रत्येक डॉक्टरच्या वाट्याला मूर्खासारख्या खटल्याचा एकतरी अनुभव येतोच येतो. माझी आई बालरोगतज्ज्ञ–पीडिआट्रिशियन आहे. एकदा नेहमीच्या तपासणीसाठी, तिच्याकडे दोन महिन्यांचं एक सुदृढ बाळ आलं होतं. ते आणखी आठवड्याभरात बाळाच्या अचानक मृत्यू सिंड्रोमने (एसआयडीस)नं मरण पावलं. तिच्यावर खटला भरण्यात आला आणि आरोप करण्यात आला की, तिनं ह्या मृत्यूला प्रतिबंध करायला हवा होता. प्रत्यक्षात, 'कोणत्याही पूर्वसूचनेशिवाय घडणारा मृत्यू,' अशीच एसआयडीसची व्याख्या केली जाते, त्यामुळे हा आरोप अगदी हास्यास्पद आहे. माझ्या एका सहकारी-मित्रानं, स्वादुपिंडाच्या कर्करोगावर शस्त्रक्रिया करून एका स्त्रीचे प्राण वाचवले होते. त्याच स्त्रीनं अनेक वर्षांनी त्याच्यावर खटला भरला, कारण तिच्या हातात सतत वेदना होऊ लागली आणि कोणतंही तर्कशास्त्र न वापरता तिनं त्याचा दोष शस्त्रक्रियेनंतर तिला शिरेतून दिल्या गेलेल्या पोटॅशिअमला दिला. माझ्या वाट्याला असाच मूर्खासारखा एक खटला आला आहे. १९९० साली, मी मेडिकल-स्कूलमध्ये-शिकत असताना, एका गर्दीच्या बसस्टॉपवर उभा होतो. तेव्हा एक वृद्ध स्त्री माझ्या पायांवर अडखळून खाली पडली आणि तिच्या खांद्याचं हाड मोडलं. तिनं मला फोन करून तिच्या प्रकृतीचं वर्तमान द्यावं, या सद्‌हेतूनं मी तिला माझा फोन नंबर दिला. तिनं माझा नंबर एका वकिलाला दिला आणि तो मेडिकल स्कूलच्या टेलिफोन-एक्चेंजचा नंबर असल्याचं पाहून त्या वकिलानं माझ्यावर कर्तव्यच्युतीचा खटला भरायचा प्रयत्न केला. त्यानं माझ्यावर

आरोप केला की, त्या स्त्रीवर उपचार करताना तिचा खांदा मोडल्याचं निदान मी केलं नव्हतं. (मी फिजिऑलॉजीच्या वर्गात बसलो असताना एका मार्शलनं कोर्टात हजर राहण्याचं हुकूम-पत्र माझ्या हाती दिलं.) मी मेडिकल स्कूलमध्ये शिकायला सुरुवात केल्याला फक्त एक आठवडाच झाला होता आणि मी त्या स्त्रीवर उपचार करत नव्हतो, हे जेव्हा उघडपणे दिसलं, तेव्हा तो खटला दाखल करून घेण्यास कोर्टानं नकार दिला. त्या वकिलानं त्यानंतर माझ्यावर पाच लाख डॉलर्सची मागणी करणारा खटला भरला आणि माझ्यावर आरोप केला की, मी त्याच्या अशिलाला सायकलीची टक्कर देऊन पाडलं. माझ्यापाशी सायकल नव्हतीच! परंतु ते सिद्ध करण्यासाठी दीड वर्ष लागलं आणि वकिलाच्या फीपोटी मला पंधरा हजार डॉलर्स खर्च करावे लागले.

आता रीडवरचा खटला ज्या कोर्टरूममध्ये सुनावणीसाठी आलेला होता, त्याच कोर्टरूममध्ये माझ्यावरच्या खटल्याची सुनावणी झालेली होती आणि हे लक्षात आल्यावर माझ्या देहातून भीतीची एक शिरशिरी धावत गेली. परंतु या यंत्रणेकडे पाहण्याची डॉक्टरांची नजर आणि इतरांची नजर भिन्न असते आणि त्या दृष्टिकोनातली भिन्नता आणि त्यामागचं कारण जाणून घेण्याच्या हेतूनं मी आज या कोर्टरूममध्ये सुनावणी ऐकण्यासाठी आलो होतो. कोर्टरूमच्या प्रेक्षक-कक्षात मी बार्बरा स्टॅन्लीच्या मुलाजवळ – अर्नी ब्रोजवळ – बसलो होतो. खटल्याच्या निकालाला सहा वर्षांएवढा दीर्घकाळ लागल्यामुळे तो अगदी कंटाळून गेला होता, असं त्यानं मला सांगितलं. वॉशिंग्टन राज्यातल्या एका केमिस्ट्री लॅबमध्ये तो काम करत होता. या खटल्याच्या सुनावणीसाठी उपस्थित राहताना त्याला दर वेळेस रजा घ्यावी लागत होती आणि विमान प्रवास आणि हॉटेलमध्ये मुक्काम करण्यासाठी दर वेळेस स्वत:चे पैसे खर्च करावे लागत होते. त्यातून दोनदा तर हा खर्च वाया गेला होता, कारण केंब्रिजला येता क्षणी खटल्याची तारीख पुढे ढकलली गेल्याचं त्याला कळलं होतं. "माझ्या आईनं मला तसं सांगितलं नसतं, तर मी इथं कधीही आलो नसतो. परंतु मरते वेळी तिनं मला तसं सांगितलं होतं. रीडमुळे आयुष्याची इतकी वर्षं वाया गेल्यामुळे ती भयंकर चिडलेली होती," तो मला म्हणाला. रीडला वेठीला धरलं जात होतं, म्हणून त्याला आनंद वाटत होता.

हा त्वचा तज्ज्ञ साक्षीदाराच्या खुर्चीत अगदी ताठ आणि शांत बसलेला होता आणि लँग त्याच्यावर प्रश्नांची सरबत्ती करत होता. डॉ. रीड बावचळून न जाण्याचा निकराचा प्रयत्न करत होता. माझ्या एका पीडिॲट्रिक प्लास्टिक-सर्जन मित्रानं (मुलांवर त्वचारोपणाची शस्त्रक्रिया करणाऱ्या डॉक्टर मित्रानं) मला एकदा सांगितलं होतं की, त्याच्यावर कर्तव्यच्युतीचा खटला चालवला जात असताना, त्याच्या वकिलानं त्याला सल्ला दिला होता, "कोणतेही दिमाखदार किंवा महाग कपडे

वापरू नकोस. हसू नकोस, विनोद करू नकोस किंवा आठ्यासुद्धा घालू नकोस. रागावलेला किंवा अस्वस्थ झालेला दिसता कामा नयेस, परंतु फाजील आत्मविश्वास किंवा बेफिकिरीसुद्धा दाखवू नकोस.'' मग तुम्ही कसं दिसायला हवंत? रीडनं बहुधा भावनाशून्य चेहरा ठेवायचं ठरवलं असावं. कोंडीत पकडण्याचा प्रयत्न केला जातोय का, हे तपासून पाहण्यासाठी तो प्रत्येक प्रश्नाची काळजीपूर्वक छाननी करत होता. परंतु चुका टाळण्यासाठी इतका कष्टपूर्वक प्रयत्न करत असल्यामुळे, तो काळजीत पडला होता किंवा बचावाचा पवित्रा घेत होता, असा पाहणाऱ्याचा समज होत होता.

लँगनं रीडला प्रश्न विचारला, ''मेलॅनोमा (त्वचेचा कर्करोग) पसरण्यापूर्वी कापून काढला, तर तो बरा होऊ शकतो, हे तू कबूल करतोस?'' जर एखाद्या रुग्णानं त्याला हा प्रश्न विचारला असता, तर डॉ. रीडनं त्याला त्वरित होकारार्थी उत्तर दिलं असतं. परंतु हा प्रश्न लँग विचारत असल्यामुळे तो घुटमळला.

रीड म्हणाला, ''हा प्रश्न उत्तर गृहीत धरून विचारला गेलाय.'' अशा प्रकारचं उत्तर ऐकून लँगला हर्ष झाला. रीडपुढची सर्वांत मोठी समस्या होती, त्यानं बार्बरा स्टॅन्लीबरोबर सप्टेंबरच्या मध्याला टेलिफोनवर केलेल्या संभाषणाची नोंद न ठेवण्याची. घडलेल्या संभाषणाच्या त्याच्या अहवालाला पुष्टी देणारा कोणताही लिखित पुरावा त्याच्यापाशी उपलब्ध नव्हता आणि लँग ज्यूरींना वारंवार आठवण करून देत होता की, डॉक्टरनं कर्तव्यच्युती केल्याचं शंकातीत प्रकारे सिद्ध करून देण्याची जबाबदारी फिर्यादीवर कधीही असत नाही. रीडच्या हातून कर्तव्यच्युती – मालप्रॅक्टिस– झाल्याचं बारांपैकी दहा ज्यूरींना जरी पटलं असतं, तरी लँगचं काम झालं असतं.

लँगनं रीडला विचारलं, ''ऑगस्ट ३१ रोजी बार्बरा स्टॅन्लीबरोबर तू फोनवर जे संभाषण केलंस, त्याची नोंद तू केली होतीस, हे खरं आहे?''

''हो. ते खरं आहे.'' डॉ. रीडनं उत्तर दिलं.

''तू बार्बरा स्टॅन्लीबरोबर १ ऑगस्ट रोजी जी चर्चा केलीस, त्याची नोंद तुझ्या साहाय्यकानं करून ठेवली होती, ही गोष्ट खरी आहे?'' लँगनं विचारलं.

''ही गोष्ट खरी आहे.'' रीडनं उत्तरं दिलं.

''तू माल्डन हॉस्पिटलबरोबर फोनवर जे संभाषण केलंस, त्याची तू नोंद केली होतीस, ही गोष्ट खरी आहे?'' लँगनं विचारलं.

''ही गोष्ट खरी आहे.'' रीडनं उत्तर दिलं.

''सहा सप्टेंबर रोजी तू बार्बरा स्टॅन्लीला इन्फेक्शनसाठी प्रिस्क्रिप्शन दिलं होतंस, तेव्हाच्या टेलिफोनवरच्या संभाषणाची तू नोंद ठेवली आहेस, ही गोष्ट खरी आहे?'' लँगनं विचारलं.

''ही गोष्ट खरी आहे.'' रीडनं उत्तर दिलं.

''तर मग तू प्रयत्नपूर्वक नोंद ठेवत होतास आणि पेशंटबरोबरचं संभाषण आणि टेलिफोनवरच्या संभाषणाचे अहवाल लिहून ठेवायची तुला सवय होती, ही गोष्ट बरोबर आहे ना?''

''हो, ही गोष्ट बरोबर आहे.'' रीड म्हणाला.

लँगनं रीडभोवती पाश आवळायला सुरुवात केली. ''तुझ्या मते, बार्बरा स्टॅन्लीला दोन सेंटिमीटर रुंदीच्या शस्त्रक्रियेची गरज होती. बरोबर?'' लँगनं विचारलं.

''मी तिला तेच करून घ्यायला सांगितलं होतं.'' रीड म्हणाला.

''असं असूनही तू डॉ. हॉकमनना (स्टॅन्लीच्या इंटर्निस्टला) तिच्यावर दोन सेंटिमीटर रुंदीची शस्त्रक्रिया करण्याची गरज असल्याचं सांगितलं नाहीस. ही गोष्ट खरी आहे?'' लँगनं विचारलं.

''ही गोष्ट खरी आहे.'' रीड म्हणाला.

''परंतु तू बार्बरा स्टॅन्लीला ते सांगितलंस, यावर ज्यूरींनी विश्वास ठेवावा, अशी तू अपेक्षा करतोस?'' लॉंग म्हणाला.

''ज्यूरींनी सत्यावर विश्वास ठेवावा, एवढीच माझी अपेक्षा आहे आणि तिला दोन सेंटिमीटर रुंदीच्या शस्त्रक्रियेची गरज असल्याचं मी बार्बरा स्टॅन्लीला सांगितलं होतं, हे सत्य आहे.''

लँगनं आवाज चढवून विचारले, ''हे तू बार्बरा स्टॅन्लीला सांगायला हवं होतंस, नाही का?''

रीडनं निषेध करत म्हटलं, ''मी हे बार्बरा स्टॅन्लीला अनेकदा सांगितलेलं होतं. परंतु तिनं नकार दिला.'' आपल्या संतापावर काबू ठेवायचा रीड प्रयत्न करत होता, तर लँग त्याला खोटं ठरवण्याचा हर प्रकारे प्रयत्न करत होता.

उलट तपासणीच्या एका टप्प्यावर लँगनं रीडला प्रश्न विचारला, ''तुझ्या आजवरच्या व्यावसायिक कारकिर्दीत तू किती शोधनिबंध प्रसिद्ध केले आहेस?''

रीड म्हणाला, ''तीन.''

लँगनं त्याच्या भिवया उंचावल्या आणि दोन क्षण आ वासून उपहासानं म्हटलं, ''वीस वर्षांत तू तीन शोधनिबंध प्रसिद्ध केले आहेस?''

नंतर एकदा त्यानं विचारलं, ''डॉक्टर, तू 'कॉस्मेटिक मेडिसिन'चा (चेहरेपट्टीच्या खुलावटीसाठी त्वचारोपण शस्त्रक्रिया) जोरदार व्यवसाय करतोस, ही गोष्ट खरी आहे ना?''

लँग जे ध्वनित करू पाहत होता, त्यावर ज्यूरींचा विश्वास बसत होता की नाही, याचा मला अंदाज बांधता येत नव्हता. त्याची प्रश्नांची सरबत्ती ऐकून माझ्या अंगावर शहारे येऊ लागले होते. मी हाताळलेल्या अनेक केसेस यशस्वी ठरल्या

नव्हत्या आणि त्या संदर्भातली प्रत्येक चर्चा मी कागदावर टिपूनही ठेवलेली नव्हती. आरोपीच्या पिंजऱ्यात बसून अशा केसेसबद्दल मी बचाव करू पाहत होतो, असं चित्र माझ्या अंत:चक्षूंपुढे उभं राहू लागलं. लँग साठ वर्षांचा होता; टकल्या, ठेंगणा आणि आरडाओरड करणारा होता. तो सतत येरझाऱ्या घालत होता आणि रीडच्या निषेधानंतर उपहासानं डोळे फिरवत होता. तो अजिबात आदर दाखवत नव्हता आणि थोडंही सौजन्य दाखवत नहता. कर्तव्यच्युतीचे खटले लढवणाऱ्या 'मालप्रॅक्टिस लॉयर'चा तो प्रतिनिधिक नमुना होता. फक्त एकाच बाबतीत तो भिन्न होता आणि नेमक्या त्याच कारणास्तव मी खटल्याची ही सुनावणी ऐकण्यासाठी तिथं उपस्थित राहिलो होतो : बॅरी लँग एके काळी डॉक्टर म्हणून व्यवसाय करत होता.

तेवीस वर्षं त्यानं ऑर्थोपेडिक सर्जन (हाडांचा डॉक्टर) म्हणून यशस्वीपणे व्यवसाय केलेला होता. पीडिॲट्रिक ऑर्थोपेडिक्स – मुलांवरच्या हाडांच्या शस्त्रक्रिया — ही त्याची विशेषता होती. इतर सर्जन्सच्या वतीनं तज्ज्ञ साक्षीदार म्हणून त्यानं साक्षी दिलेल्या होत्या. मग एकाएकी त्यानं डॉक्टरकीकडे पाठ वळवली, कायद्याचं शिक्षण घेतलं, त्याचा डॉक्टरकीचा व्यवसाय बंद केला आणि डॉक्टरांवर खटले भरण्याचा नवा व्यवसाय सुरू केला. त्याच्याकडे पाहून मला प्रश्न पडला की, आम्हा इतर डॉक्टरांपेक्षा, डॉक्टरांच्या जबाबदारीबद्दल त्याची काही वेगळी मतं तर नव्हती?

बॉस्टनच्या डाउनटाउनमधल्या (व्यापारपेठेच्या भागातल्या) लँगच्या ऑफिसामध्ये त्याला भेटण्यासाठी मी जाऊन पोचलो. वित्त व्यवसायातल्या केंद्रस्थानी असलेल्या, नं. १ स्टेट स्ट्रीट इथल्या इमारतीच्या दहाव्या मजल्यावर लँगचं ऑफिस होतं. त्यानं माझं उत्साहपूर्वक स्वागत केलं आणि माझ्या लक्षात आलं की, संभाव्य शत्रू म्हणून न बोलता, आम्ही सहप्रवासी-व्यावसायिक-डॉक्टर या नात्यानं बोलत होतो. मी त्याला प्रश्न विचारला की, डॉक्टरकी थांबवून मालप्रॅक्टिस ॲटर्नी म्हणून (कर्तव्यच्युतीचे खटले भरणारा वकील म्हणून) व्यवसाय करायला त्यानं कोणत्या कारणामुळे सुरुवात केली? पैशांसाठी?

हे ऐकून तो हसू लागला. तो म्हणाला, "कायद्याचा व्यवसाय सुरू करणं हा पैशांच्या दृष्टीनं अनर्थ ठरला होता." थोडा तरी फायदा होईल, असं त्याला सुरुवातीला वाटलं होतं. "माझी अपेक्षा होती की, मला थोडे खटले मिळतील आणि त्यात दम असला, तर डॉक्टर ते कोर्टाबाहेर सामोपचारानं मिटवून मोकळे होतील. पण नाही! मी अगदीच भाबडेपणानं विचार करत होतो. प्रत्यक्षात कोर्टात तारीख पडेपर्यंत कुणीही तडजोडीला तयार नसतं. मग तुमच्याजवळचा पुरावा

कितीही सबळ का असेना! डॉक्टरांना त्यांचीच बाजू नेहमी खरी वाटत असते. कालांतरानं गोष्टीही बदलू शकतात. आणि आताच पैसे भरणं आणि ते नंतर भरणं, यांपैकी तुम्ही कशाची निवड कराल?''

त्यानं लॉ-प्रॅक्टिस सुरू केली कारण त्याला वाटलं होतं की, तो ती चांगल्या प्रकारे करू शकेल, लोकांना मदत करू शकेल आणि तेवीस वर्षं डॉक्टरकी करून तो थकून गेला होता. ''सुरुवातीला 'आज दोन 'हिप् रीप्लेसमेंट्स'ची ऑपरेशन्स करायचीत? वा! वा!' असं वाटायचं मग वाटू लागलं, 'आज दोन हिप् रीप्लेसमेंटची ऑपरेशन्स? हाय राम!'

मी जेव्हा त्याच्या पत्नीशी – जॅनेटशी – बोललो, तेव्हा तिनं मला सांगितलं की, व्यवसाय बदलण्याचा त्याचा निर्णय ऐकून तिला धक्काच बसला होता. सिरेक्यूज युनिव्हर्सिटीत पदवीपूर्ण शिक्षण घेताना ती ज्या दिवशी त्याला भेटली, त्या दिवसापासून त्याला डॉक्टरकीखेरीज दुसरं काहीही करायचं नव्हतं. सिरेक्यूज मधून डॉक्टरची पदवी मिळवल्यावर त्यानं ऑर्थोपेडिक रेसिडंट म्हणून फिलाडेल्फियातल्या टेंपल युनिव्हर्सिटीत काम केलं. त्यानंतर त्यानं न्यूबेडफर्ड, मॅसॅच्युसेट्समध्ये ऑर्थोपेडिक सर्जन म्हणून उत्तम बस्तान बसवलं होतं. त्याचं आयुष्य समाधान आणि वैविध्य यांनी परिपूर्ण होतं. त्याच्या ऑफिसपासून थोडक्या अंतरावर असलेल्या, 'सदर्न न्यू इंग्लंड स्कूल ऑफ लॉ'मध्ये रात्रीच्या वर्गांमध्ये त्यानं प्रवेश घेतला, तेव्हा तिला त्याबद्दल विचारही करावासा वाटला नाही. तिच्या म्हणण्याप्रमाणे, ''तो नेहमीच शिक्षण घेत राहिलेला होता!'' एका वर्षी त्यानं एका स्थानिक कॉलेजात, इंग्रजी साहित्याच्या वर्गात शिक्षण घेतलं होतं. दुसऱ्या वर्षी त्यानं 'ज्युडाइझम' (ज्यू धर्म) वरील वर्गात प्रवेश घेतला होता. त्यानं वैमानिक म्हणून प्रशिक्षण घेतलं होतं आणि लवकरच तो वैमानिक कसरतींच्या स्पर्धांमध्ये भाग घेऊ लागला होता. कायद्याच्या शिक्षणालासुद्धा त्यानं गंमत म्हणून सुरुवात केली होती, असं त्यानं म्हटलं होतं.

परंतु कायद्याचा अभ्यासक्रम पूर्ण झाल्यावर मात्र त्यानं बार-एक्झाम (वकिलीच्या सनदीसाठीची परीक्षा) दिली आणि वकिली करण्याचा परवाना मिळवला. त्यानं **पब्लिक-डिफेंडर** (सरकारी वकील) म्हणून परवाना मिळवला आणि गरीब अशिलांच्या वतीनं तो खटले लढवू लागला. तो पन्नास वर्षांचा होता. पुरेसा काळ ऑर्थोपेडिक सर्जन म्हणून काम करून त्यानं खूप पैसा जमवला होता आणि त्याला डॉक्टरकीपेक्षा वकिलीचा व्यवसाय अधिक आवडू लागला होता. जुलै १९९७मध्ये त्यानं त्याची प्रॅक्टिस त्याच्या आश्चर्यचकित झालेल्या सहकाऱ्यांच्या हाती सोपवली आणि डॉक्टरकीला रामराम ठोकला.

त्याची समजूत होती की, डॉक्टरकीची विशेषता गाठीला असल्यामुळे तो

डॉक्टरांच्या वतीनं खटले लढवू लागेल. परंतु त्याच्या गाठीला वकिलीचा अनुभव नसल्यामुळे, माल-प्रॅक्टिसच्या खटल्यांविरुद्ध बचावाची लढत देणाऱ्या मोठ्या लॉ-फर्म्स त्याला काम द्यायला तयार नव्हत्या आणि राज्यात माल-प्रॅक्टिसबद्दल विमा उतरवणाऱ्या विमा-कंपन्यासुद्धा त्याला काम देईनात. त्यामुळं त्यानं भाड्याच्या जागेत ऑफिस थाटलं आणि रुग्णांच्या वतीनं डॉक्टरांवर माल-प्रॅक्टिसचे खटले भरणारा वकील म्हणून काम शोधायला सुरुवात केली. टीव्हीवर आणि फोन-डिरेक्टरीत जाहिराती देण्यासाठी त्यानं हजारो डॉलर्स खर्च केले. तो स्वत:ला 'लॉ डॉक्टर' -'कायद्याचा डॉक्टर' म्हणवू लागला. त्यानंतर त्याच्याकडे अशिलांचे फोन येऊ लागले. वकील म्हणून व्यवसाय सुरू केल्यावर, पाच वर्षांनी अखेरीस त्याच्या अशिलांचे खटले सुनावणीसाठी कोर्टात उभे राहू लागले. कर्तव्यच्युतीचे (माल प्रॅक्टिसचे) खटले चालवण्याचं त्याचं हे आठवं वर्ष होतं आणि निदान तीस खटल्यांमध्ये त्यानं अशिलांना नुकसानभरपाई मिळवून दिली होती. आणखी आठ खटले कोर्टात उभे राहिले होते आणि त्यातले बरचसे त्यानं जिंकले होते. रीडचा खटला सुनावणीसाठी येण्याआधी, दोन आठवड्यांपूर्वी त्यानं त्याच्या एका स्त्री अशिलाला ज्यूरींकडून चार लाख डॉलर्सची नुकसान भरपाई मिळवून दिलेली होती. या अशील-स्त्रीवर पित्ताशयाची शस्त्रक्रिया केली जात असताना, तिच्या मुख्य पित्तनलिकेला इजा झाली होती आणि ती इजा बरी करण्यासाठी तिला अनेक शस्त्रक्रिया सोसाव्या लागल्या होत्या. (त्या नुकसानभरपाईच्या रकमेतल्या एक तृतीयांशांपेक्षा जास्त रक्कम लँगला मिळालेली होती. मॅसॅच्यूसेट्स राज्याच्या कायद्यानुसार अशिलाला नुकसानभरपाईपोटी मिळालेल्या रकमेतल्या पहिल्या दीड लाख डॉलर्सपैकी ४० टक्क्यापर्यंतची रक्कम वकिलाला मिळते. पुढल्या दोन लाख डॉलर्सपैकी ३० टक्के रक्कम त्याला मिळते आणि पाच लाख डॉलर्सवरच्या रकमेच्या २५ टक्के रक्कम त्याला मिळते.) लँग लढवत असलेले निदान साठ खटले सुनावणीसाठी प्रतीक्षेत आहेत. त्याला जर पैशांसंदर्भात कोणतीही विवंचना असली, तर ती आता दूर झाली आहे.

लँगनं मला सांगितलं की, दिवसाकाठी त्याला विचारणा करणारे निदान दहा-बारा तरी फोन येतात. ते रुग्णांकडून किंवा त्यांच्या कुटुंबीयांकडून येतात. काही फोन्स माल-प्रॅक्टिसचे खटले न लढवणाऱ्या वकिलांकडूनही येतात. त्यातल्या बऱ्याचशा लोकांना तो नकार देतो. त्याला योग्य प्रकारचं काम हवं असतं आणि त्यासाठी दोन गोष्टी महत्त्वाच्या असतात. "पहिली गोष्ट म्हणजे, त्या गफलतीपायी रुग्णाचं नुकसान झालेलं असलं पाहिजे." बऱ्याचशा लोकांच्या बाबतीत या दोन्ही गोष्टी घडलेल्या नसतात. लँग मला म्हणाला, "मला एका माणसानं फोन केला. तो मला म्हणाला, 'मी इमर्जन्सी-रूममध्ये चार तास वाट पाहत थांबलो होतो.

माझ्यामागून आलेल्यांना माझ्याआधी उपचारांसाठी आत नेलं जात होतं आणि मी खरोखरच खूप आजारी होतो.' मी त्याला विचारलं, 'त्यामुळे तुला कोणती इजा झाली?' तो म्हणाला, 'इजा कोणतीही झाली नाही. परंतु मला चार तास वाट बघत ठेवणं चुकीचं होतं.' त्याचा हा युक्तिवाद मूर्खपणाचाच होता.''

लँगला फोन करणाऱ्या काहींच्या बाबतीत इलाज करताना गफलत झालेली होती, परंतु त्यामुळे त्यांना कोणतीही इजा पोचलेली नव्हती. अगदी सर्वसाधारण उदाहरण पाहा. एक स्त्री वक्षात आलेली गाठ दाखवायला डॉक्टरकडे जाते. डॉक्टर तिला सांगतो की, त्याबद्दल काळजी करण्याजोगं काहीही नाही. तरीसुद्धा, काळजीपोटी ती आणखी एका डॉक्टरकडे जाते. तो त्या गाठीची बायॉप्सी (ऊतींचा छेद घेऊन तो कर्करोग तपासणीसाठी पाठवणे) करतो आणि त्यातून निष्पन्न होतं तिला कर्करोग झाल्याचं. ''ती मला फोन करते आणि पहिल्या डॉक्टरवर खटला भरण्याची मागणी करते. पहिल्या डॉक्टरनं उपचारात हेळसांड केली, ही गोष्ट खरी आहे. परंतु त्यापायी तिचं कोणतं नुकसान झालं? तिच्या रोगाचं निदान वेळेवर झालं आणि तिच्या रोगावर त्वरित उपचारसुद्धा केले गेले. तिला कोणतीही इजा किंवा त्रास पोचला नाही.''

मी त्याला विचारलं की, किती मोठ्या प्रमाणावरची इजा असली, तर तो खटला लढवणं त्याच्या दृष्टीनं फायद्याचं असतं. तो म्हणाला, ''हे आंतरिक भावनेनंच कळतं.'' प्रत्येक खटल्यामागे त्याचा स्वत:चा खर्च होतो चाळीस ते पन्नास हजार डॉलर्स. त्यामळे तो दाताबद्दलचा खटला कधीच हाती घेत नाही. ''रुग्णाच्या एका दातासाठी ज्यूरींकडून मला पन्नास हजार डॉलर्स मिळणं शक्य तरी आहे का? उत्तर आहे – ते अशक्य आहे.'' जेवढी इजा जास्त, तेवढं खटला लढवणं अधिक फायदेशीर! आणखी एका वकिलानं मला सांगितलं होतं, ''मी फोननंबरच्या शोधात असतो''— म्हणजेच, तो सात आकडी नुकसानभरपाईच्या शोधात असतो.

आणखी एक महत्त्वाची गोष्ट असते की, तो फिर्यादी ज्यूरींच्या नजरेतून कसा ठरेल. कुणाची तरी माहिती इतर दृष्ट्या फायदेशीर वाटली, तरी ती ऐकताना लँग नेहमी ज्यूरींच्या दृष्टीनं विचार करत असतो. हा माणूस पुरेशा स्पष्टपणे बोलू शकतोय? तो इतरांना दुराग्रही किंवा विचित्र वाटू शकेल? खरोखरच, मला भेटलेल्या अनेक माल-प्रॅक्टिस वकिलांनी मला सांगितलं की, फक्त इजेच्या गंभीरतेवरच नव्हे, तर फिर्यादीच्या व्यक्तिमत्त्वावर नुकसानभरपाईची रक्कम अवलंबून असते. व्हरनॉन ग्लेन हा साउथ कॅरोलायना राज्यातल्या चार्लस्टनमधला अत्यंत यशस्वीरीत्या खटला चालवणारा वकील आहे. त्यानं मला एकदा म्हटलं होतं, ''जे अशील सामाजिक, राजकीय आणि सांस्कृतिकदृष्ट्या स्थानिक साच्यात बसत

असेल, ते उत्तम अशील समजावेत.'' त्यानं लेक्झिंग्टन परगण्यात लढवलेल्या एका खटल्याबाबत मला माहिती दिली. साउथ कॅरोलायनातला लेक्झिंक्टन परगणा सामाजिकदृष्ट्या अत्यंत पुराणमतवादी आणि धर्मनिष्ठ ख्रिस्ती लोकांचा आहे. २००४ सालच्या अध्यक्षीय निवडणुकांच्या वेळेस तिथल्या ७२ टक्के लोकांनी जॉर्ज डब्ल्यू बुशना मतं दिली आणि तिथले ज्यूरी माल-प्रॅक्टिस-लॉयर्सना काडीचीही सहानुभूती दाखवत नाहीत. परंतु त्याच्याकडे तक्रार घेऊन आलेली फिर्यादी स्त्री गोरी, ख्रिस्तीधर्मीय स्त्री होती. ती तिशीच्या वरची होती, तिला तीन मुलं होती आणि तिचा नवरा मृत्युमुखी पडला होता. तो अत्यंत कष्टाळू असा एकोणचाळीस वर्षांचा ट्रक-मेकॅनिक होता. त्याची **NASCAR** (National Association of Stock-Car-Racing – कार रेसिंगचे अनेक खेळ आयोजित करणारा, एक कुटुंबाच्या मालकीचा)वर निष्ठा होती आणि गेली वीस वर्षं तो रिपब्लिकन पक्षाच्या उमेदवाराला मत देत आलेला होता. त्यानं त्यांच्या घराच्या विस्ताराचं काम स्वतःच्या हातांनी केलेलं होतं. असा माणूस डॉक्टरांच्या चुकीमुळे प्राणांना मुकला होता. सर्वसाधारण प्रकारच्या पित्ताशयाच्या शस्त्रक्रियेच्या वेळेस डॉक्टरांनी त्याच्या आतड्याला इजा पोचवली होती आणि ती त्यांच्या लक्षातच आली नव्हती. (त्याला हॉस्पिटलमधून घरी पाठवल्यानंतर, त्याच्या पत्नीनं त्याच्या पोटातल्या वाढत चाललेल्या वेदनांबद्दल अनेकदा डॉक्टरना फोन केलेला होता. त्यांनी तिला जास्त प्रमाणात वेदनाशामक औषधं द्यायला सांगितलं होतं.) अखेरीस एक दिवस तो कोसळला आणि मरण पावला. ती स्त्री सर्व माहिती नीटपणे सांगत होती. ती आकर्षक होती, परंतु ज्यूरींना खटकेल, एवढी सुंदर नव्हती. ती संतापलेली किंवा बदल्यासाठी आसुसलेली नव्हती, परंतु तिचं खरंखुरं दुःख आणि असाहाय्यता स्पष्टपणे जाणवत होती. जर हे कुटुंब इंग्लिश बोलणारं नसतं, जर नवरा दीर्घ काळ मनोरुग्ण असता किंवा दारू अथवा सिगरेटच्या आहारी गेलेला असता, जर या कुटुंबानं आधी गुन्हे केल्याचं किंवा त्यांच्यावर यापूर्वी खटले भरले गेले असल्याचं ऐकिवात असतं; तर ग्लेननं हा खटला अजिबात हाती घेतला नसता. तो म्हणाला, ''अगदी उत्तम प्रकारचं अशील कसं असावं, त्याचं हे उत्कृष्ट उदाहरण होतं.'' ज्या दिवशी खटला सुनावणीसाठी येणार होता, त्या दिवशी आरोपींनी चोवीस लक्ष डॉलर्स देऊन तो कोर्टाबाहेर मिटवला.

बॅरी लँगकडे विचारणा करणारे फोन्स आठवड्याकाठी निदान साठ अशिलांकडून तरी येतात. त्यातल्या दोघांचीच निवड करून, तो त्यांचे वैद्यकीय अहवाल तपासू लागतो आणि वैद्यकीय सेवेबाबत दुर्लक्ष आणि चुका झाल्याच्या भक्कम पुराव्याचा शोध घेऊ लागतो. प्रारंभीचा तपास घेण्यासाठी अनेक लॉ-फर्म्स नर्सची किंवा वैद्यकीय व्यावसायिकाची नियुक्ती करतात. परंतु लँग स्वतःच सारे अहवाल

गोळा करतो, ते तारखेनुसार ओळीनं लावून ठेवतो आणि त्यातलं पान न् पान बारकाईनं तपासतो.

वैद्यकीय दुर्लक्ष आणि रुग्णाची हेळसांड — निग्लिजन्स — याची कायद्याची व्याख्या आहे : 'डॉक्टरनं रुग्णावर उपचार करण्याच्या आपल्या कर्तव्याची पायमल्ली केलेली असणं.' परंतु मला लँगची व्यवहारातली 'निग्लिजन्सची' (कर्तव्यच्युतीची) व्याख्या जाणून घ्यायची होती. लॅगचं म्हणणं आहे की, जर त्याला डॉक्टरच्या हातून झालेल्या चुकीची परिणती रुग्णाला इजा होण्यात झालेली दिसली आणि ती चूक टाळणं डॉक्टरला शक्य असेल, तर लँगच्या मते, त्या डॉक्टरनं निष्काळजीपणा दाखवला आहे.

अनेक डॉक्टरांना या व्याख्येची भीती वाटेल. अनेक रुग्णांच्या बाबतीत असंख्य अडचणी असतात. रोगाचं निदान अनेकदा स्पष्टपणे करता येत नाही, शस्त्रक्रिया अत्यंत नाजूक आणि अवघड असते. अशा वेळेस आम्हा सर्वांच्या हातून टाळता आल्या असत्या, अशा प्रकारच्या अनेक चुका घडत असतात. मी लँगला माझ्या स्वत:च्याच काही रुग्णांबाबत माहिती दिली. लेप्रोस्कोपीनं (दुर्बिणीच्या साहाय्यानं, अगदी छोटा छेद घेऊन केलेली शस्त्रक्रिया) यकृतावर शस्त्रक्रिया केलेल्या माझ्या एका पेशंटला भयानक रक्तस्राव झाला होता. थायरॉईड-ग्रंथींवर शस्त्रक्रिया केल्यानंतर, माझ्या एका पेशंटचा आवाज कायमचा घोगरा झाला होता. आणखी एका रुग्ण स्त्रीला झालेल्या वक्षांच्या कर्करोगाचं निदान मला अनेक महिने करताच आलेलं नव्हतं. ह्या साऱ्या अवघड प्रकारच्या शस्त्रक्रिया आणि निदानं होती. परंतु मागे वळून आता आढावा घेतल्यावर मला आता जाणवतंय की, अनेक प्रकारे मी उपचारांमध्ये सुधारणा करू शकलो असतो. मी लँगला विचारलं, या रुग्णांच्या बाबतीत तो माझ्यावर खटले भरेल का? तो म्हणाला, "हो. अगदी एका क्षणात मी तुझ्यावर खटला भरेन." मी म्हटलं, "परंतु जर शल्यविशारदांमध्ये माझ्या नावाचा गौरवानं उल्लेख केला जात असला आणि माझ्या बहुतेक साऱ्या शस्त्रक्रिया यशस्वी ठरत असून मी निष्ठावृत्तीनं रुग्णाची काळजी घेत असलो, तर?" तो म्हणाला, "त्यामुळे काहीही बदलणार नाही. महत्त्वाची गोष्ट एकच असते : या केसच्या बाबतीत मी काय केलं?" त्यानं मला समजावून सांगितलं की, ही गोष्ट कार चालवण्यासारखी असते. मी अगदी बिनचूकपणे, वर्षानुवर्षं कार चालवत असेन. परंतु आयुष्यात फक्त एकाच वेळेस मी लाल दिवा असताना त्यातून गाडी पुढे नेली आणि एक लहान मूल त्याखाली आलं, तर मी निष्काळजीपणानंच वागलो, असं म्हणायलाच हवं.

लँग ठामपणे सांगतो की, त्यानं ही डॉक्टरांच्या विरोधात मोहीम सुरू केलेली नाही. हे काही डॉक्टरविरोधी धर्मयुद्ध नव्हे. तो स्वत: सर्जन म्हणून काम करत

होता, तेव्हा त्याच्यावरही तीन माल-प्रॅक्टिसचे खटले भरले गेले होते. एक होती **ऑथ्रोस्कोपी***(सांध्यावरची शस्त्रक्रिया)ची शस्त्रक्रिया. खेळताना इजा होऊन एका तरुण स्त्रीच्या गुडघ्यातली कूर्चा फाटली होती. त्यावर त्यानं शस्त्रक्रिया केली होती. अनेक वर्षांनंतर तिनं लँगवर खटला भरला, कारण तिच्या त्या गुडघ्यात आर्थ्रायटिस (संधिवात) सुरू झाला होता. अशा शस्त्रक्रियेनंतर हा त्रास बरेचदा अपरिहार्य असतो, हे सर्वश्रुत आहे. त्याच्या इच्छेविरुद्ध त्याच्या इन्शुरन्स कंपनीनं खटल्याचा त्रास टाळण्यासाठी त्या स्त्रीला पाच हजार डॉलर्स देऊन ती डोकेदुखी थांबवली कारण कोर्टात खटला लढवण्यापेक्षा, ते कमी खर्चात होऊन गेलं.

दुसऱ्या एका रुग्णाच्या बाबतीत वेगळंच घडलं. हा एक कष्टांची मजुरी करणारा माणूस होता. त्याच्या मनगटाला झालेल्या इजेमुळे त्याची तीन बोटं बधिर झालेली होती. लँगनं ती इजा दुरुस्त करण्यासाठी जी शस्त्रक्रिया केली, त्यामुळे हा बधिरपणा आणखीच वाढला आणि त्याला काम करता येणं अशक्य झालं. त्यामुळे त्यानं लँगवर खटला भरला. लँगचं म्हणणं होतं की, त्यानं या रुग्णाला सावधगिरीची सूचना देऊन ही शस्त्रक्रिया खूप धोक्याची असल्याचं आधीच सांगितलेलं होतं. लँगनं शस्त्रक्रियेला सुरुवात केली, तेव्हा त्याला आढळलं की, महत्त्वाचे मज्जातंतू एका जाड घट्ट्यात अडकून बसले होते. त्यांना सोडवणं हे अतिशय अवघड काम ठरलं. 'वॉलपेपरला चिकटलेली स्कॉचटेप (चिकटपट्टी) सोडवून घेण्याइतकं ते अवघड काम होतं,' या शब्दात लँग त्याचं वर्णन करतो. त्यामुळे काही मज्जातंतू खेचले गेले. परंतु हा युक्तिवाद खटला लढवताना उपयुक्त ठरेल, असं इन्शुरन्स कंपनीला वाटलं नाही. त्यांनी तीन लाख डॉलर्स देऊन तो खटला मिटवला. या दोन्ही खटल्यांमध्ये काहीही दम नव्हता आणि इतर कुणाही डॉक्टरप्रमाणे लँग त्या खटल्यांमुळे वैतागून गेला.

परंतु तिसऱ्या रुग्णाला मात्र लँगच्या चुकीमुळेच इजा झालेली होती, ही गोष्ट वादातीत खरी होती आणि या घटनेला वीस वर्षं होऊन गेली असली, तरी त्याबद्दल त्याला अजूनही दुःख वाटतं. तो मला म्हणाला, "मी त्यापेक्षा अधिक चांगली रुग्णसेवा पुरवू शकलो असतो." हा रुग्ण साठीच्या वरच्या वयाचा होता आणि लँगनं त्याला गुडघ्याची कृत्रिम वाटी बसवून देण्यासाठी (नी रीप्लेसमेंट) बोलावलं होतं. शस्त्रक्रियेआधी एक-दोन दिवस तो रुग्ण लँगच्या ऑफिसात आला आणि त्याच्या पोटरीत वेदना होत होती, असं सांगू लागला. लँगनं डीप-व्हेन-थ्रॉम्बॉसिसची (पोटरीतल्या रक्तवाहिनीत रक्ताची गुठळी अडकणं) शक्यता विचारात घेतली होती. परंतु त्याची शक्यता नाही, असं ठरवून त्यानं आणखी परीक्षा करायला

---

* Arthroscopy सांध्यावरची शस्त्रक्रिया.

लावल्या नाहीत. त्या रुग्णाला खरोखरच डीप-व्हेन-थ्रॉम्बॉसिस निघाला आणि दोन दिवसांनी रक्ताची ती गुठळी सुटी होऊन त्याच्या फुफ्फुसात पोचली, तिथं अडकली आणि तो रुग्ण मरण पावला. लँगच्या इन्शुरन्स कंपनीनं चार लाख डॉलर्स देऊन तो खटला कोर्टाबाहेरच मिटवला.

लँग म्हणाला, "मी फिर्यादीच्या बाजूचा वकील असतो, तर माझ्या विरुद्धचा तो खटला मी नक्कीच स्वीकारला आणि लढवला असता."

लँग म्हणाला, "आपल्यावर खटला भरला जातोय, ही हादरवून टाकणारी गोष्ट असते. ती एक अत्यंत अस्वस्थ करणारी भावना असते. कोणताही डॉक्टर जाणूनबुजून त्याच्या पेशंटला इजा पोचवत नसतो." परंतु तो ठासून सांगतो की, त्या वेळेससुद्धा तो अशा खटल्यांकडे तार्किक दृष्टीनंच बघायचो. "जरी तुमच्यावर खटला भरला जाणं ही तुमचं मन ढवळून टाकणारी दुःखद घटना असली, तरी त्याकडे 'व्यवसाय करण्याची किंमत मोजणं' या दृष्टीनंच बघितलं पाहिजे. माझं म्हणणं आहे की, आपल्यापैकी प्रत्येक जणच आपल्या व्यवसायात केव्हा ना केव्हा निष्काळजीपणानं वागलेलाच असतो! मग तो डॉक्टर असो, गाड्या दुरुस्त करणारा तंत्रज्ञ असो की हिशेबनीस असो! निष्काळजीपणापायी चुका घडतात आणि त्यासाठीच तुम्ही विमा उतरवत असता. जर तुमच्या हातून घरातला ओव्हन चालू राहिला आणि तुमचं घर पेटलं, तर तुम्ही निष्काळजीपणेच वागलात. परंतु त्याचा असा अर्थ नव्हे की, तुम्ही गुन्हेगार आहात." त्याच्या मते जनतेची अगदी रास्त अपेक्षा असते : जर कमी दर्जाची सेवा पुरवल्यामुळे किंवा उघड-उघड चूक केल्यामुळे जर डॉक्टरनं कुणा रुग्णाला गंभीर स्वरूपाची इजा पोचवली, तर त्याच्या परिणामांबद्दल त्या डॉक्टरला जबाबदार धरलं जावं.

मालप्रॅक्टिस (अधिकाराचा दुरूपयोग) संदर्भातल्या खटल्यांबद्दल जी उलट-सुलट चर्चा केली जाते, त्याची मूर्त स्वरूपातली उदाहरणं म्हणजे लँगवर भरले गेलेले तीन खटले असं मला वाटतं. त्याच्यावर भरण्यात आलेल्या तीन खटल्यांपैकी दोन खटले अगदी बिनबुडाचे होते आणि लँगनं आता काहीही युक्तिवाद केला, तरी त्या खटल्यापायी वैद्यकीय व्यवस्थेला पैशांच्या आणि विश्वासाच्या दृष्टीनं मोजावी लागलेली किंमत दुर्लक्षिण्याजोगी नव्हती. परंतु तिसऱ्या खटल्याच्या बाबतीत लँगच्या हातून खरीखुरी चूक घडली होती आणि त्या चुकीपायी एका माणसाला त्याच्या प्राणांना मुकावं लागलं होतं. अशा प्रसंगी रुग्णाचं आणि त्याच्या कुटुंबीयांचं डॉक्टर्स काही देणं लागतात की नाही?

माझ्या माहितीनुसार, बिल फ्रँकलिन या डॉक्टरनं मॅसॅच्युसेट्स जनरल हॉस्पिटलमध्ये चाळीस वर्षांपेक्षा अधिक काळ काम केलं आहे. जिवावर बेतू शकतील, अशा

गंभीर स्वरूपाच्या ॲलर्जीजवरचा तो तज्ज्ञ डॉक्टर आहे. तो एक पितासुद्धा आहे. त्याचा मुलगा पीटर अनेक वर्षांपूर्वी बॉस्टन युनिव्हर्सिटीच्या वैद्यकीय शाखेत दुसऱ्या वर्षात शिकत होता. एके दिवशी त्यानं बिलला फोन करून सांगितलं की, त्याला बरं वाटत नव्हतं. त्याला घाम फुटत होता, खोकला येत होता आणि थकल्यासारखं वाटत होतं. बिल्‌नं त्याला आपल्या ऑफिसात बोलावून त्याची तपासणी केली. त्याच्या मुलाच्या लक्षणांमागचं नेमकं स्पष्ट कारण त्याला आढळलं नाही. त्यामुळे त्यानं त्याला त्याच्या छातीचा एक्स-रे काढून घ्यायला सांगितलं. त्या दिवशी काही वेळानं बिलला रेडिऑलॉजिस्टचा फोन आला. तो म्हणाला, ''मोठंच संकट उभं राहिलंय.'' त्या एक्सरेत पीटरच्या छातीभर पसरलेलं ट्यूमर (गाठ) दिसत होतं आणि ते फुप्फुसांच्या मधल्या भागावर रेटा देऊन फुप्फुसं पुढे दाबत होतं. त्या रेडिऑलॉजिस्टला आजवर आढळलेल्या प्रचंड मोठ्या ट्यूमर्सच्या वर्गात मोडेल, असं हे ट्यूमर होतं.

स्वत:च्या भावनांवर थोडासा ताबा मिळवल्यावर बिलनं पीटरला त्याच्या घरी फोन केला आणि त्याला आणि त्याच्या तरुण पत्नीला ही भीतिदायक बातमी सांगितली. पीटरला दोन लहान मुलं होती आणि त्यांचं एक छोटंसं घर होतं. त्या घराच्या स्वयंपाकघराच्या दुरुस्तीचं काम तेव्हा सुरू होतं. त्यांच्या आयुष्याची गती ठप्प झाली. पीटरला हॉस्पिटलमध्ये दाखल करून घेऊन त्या ट्यूमरची बायॉप्सी केली गेली. निदान झालं, 'हॉजकिन्स लिम्फोमा.' त्याच्यावर तीव्र क्ष किरणांचे उपचार सुरू करण्यात आले. त्याच्या छातीला आणि मानेला झाकून टाकेल, एवढा क्ष किरणांचा झोत रुंद करण्यात आला होता. असं असूनही कॉलेजचं शिक्षण चालू ठेवण्याचा पीटरचा निग्रह होता. क्ष किरणांमुळे त्याच्या डावीकडच्या डायफ्रामला (छातीच्या पिंजऱ्याखालचा पातळ पडदा) पक्षाघात झाला आणि त्याच्या डाव्या फुप्फुसाला इजा होऊन त्याला श्वसनाला अडचण होऊ लागली. असं असूनही त्यानं कॉलेजचे तास बुडणार नाहीत, अशा वेळेस क्ष किरण-उपचार घ्यायला सुरुवात केली.

क्ष किरणांनी बरं होण्याच्या दृष्टीनं हे ट्यूमर फारच मोठं होतं. त्याचा काही भाग वाढतच होता आणि पीटरच्या पोटाच्या खालच्या भागातल्या दोन लसिका ग्रंथींना (लिम्फ नोड्स) त्याची लागण झाली. डॉक्टरांनी पीटरच्या वडिलांना सांगितलं की, आजवर त्यांना आढळलेल्या घटनांपैकी ही सर्वांत वाईट घटना होती. पीटरला अनेक महिने केमोथेरपी घ्यावी लागणार होती. त्यामुळे त्याला खूप त्रास होईल आणि वंध्यत्वसुद्धा येईल, परंतु तो बरा होईल, असं डॉक्टरनी सांगितलं.

सर्वांच्या नजरेदेखत ते ट्यूमर इतकं प्रचंड कसं वाढू शकलं, हे बिल

फ्रँकलिनला उमगेना. पीटरवर करण्यात आलेल्या उपचारांचा आढावा घेतल्यावर त्यांच्या लक्षात आलं की, चार वर्षांपूर्वी पीटरच्या अक्कलदाढा उपटून काढण्यात आल्या होत्या. संपूर्ण भूल देऊन (जनरल अॅनेस्थेसिया) ती शस्त्रक्रिया करण्यात आलेली होती आणि त्याला एक रात्र मॅस जनरल हॉस्पिटलमध्ये राहावं लागलं होतं. त्या वेळेस छातीचा एक्स-रे नक्कीच घेतला गेला असणार, हे बिलच्या लक्षात आलं. त्यानं एक रेडिऑलॉजिस्टला जुना एक्स-रे शोधून काढून पुन्हा एकदा त्याचं परीक्षण करायला सांगितलं. रेडिऑलॉजिस्ट बिलला म्हणाला की, त्या एक्स-रेतसुद्धा ही गाठ दिसत होती. एवढंच नव्हे, तर त्या वेळच्या, हा एक्स-रे तपासणाऱ्या रेडिओलॉजिस्टच्या ती लक्षातही आलेली होती. त्यानं आपल्या चार वर्षांमागच्या रिपोर्टमध्ये लिहीलं होतं, 'या गाठीची पुढली तपासणी करणं गरजेचं आहे.' परंतु ही गोष्ट फ्रँकलिन कुटुंबीयांना कुणीही सांगितलेली नव्हती. दंतवैद्यानं आणि सर्जरीच्या रेसिडंटनं पीटरच्या अहवाल-तक्त्यावर 'एक्स-रे नॉर्मल' असल्याचं लिहीलं होतं.

त्याच वेळेस ह्या ट्यूमरवर उपचार करण्यात आले असते, तर बहुधा पीटर फक्त रेडिएशन उपचारांनीच बरा झाला असता आणि रेडिएशनसुद्धा इतक्या घातक प्रखरतेचं द्यावं लागलं नसतं. आता तो जगला वाचला असता, तरी त्याला वैद्यकीय शिक्षण पूर्ण करणं बहुधा शक्य होण्यातलं नव्हतं. बिल फ्रँकलिन अगदी सैरभैर झाला. मॅस जनरलच्या एका डॉक्टरच्याच बाबतीत हे कसं घडू शकलं? पीटरची पत्नी आणि मुलं यांना पुढे कोण आधार देणार?

अशा प्रश्नांची उत्तरं शोधण्यासाठी, अशा परिस्थितीत सापडलेले हजारो लोक मालप्रॅक्टिस (अधिकाराचा दुरूपयोग)चे खटले भरतात. परंतु बिल फ्रँकलिनची तसं करण्याची इच्छा नव्हती. त्याच्या मुलाच्या संदर्भातले डॉक्टर्स बिलचे सहकारी आणि मित्र होते आणि तो मालप्रॅक्टिस-यंत्रणेचा अजिबात चाहता नव्हता. त्याला स्वत:लाच मालप्रॅक्टिसच्या खटल्याला तोंड द्यावं लागलं होतं. त्याच्या अनेक वर्षांच्या एका पेशंट स्त्रीला गंभीर स्वरूपाचा दमा होता आणि दम्याचा जोरदार झटका आल्यावर श्वसन सुलभपणे करता यावं, म्हणून त्यानं तिला स्टीरॉईड्स घ्यायला सांगितलं होतं. तिचा दमा आटोक्यात आला खरा; परंतु खूप मात्रेत, दीर्घ काळ स्टीरॉईड्स घेतल्यामुळे तिची मन:स्थिती विकृत झाली आणि मनोविकृतीसाठी तिला हॉस्पिटलमध्ये ठेवणं भाग पडलं. बिल् फ्रँकलिनवर भरल्या गेलेल्या मालप्रॅक्टिस खटल्यात त्याच्यावर आरोप करण्यात आला की, स्टीरॉइड्स देण्यात किती गंभीर धोका होता, हे माहीत असून तिला स्टीरॉईड्स घ्यायला सांगणं, ही बिलच्या हातून झालेली निष्काळजीपणाची कृती होती आणि त्यामुळे रुग्णाला झालेल्या इजेची आर्थिक जबाबदारी त्यानंच उचलायला हवी. फ्रँकलिनला संताप आला. हा त्या

रुग्ण स्त्रीच्या जीवनमरणाचा प्रश्न होता आणि त्यानं तिच्यावर सर्वोत्कृष्ट इलाज केलेले होते.

आता पीटरसाठी त्यानं हॉस्पिटलच्या संचालकाची भेट घेण्याचा निर्णय घेतला. ही चूक कशी घडली आणि भविष्यात अशी चूक कशा प्रकारे टाळता येईल, हे शोधण्यासाठी संपूर्ण अन्वेषण केलं जावं, अशी त्यानं विनंती केली. पीटरच्या कुटुंबीयांना आर्थिक मदत केली जावी, अशीसुद्धा त्यानं इच्छा प्रदर्शित केली. परंतु हॉस्पिटलच्या प्रमुख संचालकानं याबाबत त्याच्याशी बोलायला नकार दिला. तो म्हणाला की, बिलनं वकिलाची मदत घ्यावी. ''दुसरा कोणताही मार्ग नाही?'' फ्रँकलिननं जाणून घ्यायचा प्रयत्न केला. दुसरा मार्ग नाही, असं त्याला उत्तर मिळालं.

वैद्यकीय क्षेत्रातले आपल्यासारखे लोक या बाबतीतच अपुरे पडतात. रुग्णावर उपचार करताना काहीतरी वाईट घडलं आणि ते टाळता येण्याजोगं होतं की एखाद्या भयंकर चुकीमुळे घडलं होतं, हे रुग्णाला आणि त्याच्या कुटुंबीयांना जाणून घ्यायचं असलं, तर त्यांनी कुणाचं दार ठोठवायचं? बरेच लोक प्रारंभी हे उपचार देणाऱ्या डॉक्टरकडेच वळतात. रुग्णाला त्याच्या चुकीपायी इजा पोचली असेल, तर त्याबद्दल रुग्णाला सांगणं ही डॉक्टरवरची नैतिक जबाबदारी असते. परंतु डॉक्टरनं प्रतिसाद दिला नाही, रुग्णापेक्षा संभाव्य खटल्याचीच त्याला चिंता वाटत असली किंवा डॉक्टरनं दिलेली कारणं पटली नाहीत, तर रुग्णानं काय करावं? खरोखर काय घडलं, हे जाणून घ्यायच्या इच्छेपोटीच बरेचसे लोक वकिलाकडे धाव घेत असतात.

साउथ कॅरोलायनातला खटले चालवणारा व्हरनॉन ग्लेन हा वकील मला म्हणाला होता, ''माझ्याकडे ते कोणत्या हेतूनं आले आहेत, हे बऱ्याच लोकांना स्पष्टपणे समजतच नसतं. बरेचदा काहीतरी गफलत झाल्याचा वास त्यांना नर्सच्या उद्गारांतून लागतो.'' 'ही अगदी मोठी चूक घडली. ती घडायला नको होती,' असं नर्सच्या तोंडून ऐकलं की, रुग्णाचे नातेवाईक व्हरनॉन ग्लेनकडे येतात आणि रुग्णाच्या फाइल्स तपासून पाहायची त्याला विनंती करतात. त्यात जर गंभीर प्रकारचं नुकसान झाल्याचं आढळलं, तर ग्लेन त्या फाईल्स तज्ज्ञांकडून तपासून घेतो. ग्लेन म्हणाला, ''बरेचदा आम्ही म्हणतो की, यात खटला भरण्याजोगा पुरेसा दम नाही; हे असं असं घडलं. त्यावर रुग्णाचे नातेवाईक उत्तर देतात, 'ठीक आहे. नेमकं काय घडलं, ते आम्हाला निदान कळालं तरी! हेसुद्धा कमी नाही.' ''

रुग्णाची काळजी घेताना निष्काळजीपणा झाला किंवा नाही, याचं मूल्यमापन करण्याबाबत मालप्रॅक्टिस खटले चालवणाऱ्या वकिलांना निःपक्षपाती म्हणणं शक्य नाही; परंतु आपल्या वैद्यकीय यंत्रणेनं आणखी कोणताही उत्तम पर्याय

ठेवलेला नाही, कारण आम्ही डॉक्टर लोक आमच्या हातून घडलेल्या चुकांची आर्थिक जबाबदारी स्वीकारण्यास बहुतेक वेळा राजी नसतो. अनेक डॉक्टर स्पष्टपणे जबाबदारी स्वीकारायला तयार होतात केवळ एकाच कारणास्तव : तसं केल्यामुळे, रुग्णांकडून त्यांच्यावर खटले भरले जाण्याची शक्यता कमी होते.

परंतु जेव्हा एखाद्या डॉक्टरवरच असा प्रसंग गुदरतो आणि त्याच्या जिवलग व्यक्तीलाच इतर डॉक्टरांच्या चुकीमुळे इजा पोचते, तेव्हा मात्र त्याचा दृष्टिकोन बदलत असतो. अलीकडेच, राष्ट्रीय स्तरावर केल्या गेलेल्या एका सर्वेक्षणात, डॉक्टरांना आणि सर्वसामान्य माणसांना पुढील उदाहरण देण्यात आलं होतं: शस्त्रक्रियेपूर्वी, सर्जन एका सदुसष्ठ वर्षांच्या माणसाला एक अँटिबायोटिक (प्रति जैविक) द्यायला सांगतो. त्या रुग्णाच्या अहवालात त्याला या प्रतिजैविकाची ॲलर्जी असल्याचं स्पष्टपणे लिहिलेलं असतं. त्याकडे नजरचुकीनं त्याचं दुर्लक्ष होतं. रुग्णाला ते प्रतिजैविक दिलं जाईपर्यंत ती चूक लक्षात येत नाही आणि त्यानंतर कितीही प्रयत्न केले, तरी तो रुग्ण दगावतो.

हे उदाहरण दिल्यावर सर्वांना प्रश्न विचारला जातो की, अशा वेळेस काय करायला हवं? ५० टक्के सर्वसाधारण जनतेला वाटतं की, त्या डॉक्टरचा वैद्यकीय परवाना काढून घेण्यात यावा. कोणत्याही डॉक्टरला तसं वाटत नाही. परंतु ५५ टक्के डॉक्टर्स म्हणतात की, त्याच्यावर मालप्रॅक्टिसचा खटला भरण्यात यावा.

थोड्या नाखुशीनंच अखेरीस बिल फ्रँकलिननं तसं करण्याचा निर्णय घेतला. जर खटल्याचा निर्णय त्याच्या बाजूनं लागला नाही, तर त्याला आपली नोकरी गमवावी लागेल, अशी सावधगिरीची सूचना त्याला त्याच्या वकील मित्रांकडून देण्यात आलेली होती. बिलचं मॅस जनरल हॉस्पिटलवर आणि स्वतःच्या व्यवसायावर प्रेम होतं आणि पीटरचा डेंटल सर्जन त्याचा मित्रच होता. परंतु त्याच्या पोटच्या पोरालाच झळ बसलेली होती आणि पीटरला आणि त्याच्या कुटुंबीयांना सोसाव्या लागलेल्या त्रासासाठी त्यांची नुकसानभरपाई करून दिली जायलाच हवी, असं त्याला वाटत होतं. स्वतः पीटरला खटला भरणं पसंत नव्हतं. त्याला भीती वाटत होती की, खटला भरला, तर त्याच्यावर उपचार करणारे डॉक्टर त्याचं इतकं वैर करू लागतील की, ते त्याच्यावर नीटपणे उपचारच करणार नाहीत. परंतु अखेरीस त्याची समजूत पटवता आली.

सुरुवातीला फ्रँकलिन कुटुंबीयांना सांगण्यात आलं होतं की, कोणताही वकील त्यांचा खटला हाती घेणार नाही. ही चूक चार वर्षांमागे घडली होती आणि राज्यातल्या नियमानुसार, खटल्यांसाठी फक्त तीन वर्षांपूर्वीच्या चुकीलाच मंजुरी दिली जात होती. त्या वेळेस इतर राज्यात दिवाणी खटल्यांबाबत जसा कायदा

होता, तसाच कायदा मॅसॅच्युसेटस राज्यातही होता की, भूतकाळातल्या खूप पूर्वी घडलेल्या घटनेसाठी दिवाणी दावा करता येणार नाही. पीटरला खूप उशिरा चूक उमगल्यामुळे ते त्याच्या जिवावर बेतणार होतं, यामुळे कोणताही फरक पडणार नव्हता. मग त्यांना बॉस्टनमधला मायकेल मोन नावाचा एक तरुण वकील भेटला. त्यानं तो खटला मॅसॅच्युसेट्स सुप्रीम कोर्टपर्यंत लढवत नेला आणि १९८० साली त्यानं कायद्यात बदल करून घेण्यात यश मिळवलं. 'फ्रँकलिन व्हर्सेस मॅस जनरल हॉस्पिटल' या खटल्यावर निर्णय देण्यात आला की, इजा झाल्याचं लक्षात आल्यापासून ही कालमर्यादा मोजण्यात यावी आणि ह्या निर्णयाचा न्यायालयीन दाखला आजसुद्धा ग्राह्य धरला जातो. कायद्यात हा बदल घडवता आल्यामुळे पीटरला खटला भरणं शक्य झालं.

ह्या खटल्याची सुनावणी, १९८३ साली डेडहॅममधल्या ज्या कोर्टात घेण्यात आली होती, त्याच कोर्टात साठ वर्षांमागे अराजक माजवणाऱ्या साक्को आणि वान्झेट्टी यांना खुनाबद्दल शिक्षा करण्यात आली होती. "मला खटल्याबद्दल फारसं काही आठवत नाही. त्या स्मृतींवर मी पडदा पाडलाय. परंतु मला ती खोली आठवतेय आणि जे शब्द ऐकण्यासाठी मी दीर्घ काळ वाट पाहिली होती, ते मायकेल मोनचे शब्दसुद्धा मला स्पष्टपणे आठवत आहेत, "स्त्री पुरुष सज्जनहो, ह्या तरुणाच्या छातीत 'टाइम बॉंब' टिकटिक करत होता आणि चार वर्षं – चाऽर वर्षं – डॉक्टरांनी काहीही केलं नाही.'' या खटल्याची सुनावणी चार दिवस चालू होती. ज्यूरीचं मत पीटरच्या बाजूनं पडलं आणि त्यांनी त्याला ६ लक्ष डॉलर्सची नुकसानभरपाई मिळवून दिली.

बिल फ्रँकलिनचं म्हणणं आहे की, हॉस्पिटलमध्ये याबद्दल कोणतेही वैरभावाचे पडसाद त्याच्या अनुभवाला आले नाहीत. त्याचे सहकारी त्याचा निर्णय समजू शकले आणि पीटरवर उपचार करणाऱ्या डॉक्टर्सनी प्रयत्नांची शर्थ केली. एक वर्षभरात, केमोथेरपीची सहा आवर्तनं पूर्ण झाल्यावर, पीटरच्या छातीतल्या लिम्फनोड्समध्ये (लसिका ग्रंथींमध्ये) अजूनही कर्करोगाचं बीज शिल्लकच राहिलेलं होतं. त्याच्यावर पुन्हा एकदा नव्या प्रकारच्या केमोथेरपीचा प्रयोग केला गेला, त्यामुळे त्याची रोगप्रतिकारक शक्ती इतकी खच्ची झाली की, तो व्हायरल इन्फेक्शनमुळे जवळजवळ मरणाच्या दारातच पोचला होता. त्याला अनेक आठवडे हॉस्पिटलमध्ये राहावं लागलं आणि मेडिकल कॉलेजमधून रजा घ्यावी लागली. त्या व्हायरसमुळे त्याला इतका अशक्तपणा आला की, अर्धा जिना चढल्याबरोबर त्याला धाप लागू लागली आणि तळपायांची आग होऊ लागली. त्याच्यातला आणि त्याच्या पत्नीतला दुरावा वाढत जाऊन त्यांचं सहजीवन संपुष्टात आलं. संकटामुळे लोक एकतर जवळ तरी येतात किंवा त्यामुळे एकमेकांपासून दुरावू तरी

शकतात. या संकटामुळे पीटर आणि त्याच्या बायकोमधला दुरावा वाढतच गेला.

तरीही पीटर आजारातून सहीसलामत बाहेर पडला. त्यानं कालांतरानं मेडिकल कॉलेजचं शिक्षण पूर्ण केलं आणि रेडिऑलॉजी या विषयात विशेष प्रशिक्षण घ्यायचं ठरवलं. त्याचा प्राधान्यक्रम असलेल्या रेसिडेन्सी उपक्रमांनी त्याला प्रवेश द्यायचं नाकारलेलं पाहून सर्वांनाच आश्चर्य वाटलं. बॉस्टन युनिव्हर्सिटीतल्या डीननही त्यापैकी एका उपक्रमातल्या रेडिऑलॉजीच्या अध्यक्षाला फोन करून या नकारामागचं कारण शोधण्याचा प्रयत्न केला. त्यांना उत्तर देण्यात आलं, "हा प्राणी एक अवलियाच आहे! तो डॉक्टरांवरच खटले भरतोय!" डीननी त्या अध्यक्षाला पीटरची कहाणी सांगितली आणि विचारलं, "हाच जर तुझा मुलगा असता, तर तू काय केलं असतंस?" त्यानंतर पीटरला प्रवेश देण्यात आला. त्यानं बॉस्टन युनिव्हर्सिटीमधल्या रेडिऑलॉजी रेसिडन्सीची निवड केली आणि ती पूर्ण केल्यानंतर त्याला तिथेच नोकरी देण्यात आली. थोड्या काळातच तो त्या शाखेचा प्रमुख म्हणून नियुक्त झाला. त्यानं पुन्हा विवाह केला आणि आता त्याचं वय अठ्ठावन्न वर्षांचं आहे. तो ऑर्थोपेडिक - इमेजिंगचा (हाडांच्या क्ष किरण प्रतिमांचा) तज्ज्ञ आहे. खुरट्या मिशा आणि पिकू लागलेल्या केसांचं छप्पर वागवणारा पीटर, केमोथेरपीमुळे उद्‌भवलेले फुप्फुसाचे आणि यकृताचे चिवट विकार अजूनही सहन करतो आहे. दोन हजार साली त्यानं टेलिरेडिऑलॉजी गट स्थापन केला आणि तो गट आता देशभरातल्या दीडशे सेंटर्समधून पाठवल्या जाणाऱ्या स्कॅन्सचा अर्थ लावून निदान करत आहे. पीटर व्यावसायिक खेळाडू संघांचा तज्ज्ञ-सल्लागार आहे. या संघांमध्ये सॅन डिएगो चार्जर्स आणि शिकागो बेअर्स यांचा समावेश आहे.

तो म्हणतो की, त्याला सहन कराव्या लागलेल्या अग्निदिव्यांमुळे तो त्याचं काम अत्यंत काळजीपूर्वक करत असतो. घडणाऱ्या चुका शोधून त्यामागचं कारण शोधण्यासाठी त्यानं अन्वेषण-समितीची स्थापना केली आहे. असं असूनही, त्यांच्या गटाच्या अंदाजपत्रकातला सर्वांत मोठ्या खर्चाचा भाग असतो, मालप्रॅक्टिससाठीचा विमाहप्ता. योगायोगानं पीटरच्या वाट्याला जी चूक आलेली होती – चुकलेलं किंवा उशिरा केलं गेलंलं निदान त्याच चुकीबाबत मालप्रॅक्टिसचे सर्वाधिक खटले भरले जातात. त्यानं भरलेल्या खटल्यामुळे (मॅसॅच्युसेट्‌समधला त्या संदर्भातला कायदा सुधारला गेल्यामुळे) अशा चुकांसाठी खटले भरणं सुलभ झालं आहे. या वस्तुस्थितीबद्दल त्याला काय वाटतं, असा मी त्याला प्रश्न विचारला. त्यानं शहारल्यासारखं केलं आणि उत्तराचा विचार करण्यासाठी तो थोडा थांबला.

अखेरीस तो म्हणाला,"मला वाटतं, मालप्रॅक्टिसची पद्धत हाताबाहेर गेली आहे. माझ्या छोट्याशा अनुभवाचा त्याच्याशी फारसा संबंध आहे, असं मला वाटत नाही. ही पद्धतच अनेक समस्यांनी बजबजलेली आहे. परंतु कुणाला इजा होते तेव्हा

होते आणि आपल्यामुळे ती झाली, तर त्याची आपण कबुली द्यायला हवी!'' मी त्याला विचारलं की, त्यानं केलेली विधानं परस्परविरोधी वाटत नाहीत? तो म्हणाला, ''नाही! ही व्यवस्थाच विरोधाभासानं भरलेली आहे.'' ज्या लोकांना खरोखरच नुकसानभरपाई मिळणं आवश्यक आहे, त्यांच्यापैकी फारच थोड्यांना ती मिळते. त्याचा अनुभव अपवादात्मक होता, कारण त्याला नुकसानभरपाई देण्यात आली. आणि तरीही सारी अपील्स आणि प्रतिवाद निकालात निघेपर्यंत त्यांना सात वर्षं लढत द्यावी लागली. परंतु त्याबरोबर एक गोष्ट मान्य करायलाच हवी की, नुकसानभरपाईचा कवडीचाही हक्क नसणारे अनेक अपात्र लोक नुकसानभरपाईसाठी खटले भरत असतात आणि त्यामुळे इतरांना प्रचंड खर्चाला आणि क्लेशांना सामोरं जावं लागतं. पीटरच्या मते ही यंत्रणा मुळातच विकृत आणि उफराटी आहे.

वैद्यकीय उपचारांबाबतचा विरोधाभास असा आहे की, त्यांची यंत्रणा अत्यंत सुरळीतपणे चालते, परंतु पुरेशा सुरळीतपणे चालत नाही. त्या यंत्रणेमुळे लोक अनेक वर्षं निरोगीपणे जगू शकतात आणि या सुसूत्र सेवेखेरीज ते त्यांना अजिबात शक्य झालं नसतं. १९५०च्या दशकापासून हृदयविकारामुळे ओढवणाऱ्या मृत्यूंचं प्रमाण जवळजवळ दोन तृतीयांश मात्रेनं घटलं आहे. पक्षाघातामुळे (स्ट्रोकमुळे) ओढवणाऱ्या मृत्यूंचं प्रमाण ८० टक्क्यांपेक्षा जास्त घटलं आहे. कर्करोगातून ७० टक्के लोक बचावतात. परंतु ह्या वैद्यकीय प्रगतीसाठी औषधं, यंत्रं, शस्त्रक्रिया आणि सर्वांत महत्त्वाचं म्हणजे निर्णय घेणं गरजेचं ठरतं आणि निर्णयांमुळे लोक वाचण्याएवढीच त्यांना इजा पोचण्याची शक्यता उद्‌भवते.

शल्यविशारद या नात्यानं मी येत्या वर्षी साधारणत: ३५० शस्त्रक्रिया करेन. त्यात आतड्याला जांघेजवळ पीळ पडून झालेल्या हर्नियापासून थायरॉईड ग्रंथींना झालेल्या कर्करोगावरील शस्त्रक्रियेपर्यंत विविध प्रकारांचा समावेश असेल. साधारणत: ६ ते ८ (२ टक्के) रुग्णांच्या बाबतीत, सारं काही सुरळीतपणे घडणार नाही. त्यांना जीव धोक्यात आणणारा रक्तस्राव होऊ शकेल किंवा माझ्या हातून एखाद्या महत्त्वाच्या मज्जातंतूला इजा पोचू शकेल किंवा मी एखादं चुकीचं निदानसुद्धा केलेलं असू शकेल. हिप्पोक्रेटसनं काहीही नियम घालून दिलेले असले, तरी कधी-कधी आम्ही रुग्णाचं नुकसान करत असतो. गंभीर स्वरूपाच्या इजांचं अन्वेषण केल्यावर लक्षात येतं की, त्यातल्या साधारणत: अर्ध्या गफलती अपरिहार्य व अटळ असतात आणि हे जाणून घेऊन कदाचित मला थोडा दिलासासुद्धा वाटेल. परंतु उरलेल्या अर्ध्या गफलतींमागे माझीच कोणतीतरी चूक कारणीभूत असेल आणि माझ्या चुकीपायी त्या रुग्णाचं आयुष्य कायमचं बदलून जाईल. समाज अजूनही अशा घटना नीटपणे जाणून घेण्यासाठीचे मार्ग शोधतो आहे. आणि अशा

चुका करणारे डॉक्टर्स खलनायक असतात? नाही! कारण त्यांना खलनायक म्हटलं, तर आपण सर्व जणच त्या सदरात मोडतो. परंतु डॉक्टरांच्या हातून रुग्णाला जी इजा पोचत असते, त्यामुळे ते बदनाम झालेले असतात, ही गोष्ट मात्र अगदी खरी आहे.

मी बेसबॉलच्या मॅचेस खूपदा पाहतो आणि त्या वेळेस **'थर्ड बेसमन'** (बेसबॉलमधला महत्त्वाचा फील्डर) या अपेक्षित कामगिरीबद्दल मी सतत विचार करत असतो. बेसबॉलच्या एका सीझनमध्ये, थर्ड बेसमनला भिडू आउट करायच्या जेवढ्या संधी मिळतात, तेवढ्याच वेळा मला शस्त्रक्रियेच्या संधी मिळत असतात. माइक लॉवेल, हँक ब्लॅडॉक, बिल म्युलर यांच्यासारखे सर्वोत्कृष्ट खेळाडू दर वेळेस ही गोष्ट न चुकता, उत्तम प्रकारे करत असतात. परंतु २ टक्केवेळा तेसुद्धा चेंडू खाली पाडतात किंवा तो फर्स्ट बेसमनच्या डोक्यावरून फेकतात. संपूर्ण सीझनभर खेळणारा कुणीही खेळाडू अशी मूर्खपणाची चूक करणं टाळू शकत नसतो. खेळाडूनं अशी चूक केली की, त्याचे चाहते निषेधाची ओरड करू लागतात. या चुकीमुळे तो डाव हरण्याची वेळ आली, तर ओरडीचं रूपांतर किंचाळण्यात होऊ लागतं. परंतु अशी कल्पना करा की, दर वेळेस माइक लॉवेलनं केलेल्या चुकीमुळे, तुमच्या कुणा प्रिय व्यक्तीला इजा झाली किंवा प्राण गमवावे लागले. समजा त्याच्या एका चुकीपायी एका वृद्ध व्यक्तीला **ट्रॅकिओस्टॉमी** (श्वासनलिकेच्या बाहेरील बाजूस भोक पाडून त्यातून थेट श्वसनासाठी नळी घालणं) करावी लागली, त्याच्या दुसऱ्या चुकीमुळे एका तरुण स्त्रीला व्हीलचेअरमध्ये बसून आयुष्य कंठावं लागलं, त्याच्या तिसऱ्या चुकीपायी एका बालकाच्या मेंदूला कायमची इजा पोचली. त्या खेळाडूचे संघमित्र तरीसुद्धा त्याच्याशी दयाबुद्धीनं वागतील. परंतु इतर जण? काहींना खेळाच्या मैदानाकडे धाव घेऊन त्याच्या नरडीचा घोट घ्यावासा वाटेल. इतर जण त्यानं आजवर वाचवलेल्या प्राणांकडे पाहून त्याच्या चुकीबद्दल त्याला माफ करतील. परंतु कुणीही त्याच्याकडे पूर्वीसारख्या दृष्टीनं पाहणार नाही आणि काहीच घडलं नाही, असं मानून कुणालाही तो डाव पुढे चालू ठेवावासा वाटणार नाही. त्या खेळाडूनं पश्चात्ताप दर्शवावा, चुकीची जबाबदारी स्वीकारावी, अशीच आपली अपेक्षा असेल. त्यानं ज्या लोकांना इजा पोचवली, त्यांची त्यानं योग्य प्रकारे नुकसानभरपाई करून द्यावी, अशी आपली इच्छा असेल.

नेमकी अशीच परिस्थिती वैद्यकीय प्रणालीत आढळते आणि खटले भरणं हा त्यावरचा अत्यंत असमाधनकारक असा तोडगा आहे. खटले भरणं खूप खर्चाचं असतं, त्यात खूप वर्षं वाया जातात आणि त्यातून यातना देणारी शत्रुत्वाची भावना वाढीला लागते. खटल्यांमुळे फारच थोड्यांचा फायदा होतो. वैद्यकीय चुकांमुळे

ज्यांचं नुकसान झालंय, अशांपैकी ९८ टक्के लोक खटले भरतच नाहीत. ते चांगले फिर्यादी ठरतील, असं कोणत्याच वकिलाला वाटत नाही किंवा खटले भरण्याची त्यांना भीती तरी वाटते. वर्षाला पंचावन्न हजार लोक खटले भरतात परंतु त्यांच्या पैकी बरेचसे लोक खटले हरतात. सरतेशेवटी शंभरातील एकापेक्षा कमी संख्येच्या लायक कुटुंबांना कोणतीही आर्थिक नुकसानभरपाई मिळत असते. इतरांना काहीही मिळत नाही : मदत नाही किंवा साधी माफीची विनंतीसुद्धा नाही. आणि खटल्यांमुळे आपल्यामधलं सगळ्यात वाईट तेच दिसून येतं.

याला एक पर्याय उपलब्ध आहे आणि व्हॅक्सीन्समुळे ज्यांना इजा पोचली, अशांसाठी तो पर्याय विकसित करण्यात आलेला आहे. व्हॅक्सीन्स (रोग प्रतिबंधक लस) कोट्यवधी मुलांचं संरक्षण करते. परंतु दर वर्षी, सरासरी दहा हजारांतलं एक मूल व्हॅक्सीनच्या साइड इफेक्ट्सना (दुष्परिणामांना) बळी पडतं. १९८० ते १९८६च्या कालावधीत वैयक्तिक इजेचे खटले लढवणाऱ्या वकिलांनी अमेरिकेतल्या कोर्टांमध्ये डॉक्टरांविरुद्ध आणि व्हॅक्सीन्सचं उत्पादन करणाऱ्या उत्पादकांविरुद्ध ३.५ बिलियन (पस्तीस कोटी) डॉलर्सचे खटले भरले. वकील हे खटले जिंकू लागले, तेव्हा व्हॅक्सीन्सच्या किमती वर जाऊ लागल्या आणि काही उत्पादकांनी त्यांचं उत्पादन पूर्णपणे थांबवलं. व्हॅक्सीन्सचा साठा खाली जाऊ लागला आणि हळूहळू त्याचा तुटवडा पडू लागला. त्यामुळे सरकारनं हस्तक्षेप केला. अमेरिकेत बनणाऱ्या व्हॅक्सीन्सवर आता पंच्याहत्तर सेंट कर लावला जातो. (एकूण उत्पादन खर्चाच्या १५ टक्के) आणि ह्या व्हॅक्सीनमुळे ज्या मुलांना इजा पोचलीय, अशांसाठीच्या मदतनिधीमध्ये कराची रक्कम टाकली जाते. निधीतून इजा झालेल्या मुलांना मदत करताना, कोणत्या मुलाला डॉक्टर किंवा उत्पादकाच्या चुकीमुळे इजा झालीय आणि कुणाला केवळ दुर्दैवानं इजा झालीय, याचा शोध घेतला जात नाही. तज्ज्ञांच्या एका समितीनं त्या व्हॅक्सीनमुळे होऊ शकणाऱ्या ज्ञात इजांची यादी तयार केलेली आहे. जर तुम्हाला त्यापैकी एखादी इजा पोचली असेल, तर त्याच्या वैद्यकीय उपचारांच्या आणि इतर गोष्टींच्या खर्चासाठी नुकसानभरपाई दिली जाते. जर त्यावर तुमचं समाधान झालं नाही, तर तुम्ही कोर्टात खटला भरू शकता. परंतु फारच थोड्या लोकांनी तसं केलं आहे. १९८८ सालापासून ह्या उपक्रमान्वये इजा पोचलेल्या रुग्णांना १.५ बिलियन डॉलर्सचं (१५० कोटी) वाटप करण्यात आलं आहे. हा खर्चाचा अंदाज आधी देण्याजोगा आहे आणि तो सर्वांमध्ये समप्रमाणात वाटला जात असतो. त्यामुळे व्हॅक्सीनच्या उत्पादकांनी फक्त पुन्हा उत्पादनालाच प्रारंभ केलेला नाही, तर त्यांनी नव्या प्रकारची व्हॅक्सीन्स शोधूनसुद्धा काढली आहेत. हेपटायटिस (यकृताचा विकार), कांजिण्या आणि सर्व्हायकल कॅन्सर

(गर्भाशय मुखाचा कर्करोग) यांवर आता व्हॅक्सीन्स उपलब्ध झाली आहेत. ह्या उपक्रमाद्वारे उत्पादकांबद्दलची माहिती जनतेला उपलब्ध करून दिली जाते. कुणी कुणावर कशासाठी खटला भरला, यासारखी माहिती आता जनतेपुढे खुली करण्यात आली आहे. याउलट वैद्यकीय खटल्यांच्या वेळेस दिलेली नुकसानभरपाई नेहमी गुप्त ठेवली जात असते. ह्या उपक्रमातही काही त्रुटी नक्कीच आहेत, परंतु कोर्टाच्या मार्फत जेवढ्या लोकांना नुकसानभरपाई मिळू शकली असती, त्याहून खूपच जास्त लोकांना या उपक्रमाद्वारे मदत मिळालेली आहे.

या उपक्रमाच्या शतांशानंही न्याय्य आणि कार्यक्षम असलेल्या, कोणत्याही उपक्रमापुढली प्रमुख समस्या एकच असते : हा उपक्रम जास्त लोकांसाठी राबवला, तर त्याच्याकडे मागणीसाठी धाव घेणाऱ्यांची संख्या हाताळणं केवळ अशक्य होऊन बसेल. समजा प्रत्येक डॉक्टरमागे फक्त एकच खरीखुरी इजा झालेला, मदतीसाठी लायक असा रुग्ण असला (आणि हा आकडा फारच आशावादी म्हटला पाहिजे), तरी अशा सर्व रुग्णांना संपूर्ण नुकसान-भरपाई देण्याचा खर्च अमेरिकेतल्या सर्व जनतेला फुकट वैद्यकीय सेवा पुरवण्याच्या खर्चापेक्षासुद्धा जास्त असेल. व्यवहारात ही पद्धत राबवायची झाली, तर (नुकसान भरपाईची) मर्यादा अढळ आणि कुणाला लहरीपणाचीही वाटू शकेल, अशी घालणं अपरिहार्य आहे. न्यूझीलंडनं यासारखी कार्यप्रणाली अमलात आणली आहे. वैद्यकीय उपचारांदरम्यान अगदी क्वचितप्रसंगी – (१टक्क्यांपेक्षा कमी रुग्णांना) पोचणारी आणि अत्यंत गंभीर स्वरूपाची इजा झाली, तर न्यूझीलंडचं सरकार गेली तीस वर्षं नुकसानभरपाई देत आहे. अमेरिकेतील व्हॅक्सीन निधीप्रमाणेच, इथेसुद्धा रुग्णाला पोचलेली इजा चुकीमुळे झालीय की दुर्दैवामुळं झालीय, याची छाननी केली जात नाही. जे लोक नुकसानभरपाईसाठी पात्र ठरतात, त्यांना या उपक्रमाद्वारे बुडलेल्या वेतनासाठी, वैद्यकीय उपचारांसाठी आणि कायमस्वरूपी अपंगत्व आलं असल्यास, त्या यातनांची भरपाई म्हणून आणखी रोख रक्कम दिली जाते. तुम्ही अर्ज केल्यापासून फक्त नऊ महिन्यांत नुकसानभरपाईची रक्कम दिली जाते. या यंत्रणेद्वारा अमेरिकेसारखा क्वचित प्रसंगी अवाढव्य रकमेचा लाभ, कुणालाही होत नसला, तरी जनतेला ही नुकसानभरपाई योग्य वाटते आणि ही फिर्याद कोर्टापर्यंत नेण्यासाठी कुणीही आरडाओरड करत नाही.

डॉक्टरांच्या हातून अगदी घातक स्वरूपाचं नुकसान झालेलं असताना जो संताप उफाळून येतो, त्याला सौजन्यशील मार्गानं निचरा करून द्यायची सोय, असा युक्तिवाद 'माल-प्रॅक्टिस' खटल्यांची तरफदारी करताना केला जातो. ही फार तर्कशुद्ध पद्धत नसली, तरी त्यायोगे घातक स्वरूपाची इजा झालेल्यांपुढे लढत देण्याचा मार्ग खुला होतो. बरेचदा नुकसानभरपाईच्या नावाखाली इतकी मोठी

रक्कम वसूल केली जाते की, ती केवळ नुकसानभरपाई न राहता त्याचं स्वरूप डॉक्टरवर बदला घेण्यासाठी सूड उगवणं असं बनतं. मग अशा सूडानं मिळणारं समाधान न्याय्य असो की नसो! आणि जरी बऱ्याचशा फिर्यादींना कोणतीही नुकसानभरपाई मिळत नसली, तरी खटला भरण्याची सोय असल्यामुळे, इजा पोचलेल्या रुग्णाचे नातेवाईक इतर काही देशांप्रमाणे हॉस्पिटलमध्ये जाळपोळ तरी करत नाहीत.

दर काही वर्षांनी अमेरिकेत 'माल-प्रॅक्टिस' खटल्यांची यंत्रणा सुधारण्याची लाट येत असते. डॉक्टरच्या हातून इजा पोचलेल्या रुग्णाला ज्यूरीद्वारा जास्तीतजास्त किती नुकसानभरपाई देता येईल, यावर अमेरिकेतल्या बऱ्याचशा राज्यांनी अढळ मर्यादा घातली आहे. परंतु अशी मर्यादा घातल्यामुळे ही यंत्रणा डॉक्टरांच्या किंवा रुग्णांच्या दृष्टीनं अधिक रास्त किंवा कमी वैफल्यदायक बनत नसते. नुकसानभरपाईवर लहरीनुसार एक पक्की मर्यादा घातली गेल्यामुळे एकच फायदा होतो : डॉक्टरांना मालप्रॅक्टिस-विम्यासाठी मोजावी लागणारी रक्कम तात्पुरती तरी पेलण्याजोगी राहते.

परंतु अशी मर्यादा असो की नसो! पुढल्या दहा वर्षांत माल-प्रॅक्टिस विम्यापोटी मला पाच लाख डॉलर्सपेक्षा जास्त रक्कम मोजावी लागणार आहे. असा वायफळ खर्च करण्याऐवजी, हीच रक्कम एका निधीत टाकून त्यायोगे माझ्या हातून इजा पोचलेल्या रुग्णांना मदत करता आली, तर मला अधिक समाधान वाटेल. ही मदत माझ्या इच्छेएवढी उदार स्वरूपाची नसली, तरी ते पैसे सत्कारणी लागल्याचं मला समाधान वाटेल. परंतु प्रत्यक्षात असं घडण्याची तूर्त तरी फारशी शक्यता दिसत नाही. सध्यातरी आपल्याला चालू यंत्रणेवरच समाधान मानावं लागणार आहे!

केंब्रिजमधल्या एडवर्ड जे. कोर्टहाउसच्या ७ अ क्रमांकाच्या कोर्टाच्या खोलीत, मृत बार्बरा स्टॅन्लीच्या वतीनं, त्याचं समारोपाचं भाषण करण्यासाठी बॅरी लँग अखेरीस कोर्टापुढे उभा राहिला होता. हा खटला सात वर्षं रेटत नेताना वैद्यकीय-तज्ज्ञांचे अहवाल मिळवण्यासाठी बेलीफ, कोर्ट रिपोर्टर, जज् यांची सेवा मिळवण्यासाठी, त्यानं वीस हजार डॉलर्स खर्च केलेले होते. आरोपींच्या वतीनं खटला लढवणाऱ्यानं ताशी दोनशेपन्नास या दरानं पैसे आकारले होते. प्रतीक्षेत असलेल्या असंख्य खटल्यांच्या ओझ्याखाली दबून गेलेल्या कोर्टाचा मोलाचा वेळ मिळवावा लागला होता आणि चौदा ज्यूरींना दोन आठवडे वेठीला धरावं लागलं होतं आणि एवढ्या प्रदीर्घ प्रयत्नांनंतर अखेरीस खटल्याचा समारोपाचं भाषण करण्याची वेळ येऊन ठेपली होती. ह्या खटल्याच्या सुनावणीदरम्यान आज पहिल्या प्रथमच लँगनं येरझाऱ्या घालणं थांबवलं होतं. तो संथपणे आणि सोप्या भाषेत बोलत होता. तो

जी कहाणी सांगत होता, ती सुबोध आणि सुसंगत वाटत होती. त्याचा युक्तिवाद होता की, त्या निर्णायक टेलिफोन संभाषणाच्या वेळेस, रीडनं स्टॅन्लीला त्वचेची अधिक मूलगामी शस्त्रक्रिया करण्याचा पर्याय सुचवला नव्हता. तो पर्याय त्यानं सुचवला असता, तर स्टॅन्लीचा जीव वाचू शकला असता. लँग ज्यूरींना म्हणाला, ''डॉ. रीड गुन्हेगार नाहीत. परंतु त्यांच्या हातून रुग्णसेवेत हयगय झाली आहे आणि त्यांनी केलेली ही हयगय बार्बरा स्टॅन्लीच्या मृत्यूला कारणीभूत झालेली आहे.''

परंतु लँगचा हा खटला ताबडतोब निकालात निघू शकला नाही, कारण रीडच्या वकिलानं समारोपाच्या भाषणात ज्यूरींना म्हटलं की, डॉ. रीडपुढची वैद्यकीय समस्या अवघड आणि गुंतागुंतीची होती : पहिल्या बायॉप्सीत त्वचेचा कर्करोग दिसतोय की नाही, याबद्दल दोन पॅथॉलॉजिस्ट्सचं एकमत नव्हतं. पुन्हा, दुसऱ्यांदा बायॉप्सी करूनही याबद्दल खात्रीलायक निर्णय घेता आलेला नव्हता. रीडकडे रुग्ण म्हणून आलेली बार्बरा स्टॅन्ली त्याच्यावर उघड-उघड अविश्वास दाखवत होती आणि आधीच जास्त शस्त्रक्रिया केल्याबद्दल त्याच्यावर चिडलेली होती. तेव्हा, किंवा मागे वळून पाहता, खात्रीनं सांगता येतच नव्हतं की, अधिक मूलगामी शस्त्रक्रिया करून फायदा झालाच असता. ट्यूमरच्या आजूबाजूची जी त्वचा रीडनं कापून काढलेली होती, ती सूक्ष्मदर्शक यंत्राखाली तपासून पाहिली असता, त्यात कर्करोग आढळलेला नव्हता. त्यामुळे या वकिलानं ज्या तज्ज्ञांचं मत घेतलं होतं, त्यांचं म्हणणं होतं की, बहुधा तो कर्करोग त्यापूर्वीच इतरत्र पसलेला असावा आणि अधिक मूलगामी शस्त्रक्रिया केल्यानं काहीही फायदा झाला नसता. शिवाय डॉ. रीड सुरुवातीपासूनच अगदी ठामपणे सांगत आले होते की, त्यांनी अगदी प्रारंभापासूनच मूलगामी शस्त्रक्रियेचा पर्याय बार्बरा स्टॅन्लीला सुचवलेला होता.

जेव्हा दोन्ही वकिलांची समारोपाची भाषणं पूर्ण झाली, तेव्हा जज् केनेथ फिशमन यांनी ज्यूरींना सूचना दिल्या. स्टॅन्लीचा मुलगा अर्नी ब्रोड हा प्रेक्षककक्षातल्या पहिल्या ओळीत एका टोकाला बसलेला होता आणि डॉ. केनेथ रीड, त्यामागच्या ओळीत दुसऱ्या टोकाला बसले होते. दोघंही थकून गेलेले दिसत होते. जज्च्या सूचना आटोपेपर्यंत दुपार सरत आलेली होती. जज्नी त्या दिवशीचं कामकाज बरखास्त केलेलं पाहून ब्रोड आणि डॉ. रीड यांची निराशा झाली. त्या दिवशीच निर्णय कळेल, त्या दोघांनाही असं वाटत होतं.

दुसऱ्या दिवशी सकाळी ज्यूरींनी अखेरीस साधकबाधक चर्चेला प्रारंभ केला. मध्यान्हीला थोडाच वेळ उरला असताना, कोर्टाच्या अधिकाऱ्यानं घोषणा केली की, ज्यूरींनी निर्णय घेतला होता. त्यांचं म्हणणं होतं की, बार्बरा स्टॅन्लीला रुग्णसेवा पुरवताना डॉ. रीडनी हयगय केलेली नाही. स्टॅन्लीचा मुलगा जमिनीकडे नजर

लावून, खांदे पाडून खुर्चीवर बसून राहिला. खूप वेळ त्यानं कोणतीही हालचाल केली नाही. बॅरी लँग ताबडतोब उठून कागदपत्रं आवरू लागला. ''हा खटला अत्यंत अवघड होता,'' तो म्हणाला. डॉ. रीड खटल्याचा निकाल ऐकण्यासाठी तिथे उपस्थितच नव्हते. संपूर्ण सकाळभर ते त्यांच्या ऑफिसात रुग्णांची तपासणी करण्यात व्यग्र होते.

तुकड्यातुकड्यातलं काम

डॉक्टरकी शिकण्याची प्रक्रिया चालू असते, तेव्हा तुम्हाला एका लांबलचक काळोख्या बोगद्यातून शिक्षणाचा प्रवास करत असल्यासारखं वाटत असतं. खाली मान घालून अभ्यास करताना अजिबात चूक घडू नये, म्हणून निग्रहानं प्रयत्न करताना प्रत्येक दिवशी कामाचं ओझं रेटताना या बोगद्याचा अंत आहे, ह्याचा तुम्हाला विसरच पडू लागतो आणि अचानक एके दिवशी काळोखा बोगदा संपून तुम्ही सूर्यप्रकाशात येता. कुणीतरी अभिनंदनपर हस्तांदोलन करून तुम्हाला नोकरी देऊ करतं, तेव्हा तुम्हाला आश्चर्याचा धक्काच बसतो! परंतु प्रत्येकाच्याच आयुष्यात तो आनंदाचा दिवस कधी ना कधी उजाडतच असतो. मी सर्जरी-रेसिडंट म्हणून वैद्यकीय प्रशिक्षणाचं आठवं वर्ष पूर्ण केलं, तेव्हा तो दिवस माझ्या आयुष्यात उजाडला. मी जिथं वैद्यकीय प्रशिक्षण घेतलं, त्याच बॉस्टनमधल्या हॉस्पिटलमध्ये सर्जरीतील पदाच्या मुलाखतीसाठी मला दुसऱ्यांदा उपस्थित राहायचं होतं. ही नोकरी अफलातून होती. मी जनरल-सर्जन म्हणून काम करणार होतो; परंतु त्याबरोबरच माझ्या विशेष आवडीच्या, काही प्रकारच्या ट्यूमर्सवरील शस्त्रक्रियांचा मला विशेष अनुभव मिळवता येणार होता. ठरलेल्या दिवशी मी माझा झक्कास सूट चढवला आणि शस्त्रक्रियेच्या विभाग-अध्यक्षांच्या, भिंतीवर सुशोभित लाकडी तावदानं असलेल्या खोलीतल्या खुर्चीत स्थानापन्न झालो. ते माझ्या समोरच्या खुर्चीवर विराजमान झाले आणि मला म्हणाले, "ही नोकरी तुझीच आहे. तुला ती हवीय ना?" थोडासा चमकून मी म्हणालो, "हो!" त्यांनी मला सांगितलं की, या पदासाठी पहिली तीन वर्षं कबूल केलेला पगार नियमितपणे दिला जाईल. त्यानंतर मी माझ्या पायांवर उभा राहीन. माझ्या पेशंट्‌सकडून माझी जी आमदनी होईल, ती

माझे खर्च वजा जाता माझीच असेल. ''तर मग तुला आम्ही किती पगार द्यावा, असं तुला वाटतंय?'' त्यांनी मला विचारलं.

अनेक वर्षं मला सांगितलं जात होतं की, मी किती पैसे भरणं गरजेचं होतं (मेडिकल स्कूलसाठी वर्षाला चाळीस हजार डॉलर्स), किंवा मला किती पैसे मिळतील, हेसुद्धा सांगितलं जात होतं. (रेसिडंट म्हणून काम करताना, वर्षाला चाळीस हजार डॉलर्स). आज मलाच हा प्रश्न विचारण्यात आल्यावर माझी वाचाच गेली. मी विचारलं, ''सर्वसाधारणपणे सर्जन्सना किती पैसे मिळातात?''

त्यांनी मान हलवून म्हटलं, ''हे पहा, तू स्वत:च्या पायांवर उभा राहीपर्यंत, तुझ्या मते योग्य वेतन काय आहे, हे तूच मला सांग. जर आम्हाला तो आकडा रास्त वाटला, तर आम्ही तुला तेवढा पगार देऊ.'' त्याबाबत विचार करण्यासाठी त्यांनी मला काही दिवसांचा अवधी दिला.

तेच काम करणाऱ्या इतरांना केवढा मोबदला मिळतोय, यावरून बरेचसे लोक रास्त मोबदल्याचा अंदाज बांधतात. त्यामुळे सर्जरीतल्या वेगवेगळ्या कर्मचाऱ्यांकडून ही माहिती मिळवायचा मी प्रयत्न केला. मी माझा छोटासा प्रश्न हळूच विचारला की, तोंडात बिस्किटांचा तोबरा भरल्याप्रमाणे ते पुटपुट करत बोलायचे. मी विविध प्रकारे हा प्रश्न विचारून पाहिला. मी त्यांना विचारू लागलो की, समजा आठवड्याला मी आठ मोठ्या शस्त्रक्रिया केल्या, तर केवढा पगार मिळू शकेल? किंवा मी किती पगाराची मागणी करावी असं त्यांना वाटतं? कुणीही मला स्पष्टपणे आकडा सांगायला तयार होईना.

बऱ्याच लोकांना, ते किती मिळवतात, हे सांगायचं जिवावर येतं; परंतु वैद्यकीय व्यवसायात याबाबत आणखीच अडचण उद्भवायची. डॉक्टरांनी पैशांसाठी या व्यवसायात पडावं, अशी सर्वसामान्य जनतेची अपेक्षा नसते आणि डॉक्टर पैशांच्या मागे असल्याची जेवढी जास्त समजूत होईल, तेवढीच लोकांना त्याच्या उपचारांच्या दर्जाची जास्त शंका येऊ लागेल. (म्हणूनच डॉक्टरांवरच्या टीव्ही वरील धारावाहिक मालिकांमध्ये, सज्जन डॉक्टर्स जुन्या मोटारी वापरताना आणि मोडकळीला आलेल्या घरांमध्ये राहताना दाखवले जातात; तर स्वार्थी, लोभी डॉक्टर्स उंची, खास बनवून घेतलेल्या सूट-बुटात वावरताना दाखवले जातात.) कमीतकमी वेतनावर, आठवड्याला शंभर-शंभर तास कामाचं ओझं वाहताना, आम्हा निवासी डॉक्टर्सना आम्ही कमी वेतनावर किती कष्टाचं काम करत आहोत, हे इतरांपुढे ध्वनित करताना मोठा अभिमान वाटायचा. परंतु स्वत:चा व्यवसाय करून काही वर्षं झाली की, हेच डॉक्टर्स आमदनीबाबत बोलणं टाळू लागायचे. एकोणीसशे ऐंशीच्या दशकापासून घेतल्या गेलेल्या विविध सर्वेक्षणांमधून उघड

झालंय की, डॉक्टर्स पैशांमागे धावत असतात, असं दोन तृतीयांश अमेरिकन जनतेचं मत आहे. जनतेचं असं मत असलं, तरी प्रत्यक्षात डॉक्टर्सना पैसे वसूल करणं आणि बिलं चुकती करणं यात प्रचंड वेळ खर्चावा लागतो, असं माझ्या लगेचच लक्षात आलं.

डॉक्टरांच्या आमदानीबाबत काहीतरी अंदाज बांधता यावा, म्हणून मी आमच्या डॉक्टरांच्या गटाची बिलं पाठवणाऱ्या ऑफिसमध्ये मास्टर-फी-शेड्यूलची (आकारल्या जाणाऱ्या दरांची सर्वसमावेशक यादी) मागणी केली. या यादीत वेगवेगळ्या इन्शुरन्स कंपन्या आमच्या डॉक्टर्सना, विविध प्रकारच्या सेवांसाठी किती मोबदला देतात, याची नोंद सापडते. या यादीत चोवीस उभे स्तंभ आहेत, प्रत्येक इन्शुरन्स कंपनीसाठी एक असे! आणि प्रत्येक आडव्या ओळीत डॉक्टर पुरवत असलेल्या प्रत्येक सेवेची नोंद केलेली आहे. आमच्याजवळच्या सध्याच्या यादीत सहाशे पानं आहेत. आणि त्यात प्रत्येक सेवेबद्दलच्या डॉलर्समधल्या आकाराची नोंद केलेली आहे. ज्या रुग्णांना मेडिकेअर या ज्येष्ठ नागरिकांसाठीच्या सरकारी विमा योजनेची सुविधा मिळालेली आहे (या विमा योजनेखाली डॉक्टरांना दिला जाणारा मोबदला सर्वांच्या मधोमध असतो), असा रुग्ण पहिल्यांदा डॉक्टरकडे येतो आणि त्याची समस्या फारशी गुंतागुंतीची नसते, (सेवा क्र. ९९२०३), तेव्हा तो $७७.२९ भरतो. गहन समस्येसाठी (सेवा क्र. ९९२०५) $१५१.९२ भरावे लागतात. निखळलेलं खांद्याचं हाड पुन्हा खोबणीत बसवून देण्यासाठी (सेवा क्र. २३६०५) $२५७.७० भरावे लागतात. Bunion (पायाच्या अंगठ्यावर आलेली दाहक सूज) दूर करण्यासाठी $४९२.३५ खर्च येतो. ॲपेंडिक्स काढून टाकण्यासाठी $६२१.३१ खर्च येतो. एक फुफ्फुस काढून टाकण्यासाठी $१६६२.३४ खर्च येतो. सर्वांत जास्त पैसे कोणत्या सेवेसाठी मिळतात? डायफ्राम (छातीचा विभाजक पडदा) शिवाय जन्माला आलेल्या बाळाला डायफ्राम बसवण्यासाठी $५३६६.९८ मिळतात. सर्वांत कमी पैसे कोणत्या सेवेसाठी मिळतात? नखं कापण्यासाठी (मग ती कितीही असोत) : $१०.१५ मिळतात.

'चिली' या रेस्टॉरंटमधल्या मेन्यूकार्डाप्रमाणे, विविध वैद्यकीय सेवांची अशी यादी करणं, ही गोष्ट चमत्कारिक वाटू शकेल. खरं तर ही प्रथा पूर्वापारपासून – अगदी ऐतिहासिक काळापासून चालत आलेली आहे. केलेल्या कामानुसार डॉक्टरांना मोबदला देण्याची पद्धत निदान हा मुराब्बीच्या कायदे-नियमांपासून चालत आलेली आहे. इ.स.पू. अठराव्या शतकात बॅबिलॉनमध्ये शल्यविशारदानं जीव वाचवण्यासाठी केलेल्या शस्त्रक्रियेसाठी, त्याला दहा शेकेल्स (ज्यू लोक पूर्वी वापरायचे, ती चांदीची नाणी) मिळायची. (परंतु रुग्ण जर एक गुलाम असला, तर त्याला फक्त दोन शेकेल्सच दिले जायचे.) परंतु सर्वांना समान अशा स्वरूपाची प्रमाणित

मोबदला यादी बनवण्याची संकल्पना मात्र अलीकडेच सुरू झाली आहे. १९८०च्या दशकात सरकारी आणि खासगी विमा कंपन्या अधिक तर्कशुद्ध प्रकारच्या प्रमाणित मोबदला-यादीची मागणी खूपच जोरदारपणे करू लागल्या. अनेक दशकं, विमा कंपन्या, डॉक्टरांना 'सर्वसाधारण, प्रचलित किंवा वाजवी' मोबदला देत आलेल्या होत्या. थोडक्यात म्हणजे डॉक्टर्स जे बिल लावतील, ते चुकतं केलं जात होतं. त्यामुळे काही प्रकारच्या सेवांची बिलं खूपच वर जाऊ लागली. त्या बिलांमध्ये खटकणारी भिन्नतासुद्धा दिसू लागली. उदाहरण द्यायचं, तर मोतिबिंदूच्या शस्त्रक्रियेसाठीचा दर (हा १९८५मध्ये सहा हजार डॉलर्स इतका प्रचंड झाला होता) ठरवला गेला, तेव्हा या शस्त्रक्रियेला दोन ते तीन तास लागायचे. जेव्हा नवीन तंत्रज्ञान विकसित झाल्यामुळे, नेत्रविशारदांना हीच शस्त्रक्रिया अवघ्या तीन मिनिटांमध्ये करता येऊ लागली, तेव्हासुद्धा हा दर तेवढाच राहिला. ह्या एकाच शस्त्रक्रियेसाठी मेडिकेअरला त्यांच्या अंदाजपत्रकात, ४ टक्के रक्कम राखून ठेवणं भाग पडू लागलं. सर्वसाधारणतः निदान करण्यापेक्षा शस्त्रक्रियेसाठी दिला जाणारा मोबदला अनेक पटींनी वाढू लागला. एकोणीसशे ऐंशीच्या दशकात, जे डॉक्टर्स अत्यंत गहन समस्यांवर जीव वाचवणारी निदानं करण्यासाठी एक तास खर्च करत होते, त्यांना चाळीस डॉलर्स मोबदला दिला जात होता. एक तास खर्चून कोलोनोस्कोपी (लहान आतड्याच्या टोकाचा भाग व मोठं आतडं यांची फायबर ऑप्टिक कॅमेऱ्यानं केलेली तपासणी) करणाऱ्या किंवा पॉलिप काढून टाकणाऱ्या डॉक्टरला सहाशे डॉलर्सपेक्षा जास्त मोबदला दिला जात होता.

मध्यवर्ती सरकारनं ठरवलं की, इतका फरक अस्वीकार्य आहे. या यंत्रणेमुळे प्राथमिक स्वास्थ्य सेवा पुरवणाऱ्यांना नाउमेद केलं जातंय आणि विशेष सेवा पुरवणाऱ्यांचे फाजील लाड केले जात आहेत. त्यामुळे सरकारनं निर्णय घेतला की, कामानुसार मोबदला दिला जाणं आवश्यक आहे. हे तत्त्व अगदी सोपं आणि सूज्ञपणाचं होतं, परंतु प्रत्यक्षात त्याची कार्यवाही करणं अत्यंत अवघड होतं. १९८५ साली, विल्यम शिओ या हारवर्डमधल्या अर्थशास्त्रज्ञावर जबाबदारी सोपवण्यात आली की, डॉक्टर्स पुरवत असलेल्या प्रत्येक सेवेसाठी नेमकं किती काम करावं लागतंय, याचं त्यानं मापन करावं. साऱ्या जगातला राग मोजण्यासारखं काम जसं अव्यवहार्य वाटेल, तसंच हे काम तेव्हा नक्कीच अव्यवहार्य वाटलं असणार. परंतु शिओनं एक सुसंगत सूत्र तयार केलं. त्यानं ठरवलं की, कोणत्याही कामाचं मोजमाप करताना त्यासाठी खर्च करावा लागलेला वेळ, बौद्धिक प्रयत्न आणि सूज्ञ निर्णय, तांत्रिक कौशल्य, शारीरिक कष्ट आणि तणाव या गोष्टी लक्षात घेणं आवश्यक आहे. त्यानं खूप लोकांना एकत्र करून मोठा संघ संस्थापित केला आणि डझनावारी विशेष-कौशल्यं आत्मसात केलेल्या हजारो डॉक्टरांच्या मुलाखती घेऊन

सर्वेक्षणं करायचं काम त्यानं त्यांच्यावर सोपवलं. तीव्र निराधार भीतीमुळे घबराट होणाऱ्या रुग्णावर पंचेचाळीस मिनिटं मानसोपचार करण्यापासून ते गर्भाशयमुखाचा कर्करोग झालेल्या स्त्रीचं गर्भाशय काढून टाकण्याच्या शस्त्रक्रियेपर्यंत विविध सेवांसाठी कराव्या लागणाऱ्या प्रयत्नांचं त्यांनी तर्कशुद्धदृष्ट्या पृथक्करण केलं.

त्यांनी निष्कर्ष काढला की, मानसोपचारांपेक्षा गर्भाशय काढून टाकण्याच्या शस्त्रक्रियेला दुप्पट वेळ लागतो, ३.३८ पट जास्त बौद्धिक कष्ट करावे लागतात; ४.४७ पट अधिक तांत्रिक कौशल्य लागतं आणि त्यात ४.२४ पट जास्त धोका असतो. एकूण हिशोब : ४-९९ पट अधिक काम पडतं. हजारो रुग्णसेवांबद्दल अशा प्रकारे अंदाज बांधण्यात आले. (गर्भाशय काढून टाकण्याच्या शस्त्रक्रियेपेक्षा मोतिबिंदू काढण्याची शस्त्रक्रिया थोड्या कमी श्रमांची आहे, असं ठरवण्यात आलं.) अन्य खर्च आणि प्रशिक्षणासाठी लागलेला खर्चसुद्धा हिशोबात धरण्यात आला. अखेरीस शिओ आणि त्याच्या संघानं डॉक्टर पुरवत असलेल्या विविध सेवांच्या तुलनात्मक मूल्याचा तक्ता तयार केला. काही प्रकारच्या अंदाजांमुळे काही विशेषज्ञ प्रचंड संतापले. परंतु काँग्रेसनं ही तुलनात्मक मूल्यं डॉलर्समध्ये परिवर्तित करण्यासाठी एक गुणक निश्चित केलं आणि त्यायोगे तयार केलेल्या मोबदला-तक्त्यांचं कायद्यात रूपांतर केलं. १९९२ सालापासून मेडिकेअरने या तक्त्याचा वापर करून डॉक्टरांना मोबदला देण्यास प्रारंभ केला. खासगी विमा कंपन्यांनी लगेचच अशाच पद्धतीचा अवलंब करायला सुरुवात केली. (परंतु त्यांनी स्थानिक डॉक्टरांबरोबर केलेल्या सौद्यानुसार वेगळं गुणक वापरलं होतं.)

अशा प्रकारे तयार केलेला तक्ता काहीसा लहरीपणानं बेतलेला वाटू शकेल. गर्भाशय काढून टाकण्याच्या शस्त्रक्रियेला मोतिबिंदू काढण्याच्या शस्त्रक्रियेपेक्षा अधिक कष्ट पडतात, हे कुणी ठरवायचं? त्यानंतर नियुक्त झालेल्या समितीनं, वेगवेगळ्या सहा हजार रुग्णसेवांचं तुलनात्मक मूल्य पुन्हा एकवार तपासून पाहिलं. असे कष्ट भविष्यातसुद्धा सतत करावेच लागणार आहेत. परंतु ही यंत्रणा मात्र आता बऱ्याच प्रमाणात स्वीकारली गेली आहे.

अगदी मोबल्याचा तक्ता पुढ्यात ठेवलेला असतानासुद्धा, मला माझ्या आमदनीचा अंदाज बांधता येत नव्हता. माझ्या व्यवसायात मुख्यत्त्वेकरून रुग्णांना ऑफिसात तपासावं लागणार होतं, काही सर्वसाधारण प्रकारच्या (अॅपेंडिक्स, पित्ताशय काढून टाकणं, आतडं आणि वक्ष यांवरच्या शस्त्रक्रिया) शस्त्रक्रिया कराव्या लागणार होत्या आणि एन्डोक्राईन ग्रंथींना होणाऱ्या ट्यूमर्समधली माझी विशेषता लक्षात घेता, मला थायरॉइड आणि अॅड्रिनॅलिन ग्रंथींवर खूपशा शस्त्रक्रिया कराव्या लागणार होत्या. अशा प्रकारच्या शस्त्रक्रियांसाठी प्रत्येकी सहाशे ते अकराशे डॉलर्सचा

मोबदला मिळत असतो आणि मी आठवड्याकाठी अशा आठ शस्त्रक्रिया करणं अपेक्षित होतं. जर मी वर्षातले अठ्ठेचाळीस आठवडे काम करेन असं गृहीत धरलं असतं, तर मला वर्षाला थक्क करणारी पाच लाख डॉलर्सची कमाई करता आली असती. परंतु त्यातून मला वर्षाकाठी माल-प्रॅक्टिस-विमा-हप्त्यापोटी एकतीस हजार डॉलर्स खर्चावे लागले असते आणि वर्षाला ऐंशी हजार डॉलर्स खर्चून ऑफिसचं भाडं द्यावं लागलं असतं. मला कॉम्प्युटर्स आणि ऑफिसातलं इतर फर्निचर विकत घ्यावं लागलं असतं आणि पगारावर एक सेक्रेटरी आणि एक वैद्यकीय साहाय्यक किंवा नर्स नेमावी लागली असती. हॉस्पिटलच्या सर्जरी विभागानं त्यांनी केलेल्या अतिरिक्त खर्चापोटी, माझ्या आमदनीपैकी साडे एकोणीस टक्के पैसे कापून घेतले असते. त्याखेरीज विमा न उतरवलेले आणि बिलं चुकती करण्याची क्षमता नसलेले काही रुग्ण माझ्याकडे नक्कीच आले असते — १५ टक्के अमेरिकी जनतेनं विमा उतरवलेला नसतो. इतर अनेक डॉक्टर्सप्रमाणे माझंसुद्धा मत आहे की, अशांना शक्य तेवढी रुग्णसेवा पुरवणं हे आमचं कर्तव्यच आहे. त्याखेरीज, ज्यांनी विमा उतरवला आहे, अशा रुग्णांबाबतसुद्धा काही विमा कंपन्यांकडून पूर्ण रक्कम चुकती केली जातच नाही. अनेक संशोधन प्रकल्पांनुसार, विमा कंपन्या कोणत्या ना कोणत्या सबबीखाली, त्यांच्याकडे आलेल्या बिलांपैकी ३० टक्के रक्कम चुकती करायचं टाळतच असतात.

रॉबर्टा पॅरिल्लो ही डॉक्टरांना आर्थिक अरिष्टांबाबत सल्ला देणारी तज्ज्ञ आहे. जेव्हा डॉक्टरांचे गट किंवा हॉस्पिटल्स यांच्या अचानक लक्षात येतं की, त्यांना केलेला खर्चही भरून काढणं शक्य होत नाहीय, तेव्हा ते तिचा सल्ला घेतात (तिच्या कामाचं वर्णन माझ्यापाशी करताना तिनं 'मी गोंधळ निस्तरते' असा शब्दप्रयोग केला होता.) तिनं अमेरिकन साहित्यावर पदव्युत्तर शिक्षण घेण्यास प्रारंभ केला होता. मला लेखिका बनायचं होतं, परंतु त्यामागचं उद्दिष्ट साध्य झालं नाही, तेव्हा तिनं कनेक्टिकटमधल्या डॉक्टरांच्या एका ग्रुपसाठी काम करायला सुरुवात केली आणि त्यांना इन्शुरन्स-फॉर्म्सबद्दल मदत करायला प्रारंभ केला. तिनं आता पन्नाशी पार केलीय. ती अर्धा वेळ विमान प्रवासात आणि हॉटेल-वास्तव्यात खर्च करत असते आणि वेगवेगळ्या लोकांसाठी तेच काम करत असते. मी तिच्याशी बोललो, तेव्हा ती पेनसिल्व्हेनिया राज्यात होती आणि तिथलं एक हॉस्पिटल घाट्यात का गेलं, याचा छडा लावत होती. या आधीच्या महिन्यात ती मिसिसिपी राज्यात गेली होती आणि तिथल्या कर्जबाजारी झालेल्या १२५ डॉक्टरांच्या गटाला मदत करत होती. ती वॉशिंग्टन डी. सी.मध्येसुद्धा गेलेली होती आणि आर्थिकदृष्ट्या बुडीत चाललेल्या डॉक्टरांच्या गटाच्या समस्यांचं निवारण करण्यासाठी मदत करत होती. तिनं न्यू इंग्लंडमधल्या (तिनं कुठे ते सांगायचं टाळलं) एका

मोठ्या ॲनेस्थिऑलॉजी विभागाला (त्यांना पाच कोटी डॉलर्सचा घाटा आलेला होता) सल्ला दिलेला होता. इतर डझनावारी ग्राहकांना तिनं नकार दिलेला होता. ती मला म्हणाली की, डॉक्टरांच्या ग्रुपला शून्य नफा मिळणं अगदी शक्यतेच्या परिघातलं असतं.

डॉक्टरांच्या लक्षात यायला अजिबात वेळ लागत नाही की, त्यांचा नफा आणि त्यांचं कौशल्य यांचा कोणताही परस्पर संबंध नसतो. ते त्यांच्या व्यवसायाचं अर्थकारण किती नीटपणे सांभाळू शकतात, यावरच त्यांचा नफा अवलंबून असतो. अनेक डॉक्टर अपेक्षा करतात की, त्यांचे रुग्ण विम्याबाबतच्या समस्या हाताळतील. परंतु अशी अपेक्षा करणं हे संकटाला निमंत्रण करण्याजोगं ठरतं. जर डॉक्टरांनी पाठवलेलं बिल चुकतं करायला विमा कंपनीनं नकार दिला. आणि ह्या विवादावर नव्वद दिवसात तोडगा काढला गेला नाही, तर विमा कंपनी काहीही पैसे देत नाही. तेच बिल रुग्णाकडे पाठवलं, तर तोसुद्धा ते चुकतं करत नाही. त्यामुळे बिलं चुकती व्हायला हवी असली, तर विमा कंपन्यांसंदर्भातल्या कामाचे कष्ट डॉक्टरांनाच उपसावे लागतात.

ती म्हणाली, ''पेशंट डॉक्टरची अपॉइंटमेंट घेण्यासाठी फोन करतो आणि तेव्हापासूनच समस्यांना सुरुवात होते.'' जर रुग्णानं स्वास्थ्य-विमा उतरवलेला नसेल, तर त्याला राज्याकडून दिला जाणारा मेडिकेड नावाचा विमा उपलब्ध आहे किंवा नाही, याची छाननी तुम्हाला स्वत:लाच करावी लागते. त्यानं विमा उतरवला असेल, तर विमा कंपनीनं स्वीकृत केलेल्या डॉक्टरांच्या यादीत तुमचं नाव समाविष्ट केलेलं आहे की नाही, हे तुम्हालाच शोधून काढावं लागतं. रुग्ण ज्या सेवेसाठी तुमच्याकडे येणार आहे, त्या सेवेचा समावेश त्याच्या विमा पॉलिसीत केला गेला आहे किंवा नाही आणि केला गेला असल्यास, विमा कंपनीनं त्या संदर्भात कोणत्या अटी तर घातलेल्या नाहीत ना, याचा तपास तुम्हालाच करावा लागतो. त्या रुग्णाच्या ज्या नेहमीच्या डॉक्टरनं त्याला तुमच्याकडे पाठवलं आहे, त्याच्याकडून त्या रुग्णानं योग तो रिफरल नंबर (शिफारसपत्र क्रमांक) आणला आहे किंवा नाही, याची तुम्हाला खात्री करून घ्यावी लागते. प्रत्येक विमा-पॉलिसीत सुरुवातीची काही रक्कम रुग्णानं स्वत: भरायची असते आणि त्यानंतर उरलेली रक्कम विमा कंपनीकडून दिली जाते. या रुग्णानं सुरुवातीची ही रक्कम स्वत:च्या खिशातून देऊन चुकती केलेली नसली, (डिडक्टिबल रक्कम अजून त्याच्याकडूनच दिली जाणं गरजेचं असलं), तर तुमच्याकडे येताना त्या रुग्णानं रोख पैसे आणून तुमचं बिल चुकतं करणं गरजेचं असतं. या डिडक्टिबल रकमेबद्दल चौकशी करण्याची जबाबदारीसुद्धा तुमच्यावरच येऊन पडते.''

पॅरिल्लो म्हणाली, ''डिडक्टिबल रकमेबद्दलच्या चौकशा केलेल्या रुग्णांना

अजिबात आवडत नाहीत. ते म्हणतात, 'मी स्वास्थ्यविमा उतरवलाय की! मी रोख रक्कम आणायची गरजच काय आहे?' हे ऐकून त्याला अर्थविषयक समुपदेशन देण्याची जबाबदारी तुमच्यावरच येऊन पडते. परंतु त्याबरोबरच, 'रोख रक्कम, चेकबुक किंवा क्रेडिटकार्ड घेतल्याशिवाय येऊ नकोस,' असं सांगणंसुद्धा तुम्हाला अवघड वाटतं. त्यामुळे तुम्ही त्या रुग्णाला तसंच तपासता आणि आता तुम्हाला डिडक्टिबल रकमेच्या २० टक्क्यावर पाणी सोडावं लागतं. तुमच्या नफ्याच्या रकमेपेक्षा जास्त नुकसान तुम्हाला सोसावं लागतं.''

जरी या साऱ्या गोष्टी नीटपणे पार पडल्या, तरीसुद्धा विमा कंपन्यांच्या नियमांची पूर्तता करण्याचं दडपून टाकणारं आव्हान तुम्हाला अजूनही झेलावंच लागणार असतं. जर तुम्ही एक शल्यविशारद असाल, तर तुम्हाला त्या रुग्णाच्या ऑफिस-व्हिजिटसाठी आणि शस्त्रक्रियेसाठी दोन वेगळे रिफरल-नंबर्स घ्यावे लागतात. कधीकधी तुम्हाला प्री ॲप्रूव्हल (शस्त्रक्रियेपूर्वीची विमा कंपनीची मान्यता) नंबरसुद्धा घ्यावा लागतो. त्यानंतर तुम्हाला योग्य बिलिंग-फॉर्मवर रिफरल नंबर्स, प्री ॲप्रूव्हल नंबर, इन्शुरन्स-प्लॅन-नंबर, निदानाचा सांकेतिक क्रमांक (डायग्नोसिस कोड), शस्त्रक्रियेचा सांकेतिक क्रमांक (प्रोसीजर कोड), ऑफिस - व्हिजिट कोड, तुमचा टॅक्स आयडी नंबर आणि इन्शुरन्स-कंपनीला हवी असलेली इतर सर्व माहिती भरावी लागते. पॅरिल्लो म्हणाली, ''यात तुम्ही कोणतीही चूक केलीत, तर इन्शुरन्स कंपनी तुम्हाला पैसे देणं नाकबूल करते.'' इन्शुरन्स कंपन्यांकडे असे सॉफ्टवेअर-प्रोग्रॅम्स असतात की, ते निदान शस्त्रक्रिया आणि व्हिजिट कोडचे काही संयोग (कॉम्बिनेशन्स) नाकारूनच टाकतात. त्यांनी असा नकार दिला की, ते संपूर्ण बिल रुग्णाकडे जातं. इन्शुरन्स कंपनीला फोन लावला, तर व्हॉइस मेल येते आणि प्रचंड वेळ वाया जातो.

पॅरिल्लोच्या सूचना अगदी सोप्या आणि सरळ आहेत. तिचं म्हणणं आहे की, डॉक्टरांनी बिलं पाठवायची यंत्रणा (computerized billing system) संगणकावर टाकली पाहिजे. त्यांनी पाठवलेली बिलं आणि इन्शुरन्स कंपन्यांनी चुकते केलेले पैसे डॉक्टरांनी काळजीपूर्वक तपासून पाहिले पाहिजेत. इन्शुरन्स कंपनीचे व्यवहार सांभाळण्यासाठी डॉक्टरांनी कर्मचारी नेमायला हवेत. योग्य प्रकारे चालवलेल्या ऑफिसात इन्शुरन्स कंपन्यांकडून बिलं नाकारली जाण्याचं प्रमाण ३० टक्क्यांवरून १५ टक्क्यांपर्यंत खाली येतं. याच प्रकारे डॉक्टर पैसे मिळवू शकतात. इन्शुरन्स कंपन्यांशी पावलोपावली, 'इंच-इंच लढवू' धर्तीची लढत देणं भाग असतं.

मी वैद्यकीय शिक्षण घेत होतो, तेव्हा ज्येष्ठ डॉक्टरांकडून नाउमेद करणारं एक पालुपद सतत ऐकावं लागत होतं: प्रत्यक्षात काय अनुभव येतात, हे तेव्हा माहीत

असतं, तर ते कधीही या व्यवसायात शिरले नसते. त्यांच्यापैकी अनेकांना इन्शुरन्सचे घोळ निस्तरणं अशक्य होऊन बसलं होतं. कदाचित याच कारणामुळे, २००४ साली घेण्यात आलेल्या एका सर्वेक्षणात, ५८ टक्के डॉक्टरांनी कामाचे तास आणि आमदनी यांतल्या विषमतेबाबत असमाधान व्यक्त केलं होतं; ५६ टक्के डॉक्टरांची आमदनी कमी होती आणि ४० टक्के डॉक्टरांना वाटत होतं की, येत्या पाच वर्षांत त्यांची आमदनी आणखी खाली जाणार होती.

विल्यम वीक्स या डार्टमथ युनिव्हर्सिटीतील प्राध्यापकानं डॉक्टरांच्या व्यावसायिक आयुष्यावर बरंच संशोधन केलं आहे. त्याला आणि त्याच्या सहकाऱ्यांना आढळलं आहे की, इतर व्यावसायिकांपेक्षा डॉक्टरांना खरोखरच जास्त तास काम करावं लागतं. (सर्वसाधारण जनरल सर्जन आठवड्याला त्रेसष्ठ तास काम करतो.) त्याला असंही आढळलंय की, कॉलेज आणि व्यावसायिक प्रशिक्षण यासाठी खर्च कराव्या लागलेल्या पैशाकडे आर्थिक निवेश म्हणून पाहिलं, तर इतर व्यावसायिकांपेक्षा डॉक्टरांना या निवेशावर कमी परतावा मिळतो. डॉक्टर, वकील, एम्. बी. ए. यांची कॉलेज प्रवेशाच्या वेळेस समान गुणवत्ता असताना, या सर्वांनी मध्यम वय गाठल्यावर, सर्वसाधारण सेवा पुरवणाऱ्या डॉक्टरला गुंतवणुकीवर १६ टक्के वार्षिक परतावा मिळतो, सर्जनला १८ टक्के, वकिलाला २३ टक्के, एम. बी. ए.ला २६ टक्के वार्षिक परतावा मिळतो. एकंदरीत हा परतावा वाईट नसला, तरी त्यात विषमता आहे. पाच ते दहा वर्षं व्यवसाय केल्यानंतर उरलेल्या वर्षांमध्ये डॉक्टरची आमदनी घसरणीला लागते, कारण खूप तास काम करण्याची त्याची इच्छा आणि कुवत कमी होऊ लागते.

परंतु तरीही तक्रार करणं हा आपमतलबीपणा ठरेल. प्रत्यक्ष वस्तुस्थिती पुढील प्रमाणे आहे. २००३ साली, मूलभूत सेवा पुरवणाऱ्या डॉक्टरची **मीडियन***
आमदनी होती $१,५६,९०२. माझ्यासारख्या जनरल सर्जनची मीडियम आमदनी होती $२,६४,३७५. काही विशेष प्रकारची कौशल्यं असलेल्या डॉक्टर्सची आमदनी याहून खूपच जास्त असते. खूप व्यग्र असणारे ऑर्थोपेडिक सर्जन्स, कार्डिऑलॉजिस्ट्स, पेन स्पेशलिस्ट्स (वेदनांबाबतचे तज्ज्ञ डॉक्टर्स), ऑन्कॉलॉजिस्ट्स (कर्करोग तज्ज्ञ), न्यूरोसर्जन्स (मज्जासंस्थेचे शल्यविशारद), हँड-सर्जन्स, रेडिऑलॉजिस्ट्स (क्ष-किरण आणि तत्सम तपासण्यांचे तज्ज्ञ) यांना बरेचदा वर्षाला पाच लाख डॉलर्सपेक्षा जास्त उत्पन्न मिळवता येतं. बहुधा वकील आणि उद्योजक याहून जास्त पैसे मिळवत असावेत. परंतु बरेचसे बायोकेमिस्टस, आर्किटेक्ट्स,

---

* Median मीडियन : सर्वांत जास्त आणि सर्वांत कमी यांच्याबरोबर मधला आकडा

गणिताचे प्राध्यापक याहून कमी पैसे मिळवतात. अखेरीस प्रश्न उरतोच की, डॉक्टर पैशांसाठी काम करतात की रुग्णांसाठी? यात निवड करावी लागत नाही, म्हणून आम्ही स्वत:ला भाग्यवान समजलं पाहिजे.

परंतु काही लोक मात्र यात निवड करतात. आणि अशी निवड केल्यामुळे, ते इतरांपेक्षा खूप जास्त पैसे मिळवू शकतात. एका अशा शल्यविशारदाबरोबर मी बोललो. त्यानं पूर्वकिनाऱ्यावरल्या मी काम करत असलेल्याच हॉस्पिटलमध्ये तीस वर्षं काम केलंय. त्याला त्याचं काम अत्यंत प्रिय वाटतं, असं त्यानं मला सांगितलंय. तो खूप तास काम कधीही करायचा नाही. तो आठवड्यातून फक्त एकदाच सकाळी साडेनऊ ते दुपारी साडेतीनपर्यंत रुग्णांना तपासायचा तो आठवड्याकाठी साधारणत: सहा शस्त्रक्रिया करायचा. त्यांना लॅपॅरोस्कोपीमध्ये (छोटासा छेद घेऊन, उत्तम आयुधं वापरून फायबर-ऑप्टिक-व्हीडिओ कॅमेऱ्याच्या साहाय्यानं केली जाणारी शस्त्रक्रिया) विशेष नैपुण्य मिळवलं होतं. तो मध्यरात्री उद्भवणाऱ्या आणीबाणीच्या केसेस कधीच स्वीकारायचा नाही. मी त्याच्या उत्पन्नाबद्दल आडवळणानं प्रश्न विचारण्याचा प्रयत्न केला. ''खर्च वजा जाता उत्पन्न? गेल्या वर्षी साधारणत: बारा लाख डॉलर्स.''

मी क्षणभर श्वास रोखून धरला. गेली दहा वर्षं त्यानं दर वर्षी दहा लाख डॉलर्स पेक्षा जास्त पैसे कमावलेले होते. जनरल सर्जरीत एवढे पैसे मिळवणं कसं शक्य आहे किंवा स्वीकार्य तरी कसं आहे, असं मी त्याला विचारलं. माझ्या प्रतिक्रियेचं त्याला काहीही आश्चर्य वाटलं नाही. (अशा प्रकारच्या प्रतिक्रियेची त्याला आणि त्याच्या हॉस्पिटललासुद्धा सवय होती. त्यामुळेच त्यांना त्याचं किंवा त्यांच्या हॉस्पिटलचं नाव या संदर्भात घेतलं जायला नको होतं.) तो म्हणाला, ''डॉक्टर आपलं मोल कमी करून घेत असतात. ते प्लंबर्स किंवा इलेक्ट्रिशिअन्सपेक्षाही कमी पैसे आकारत असतात.'' डॉक्टरांना दहा वर्षं शिक्षण आणि प्रशिक्षण घ्यावं लागतं, तरीही ते इतके कमी आकार लावतात, असं त्याचं म्हणणं होतं. डॉक्टरांनी आपला मोबदला ठरवण्याचा निर्णय इन्शुरन्स कंपन्यांच्या हाती का सोपवावा, असा त्याचा सवाल होता. त्यामुळे तो इन्शुरन्स स्वीकारतच नाही. त्याच्याकडून उपचार करून घ्यायचे असले, तर रुग्णांना रोख रक्कम मोजावी लागते. मग रुग्णांना ते पैसे त्यांच्या इन्शुरन्स कंपनीकडून वसूल करून घ्यायचे असतील, तर तो घोळ त्यांनी स्वत: निस्तरावा.

बाजारपेठेत जी फी स्वीकारली जाईल, तेवढी फी तो आकारतो. लॅपॅरोस्कोपीनं पित्ताशय काढून टाकण्याच्या जनरल सर्जरीतल्या नेहमीच्या शस्त्रक्रियेसाठी इन्शुरन्स कंपन्या सर्जन्सना सातशे डॉलर्स देतात. हा डॉक्टर त्याच शस्त्रक्रियेसाठी आठ हजार पाचशे डॉलर्सची मागणी करतो. गॅस्ट्रिक फंडोप्लिकेशनसाठी (जठरातलं

आम्ल अन्ननलिकेतून घशापर्यंत येणं थोपवण्यासाठी) इन्शुरन्स कंपन्या अकराशे डॉलर्स देतात. तो त्याच शस्त्रक्रियेसाठी बारा हजार डॉलर्स आकारतो. त्याच्याकडे रुग्णांचा अजिबात तुटवडा नसतो.

इतरांना त्याच्यासारखंच यश मिळवता येईल की नाही, हे सांगता येणार नाही. सरतेशेवटी तो एका प्रचंड मोठ्या शहरात व्यवसाय करतो आहे. तिथे अनेक लोकांपाशी भरपूर पैसा तरी असतो किंवा त्याच्या लठ्ठ फिया चुकत्या करणाऱ्या सढळ इन्शुरन्स पॉलिसीज तरी असतात. त्या शिवाय त्याच्या क्षेत्रात तो अत्यंत नामवंत आहे. त्यानं मला सांगितलं, "मी मनोमन ओळखून आहे की, मी जे करू शकतो, ते इतर सर्जन्सना करता येत नाही."

पण क्षणभर धरून चाला की, तो जे करू शकतोय, ते मलासुद्धा करता येईल. समजा मीसुद्धा इन्शुरन्स कंपन्यांची डोकेदुखी स्वीकारायचं नाकारलं आणि लोक जे स्वीकारतील, तेवढी फी आकारायला सुरुवात केली, तर मला लक्षावधी डॉलर्स मिळवता आले नाहीत, तरी आतापेक्षा मला खूपच जास्त डॉलर्स मिळवता येतील. माझ्यामागची इन्शुरन्स कंपन्यांची डोकेदुखीसुद्धा दूर होईल. असं असलं, तरी फक्त ज्यांना हे परवडेल, त्यांचाच डॉक्टर म्हणून काम करणं मला स्वीकारावंसं वाटेल?

तो सर्जन विचारत होता, "का नाही? आपला जन्म परोपकारासाठी झालेला आहे, असं समजणं म्हणजे वाळून डोकं खुपसणाऱ्या शहामृगासारखं वर्तन होईल. प्रत्येक जण आपल्या स्वतःच्या फायद्यासाठी आपल्याला पिळत असतो. ज्या कंपन्यांकडून आपण माल विकत घेतो, त्यांच्यापासून ते आपली बिलं चुकती करणाऱ्या इन्शुरन्स कंपन्यांपर्यंत सारे जणच आपली पिळवणूक करत असतात. २००५ साली एटना कंपनीच्या सी.ई.ओ.ची आमदनी एक कोटी डॉलर्स होती. या कंपन्या नफ्यासाठीच काम करत असतात. डॉक्टरांना पैसे देणं टाळून किंवा आपण पुरवलेल्या रुग्णसेवेची बिलं चुकती करायचं नाकारून ते नफा मिळवत असतात." त्याचं म्हणणं होतं की, अशा इन्शुरन्स कंपन्यांशी आपण व्यवहार कशासाठी करायचा? त्याच्या मते डॉक्टरांनी शिकणं आवश्यक आहे की, तेसुद्धा उद्योजकच आहेत – ते धंदाच करताहेत. दुसरं तिसरं काहीही करत नाहीयेत – आणि याचा ते जितक्या लवकर स्वीकार करतील, तेवढं बरं होईल.

त्याच्या बोलण्यात एक बोचरा स्पष्टपणा आहे. परंतु जर हा केवळ पैशांसाठी केला जाणारा व्यवसाय आहे, असं मान्य केलं; जर कार विक्रीपेक्षा डॉक्टरकीचा धंदा काहीही वेगळा नाही. असं म्हटलं तर बारा वर्षांच्या वैद्यकीय प्रशिक्षणाची यातायात तरी कशासाठी करायची? त्याऐवजी दोन वर्षं खर्चून बिझनेस स्कूलची एम्.बी.ए.ची पदवी का मिळवायची नाही? त्यामागे एकच कारण असू शकतं :

समाजासाठी आणि जनतेसाठी उपयुक्त असं प्रतिष्ठेचं काम करण्याची थोडीतरी प्रेरणा त्यांना वाटत असते. त्यामुळेच रुग्णांच्या इन्शुरन्स कंपन्या आपल्याला वैताग आणत असतात तेव्हा किंवा त्यांनी विमाच उतरवलेला नसतो तेव्हा, त्यांच्यावर उपचार करणं ही आपली जबाबदारी आहे, असं बऱ्याचशा डॉक्टरांना वाटत असतं. जर सर्वसामान्य जनतेसाठी काही करायला आपण चुकलो, तर डॉक्टर हे कुणीतरी वेगळे आहेत, ही कल्पना चुकीचीच ठरेल. इन्शुरन्स कंपन्यांचं झंझट नकोसं वाटणं मी समजू शकतो. परंतु त्याखेरीज अन्य कोणता मार्ग नाहीच का?

१९७१ साली हॅरिस बर्मन नावाच्या तेहतीस वर्षांच्या इंटर्निस्टनं थोड्या वेगळ्या प्रकारे गोष्टी करून पाहायचं ठरवलं. जनरल सर्जरीमधलं प्रशिक्षण नुकतंच पूर्ण केलेला त्याचा मित्र आणि हॅरिस बर्मन, त्यांच्या न्यू हॅम्पशायर राज्यातल्या नाशुआ या मूळ गावी परत आले. त्यांनी एका पीडिॲट्रिशिअन (बालरोगतज्ज्ञ), फॅमिली प्रॅक्टिशनर (सर्व वयाच्या रुग्णांची पाहणी करणारा डॉक्टर) आणि ऑब्स्टेट्रिशिअन (प्रसूतितज्ज्ञ) यांच्याबरोबर हात-मिळवणी केली. एकत्र येऊन ते सर्व रुग्णांना, एक ठरावीक वार्षिक फी आकारून सर्व प्रकारची रुग्णसेवा पुरवू लागले. या पद्धतीत त्यांना कोणत्याही इन्शुरन्स कंपनीकडे बिलं पाठवावी लागत नव्हती. त्यांनी सर्वांनी स्वत:ला वर्षाला तीस हजार डॉलर्स हा ठरावीक पगार नक्की केला. सर्व विशेषज्ज्ञांना सारखाच – तीस हजार – पगार दिला जाऊ लागला. त्या वेळच्या डॉक्टरांच्या आमदनीच्या मानानं हा पगार बेताचा होता. एखाद्या रुग्णासाठी पन्नास हजार डॉलर्सपेक्षा जास्त खर्च आला आणि त्याला काहीतरी जोराचा आजार झालेला असला, तर तो भरून काढण्यासाठी त्यांनी त्यांच्या ग्रुपसाठी इन्शुरन्स उतरवला.

ही पद्धत यशस्वी ठरली. बर्मनचं वय आता अडुसष्ठ वर्षांचं आहे. त्यानं स्वत:च मला ही कहाणी ऐकवली. या ग्रुपनं स्वत:च्या या योजनेला 'मॅथ्यू थॉर्नटन हेल्थ प्लॅन' असं नाव दिलं. न्यू हॅम्पशायर स्वतंत्र असल्याच्या जाहीरनाम्यावर ज्या तिघांनी सह्या केलेल्या होत्या, त्यातला एक जण होता मॅथ्यू थॉर्नटन. त्याच्याच नावावरून त्यांनी हे नाव निवडलं होतं. ते प्रत्यक्षात अगदी लहान प्रमाणावरचे **HMO**(स्वास्थ देखभाल संघटना) होते. अगदी थोड्याच अवधीत पाच हजार लोक या योजनेत सामील झाले. हे डॉक्टर्स अत्यंत लोकप्रिय झाले आणि त्यांना फारशा डोकेदुखींना सामोरं जावं लागलं नाही. सुरुवातीला त्यांनी कोणत्याही विशेषज्ञाची नियुक्ती केलेली नव्हती. त्यामुळे जेव्हा रुग्णांना डोळ्यांच्या किंवा हाडांच्या तज्ज्ञ डॉक्टरकडे पाठवावं लागायचं, तेव्हा थॉर्नटनच्या संस्थापक डॉक्टर्सना

त्यासाठीचे पैसे द्यावे लागायचे. काही काळानं त्यांनी या विशेषज्ञांना दर महिन्याकाठी एक ठरावीक रक्कम द्यायचं ठरवलं आणि प्रत्येक रुग्णाचा हिशोब ठेवण्याच्या कटकटीतून मुक्तता मिळवली.

काही विशेषज्ञांनी अशा ठरावीक मासिक फीवर काम करायला संमती दिली आणि त्यामुळे रुग्णसेवेच्या दर्जात लक्षणीय सुधारणा झाली. ठरावीक मासिक फी वर काम करत असल्यामुळे, युरॉलॉजिस्टनी (मूत्रविकार तज्ज्ञ) थॉर्नटनच्या डॉक्टरांना समजावून दिलं की, खरोखरच कोणत्या रुग्णांना त्यांच्याकडे पाठवणं गरजेचं होतं आणि कुणाची रुग्णसेवा थॉर्नटनचे डॉक्टर स्वत:च करू शकतील. या विशेषज्ञांनी येऊन थॉर्नटनच्या डॉक्टरांपुढे भाषणं दिली आणि मूत्रातून रक्त जात असलेल्या रुग्णांपैकी कोणत्या रुग्णांची समस्या गंभीर समजायची, हे समजावून दिलं. नेत्रतज्ज्ञांनी येऊन खाजणाऱ्या आणि पाणी येत असलेल्या डोळ्यांवर कोणते उपचार करायला हवेत, हे समजावून सांगितलं. तपासण्याची गरज नसलेले रुग्ण तपासून, या नेत्रतज्ज्ञांना जास्तीचे पैसे मिळणार नव्हते. म्हणून त्यांनी थॉर्नटनच्या डॉक्टर्सना प्रशिक्षण देऊन गंभीर आजार ओळखायला शिकवलं. या सर्वांनी दिलेल्या प्रशिक्षणामुळे, थॉर्नटनच्या डॉक्टरांची कार्यक्षमता खूपच वाढली.

आणखी काही वर्षांनी मॅथ्यू थॉर्नटन हेल्थप्लॅन, इतर इन्शुरन्स कंपन्यांपेक्षा स्वस्त ठरू लागला. वेगवेगळ्या उद्योजकांनी आपल्या कर्मचाऱ्यांची त्यातच नोंदणी करायला सुरुवात केली. त्यामुळे थॉर्नटन प्लॅनमध्ये नाव नोंदवणाऱ्यांची संख्या खूपच वाढू लागली. बर्मनला आणखी डॉक्टर्सची कुमक जमवणं भाग पडलं. त्यानंतर मात्र गुंतागुंतीच्या समस्या उद्‌भवू लागल्या. बर्मननं सांगितलं, "सुरुवातीला आम्ही सारे मनापासून काम करत होतो. आम्ही खूप आस्थेनं खूप तास काम करत असायचो. आम्ही तरुण होतो आणि कामासाठी आसुसलेले होतो. मग नोंदणी केलेल्या रुग्णांची संख्या वाढल्यामुळे जेव्हा आणखी डॉक्टर्सची नियुक्ती करावी लागली, तेव्हा हे डॉक्टर्स वेगळ्या कारणांसाठी आले होते, असं आम्हाला जाणवू लागलं. त्यांना पगारी नोकरीचं आणि त्या ठरावीक तास कामाच्या जीवनशैलीचं आकर्षण वाटत होतं. त्यांना रात्रंदिवस कामाला जुंपून घ्यायचं नव्हतं. काही डॉक्टर्स तर अर्धवेळासाठी येऊ लागले. पाच वाजायला आले की, घड्याळाकडे नजर टाकणारे डॉक्टर्स वाढू लागले. उत्पादनक्षमता ही समस्या बनू लागली." थॉर्नटनच्या संस्थापकांनी, पूर्ण वेळासाठी विशेषज्ञांची नियुक्ती करायचा प्रयत्न केला, तेव्हा हे लोक इतरांएवढा पगार स्वीकारायला तयार होईनात. ऑर्थोपेडिक सर्जननं (अस्थिशल्यविशारद) या ग्रुपमध्ये सामील व्हावं, म्हणून बर्मननं प्रयत्न केला, तेव्हा त्याला इतरांपेक्षा बराच जास्त पगार द्यावा लागला. त्याच्याबरोबर काम करणाऱ्यांना कसा आणि किती पगार द्यावा, याबाबत अशा प्रकारची तडजोड करणं

गरजेचं ठरू लागलं.

तिथल्या तीस वर्षांच्या व्यावसायिक कारकिर्दीत, बर्मननं डॉक्टरांना अनेक वेगवेगळ्या प्रकारांनी मोबदला देण्याचे प्रयत्न केले. त्यानं कमी पगार देऊन पाहिला, जास्त पगार देऊन पाहिला आणि तरीसुद्धा दुपारी तीनला डॉक्टर लोक पळ काढताना दिसू लागले. त्यानं केलेल्या कामानुसार मोबदला देऊन पाहिला आणि त्यामुळे कागदोपत्री हिशोब ठेवण्याची डोकेदुखी उद्भवली. त्याखेरीज, जास्त पैसे मिळावेत, म्हणून डॉक्टर बिलाचे पैसे वाढवू लागले. त्यानं उत्पादकता वाढवण्यासाठी गुंतागुंतीच्या बोनस-योजना सुरू केल्या आणि डॉक्टरांना अंदाजपत्रकानुसार खर्च करायला सांगितलं. त्यानं रुग्णांच्या नावे खाती उघडून, त्यांना स्वतःच डॉक्टरांची बिलं चुकती करायला सांगून पाहिलं. परंतु कोणतीही पद्धत सोप्या प्रकारे आणि खर्च आटोक्यात ठेवून उत्तम प्रकारची रुग्णसेवा पुरवू शकली नाही.

एकोणीसशे ऐंशीच्या दशकाच्या मध्याला साठ हजारांहून जास्त लोकांनी मॅथ्यू थॉर्नटन हेल्थ प्लॅनमध्ये नाव नोंदवलं होतं आणि त्यामागचं एकमेव कारण होतं की, इतर विमा कंपन्यांच्या तुलनेत ही योजना स्वस्त होती. न्यू हॅम्पशायरमधली हेल्थ-इन्शुरन्स देणारी ही द्वितीय क्रमांकावरची मोठी विमा योजना ठरली. आणि आता बर्मनबद्दल आणि त्याचे नियम आणि करारनामे यांबद्दलच डॉक्टरांनी तक्रारी करायला सुरुवात केली. १९८६ साली बर्मननं मॅथ्यू थॉर्नटनमधून अंग काढून घेतलं आणि त्यानंतर लवकरच ब्लू क्रॉस या विमा योजनेनं मॅथ्यू थॉर्नटनचा ताबा घेतला. बर्मन टफ्ट्स हेल्थ प्लॅनचा सी.ई.ओ. बनला. ही न्यू इंग्लंडमधली सर्वांत मोठी विमा कंपनी आहे. (आणि तिथे तो स्वतःच सी.ई.ओ.चा पगार मिळवू लागला.) त्याचा अत्यंत पुरोगामी असा हा प्रयोग संपुष्टात आला.

२००५साली यूएसएनं दोन ट्रिलियन डॉलर्सपेक्षा (दोनवर बारा शून्यं एवढी संख्या) अधिक रक्कम (आपल्याजवळील एकूण पैशांपैकी एक शष्ठांश पैसे) स्वास्थ्यसेवेवर खर्च केली होती. हा आकडा येतो दरडोई $७११०. यातला ८० टक्के खर्च सरकार आणि विमाकंपन्या समप्रमाणात करत असतात आणि उरलेली २० टक्के रक्कम रुग्णांना स्वतःच्या खिशातून काढावी लागते. या खर्चापैकी १/३ रक्कम हॉस्पिटल्सकडे जाते, १/३ रक्कम डॉक्टर्सकडे जाते आणि उरलेली १/३ रक्कम इतर गोष्टींवर – नर्सिंग होम्स, प्रिस्क्रिप्शन ड्रग्ज आणि इन्शुरन्स-यंत्रणेच्या व्यवस्थापनावर खर्च होते. सर्वसाधारणपणे अमेरिकन माणूस त्याला मिळणाऱ्या रुग्णसेवेबद्दल संतुष्ट असतो, परंतु त्यासाठी मोजावी लागणारी किंमत त्याला आवडत नाही. स्वास्थ्य सेवेसाठीच्या विम्याचा हप्ता २००५ साली ९.२ टक्क्यांनी वाढला होता.

खर्च वजा जाता डॉक्टरांना जे उत्पन्न मिळतं, ते एकंदर स्वास्थ्य सेवेच्या खर्चाचा अगदी लहान भाग असतं. परंतु डॉक्टरांमुळेच बरेचसे खर्च उद्भवत असतात. एका दिवशी मी माझ्या ऑफिसमध्ये जे रुग्ण तपासतो, त्यांना मी तीस हजार डॉलर्स किमतीची विविध प्रकारची प्रिस्क्रिप्शन्स लिहून देतो. त्यात विशेषज्ञांना दाखवणं, शस्त्रक्रिया करून घेणं, हॉस्पिटलमध्ये राहणं, क्ष-किरण तपासणी करून घेणं आणि औषधं या साऱ्या गोष्टींचा समावेश असतो. आणि या विविध गोष्टींसाठी कराव्या लागणाऱ्या खर्चाची परतफेड किती चांगल्या प्रकारे (विमा कंपन्यांद्वारा) करून घेता येईल, त्यावर मी त्या किती प्रमाणावर सुचवतो, हे अवलंबून असते. याच बाबतीत पैशांचा विचार करण्यावाचून पर्याय नसतो आणि त्यातूनच योग्य प्रकारे वागणं आणि भरपूर पैसा कमावणं या गोष्टींमधली रस्सीखेच उद्भवते.

माझा मुलगा वॉकर याचा जीव वाचवणाऱ्या हृदयावरील शस्त्रक्रियेचं बिल हाती पडल्याची घटना मला स्पष्टपणे आठवते आहे. त्यासाठी एकूण खर्च आला होता अडीच लक्ष डॉलर्स. मला किती पैसे खिशातून काढावे लागले? पाच डॉलर्स! हे पाच डॉलर्स इमर्जन्सी रुममध्ये वॉकरला नेण्यासाठी मला खर्च करावे लागले होते. तिथल्या डॉक्टरनं निदान केलं होतं की, माझा फिकुटलेला आणि तडफडणारा मुलगा हृदय नीटपणे काम करत नसल्यामुळे तळमळत होता. मी त्या वेळेस केवळ एक इंटर्न होतो आणि हा वैद्यकीय खर्च सोसण्याची माझी कुवतच नव्हती. गरज पडली असती, तर मी आणि माझ्या पत्नीनं त्याच्यासाठी दिवाळखोरीसुद्धा पत्करली असती. परंतु आमच्यापाशी स्वास्थ्यविमा असल्यामुळे सर्व जण — आम्ही, त्याचे डॉक्टर्स, नर्सेस – फक्त त्याच्या गरजांवर लक्ष केंद्रित करू शकले. ही मोठी सुखाची गोष्ट होती. परंतु त्यातूनच, ज्याला अर्थशास्त्रज्ञ 'मॉरल हॅझर्ड' (नैतिक जोखिम) म्हणतात, त्याचा उगम होतो : इतर लोक बिलाचे पैसे चुकते करणार असल्यामुळे, माझं मूल वाचवण्यासाठी किती खर्च करावा लागला आणि किती बिलं लावली गेली, याबद्दल मला पूर्ण बेपर्वाई वाटत होती. माझ्या दृष्टीनं माझ्या मुलाला वाचवणाऱ्या सर्वांचं मोल लक्षावधी डॉलर्स होतं. इतर लोक बिलं चुकती करणार होते – तेव्हा किमतीबद्दल प्रश्न विचारण्याची जबाबदारी त्यांच्यावर होती. अशी मानसिकतेमुळेच डॉक्टर्स आणि रुग्ण यांच्याकडे विमा कंपन्या शत्रुत्वानं पाहू लागतात. तो इन्शुरन्स सरकारनं पुरवलेला असो किंवा विमा कंपन्यांनी दिलेला असो. आकारलेल्या बिलांबद्दलची, बिलं नाकारण्याबद्दलची आणि आधी परवानगी घ्यावी लागण्याच्या पिळवणुकीबद्दलची लढाई कधीही संपणार नाही.

बिलांची रक्कम वसूल करून घेण्यासाठी द्यावी लागणारी लढत पाहता, उल्लेखनीय गोष्ट अशी आहे की, अजूनही केलेल्या खर्चाची भरपाई खूप मोठ्या प्रमाणावर दिली जात आहे. जगभरातल्या इतर डॉक्टरांच्या तुलनेनं अमेरिकेतले

आजचे डॉक्टर्स खूप जास्त आमदनी कमवू शकत आहेत. सर्वसाधारण अमेरिकी कर्मचाऱ्यांच्या तुलनेत अमेरिकी डॉक्टरची आमदनी सातपट आहे आणि ही दरी काळाबरोबर वाढतच चाललेली आहे. (औद्योगिकीकरण झालेल्या अनेक देशांमध्ये हा फरक तिपटीपेक्षा कमी आहे.) याच कारणामुळे अमेरिकेतले अत्यंत हुशार लोक या व्यवसायाकडे आकृष्ट होत आहेत आणि इतर कोणत्याही व्यवसायापेक्षा डॉक्टर लोक अधिक कष्टांचं काम जिद्दीनं पेलत आहेत. परंतु त्याबरोबरच, देश या नात्यानं, आपण ज्यांना विमा उपलब्ध होऊ शकत नाही, त्यांच्याबद्दल काहीही पर्वा करत नाही. सातपैकी एका अमेरिकनला विम्याचं संरक्षण मिळालेलं नसतं आणि पासष्ठ वयाखालच्या लोकांपैकी तिनपैकी एक माणूस पुढल्या दोन वर्षांत विम्याचं संरक्षण गमावणार आहे. हे लोक पुरेसे वृद्ध किंवा पुरेसे गरीब नसल्यामुळे, त्यांना सरकारी विमा संरक्षणाचा लाभ मिळण्यासारखा नाही आणि वैद्यकीय विमा पुरवतील अशा चांगल्या नोकऱ्यासुद्धा त्यांना मिळालेल्या नाहीत. त्यांच्यावर उपचार करणारे डॉक्टर्स शोधता-शोधता त्यांच्या नाकी नऊ येतात आणि स्वास्थ्यसेवेची बिलं चुकती करताना त्यांच्यावर दिवाळं फुंकायची वेळ येते आणि उच्च रक्तदाब, हृदयविकार, अॅपेंडिक्स आणि कर्करोग यांसारख्या समस्यांचं निदान आणि त्यावरचे उपचार यांना असे लोक मुकतील, ही गोष्ट हे एक अटळ सत्य आहे. आपली जगड्व्याळ आणि गुंतागुंतीची विमा यंत्रणा पावलोपावली त्रुटी ठेवत असते. कधीतरी ही गोष्ट बदलायलाच हवी.

सर्जरी विभागाच्या अध्यक्षांनी मला नोकरी देऊ केली, त्यानंतर काही दिवसांतच मी त्यांच्या ऑफिसात गेलो आणि मी त्यांना मला अपेक्षित असलेल्या पगाराचा आकडा सांगितला.

"काही हरकत नाही! ठीक आहे." ते म्हणाले आणि आम्ही हस्तांदोलन केलं. आता माझ्या कमाईबद्दल बोलायला मला स्वत:लाच खूप संकोच वाटतोय. आम्ही त्यानंतर थोडा वेळ बोललो : संशोधनासाठी कसा वेळ काढायचा, किती रात्री मी ऑन कॉल असेन, माझ्या कुटुंबासाठी मी वेळ कसा काढू शकेन इ, इ. माझ्यावरील नव्या जबाबदारीच्या भावनेनं मला अत्यंत उत्तेजित वाटलं आणि तेवढीच भीतीसुद्धा वाटली.

आमची मुलाखत आटोपत आली, तेव्हा माझ्या लक्षात आलं की, मी एक शेवटचा, अत्यंत महत्त्वाचा प्रश्न विचारलेलाच नाही!

"स्वास्थ्य – विमा – योजनेअंतर्गत कोणते फायदे मिळतील?" मी त्यांना अखेरचा सवाल केला.

फाशीच्या कोठडीतले डॉक्टर्स

मायकेल मोरॅलेस या खुन्याला कॅलिफोर्नियात प्राणघातक इंजेक्शन देण्याबाबत फेब्रुवारी १४, २००६ रोजी अमेरिकेतल्या जिल्हा न्यायालयानं एक अभूतपूर्व फर्मान काढलं. त्या फर्मानानुसार, प्राणघातक इंजेक्शन देऊन खुन्याला फाशी देत असताना प्रत्यक्ष पाहणी करण्यासाठी कॅलिफोर्निया राज्यानं एक डॉक्टर – नुसताच कुणीही डॉक्टर नव्हे, तर भूलतज्ज्ञ — उपलब्ध करून देणं आवश्यक होतं. तसं करता येणार नसेल, तर प्राणघातक इंजेक्शन देण्याची नेहमीची पद्धत पूर्णत: बदलणं बंधनकारक करण्यात आलेलं होतं. सध्याच्या पद्धतीप्रमाणे — सोडियम थायोपेंटाल या भूल आणणाऱ्या द्रव्याचा प्रचंड डोस कैद्याला देण्यात यायचा तो दिल्यानंतर कैद्याचं श्वसन थांबून एका मिनिटात त्याची शुद्ध हरपावी, अशी अपेक्षा असायची. त्यानंतर पॅनक्युरोनियम ह्या पक्षाघात घडवणाऱ्या द्रव्याचं इंजेक्शन देण्यात यायचं आणि त्या पाठोपाठ प्राणघातक प्रमाणात पोटॅशिअम क्लोराईड देण्यात यायचं. परंतु न्यायाधीशाला फाशीच्या वेळच्या नोंदींवरून बोध झाला होता की, नुकत्याच फाशी दिलेल्या आठ कैद्यांपैकी सहा कैद्यांची, त्यांना पक्षाघात करणाऱ्या द्रव्याचं इंजेक्शन देण्यात आलं असताना, शुद्ध हरपलेलीच नव्हती. यामुळे अशी शक्यता उद्भवली होती की, कैद्यांना पक्षाघाताच्या इंजेक्शनमुळे गुदमरल्यासारखं वाटलं असणार. ही भावना जिवंत पुरण्यासारखी असते आणि त्या कैद्यांना पोटॅशियम क्लोराईडच्या प्राणघातक मात्रेमुळे आत्यंतिक वेदनासुद्धा जाणवल्या असणार. अमेरिकन घटनेच्या आठव्या दुरुस्तीनुसार ही गोष्ट अजिबात स्वीकार्य नव्हती, कारण त्या दुरुस्तीनुसार अत्यंत क्रूरपणाची आणि आगळीवेगळी शिक्षा देण्यास परवानगी नाही. त्यामुळे त्या न्यायाधीशानं फर्मान काढलं की, फाशी देत

असताना फाशीच्या कोठडीत एका भूलतज्ज्ञानं उपस्थित राहणं आवश्यक आहे आणि त्यानं कैदी बेशुद्ध झाल्याचा निर्वाळा देईपर्यंत दुसरं आणि तिसरं इंजेक्शन देता येणार नाही किंवा एका सर्वसाधारण डॉक्टरनं उपस्थित राहून, केवळ सोडियम थायोपेंटाल देऊन फाशी दिली जात असताना पर्यवेक्षण करणं गरजेचं आहे.

कॅलिफोर्निया मेडिकल असोसिएशन (कॅलिफोर्नियातल्या डॉक्टर्सची संघटना), अमेरिकन मेडिकल असोसिएशन (अमेरिकन डॉक्टर्सची संघटना) आणि अमेरिकन सोसायटी ऑफ अनेस्थेसियॉलॉजिस्ट्स (अमेरिकन भूलतज्ज्ञांची संघटना) यांनी ताबडतोब या फर्मानाविरोधात आवाज उठवला. त्यांचं म्हणणं होतं की, फाशी देण्याच्या प्रक्रियेत डॉक्टरनं सहभाग घेणं, ही वैद्यकीय नीतिमूल्यांची उघडउघड पायमल्ली आहे. "डॉक्टर्स हे इलाज करणारे असतात, देहदंड देऊन मृत्यू घडवणारे नसतात," असं भूलतज्ज्ञांच्या संघटनेच्या प्रमुखानं वार्ताहरांना सांगितलं. तरीसुद्धा फक्त दोनच दिवसात तुरुंग अधिकाऱ्यांनी जाहीर केलं की, दोन भूलतज्ज्ञांनी सहभाग घेण्यास संमती दिलेली होती. कोर्टानं त्यांचं नाव गुप्त ठेवण्यास आणि बघ्यांपासून त्यांची ओळख गुप्त ठेवण्यास संमती दर्शवली. असं असूनही फाशी देण्याच्या दोन दिवस आधी या दोघांनी आपलं नाव मागे घेतलं, कारण नाइन्थ सर्किट कोर्ट ऑफ अपील्सनं (खटल्याबाबत पुनर्निर्णय घेणाऱ्या नवम-मंडळाच्या न्यायालयानं) आणखी एक अट घातली की, कैद्याची शुद्ध हरपली नाही किंवा त्याला वेदना जाणवताना दिसली, तर या डॉक्टरांनी स्वतः त्यांना आणखी औषधाचं इंजेक्शन दिलं पाहिजे. या गोष्टीला हे दोघे भूलतज्ज्ञ तयार झाले नाहीत. त्यामुळे ही फाशी पुढे ढकलण्यात आली. (जानेवारी २००७पर्यंत मोरॅलेस फाशीच्या प्रतीक्षा-रांगेतच थांबलेला होता.) परंतु मध्यवर्ती न्यायालयांनी तेव्हापासून अट घातलेली आहे की, प्राणघातक इंजेक्शन देऊन फाशी देताना डॉक्टरांनी मदत करणं गरजेचं आहे.

फाशी देणं ही गोष्ट अमेरिकेत वैद्यकीय प्रक्रिया बनली आहे. त्यामुळे फाशीसाठी मदत करायची ज्या डॉक्टर्सना आणि नर्सेसना विनंती केली जाते, त्यांना आपल्या व्यावसायिक नीतिमूल्यांचे अलिखित निर्बंध आणि समाजाच्या अपेक्षा यांपैकी एका गोष्टीची निवड करणं भाग पडू लागलं आहे. वैद्यकीय संघटनांची आचारसंहिता नेहमीच बरोबर असते, असं म्हणता येत नाही आणि समाजाचे नियमही नेहमीच बरोबर असतात, असंसुद्धा म्हणता येत नाही. हुशारीनं वागणं, कायद्याला अनुसरून वागणं आणि नीतिमूल्यांना धरून वागणं, यात महत्त्वाचे परंतु कधी-कधी धूसर भासतील, असे फरक असतात. त्यामुळे हे भेद ओळखून डॉक्टरांनी आणि नर्सेसनी व्यक्तिशः कशा प्रकारे निर्णय घेतले, हे जाणून घेण्यात मला गम्य वाटत होतं.

अमेरिकेत फाशी देण्याच्या पद्धतीत जी सतत उत्क्रांती घडत होती, त्याचा

मोरॅलिसबाबतचा निर्णय हा कळस ठरला. २ जुलै १९७६ रोजी सुप्रीम कोर्टानं ग्रेग विरुद्ध जॉर्जिया राज्य, या खटल्यासंदर्भात निकाल देताना, फाशीवरचा दहा वर्षांचा निर्बंध दूर करून फाशीच्या शिक्षेला कायद्यानं संमती दिली. या संमतीनंतर सहा महिन्यांतच फाशीच्या शिक्षांची अंमलबजावणी केली जाऊ लागली. पहिल्या प्रथम, १७ जानेवारी १९७७ रोजी, यूटा राज्यात गेरी गिलमोरला बंदुकधारींनी केलेल्या गोळीबारानं मृत्यूदंड देण्यात आला.. त्यानं प्रोव्हो गावातील बेन् बुशनेल या मोटेल-मॅनेजरची हत्या केलेली होती.

परंतु बंदुकधारींनी केलेल्या गोळीबाराद्वारे कैद्याला मृत्युदंड देणं हे अतिशय अनिर्बंध आणि रक्तरंजित समजलं जाऊ लागलं. (उदाहरणार्थ, गोळी लागल्यानंतर आणखी दोन मिनिटांपर्यंत गिलमोरचं हृदय बंद पडलेलं नव्हतं आणि कधीकधी बंदुकधारी चाप ओढताना थिजून गेले आहेत. १९५१ साली यूटा राज्यात नेमकं असंच झालं. त्या वेळेस बंदुकधारींनी एलिसिओ मेअरच्या हृदयावर गोळी न डागता त्यापासून थोडीशी दूर गोळी झाडली. ती त्याच्या छातीच्या उजव्या बाजूला लागली आणि हळूहळू रक्तस्राव होऊन तो मरण पावला.)

फासावर लटकावणं हे त्याहूनही निर्घृण समजलं जाऊ लागलं. योग्य प्रकारे फास बसला, तर मानेच्या दुसऱ्या मणक्याजवळ पाठीचा कणा मोडतो, पोटाच्या-छातीच्या मधला पातळ पडदा पक्षाघातानं लुळा पडतो आणि कैदी गुदमरून मरण पावतो. या साऱ्याला काही मिनिटांचा वेळ लागतो.

गॅस-चेंबरमध्ये मृत्यूदंड देणं त्याहून काही फारसं बरं ठरलं नाही. सायनाइड गॅसनं गुदमरल्यावर पेशींना प्राणवायू घेता येईनासा होतो, कारण सायटोक्रोम ऑक्सिडेझ हे महत्त्वाचं एन्झाईम क्रियाशून्य बनतं. त्यामुळे मरण यायला फासावर लटकावण्यापेक्षाही जास्त वेळ लागतो. गुदमरलेले कैदी श्वासासाठी तडफडत असलेले पाहून जनतेला राग येतो. उदाहरण द्यायचं, तर तीन खून करणाऱ्या डॉनल्ड हार्डिंगला गॅसचेंबरमध्ये अकरा मिनिटं तडफडल्यानंतरच मृत्यू आला आणि ते दृश्य इतकं भीषण होतं की, वार्ताहर रडले, ॲटर्नी जनरलला उलटी आली आणि आणखी अशी फाशी द्यावी लागली, तर मी राजीनामा देईन, असं तुरुंगाच्या मुख्याधिकाऱ्यानं जाहीर केलं. १९७६पासून फक्त दोन कैद्यांना बंदुकीच्या गोळ्या झाडून मृत्युदंड देण्यात आलेला आहे, तिघांना फासावर लटकावण्यात आलं आहे, तर अकरा जणांना गॅसचेंबरमध्ये मृत्युदंड देण्यात आलेला आहे.

ग्रेगनंतर ज्या शंभर कैद्यांना मृत्युदंड देण्यात आला, त्यापैकी पहिल्या ७४ कैद्यांना आणि एकूण १५३ कैद्यांना उच्च व्होल्टचा विजेचा झटका देऊन मृत्युदंड देण्यात आला. त्यामुळे जलदपणे आणि अधिक स्वीकारण्याजोग्या पद्धतीनं मृत्यू येतो, अशी समजूत होती. परंतु अधिकाऱ्यांच्या लवकरच लक्षात आलं की,

विजेचा प्रवाह बरेचदा कमानीप्रमाणे वक्राकार जायचा आणि त्यामुळे कैद्याचं मांस भाजलं जायचं आणि कधीकधी कैदी पेटसुद्धा घ्यायचे. कैद्याचा देह थंड होईपर्यंत शवविच्छेदन तपासणी (पोस्ट मॉर्टम) पुढे ढकलावी लागायची आणि अनेक कैद्यांना वारंवार विजेचे झटके दिल्याशिवाय मृत्यू यायचा नाही. उदाहरणार्थ, १९७९ साली अॅलॅबामा राज्यात, २६०० व्होल्टचे दोन झटके दिल्यानंतरही जॉन लुइस एव्हान्स हा कैदी जिवंतच राहिला होता. तुरुंगाच्या वॉर्डननं गव्हर्नर जॉर्ज वॉलसला फोन लावला आणि पुढे काय करावं, याबद्दल सल्ला विचारला. त्यानं सांगितलं की, विजेचे झटके देणं सुरू ठेवावं आणि तिसरा झटका दिल्यानंतर आणि वीस मिनिटं यातना भोगल्यानंतर एव्हान्स अखेरीस मरण पावला. हे दृश्य पाहणारे साक्षीदार किंचाळत होते. फक्त फ्लॉरिडा, व्हर्जिनिया आणि अॅलॅबामा ह्याच राज्यांनी विजेच्या झटक्यांनी मृत्युदंड देणं चालू ठेवलं होतं आणि सुप्रीम कोर्टानं या पद्धतीबद्दल पुनर्विचार करायचं जाहीर केल्यानंतर त्यांनीसुद्धा ही पद्धत बंद केली.

घटनेच्या आठव्या दुरुस्तीच्या निकषांना उतरेल, अशी मृत्युदंडाची 'प्राणघातक इंजेक्शन' ही एकमेव पद्धत सध्या माणुसकीची समजली जाते आहे. यामागचं मुख्य कारण असं आहे की, ही प्रक्रिया वैद्यकीय पद्धतीनं पार पाडली जाते. हॉस्पिटलच्या चाकं असलेल्या स्ट्रेचरवर (गर्नीवर) कैद्याला उताणा झोपवतात. त्याच्या छातीवर पांढरं पांघरूण ओढून घेतात. त्याला शिरेतून द्राव देण्याची सोय केली जाते. १९७७ साली, युनिव्हर्सिटी ऑफ ओक्लहॉमा इथल्या अॅनेस्थेसिऑलॉजी विभागाचे अध्यक्ष डॉ. स्टॅन्ली डॉइश यांनी घालून दिलेल्या नियमांनुसार, कैद्यांना सर्वप्रथम २५०० ते ५००० मिलिग्रॅम सोडियम थिओपेंटॉल (औषधी मात्रेच्या पाच ते दहा पट जास्त) दिलं जातं. फक्त या एकाच द्रव्यामुळेसुद्धा मेंदूची विजेची हालचाल ठप्प होते आणि त्यामुळे श्वसन आणि रुधिराभिसरण प्रक्रिया बंद पडून मृत्यू येतो. परंतु फक्त थिओपेंटॉल दिलं, तर मरण यायला पंधरा मिनिटं किंवा त्याहूनही जास्त वेळ लागू शकतो आणि कैदी श्वासासाठी तडफडतो, झगडतो किंवा त्याला फेफरं तरी येतं. त्यामुळे थिओपेंटॉल दिल्यानंतर, एका मिनिटानं ६० ते १०० मिलिग्रॅम पॅनक्युरोनियमचे (नेहमीच्या दहा पटींनी) इंजेक्शन दिलं जातं. त्यामुळे कैद्याच्या स्नायूंना पक्षाघात होतो. अखेरीस १२० ते २४० मिलिग्रॅम पोटॅशियम देऊन हृदय बंद पाडलं जातं.

अधिकाऱ्यांना ही पद्धत पसंत पडली, कारण सर्वसाधारण भूल देण्याच्या प्रक्रियेनुसार ही तयार करण्यात आलेली आहे. त्या पद्धतीनं मृत्युदंड देताना आपण कोणतं तरी भीषण कृत्य करतो आहोत, असं वाटत नाही. ही सर्वसाधारण डॉक्टरी प्रक्रियाच वाटते. (मिझूरी राज्यात तर तुरुंगातल्या हॉस्पिटलच्या शस्त्रक्रियेच्या

खोलीत या प्रकारे मृत्युदंड देण्यास प्रारंभ केला गेला.) ती प्रक्रिया पाहताना यातना होत नाहीत. त्यासाठी आवश्यक ती रसायनं स्वस्त असतात आणि मुबलक प्रमाणात उपलब्ध असतात. (त्या तुलनेत सायनाइड गॅस किंवा ३०,००० वॅट - जनरेटर शोधणं खूपच अवघड होतं.) आणि त्याखेरीज काही तांत्रिक अडचणी उद्भवल्या, तर डॉक्टरांची आणि नर्सेसची मदतही तुरुंगाधिकारी घेऊ शकत होते. हे तंत्र कैद्याला विनायातना आणि खात्रीलायक मृत्यू देतं, याची ग्वाही डॉक्टर व नर्सेस यांद्वारा दिली जात होती आणि मृत्युदंडाच्या प्रक्रियेला अधिक व्यावसायिक रूप प्राप्त होत होतं.

परंतु वैद्यकीय व्यावसायिकांनी याला आक्षेप घेतला. डॉइशचं तंत्र वापरून, १९८० साली जेव्हा पहिल्या कैद्याला फाशी दिली जाणार होती, तेव्हा अमेरिकी डॉक्टरांच्या संघटनेनं ठराव मंजूर केला की, फाशीच्या प्रक्रियेत डॉक्टरांनी सहभाग घेणं हे डॉक्टरी नीतिमूल्यांच्या आचारसंहितेत बसण्याजोगं नाही. हा ठराव अगदी ढोबळ प्रकारचा होता. उदाहरण द्यायचंच, तर पूर्वीच्या मृत्युदंडाच्या वेळेस कैदी मृत्यू पावला असल्याची ग्वाही डॉक्टर्स द्यायचे. नव्या ठरावात, ह्या गोष्टीला संमती आहे किंवा नाही, हे स्पष्टपणे नमूद केलेलं नव्हतं. त्यामुळे अमेरिकन मेडिकल असोसिएशननं १९९२मधल्या त्यांच्या वैद्यकीय आचारसंहितेच्या नियमावलीतले निर्बंध स्पष्टपणे नमूद केले होते. त्यातल्या २.०६ क्रमांकाच्या कलमात स्पष्टपणे लिहिलं आहे, 'जो व्यवसाय आशेला जागा असेपर्यंत आयुष्य जगवून धरण्याच्या प्रयत्नांना वाहून घेत असतो, त्या व्यवसायाचा घटक असलेल्या डॉक्टरांनी कायद्यानं मंजूर केलेल्या मृत्युदंडाची कार्यवाही करण्यात भाग घेऊ नये.' असं असलं तरी मृत्युदंडाबद्दल प्रत्येक डॉक्टरचं वैयक्तिक मत, 'हे त्या व्यक्तीचा वैयक्तिक नैतिक निर्णय समजला जाईल.' या नियमावलीत पुढे स्पष्टपणे लिहीलं आहे, 'मृत्युदंडाच्या कार्यवाहीसाठी औषधं लिहून देणं किंवा ती प्रत्यक्षात शिरेत टोचणं, जिवंतपणाच्या लक्षणांवर (नाडी, श्वासोच्छ्वास, शरीराचं तापमान, छातीचे ठोके इत्यादी) लक्ष ठेवणं, तांत्रिक बाबींबद्दल सल्ला देणं, कुठे इंजेक्शन द्यावं हे ठरवणं, शिरेत नळ्या स्वत: घालून देणं किंवा इतर कुणी घालत असताना त्यावर लक्ष ठेवणं किंवा डॉक्टर या नात्यानं तिथं उपस्थित राहणं; या साऱ्या गोष्टींना मृत्युदंडाच्या कार्यवाहीत अयोग्यरीत्या भाग घेणं समजलं जाईल.' मृत्युदंड दिलेला कैदी मरण पावला आहे, हे सांगणंसुद्धा अयोग्य समजलं गेलं होतं, कारण जर कैदी अजून जिवंत असेल, तर त्याला बरं करण्याची परवानगी डॉक्टरला दिली गेलेली नसते. या निर्बंधांच्या नियमावलीत फक्त दोनच गोष्टींना परवानगी देण्यात आलेली होती : मृत्युदंड देण्यापूर्वी कैद्यानं तशी विनंती केल्यास त्याची भीती शांतवण्यासाठी त्याला सिडेटिव्ह (मन शांत करणारं औषध) देणं आणि दुसऱ्या माणसानं तो कैदी मृत्यू

पावला असल्याचं जाहीर केलं असलं, तर त्याच्या मृत्यूच्या दाखल्यावर सही करणं.

सोसायटी ऑफ करेक्शनल फिजीशिअन्सची वैद्यकीय आचारसंहितेची नियमावली यापेक्षासुद्धा अधिक कडक निर्बंध घालते : 'करेक्शनल डॉक्टर मृत्युदंडाच्या कार्यवाहीबाबतच्या कोणत्याही गोष्टीत भाग घेणार नाही.' अमेरिकन नर्सेस ॲसोसिएशन (ANA)नं याच प्रकारचे निर्बंध मंजूर केले आहेत. फक्त नॅशनल फार्मसिस्ट्स सोसायटी, अमेरिकन फार्मास्युटिकल असोसिएशन मृत्युदंडाच्या कार्यवाहीत सहभाग घेण्यास संमती देतात आणि मृत्युदंडासाठी आवश्यक असणारी औषधं फार्मासिस्ट्सनी स्वेच्छेनं पुरवली, तर त्याला नैतिक वर्तणूक समजतात.

परंतु राज्यांना डॉक्टरांची मदत हवी होती. १९८२ साली टेक्सासमध्ये राज्यातल्या तुरुंगांच्या वैद्यकीय संचालकानं – राल्फ ग्रेनं आणि बॅस्कॉम बेंटली या आणखी एका डॉक्टरनं राज्यात प्रथमच प्राणघातक इंजेक्शन देऊन मृत्युदंडाची कार्यवाही केली जात असताना उपस्थित राहण्याची तयारी दाखवली आणि फक्त तो कैदी मृत्यू पावला असल्याचा दाखला देण्याचं कबूल केलं. परंतु एकदा तिथं ग्रे उपस्थित राहिलेला पाहून, इतरांनी ग्रेचं मन वळवलं आणि इंजेक्शन देण्याच्या दृष्टीनं सर्वोत्कृष्ट जागा दाखवण्याची त्याला विनंती केली. परंतु प्रत्यक्ष इंजेक्शन संदर्भात सल्ला देण्याचं त्यानं नाकारलं आणि तुरुंगाचा मुख्याधिकारी रसायनांची जुळवाजुळव करत होता, तेव्हा तो फक्त तिथे बघत उभा होता. परंतु त्यानं इंजेक्शनची सिरिंज आत खुपसण्याचा प्रयन केला, तेव्हा त्याला ते जमेना. त्यानं सारी औषधं एकत्र मिसळून सिरिंजमध्ये भरली होती आणि त्याचा पांढरा सांका तळाशी जमा झालेला होता.

"मी तुला त्याबद्दल सांगू शकलो असतो," एका डॉक्टरनं मान हलवत बोलल्याचं ऐकिवात आलं आहे.

परंतु दुसऱ्यांदा प्रयत्न केल्यावर कैदी मृत्यू पावल्याचं जाहीर करण्यासाठी ग्रे पुढे आला, तेव्हा त्याला तो कैदी जिवंत असल्याचं दिसलं. आता डॉक्टर्ससुद्धा या कार्यवाहीत सामील झाले आणि त्यांनी आणखी औषधांचा परिणाम होण्यासाठी पुरेसा वेळ देणं आवश्यक होतं, असं सांगितलं.

आज मृत्युदंड देणारी सारीच्या सारी अडतीस राज्यं प्राणघातक इंजेक्शन्सवरच विसंबून राहतात. १९७६पासून ज्या १,०४५ खुन्यांना मृत्युदंड देण्यात आलेला आहे, त्यांपैकी ८७६ कैद्यांवर प्राणघातक इंजेक्शन्सचा प्रयोग करण्यात आलेला होता. अमेरिकन मेडिकल असोसिएशन आणि स्टेट मेडिकल सोसायटीज जोरदार विरोध करत असूनही अडतीसपैकी पस्तीस राज्यांमध्ये मृत्युदंडाच्या कार्यवाहीत डॉक्टरांनी भाग घेण्यास राज्यांकडून उघडपणे परवानगी दिली जाते. खरं तर सतरा

राज्यांमध्ये डॉक्टरांचा सहभाग आवश्यक समजला जातो. कोलोरॅडो, फ्लॉरिडा, जॉर्जिया, आयडॅहो, लुइझियाना, मिसिसिपी, नेव्हाडा, नॉर्थ कॅरोलायना, न्यू हॅम्पशायर, न्यू जर्सी, न्यू मेक्सिको, ओक्लहॉमा, ओरेगॉन, साउथ डाकोटा, व्हर्जिनिया, वॉशिंग्टन आणि वायोमिंग. मृत्युदंडाच्या कार्यवाहीत सहभाग घेणाऱ्या डॉक्टरांनी आचारसंहितेचं उल्लंघन केलं आहे आणि त्यामुळे त्यांना वैद्यकीय परवाना रद्द केला गेला आहे. असं घडू नये म्हणून राज्यं त्यांची नावं गुप्त ठेवण्याची आणि अशा सजेपासून त्यांना सुरक्षित ठेवण्याची हमी देतात. परंतु नाव गुप्त ठेवण्याचं कबूल केलेलं असूनही अनेक राज्यांनी या डॉक्टरांना कोर्टात उपस्थित राहून जाहीरपणे शपथेवर सांगायला लावलंय की, मृत्युदंडाची प्रक्रिया कायद्यानुसार आणि विना यातना केली गेली होती. आणि परवाने रद्द होण्यापासून त्यांना सुरक्षित ठेवण्याचं राज्यांनी कबूल केलेलं असूनही, अनेक डॉक्टरांवर तशी वेळ गुदरली होती; परंतु अजून तरी कुणाचाही परवाना प्रत्यक्षात रद्द करण्यात आलेला नाही.

राज्यांनी कबूल केलं आहे की, तुरुंगातले कर्मचारी, डॉक्टर्स आणि नर्सेससकट, इतर सर्व डॉक्टर्स आणि नर्सेस यांना मृत्युदंडाच्या कार्यवाहीत कोणत्याही प्रकारे सहभाग घेण्यास नकार देण्याची मुभा देण्यात आली आहे. असं असूनही असा सहभाग घेण्यास तयार असलेले डॉक्टर्स आणि नर्सेस त्यांना मिळवता येतात. कोण आहेत हे लोक? आणि ते असं का करतात?

या प्रश्नांची उत्तरं शोधणं सोपं नव्हे! मृत्युदंडाच्या कार्यवाहीत मदत करणाऱ्या मंडळींना शोधून काढणं कठीण आहे आणि त्यांनी बजावलेल्या भूमिकेबद्दल चर्चा करायला हे लोक राजी नसतात. त्यांचं नाव गुप्त ठेवण्याचं कबूल केलं, तरीसुद्धा ते राजी होत नाहीत. परंतु मला ज्या पंधरा जणांची नावं शोधता आली, त्यांच्यापैकी चार डॉक्टर्स आणि एक नर्स यांनी माझ्याशी बोलायला संमती दिली. एकत्रितपणे त्यांनी एकूण पंचेचाळीस मृत्युदंडांच्या कार्यवाहीत सहभाग घेतलेला आहे. यांपैकी कुणीही मृत्युदंडाच्या सजेचे कट्टर पुरस्कर्ते नव्हते आणि या कामात का मदत केली, याबद्दल कुणालाही साधंसुधं स्पष्टीकरणही देता आलेलं नव्हतं. त्यातले बरेच जण म्हणाले की, त्यांना त्यात नाइलाजानं सहभाग घ्यावा लागला होता.

डॉ. अ यांनी त्यांच्या राज्यातल्या आठ मृत्युदंडांमध्ये सहभाग घेतला होता. त्या विषयाबद्दल बोलताना ते अत्यंत अस्वस्थ झाले होते. असं असूनही अखेरीस त्यांनी त्यांची कहाणी सांगायचं कबूल केलं.

ते जवळजवळ साठीच्या वयाचे आहेत. त्यांना इंटर्नल मेडिसिन आणि क्रिटिकल केअर (अत्यवस्थ रुग्णावर अतिदक्षता – विभागात उपचार करणे) या विषयांमध्ये मेडिकल बोर्डनं मान्यता दिली आहे. ते आणि त्यांचे कुटुंबीय त्यांच्या

लहानशा गावात गेली तीस वर्षं वास्तव्य करत आहेत. लोक त्यांना मान देतात. स्थानिक प्रतिष्ठित लोकांपैकी जवळजवळ प्रत्येक जणच त्यांच्याकडे प्राथमिक उपचारांसाठी येत असतो. त्यात बँकेतले अधिकारी, त्यांचे सहकारी डॉक्टर्स, नगराध्यक्ष या सर्वांचा समावेश आहे. त्यांच्या गावात असलेल्या मॅक्सिमम सिक्युरिटी प्रिझनचा (सर्वोच्च सुरक्षितता दिला गेलेला तुरुंग) प्रमुखसुद्धा त्यांच्याकडे उपचारांसाठी येत असतो. अनेक वर्षांपूर्वी एका तपासणीच्या वेळेस हे दोघे गप्पागोष्टी करू लागले. त्या तुरुंग-प्रमुखानं डॉ. अजवळ तक्रार केली की, तुरुंगातल्या क्लिनिकसाठी काम करायला तयार असणारे कर्मचारी सापडणं फार अवघड झालं होतं आणि त्यानं डॉ. अ यांना विचारलं की, ते अधूनमधून कैद्यांना तपासायला येऊ शकतील का? डॉ. अ यांनी संमती दिली. खरं तर स्वत:च्याच क्लिनिकमध्ये त्यांना जास्त पैसा मिळवता आला असता. तुरुंगात तासाला फक्त पासष्ठ डॉलर्स मिळायचे. परंतु त्यांच्या स्थानिक समाजाच्या दृष्टीनं हा तुरुंग महत्त्वाचा होता. डॉ. अ यांना तुरुंगाचा प्रमुख अधिकारी आवडत होता आणि महिन्याकाठी केवळ काही तास तिथं काम करावं लागणार होतं. त्यांना मदत करावीशी वाटली.

त्यानंतर एक-दोन वर्षांनी तुरुंगाच्या वॉर्डननं एका वेगळ्या अडचणीबाबत त्यांची मदत मागितली. राज्यानं मृत्युदंडाची सजा फर्मावली होती आणि विधिमंडळानं केवळ प्राणघातक इंजेक्शनचा वापर करण्याचा निर्णय घेतला होता. मृत्युदंड तुरुंगातच दिला जाणार होता. वॉर्डन म्हणाला की, त्याला डॉक्टरांची गरज होती. त्यानं विचारलं की डॉ. अ मदत करू शकतील का? त्यांना स्वत: ते प्राणघातक इंजेक्शन द्यावं लागलं नसतं. त्यांनी फक्त कैद्याच्या हृदयावर लक्ष ठेवायचं होतं. वॉर्डननं डॉ. अ यांना विचार करायला अवधी दिला.

डॉ. अ यांनी मला सांगितलं, "माझ्या पत्नीला ही गोष्ट पसंत नव्हती. ती म्हणाली, 'तुम्हाला तिथं कशासाठी जायचंय?' परंतु माझी मन:स्थिती द्विधा झाली. मला त्या कैद्यांच्या गतायुष्याबद्दल थोडी माहिती होती." त्यातल्या एकानं दुकानावर दरोडा घालून दुकान लुटतेवेळी तीन मुलांच्या आईला ठार मारलं होतं आणि पळून जाताना स्वत:च्या गाडीजवळ उभ्या असलेल्या एका माणसावर गोळी झाडून त्याला ठार केलं होतं. दुसऱ्या फाशीच्या कैद्यानं एका अकरा वर्षांच्या मुलीचं अपहरण करून तिच्यावर बलात्कार केला होता आणि त्यानंतर तिचा गळा दाबून तिला ठार मारलं होतं. "मी मृत्युदंडाचा पुरस्कर्ता नव्हे. परंतु अशा लोकांबाबत मृत्युदंडाविरुद्ध मला काहीही वाटत नाही. मृत्युदंडाची सजा न्यायालयानं कायदेशीरपणे दिलेली होती. आणि जर तुम्ही या लोकांच्या पाशवी वर्तणुकीची नैतिक दृष्टिकोनातून पाहणी केलीत, तर..." अखेरीस त्यांनी त्यात सहभाग घेण्यास संमती दिली, कारण ते फक्त कैद्याच्या हृदयाकडे लक्ष देणार होते. वॉर्डनला त्यांच्या मदतीची

गरज होती, त्यांच्या समाजाला त्यांच्या मदतीची गरज होती आणि ह्या सजेची अंमलबजावणी होणं सामाजिक सुरक्षिततेसाठी गरजेचं होतं आणि ही शिक्षा त्यांना अयोग्य वाटत नव्हती.

पहिल्या मृत्युदंडाच्या कार्यवाहीच्या वेळेस त्यांना सांगण्यात आलेलं होतं की, त्यांनी पडद्यामागे उभं राहून कार्डिॲक मॉनिटरवर हृदयाचे ठोके पाहावेत. काचेच्या खिडकीपलीकडला साक्षीदार किंवा कैदी त्यांना पाहू शकत नव्हता. तंत्रज्ञानं दोन आय.व्ही. नळ्या घातल्या (शिरेतून द्राव देण्यासाठीच्या नळ्या). त्यांच्या नजरेला पडत नसलेल्या कुणीतरी त्यात तीन औषधं एकामागोमाग एक अशी घुसवली. कार्डिॲक मॉनिटरकडे बघत असताना डॉ. अ यांना कैद्याच्या हृदयाच्या ठोक्यांची नेहमीची लय कमी होत चाललेली दिसली. त्यानंतर या लाटा रुंदावताना दिसल्या. त्यांना पोटॅशिअमच्या विषारी प्रभावाचे उंच स्तंभ दिसले, त्यानंतर हृदयाच्या जवनिकेची धडधड होतानाचे लहान सुळके दिसले आणि अखेरीस हृदय बंद पडल्याची, न हलणारी सरळ रेषा दिसली. त्यांनी अर्धा मिनिट वाट पाहिली आणि दुसऱ्या डॉक्टरला खूण केली. त्यांनी खूण केल्यानंतर तो डॉक्टर बाहेर गेला आणि साक्षीदारासमोर त्यानं कैद्याच्या न हलणाऱ्या छातीवर स्टेथॉस्कोप चिकटवला. त्या डॉक्टरनं तीस सेकंद ऐकल्यानंतर वॉर्डनला सांगितलं की, तो कैदी मरण पावला होता. अर्ध्या तासानंतर डॉ. अ यांना घरी जायची परवानगी देण्यात आली, ते बाजूच्या दरवाजातून बाहेर पडले, बाहेर जमा झालेल्या लोकांना वळसा घालून त्यांच्या गाडीपाशी गेले आणि घरी जायला निघाले.

त्यापुढल्या तीन मृत्युदंडांच्या वेळेस अडचणी उद्भवल्या, परंतु त्या साऱ्या आय.व्ही.साठी शीर सापडण्याबाबत उद्भवल्या होत्या. ते कैदी एकतर खूप लठ्ठ तरी होते किंवा त्यांनी भूतकाळात सतत शिरेतून अमली द्रव्यं तरी घेतली होती किंवा त्यांच्या बाबतीत या दोन्ही गोष्टी घडल्या होत्या. प्राणघातक इंजेक्शन देणारे तंत्रज्ञ टोचायचे, टोचायचे आणि अर्ध्या तासानं नाद सोडायचे. वॉर्डननं ही शक्यता जमेस धरली नव्हती. डॉ. अ यांनी अनेक रुग्णांच्या शिरेत आय.व्ही. नळ्या घातल्या होत्या. ते मदत करू शकतील का, असं वॉर्डननं विचारलं.

डॉ. अ यांनी होकार द्यायचा निर्णय घेतला. ते प्रयत्न करून पाहणार होते.

परंतु हा एक निर्णायक टप्पा ठरला! त्या वेळेस त्यांच्या ते लक्षातच आलं नव्हतं. ते तिथं मदत करण्याच्या इच्छेनं उपस्थित राहिले होते. तिथल्या कर्मचाऱ्यांपुढे समस्या उभी राहिली आणि त्यासाठी ते मदत करणार होते. त्याखेरीज दुसरा कोणताही विचार त्यांच्या डोक्यातही आला नाही.

दोन कैद्यांच्या बाबतीत त्यांना चांगली शीर सापडली आणि त्यात त्यांना आय.व्ही. नळी घालता आली. परंतु एका कैद्याची शीर मात्र त्यांना सापडेना.

साऱ्यांचं लक्ष त्यांच्यावरच खिळलेलं होतं. त्यांना त्या परिस्थितीबद्दलची जबाबदारी जाणवत होती. तो कैदी अगदी शांत होता. डॉ. अ यांना आठवत होतं की, तो कैदी त्यांना समजुतीच्या स्वरात म्हणाला होता, ''नाही. त्यांना शीर कधीच सापडणं शक्य नाही!'' डॉ. अ यांनी थेट हृदयात जाणारी नळी (सेंट्रल-लाइन) घालायचं ठरवलं. त्यासाठीची उपकरणं शोधण्यासाठी तिथले कर्मचारी धावाधाव करू लागले.

त्यांनी ही नळी कशा पद्धतीनं घातली, असा मी त्यांना प्रश्न विचारला. ते म्हणाले, ''इतर कुणाही रुग्णावर ज्या पद्धतीनं मी घातली असती, त्याच पद्धतीनं मी ती घातली.'' सर्वांत वरच्या फासळीच्या आतल्या बाजूनं जाणाऱ्या, सबक्लॅव्हियन व्हेन या जाडजूड शिरेत त्यांनी ती घातली, कारण सर्वसाधारण पद्धतीप्रमाणे तसंच केलं जायचं. त्यांनी आयुधांची पेटी उघडून त्यातून ट्रिपल ल्यूमेन कॅथेटर बाहेर काढला आणि त्या कैद्याला त्याच्यावर केल्या जाणाऱ्या सर्व गोष्टींची माहिती दिली. ''तुम्हाला त्या कैद्याची भीती वाटली का?'' असा मी डॉ. अ यांना प्रश्न विचारला ''नाही,'' ते म्हणाले. तो माणूस पूर्णपणे सहकार्य देत होता. डॉ. अ यांनी निर्जंतुक केलेले हातमोजे, गाऊन आणि मास्क चढवला. त्यांनी त्या कैद्याच्या त्वचेवर जंतुनाशक द्रावाचा बोळा फिरवला.

''तो कशासाठी?'' मी त्यांना विचारलं.

''केवळ सवय म्हणून,'' ते म्हणाले. त्यांनी तेवढाच भाग बधिर करणारं इंजेक्शन दिलं. त्यांनी एकाच प्रयत्नात त्या शिरेला टोचून रक्त तपासलं. नीलेतून येणारं रक्त काळपट गडद रंगाचं असतं. रोहिणीतून येणारं लालभडक शुद्ध रक्त कमी-जास्त वेगात येतं. नीलेतून वाहणारं अशुद्ध रक्त काळपट दिसतं आणि ते एकाच गतीनं वाहत असतं. रक्त येताना पाहून ते नीलेतूनच येत आहे, याची खात्री पटली. त्यांनी एका सुईत वायर घातली, त्यावर डायलेटर घातला आणि त्यातून कॅथेटर आत सरकवला. या साऱ्या गोष्टी नीटपणे आत घालता आल्या. त्यांनी ह्या वायर्स मिठाच्या द्रावाने धुवून काढल्या. कॅथेटर त्वचेवर शिवून टाकला आणि त्यावर नेहमीप्रमाणे स्वच्छ बँडेज बांधलं. त्यानंतर ते पडद्याआड गेले आणि प्राणघातक इंजेक्शनचा हृदयावर घडणारा परिणाम मॉनिटरवर बघू लागले.

फक्त एकाच कैद्याच्या बाबतीत त्यांना अजूनही अस्वस्थ वाटतं. ह्या कैद्यानं एका पोलिसाला ठार मारलं होतं. या कैद्याचं वजन होतं साडेतीनशे पौंड. प्राणघातक इंजेक्शन देणाऱ्या लोकांनी विनासायास त्याच्या शिरेतून नळी घातली. परंतु त्याला ओळीनं तिन्ही इंजेक्शन्स देऊन झाल्यानंतरही त्या कैद्याच्या हृदयाच्या ठोक्यांची लय सुरूच राहिली. ''ही लय मृत्यूपूर्वी अत्यंत वेडीवाकडी होते. यालाच ॲगोनल रिदम म्हणतात,'' डॉ. अ म्हणाले. ई.सी.जी.वर ही लय रुंदावलेली दिसत होती.

हृदयाचे ठोके मिनिटाला फक्त दहा ते वीस पडत होते. ते म्हणाले, ''तो मरण पावलेला होता.'' तरीसुद्धा छातीचे ठोके पडतच राहिले होते. तिथल्या लोकांनी डॉ. अ यांच्याकडे सल्ल्यासाठी नजर वळवली.

त्यानंतर काय घडलं याबद्दल डॉ. अ यांनी मला जे सांगितले, ते माझ्या कानी आलेल्या बातमीपेक्षा वेगळं होतं. माझ्या कानावर आलं होतं की, त्यांनी पोटॅशियमची आणखी मोठी मात्रा द्यायला सांगितलं होतं. मी त्यांना त्याबद्दल विचारलं, तेव्हा ते म्हणाले, ''नाही. मी तसं सांगितलं नव्हतं. मला जे आठवतंय, त्याप्रमाणे मी काहीही सांगितलेलं नव्हतं. मला वाटतंय की, आणखी कुणीतरी डॉक्टर ते म्हणाला असावा.'' असं असलं, तरी वैद्यकीय आचारसंहितेच्या साऱ्या सीमारेषांचं तोवर त्यांनी उल्लंघन केलेलं होतं. मृत्युदंड देतेवेळी, फक्त कार्डिॲक मॉनिटरवर लक्ष ठेवण्याला त्यांनी कबुली दिलेली होती. परंतु अंगी विशेष कौशल्य असताना तिथं उपस्थित राहिल्यामुळे, त्यांना आणखी अनेक गोष्टींमध्ये सहभाग घ्यावा लागला होता. त्यांना प्रत्यक्ष मृत्युदंड देण्याचीच जबाबदारी उचलावी लागली होती. कदाचित त्यांनी स्वत:च्या हातांनी देहदंड दिलाही नसेल, परंतु त्यांना जवळजवळ तेवढीच जबाबदारी उचलावी लागली होती आणि त्याबद्दलच त्यांना अस्वस्थतेची भावना जाणवत होती. देहदंड दिला जात असताना, हृदयाच्या ठोक्यांवर लक्ष देण्यापासून ते शिरेत औषधं देण्यासाठी तुरुंगातल्या अधिकाऱ्यांना मदत करण्यापर्यंत त्यांनी घेतलेल्या सहभागामुळे, त्यांच्या हातून अमेरिकन मेडिकल असोसिएशनच्या नैतिक आचारसंहितेची पायमल्ली घडत होती, हे त्यांना तेव्हा ठाऊक होतं का, असा मी त्यांना प्रश्न विचारला. ते म्हणाले, ''मला याची अगदी पुसटशीही कपना नव्हती.'' आणि खरोखरच, १९९९ साली या मुद्याबाबत घेतल्या गेलेल्या एकमेव सर्वेक्षणातून उघड झालं आहे की, फक्त ३ टक्के डॉक्टर्सनाच, मृत्युदंड देताना मदत करण्याबद्दल आचारसंहितेच्या काही सूचना असल्याचं ठाऊक आहे. डॉ. अ यांनी जे प्राणघातकी इंजेक्शन देण्यात सहभाग घेतला होता, त्यातल्या मानवतेसंदर्भात कोर्टात आक्षेप घेण्यात आला. या प्रक्रियेबाबत जाहीर चौकशी संदर्भात उपस्थित राहण्याची त्यांना राज्य सरकारने आज्ञा केली. ज्या कैद्याला मृत्युदंड देताना 'सेंट्रल लाइन' (थेट सब्क्लॅव्हिअन व्हेनमध्ये नळी घालणं) घालावी लागली होती, त्याबद्दलची सर्व बारीकसारीक माहिती त्यांना सांगावी लागली होती. त्यांच्या गावच्या स्थानिक वृत्तपत्रानं ही सारी बातमी प्रसिद्ध केली. त्यांच्या गावभर या गोष्टीचा बोभाटा झाला. यानंतर काही दिवसातच ते क्लिनिकमध्ये कामासाठी पोचले, तेव्हा त्यांना क्लिनिकच्या दारावरच 'द किलर डॉक्टर' अशी पाटी लटकवलेली दिसली. त्यांचा वैद्यकीय व्यवसायाचा परवाना रद्द करण्यात यावा, अशी राज्य सरकारपुढे लोकांनी मागणी केली. त्यांनी तुरुंगाधिकाऱ्यांना जी मदत

केली, त्याद्वारे नैतिक आचारसंहितेचा भंग घडू शकेल, हे त्यांना यापूर्वी ठाऊक नव्हतं; ते त्यांना आता स्पष्टपणे उमगलं.

ते म्हणाले की, त्यांच्या नव्वद टक्के रुग्णांनी त्यांना पाठिंबा दिला आणि राज्यातल्या मेडिकल-बोर्डनं 'मृत्युदंड देताना डॉक्टरनं मदत करणं ही स्वीकार्य गोष्ट आहे,' या कायद्याकडे बोट दाखवून त्यांचा वैद्यकीय व्यवसायाचा परवाना अबाधित ठेवला. परंतु डॉ. अ यांनी ठरवलं की, भविष्यात त्यांना अशा कोणत्याही वादंगाला सामोरं जायची इच्छा नाही आणि त्यांनी भविष्यात मृत्युदंडाबाबत मदत न करण्याचा निर्णय घेतला. त्यांनी त्यापूर्वी जी मदत केली, त्याचं ते अजूनही समर्थन करतात. परंतु ते पुढे म्हणतात की, त्यांना अमेरिकन मेडिकल असोसिएशनचं मत ठाऊक असतं, तर त्यांनी या कामात स्वत:ला कधीच गुंतवून घेतलं नसतं.

डॉ. ब पेशंट तपासताना दोन पेशंट्सच्या मधल्या वेळात माझ्याशी बोलत होते. ते फॅमिली-प्रॅक्टिस करतात आणि त्यांनी एकूण तीस देहान्त शासनांमध्ये सहभाग घेतलेला होता. अनेक वर्षांपूर्वी जेव्हा हाय व्होल्टचा विजेचा धक्का देऊन मृत्युदंड दिला जात होता, तेव्हापासून असा सहभाग ते घेतच आहेत. परंतु डॉ.अ यांच्यापेक्षा डॉ. ब यांनी अधिक सावधगिरीनं आणि अधिक विचारपूर्वक सहभाग घेतला होता, हे मला स्पष्टपणे जाणवलं आणि त्यांना त्या सहभागाबद्दल अधिक अस्वस्थ वाटत होतं, हेसुद्धा मला जाणवलं.

डॉ. ब यांनासुद्धा सुरुवातीला अशा सहभागाबद्दल त्यांच्याच एका रुग्णाकडून विचारणा करण्यात आलेली होती. ते म्हणाले, "माझा एक रुग्ण तुरुंगांची तपासणी करण्याचं काम करायचा. त्याचं नेमकं काम कोणतं, याचा मला पूर्णत: कधीच बोध झालेला नव्हता, परंतु तो राज्य सरकार आणि कैदी यांमधला दुवा होता. कैद्यांची राज्याकडून नीटपणे देखभाल केली जात होती की नाही, यावर देखरेख करण्यासाठी त्याची नियुक्ती करण्यात आलेली होती. देहान्त शासनाला कायद्यानं पुन्हा मंजुरी दिली गेल्यानंतर, पहिले दोन मृत्युदंड त्यांच्या तुरुंगात देण्यात आले होते आणि दुसऱ्या मृत्युदंडाच्या वेळेस समस्या उभी राहिली होती. तिथे मृत्युदंड देऊन झाल्यानंतर मिनिटभरानं डॉक्टर पाहणी करायला आले असता, त्यांना हृदयाचे ठोके ऐकू आले होते. हे दोघे डॉक्टर्स केवळ सौजन्यापोटी हे काम करायला तयार झाले होते, कारण हा तुरुंग त्यांच्याच गावात होता. परंतु ही घटना पाहून त्यांचा धीर खचला आणि त्यांनी तेथे उपस्थित राहण्यास नकार दिला. त्यानंतर तुरुंगाधिकाऱ्यांना दुसरा डॉक्टर शोधूनही सापडेना. असं झाल्यामुळे, माझ्या रुग्णानं त्याबाबत माझ्यापाशी विचारणा केली."

डॉ. ब यांना यात गुंतून पडायची अजिबात इच्छा नव्हती. तोवर त्यांनी चाळिशी

पार केलेली होती. अत्यंत नामवंत अशा मेडिकल कॉलेजमध्ये ते शिकलेले होते. त्यांनी १९६०च्या दशकात व्हिएतनाम युद्धविरोधी घोषणांमध्ये सहभाग घेतलेला होता. ते म्हणाले, ''काळाच्या ओघात मी अगदी टोकाच्या पुरोगामी विचारसरणीपासून मध्यमवर्गीय अमेरिकी विचारसरणीपर्यंत पोचलो होतो आणि आता मी कोणत्याच विशिष्ट विचार-प्रणालीचा पुरस्कर्ता राहिलो नव्हतो.'' परंतु त्यांच्या पेशंटनं त्यांना सांगितलं की, तुरुंगातल्या कर्मचाऱ्यांना फक्त देहान्त शासन मिळालेला कैदी मृत पावल्याची ग्वाही देण्यासाठी एका डॉक्टरची गरज होती. डॉ. ब यांना देहान्त शासनाविरुद्ध कोणताही वैयक्तिक प्रत्यवाय वाटत नव्हता. त्यामुळे त्या क्षणी, क्षणार्धात त्यांनी होकार दिला, परंतु फक्त 'कैदी मृत पावल्याची ग्वाही देण्यासाठीच' त्यांनी होकार दिला.

हा देहदंड थोड्याच दिवसांत विजेच्या खुर्चीद्वारा दिला जाणार होता. ते दृश्य मोठं भीषण होतं, असं ते म्हणाले. ''ते म्हणतात की, विजेचा झटका दिल्यानं काही त्रास होत नसतो. परंतु जेव्हा (असा झटका दिल्यावर) कुणीतरी त्या खुर्चीतनं सहा इंच उंच उडतं, ते कारणावाचून कसं असेल?'' त्या कैद्याला तपासायला जाण्यापूर्वी, त्यांनी खूप वेळ जाऊ दिला. अखेरीस ते जेव्हा तपासायला गेले, तेव्हा त्यांनी पद्धतशीरपणे तपासणी केली. त्यांनी त्या रुग्णाची कॅरोटिड पल्स (डोक्याकडे रक्तपुरवठा करणाऱ्या दोन प्रमुख धमन्यांपैकी एकात लागणारी नाडी) तपासली. त्यांनी स्टेथॉस्कोपनं तीन वेळा त्या कैद्याच्या हृदयाचे ठोके पडत होते का, हे पाहिलं. त्यांनी पेनलाइटनं त्या कैद्याच्या बुबुळांवर परिणाम होत होता का, हे तपासलं. त्यानंतरच त्यांनी तो कैदी मृत झाल्याचं घोषित केलं.

त्या पहिल्या सहभागानंतर अशी मदत करत राहावी किंवा नाही, याबाबत त्यांनी खूप विचार केला. ''मी लायब्ररीत गेलो आणि या विषयावर मी संशोधन केलं,'' ते म्हणाले. असं संशोधन केलं असता त्यांना १९८० सालची अमेरिकन मेडिकल असोसिएशनची नैतिक आचारसंहिता सापडली. त्यांना त्या आचारसंहितेतून जो बोध झाला त्यानुसार त्यांनी इतर काहीही न करता फक्त देहान्त शासन मिळालेला कैदी मृत झाल्याची घोषणा केली असती, तर त्यांचं वागणं नैतिकतेला धरून झालं असतं, असं त्यांना वाटलं. (१९८०ची आचारसंहिता १९९२च्या ए.एम.ए.च्या आचारसंहितेपेक्षा वेगळी होती. १९९२पासून, ए.एम.ए.नं घोषित केलं की, देहान्त शासन देते वेळी, कैदी मृत झाल्याची घोषणा करणंसुद्धा नैतिक आचारसंहितेचा भंग समजण्यात येईल. १९९२ साली, ए.एम.ए.नं फक्त मृत्यूच्या दाखल्यावर सही करायला परवानगी दिली होती.)

नैतिक आचारसंहितेचे मार्गदर्शक मुद्दे जाणून घेतल्यानंतर सहभाग घेण्याबाबत त्यांच्या मनात किंतु राहिला नाही आणि त्यांनी सहभाग चालू ठेवण्यास संमती

दिली. स्वतःच्या सहभागाभोवती अधिक स्पष्ट लक्ष्मणरेषा आखून घेण्याचा त्यांनी धीरही केला. प्राणघातक इंजेक्शननं पहिल्यांदा मृत्युदंड देतेवेळी ते आणि आणखी एक डॉक्टर त्या खोलीत उपस्थित राहिले होते. त्यांना कार्डिॲक मॉनिटर दिसत होता. त्यांना इतर अनेक गोष्टी दिसत होत्या. परंतु त्या सर्व गोष्टी त्यांनी त्या खोलीतून हलवायला लावल्या. ते म्हणाले, "मला कार्डिॲक मॉनिटर किंवा इसीजी यांच्या जवळपासही फिरकायचं नाहीये." एक-दोन वेळा जेव्हा प्राणघातक इंजेक्शन देण्यासाठी तुरुंगातल्या कर्मचाऱ्यांना रुग्णाची शीर सापडत नव्हती, तेव्हा त्यांनी डॉ. ब यांना सल्ला विचारला होता. त्यांनी त्या कोणत्याही बाबतीत मदत देण्याचं नाकारलं. कोणत्या मात्रेत प्राणघातक औषधं द्यावीत, याबाबत ते डॉ. ब यांचा सल्ला विचारायचे. त्यांना प्राणघातक औषधं मिळवण्याबाबत अडचणी यायच्या, परंतु डॉ. ब यांनी त्या कोणत्याही बाबतीत गुंतून पडण्यास ठामपणे नकार दिला.

देहान्त शासन देण्याच्या प्रक्रियेपासून डॉ. ब स्वतः अंतर राखून वागले. परंतु इतर कोणाच्याही आधी ते स्वतःच कबूल करतात की, नैतिकदृष्ट्या त्यांची कृती अगदी शुद्ध म्हणता येण्याजोगी नव्हती. जेव्हा त्यांनी जास्तीची मदत देण्यास नकार दिला, तेव्हा देहान्त शासन देणाऱ्या मंडळींनी अशी मदत द्यायला राजी असलेले दुसरे डॉक्टर शोधून काढले. दुसरे डॉक्टर तिथे उपस्थित राहिलेले पाहून, डॉ. ब यांना धीर आला. "जर डॉक्टर्स आणि नर्सेस तिथं उपस्थित राहिले नाहीत, तर प्राणघातक इंजेक्शन्स कार्यक्षम पद्धतीनं आणि खात्रीलायक प्रकारे देता येणं शक्य होणार नाही. हे लोक जर यात सहभाग घ्यायला तयार झाले नसते, तर मीसुद्धा त्यात सहभाग घेतला नसता."

"तिथे येण्यासाठी ते मला बोलावतात, तेव्हा दर वेळेस त्याच्या नैतिकतेबद्दल माझ्या मनात खळबळ माजते," ते म्हणाले. सुरुवातीपासूनच त्यांच्या पत्नीला त्यांच्या सहभागाबद्दल ठाऊक आहे, परंतु मुलं मोठी होईपर्यंत त्यांना सांगण्याचा डॉ. ब यांना धीर झाला नाही. त्यांनी इतर कुणालाही याबद्दल कळू दिलेलं नाही. त्यांचे स्वतःचे वैद्यकीय कर्मचारीसुद्धा याबाबत अंधारातच आहेत.

त्यांना प्राणघातक इंजेक्शन्स देणं निष्ठुरपणाचं अजिबात वाटत नाही. ते म्हणतात, "बहुतेक वेळा त्यामुळे अगदी शांतपणे मरण येतं." त्यांच्या मनात खळबळ माजते, ती वेगळ्याच कारणामुळे! आमचं संभाषण आटोपत आलं, तेव्हा अगदी अखेरीस ते मला म्हणाले, "मला ही एकूण यंत्रणाच चुकीची वाटते. मी जितके जास्त देहान्तशासन पाहतो, तेव्हा मला वाटू लागतं की, आपली न्यायव्यवस्था खुंटलेल्या मार्गानं चाललेली आहे. प्राणघातक इंजेक्शन्स दिल्यामुळे गुन्हेगारीला आळा बसतोय, असं मला अजिबातच वाटत नाहीये. वाईट या गोष्टीचं वाटतं की,

या गुन्हेगारांना त्यांच्या वयाच्या तीन ते पाच वर्षांपर्यंत वळण लावलं नाही, तर पुढे कशाचाच फायदा होणार नाही. के.जी.त जाण्यापूर्वीच हे लोक वाममार्गाला लागतात. देहदंड देऊन त्यात काय बदल होणार?''

जे राज्यातल्या तुरुंग-व्यवस्थेत पूर्ण वेळ काम करत होते, असे वैद्यकीय व्यावसायिक लोक माझ्याशी बोलायला कचरत होते. तरीसुद्धा दोघांनी माझ्याशी बोलायची तयारी दर्शवली. त्यांतला एक जण दक्षिणेकडील तुरुंगातला डॉक्टर होता आणि दुसऱ्यानं पश्चिमेकडल्या तुरुंगात मेल-नर्स म्हणून काम केलेलं होतं. डॉ. अ आणि डॉ. ब यांच्या तुलनेत, या दोघांना मृत्युदंड देण्याच्या प्रक्रियेत सहभाग घेण्याबद्दल कमी अस्वस्थता वाटत होती.

डॉ. क हा डॉक्टर इतर दोघांपेक्षा कमी वयाचा होता आणि त्याच्या तुरुंगातल्या डॉक्टरांपेक्षा तो कनिष्ठ पातळीवर होता. मी त्याचं नाव गुप्त ठेवेन, अशी त्याला खात्री वाटत नव्हती आणि आमच्या संभाषणाचा इतर कुणाला सुगावा लागला, तर ते त्याच्या नोकरीवर बेतेल, अशी त्याला भीती वाटत होती, असं मला वाटलं. त्यामुळे जरी मला इतरांकडून खात्रीलायक बातमी मिळालेली होती की, त्यानं दोन मृत्युदंडांमध्ये सहभाग घेतलेला होता, तरी तो डॉक्टरांच्या सहभागाबद्दल ढोबळपणेच सांगत होता. परंतु त्याचे याबाबतचे विचार मात्र अगदी स्वच्छ होते.

तो म्हणाला, ''जर तुम्ही सुधारगृहांसाठी काम करत असाल, तर मृत्युदंड देताना मदत करावी लागणं हा तुमच्या जबाबदारीचा अपरिहार्य भाग असणार आहे, हे धरून चाललेलं बरं. सामाजिक स्वास्थ्यसेवेच्या कार्यात तुम्ही जी कामं करत असता, त्यातला हा अगदी छोटासा भाग असतो. अनेक लोकांचं मत असतं की, कैद्यांना कोणतीही स्वास्थ्यसेवा पुरवण्याची काहीही गरज नाही.'' परंतु त्याच्या नोकरीत त्याला कायद्याला अनुसरूनच काम करावं लागतं आणि त्यामुळे त्याला कैद्यांना योग्य अशीच स्वास्थ्यसेवा पुरवावी लागते, असं तो म्हणाला. कायद्यानुसारच कैद्यांची शिक्षा ठरवली जाते. ''राज्यात राहणाऱ्या तेरा ज्यूरींनी हा निर्णय घेतलेला असतो. आणि मी जर त्या राज्याचा रहिवासी असलो आणि तिथल्या कायद्यानुसार मी त्या (देहदंडाच्या) वेळेस उपस्थित राहणं गरजेचं असलं, तर ते करणं हे माझं कर्तव्यच ठरेल.''

त्यानं पुढे विश्लेषण करून सांगितलं, ''जर माझ्या कुणा प्रिय व्यक्तीला मृत्युदंड दिला जाणार असेल, तर तो प्राणघातक इंजेक्शनद्वारा दिला जावा आणि त्याची कार्यवाही योग्य प्रकारेच केली जावी, अशी माझी भावना असेल.''

तुरुंग व्यवस्थेत काम करणाऱ्या नर्सनंसुद्धा त्याच्या सहभागाबद्दल असंच मत व्यक्त केलं. व्हिएतनाम युद्धात त्यानं एक मरीन या नात्यानं भाग घेतला होता.

त्यानंतर त्यानं नर्सिंगचं प्रशिक्षण घेतलं होतं. लष्करातला राखीव कर्मचारी या नात्यानं त्यानं बॉस्निया आणि इराक इथल्या युद्धांतल्या वैद्यकीय पथकात काम केलं होतं. त्यानं अतिदक्षता विभागांमध्ये अनेक वर्षं जवळजवळ एक दशकभर काम केलं होतं आणि नेहमी व्यग्र राहणाऱ्या एका इमर्जन्सी विभागात त्यानं नर्सेसचा व्यवस्थापक म्हणून काम केलं होतं. त्यानंतर त्यानं त्याच्या राज्यातल्या तुरुंगात प्रमुख नर्स हे पद स्वीकारलं होतं. त्या वेळेस प्राणघातक इंजेक्शननं मृत्युदंड दिला जाते वेळी एकदा त्याला मदत करावी लागली होती.

त्या राज्यात या पद्धतीनं तेव्हा पहिल्याच वेळेस मृत्युदंड दिला जात होता आणि त्यावेळेस प्राणघातक इंजेक्शनबाबत लोक अत्यंत अनभिज्ञ होते, असं तो म्हणाला. प्राणघातक इंजेक्शन देताना काय-काय करावं लागतं, याबद्दल राज्यातल्या कुणालाच ठाऊक नव्हतं. तुरुंगाच्या मुख्याधिकाऱ्याला टेक्सासमधली पद्धत समजलेली होती आणि त्याला वाटलं की, ते सारं अगदी सोपं होतं. त्याला वाटत होतं की, प्राणघातक इंजेक्शन देते वेळी वैद्यकीय कर्मचाऱ्यांनी उपस्थित राहणं गरजेचंच नव्हतं. त्या तुरुंगाधिकाऱ्यानं ह्या नर्सला सांगितलं की, तो स्वत:च शिरेत द्राव देण्याचं काम करेल. त्यापूर्वी त्याला त्याचा काहीही अनुभव नसताना त्यानं ते काम स्वत:वर घेतलं होतं.

त्या नर्सनं मला विचारलं, ''डॉक्टर या नात्यानं, तुम्ही या अननुभवी माणसाला अर्धा तास त्या कैद्याच्या शिरेत सुई खुपसायची झटापट करू दिली असतीत?'' तो पुढे म्हणाला, ''या गोष्टीला माझी तयारी नव्हती. मला त्याबद्दल कोणतीही आशंका वाटत नव्हती. जर ही गोष्ट करायला हवीच असेल, तर ती नीटपणे केली जाणं आवश्यक होतं आणि त्यासाठी मीच योग्य व्यक्ती होतो.'' अर्थात याचा अर्थ असा नव्हे की, ते करणं त्याला अगदी सोपं वाटलं. ''एक मरीन आणि एक नर्स या नात्यानं.... कुणाचा जीव घेताना काहीही अस्वस्थता वाटू नये, अशी एक व्यक्ती बनण्याची माझी अजिबात इच्छा नाही,'' त्यानं प्रांजळ कबुली दिली. परंतु समाजानं या शिक्षेला मान्यता दिली होती आणि तीसुद्धा काळजीपूर्वक, अनेकदा कायद्यानं पाहणी करून दिलेली होती. या कैद्यानं तुरुंगात असतानासुद्धा चार लोकांची कत्तल करवली होती. त्यांच्या इलाख्यातल्या ज्या वकिलावर या कैद्याचा राग होता, त्याचं घर त्यानं त्याच्या साथीदाराच्या हस्ते बाँबनं उडवून दिलं होतं आणि तेसुद्धा घरात तो वकील, त्याची पत्नी आणि मूल असताना! जेव्हा त्याच्या त्या साथीदारानं माफीचा साक्षीदार व्हायचं ठरवलं, तेव्हा या कैद्यानं, तो साथीदार रस्त्याच्या बाजूच्या स्वच्छतागृहात थांबलेला असताना त्याचे हालहाल करून जीव घ्यायची व्यवस्था केली होती. या माणसाला मृत्युदंड देणंच आवश्यक होतं, या कोर्टाच्या निर्णयाबद्दल या नर्सचं काहीही दुमत नव्हतं.

या मृत्युदंडातला त्याचा सहभाग या नर्सनं अत्यंत गांभीर्यानं घेतला. तो म्हणाला, "स्वास्थ्यसेवा पुरवणाऱ्या गटाचा प्रमुख या नात्यानं, प्रत्येक गोष्ट त्या कैद्याला एक माणूस म्हणून आदराची वागणूक देऊन व्यावसायिक पद्धतीनंच पार पाडण्याची जबाबदारी माझ्यावर होती." मृत्युदंडाच्या प्रक्रियेबाबत त्या नर्सनं राज्यातल्या नर्सिंग बोर्डच्या अधिकाऱ्याबरोबर चर्चा केली आणि असा सहभाग घेणं अमेरिकन नर्सिंग असोसिएशनच्या नैतिक आचारसंहितेत बसत नसलं, तरी नर्सिंग बोर्डनं त्याला सांगितलं की, त्या राज्यातल्या कायद्यानुसार त्याला स्वत:च्या हातानं प्राणघातक इंजेक्शन देण्याखेरीज अन्य सर्व गोष्टींमध्ये सहभाग घेण्याची परवानगी दिली गेली होती.

त्यामुळे या प्राणघातक रसायनांचा पुरवठा करणाऱ्या फार्मासिस्टकडे त्यानं या रसायनांची मागणी नोंदवली. जो समाजसेवक-नागरिक हे इंजेक्शन देणार होता आणि तुरुंगातले जे शिपाई या कैद्याला आणून बांधून टाकणार होते, त्यांच्याकरवी या मेल नर्सनं एक रंगीत तालीम करून घेतली. मृत्युदंडाची सजा देण्याच्या दिवशी या नर्सनं शस्त्रक्रियेला करतात तसा पोशाख केला. त्यानं हात जंतुनाशकानं धुतले आणि निर्जंतुक केलेला मास्क, हॅट, गाउन आणि हातमोजे चढवले. नेमकं काय केलं जाणार होतं, हे त्यानं त्या कैद्याला समजावून सांगितलं. त्यानं त्याच्या शिरेत द्राव देणाऱ्या दोन नळ्या लावल्या आणि त्या टेपनं घट्ट बसवल्या. तुरुंगाच्या मुख्याधिकाऱ्यानं त्या कैद्यापुढे शेवटचं फर्मान वाचून दाखवलं आणि मरणापूर्वी शेवटचे शब्द उच्चारण्याची परवानगी दिली. नर्सनं मला सांगितलं, "तो त्याच्या अपराधाबद्दल किंवा निर्दोषत्वाबद्दल काहीच बोलला नाही. तो फक्त म्हणाला की, हा मृत्युदंड देणारे आम्ही सर्व जण त्याच्यासारखेच खुनी बनणार होतो."

तुरुंगाच्या मुख्याधिकाऱ्यानं इंजेक्शन देण्याची खूण केली. नर्सनं औषधाची सिरिंज शिरेत द्यायच्या औषधाच्या स्टँडला लावली आणि त्या नागरिकाला त्यातलं सोडियम थायोपेंटॉल इन्ट्राव्हीनस पद्धतीनं द्यायला सांगितलं. "तो कैदी म्हणू लागला, 'हो मला जाणवतंय...' आणि त्यानंतर तो बेशुद्ध पडला." त्यांनी ती इंजेक्शन्स दिली आणि तीन मिनिटांनी कार्डिॲक मॉनिटरवर हृदय बंद पडलं होतं, हे दर्शवणारी सपाट रेषा दिसू लागली. तेथे उपस्थित असलेल्या दोन डॉक्टर्सना, तो कैदी मरण पावला असल्याचं जाहीर करण्यावाचून अन्य कोणतंही काम करावं लागलं नाही.

मी वैद्यकीयदृष्ट्या मृत्युदंडाचा पुरस्कर्ता आहे. १९९२ सालच्या निवडणुकांच्या वेळेस क्लिंटनच्या अध्यक्षीय मोहिमेत आणि व्यवस्थापनात मी सहभाग घेतला होता आणि त्या भूमिकेतून मी 'मृत्युदंड द्यावा' ह्या त्यांच्या मताला पाठिंबा दिला

होता. मृत्युदंडाच्या भीतीपोटी कुणी खून करण्यापासून परावृत्त होईल, असा माझा अजिबातच भ्रम नाही. आपली न्यायव्यवस्था एखाद्या निरपराध व्यक्तीला मृत्युदंड देण्याची चूक करणार नाही, अशीही मला खात्री देता येत नाही. परंतु मला खरोखरच वाटतं की, काही माणसं इतकी क्रूर कृत्यं करतात की, त्यासाठी त्यांना मृत्युदंड देणंच योग्य आहे. 'ओक्लहॉमा सिटी' बॉबिंग करून १६८ निरपराध लोकांचा जीव घेणाऱ्या टिमथी मॅकव्हेला मृत्युदंड दिल्याबद्दल मला अजिबात दुःख झालं नाही किंवा तेहतीस खून करणाऱ्या जॉन वेन गेसीला मृत्युदंड दिल्याबद्दलसुद्धा मला काहीही दुःख वाटलं नाही.

असं असलं, तरी मृत्युदंड नेमका कोणत्या प्रकारे दिला जातो, याबाबत मी फारसा विचार केलेला नव्हता आणि मृत्युदंडाच्या प्रक्रियेत डॉक्टर्सनी आणि नर्सेसनी सहभागी होणं चुकीचं आहे, असं माझं अंतर्मन मला नेहमीच सांगत आलेलं होतं. लोकांना औषधं देण्याची, त्यांना बेशुद्ध पाडण्याची, त्यांच्यावर शस्त्रक्रिया करण्याची आणि इतरांनी केल्या, तर ज्या गोष्टींना हिंस्त्र हल्ला म्हटला जाईल, अशा गोष्टी करण्याची विशेष आणि असामान्य मुभा डॉक्टरांना जनतेनं बहाल केली आहे; कारण आपण या साऱ्या गोष्टी त्यांच्या वतीनं त्यांचा जीव वाचवण्यासाठी आणि त्यांचं दुःख हलकं करण्यासाठी करत असतो. डॉक्टरांच्या या विशेष कौशल्यांवर सरकारनं ताबा प्रस्थापित करून, या कौशल्यांचा वापर शिक्षेसाठी माणसाचा जीव घेण्यासाठी करावा, ही गोष्ट मला अत्यंत धोक्याची विकृती वाटते. समाजानं आमच्या कौशल्यांवर विश्वास टाकला आहे. हीच कौशल्यं आम्ही काही लोकांचा विनाश घडवण्याकडे वळवायला तयार झालो, तर समाजानं आमच्यावर टाकलेल्या विश्वासाला आम्ही अपात्र ठरू.

मी ज्या-ज्या डॉक्टरांशी आणि नर्सशी याबाबत बोललो, त्या संभाषणांनी माझ्या या कल्पना मुळापासून हादरवून टाकल्या. मी ज्या शेवटल्या डॉक्टरशी बोललो, त्यानं तर माझ्या या कल्पनांना सर्वांत जास्त हादरा दिला. डॉ. ड पंचेचाळीस वर्षांचे इमर्जन्सी फिजीशिअन आहेत. ज्या मुलांवर अत्याचार घडले आहेत, अशा मुलांच्या आश्रयगृहात ते स्वेच्छेनं मानद वैद्यकीय संचालक म्हणून काम करतात. कमी लोक बेघर राहावेत, या दृष्टीनं ते मोलाचं काम करतात. त्यांचा मृत्युदंडाला विरोध आहे, कारण त्यांना तो व्यर्थ, अनैतिक आणि अमानुष वाटतो आणि तरीही त्यांनी आजवर सहा मृत्युदंडांमध्ये सहभाग घेतलेला आहे.

साधारणतः दहा वर्षांपूर्वी, ते जिथं काम करतात, त्या हॉस्पिटलपासून थोड्याच अंतरावर एक जेल बांधण्यात आलं आणि त्यात इमर्जन्सी-रूमच्या आकाराची, भली मोठी आजाऱ्यांसाठीची स्वतंत्र खोली होती. त्या जेलमध्ये एका डॉक्टरची गरज होती. त्यामुळे कुतूहलापोटी डॉ. ड यांनी तेथे काम करायला

सुरुवात केली. ते म्हणाली, ''मला ते आवडू लागलं. जेल हा स्वास्थ्य सेवेसाठीचा अपात्र असा विभाग आहे.'' त्यांनी मला समजावून सांगितलं की, जेल आणि तुरुंग यात फरक असतो, कारण जेलमधले लोक नुसतेच कैद झालेले असतात आणि खटल्याच्या प्रातीक्षेत असतात. अनेक जण फक्त काही तासांसाठी किंवा काही दिवसांसाठी जेलमध्ये ठेवले जातात आणि त्यानंतर त्यांना सोडून दिलं जातं. ''मादक पदार्थांचं सेवन आणि आज्ञाभंग यांचं प्रमाण इथं भरपूर सापडतं. इथल्या लोकांना अनेक प्रकारच्या उपचारांची गरज असते. इथले रहिवासी अफलातून असतात. इथलं वातावरण खूपसं इमर्जन्सी रूमसारखंच असतं. इथे काम करताना तुम्ही इथल्या लोकांवर आणि त्यांच्या स्वास्थ्यावर भरपूर प्रभाव पाडू शकता.'' कालांतरानं त्यांनी जेल-यंत्रणेसाठी जास्त जास्त काम करायला सुरुवात केली. त्यांच्या विभागातल्या वेगवेगळ्या जेल्समध्ये स्वास्थ्य सेवा पुरवण्यासाठी त्यांनी वैद्यकीय-गट संस्थापित केला आणि लवकरच ते सुधारणेसाठी औषधं देण्याचा पुरस्कार करू लागले.

त्यांच्या राज्यात मृत्युदंडाच्या प्रक्रियेत मदत करणाऱ्या डॉक्टरांनी २००२ साली त्या कामातून अंग काढून घेतलं. अधिकाऱ्यांनी डॉ. यांच्याजवळ विचारणा केली की, त्यांचा गट या गोष्टीचं कंत्राट घ्यायला तयार होईल किंवा कसं. या प्रश्नाला उत्तर देण्यापूर्वी, डॉ. ड स्वत: एक मृत्युदंड-प्रक्रिया पाहण्यासाठी उपस्थित राहिले. ते म्हणाले, ''माझ्या दृष्टीनं तो अत्यंत प्रक्षुब्ध करणारा अनुभव होता. अशी गोष्ट प्रत्यक्ष पाहणं अत्यंत धक्कादायक होतं.'' कॉलेजात शिकत असल्यापासून त्यांचा मृत्युदंडाच्या शिक्षेला विरोध होता आणि आता जे काही त्यांच्या नजरेला पडलं, त्यामुळे त्यांचं मत बदलायला कोणतीही मदत झाली नाही. परंतु त्याबरोबरच त्यांना प्रकर्षानं जाणवलं की, तुरुंग व सुधारगृहं यांसाठी काम करणारा डॉक्टर या नात्यानं ते काही कामांसाठी मदत करू शकतील.

या कामात सहभाग घेण्याबद्दलच्या नैतिक आचारसंहितेचा त्यांनी अभ्यास केला. अमेरिकन मेडिकल असोसिएशननं याच्या विरोधात घेतलेली भूमिका त्यांना ठाऊक होती. तरीसुद्धा शेवटच्या घटका मोजत असलेल्या कैद्यांना वाऱ्यावर सोडून न देणं, ही त्यांना स्वत:ची जबाबदारी वाटत होती. ते म्हणाले, ''आम्ही डॉक्टर लोक काही या कैद्यांचं भविष्य ठरवत नसतो. माझ्या दृष्टीनं, इतर रोगांप्रमाणेच हा सुद्धा अखेरच्या घटकांबाबतचाच मुद्दा होता. फरक एवढाच होता की, इथं वैद्यकीय प्रक्रियेऐवजी कायद्याची प्रक्रियाच अधिक महत्त्वाची ठरणार होती. जेव्हा एखादा रुग्ण आजारातून उठणं अशक्य असतं, तेव्हा डॉक्टर या नात्यानं, त्याला शक्य तेवढा आराम मिळवून देण्याची जबाबदारी आमच्यावर असते. मृत्युदंडाची शिक्षा झालेला रुग्ण, कॅन्सरमुळे मरणपंथाला लागलेल्या रुग्णापेक्षा फारसा वेगळा नसतो.

फक्त इथे त्याला कॅन्सरऐवजी कोर्टाच्या फर्मानाचा सामना करावा लागणार असतो.'' ते म्हणाले, ''या कॅन्सरवरचा उपाय आहे, मृत्युदंड देणं बंद करणं. परंतु सरकारची आणि जनतेची या गोष्टीला मंजुरी नसेल आणि तो कैदी मरणाला सामोरा जाणार असेल, तर त्याला शक्य तेवढा आराम का मिळवून द्यायचा नाही?''

त्यांच्या गटानं ह्या प्रस्तावाला – कंत्राटाला – मान्यता दिली आणि तेव्हापासून, प्रत्येक मृत्युदंड–प्रक्रियेत सहभाग घेणाऱ्या वैद्यकीय गटात ते उपस्थित राहतात. जर शिरेत द्राव देण्याची नळी घालताना कोणती अडचण उद्भवली, तर मदत करायला हे डॉक्टर्स हजर असतात. देहदंड दिला जात असताना कैद्याला यातना होऊ नयेत, हे पाहण्याची जबाबदारी आपली आहे, असं डॉ. ड समजतात. प्राणघातक औषध दिल्यावर कार्डिॲक मॉनिटरकडे लक्ष पुरवणं आणि कैदी मृत्यू पावल्याचं घोषित करणं या कामांची जबाबदारी स्वत: डॉ. ड स्वीकारतात. जेव्हा ते इ.सी.जी.वर होणारी दोन रेघांची नोंद पाहत असतात, तेव्हा इमर्जन्सी रुममधल्या डॉक्टरच्या सवयीनुसार, त्या कैद्याच्या हृदयाच्या लयीवर उपचार करण्याची उत्स्फूर्त ओढ त्यांना दाबून टाकावी लागते. ते सोडता, त्यांची प्रमुख प्रतिक्रिया असते दु:खाची. त्यांना त्या - त्या कैद्याच्या गुन्ह्याच्या परिणतीची, त्याच्या तावडीत सापडलेल्या अभागी लोकांची, तुरुंगाधिकाऱ्यांची आणि स्वत:चीसुद्धा कीव येऊ लागते. या गटाला भरपूर पैसे दिले जातात – अठरा हजार डॉलर्स! परंतु डॉ. ड त्यातला त्यांचा वाटा मुलांच्या आधारगृहाला दान करून टाकतात. त्या आधारगृहात ते स्वेच्छेने विनावेतन कामही करतात.

माझ्याशी बोलल्यावर तीन आठवड्यांनी त्यांनी मला त्यांचं नाव जाहीर करायला परवानगी दिली. डॉ. ड यांचं नाव होतं कार्लो मुसो. ते जॉर्जिया राज्यात दिल्या जाणाऱ्या देहान्त शासनाच्या वेळेस मदत करतात. त्यांना काही लपवावंसं वाटत नव्हतं आणि त्यांना संकटही ओढवून घ्यायचं नव्हतं. परंतु कार्यकर्त्यांनी त्यांचा वैद्यकीय व्यवसायाचा परवाना रद्द करण्यात यावा, असे प्रयत्न सुरू केले आहेत. अमेरिकन मेडिकल असोसिएशनचं त्यांचं सभासत्व रद्द करण्याचे प्रयत्न करण्यात येत आहेत. आलिया भोगासी सादर होण्याची स्वत:च्या मनाची तयारी त्यांनी केली आहे. ते म्हणतात, ''पाठ फिरवून निघून जाणं आणि रुग्णाबाबतची जबाबदारी टाळणं मला योग्य वाटत नाही.''

प्राणघातक इंजेक्शन दिलं असता अगदी विनायातना आणि शांतपणे मृत्यू येतो, यात शंकाच नाही. परंतु त्यासाठी भरपूर वैद्यकीय मदत आणि योग्य निर्णय गरजेचे असतात. शिरेत द्राव घालण्यासाठी नळी घालणं, कैद्याच्या शुद्धी-बेशुद्धीवर नजर

ठेवणं आणि औषधाची मात्रा आणि वेळ यांत आवश्यकतेनुसार फेरफार करणं या गोष्टी महत्त्वाच्या ठरतात. अलीकडच्या काळातच, केंटकी आणि इलिनॉय या दोन राज्यांना वैद्यकीय संघटनांनी नवे कायदे कार्यान्वित करणं भाग पाडलं आहे. या नव्या कायद्यांनुसार मृत्युदंड देण्याच्या प्रक्रियेत डॉक्टरांना सहभाग घेता येणार नाही. असं असूनही, या दोन्ही राज्यातील अधिकारी वैद्यकीय पर्यवेक्षणावर भिस्त ठेवूनच चालणार आहेत. फक्त ते आता नर्स आणि भूल देणारा नर्स यांना नोकरीवर ठेवणार आहेत. सरकारचा वैद्यकीय पर्यवेक्षक पुरवण्याचा प्रयत्न आणि डॉक्टर लोकांचा नैतिक कारणास्तव त्याला होणारा विरोध, यांची सांगड कशी घालता येईल? आम्ही आमचे नैतिक निकष बदलायला हवेत का?

'मृत्युदंड नीटपणे आणि कैद्याला यातना न होता देता यावा,' हा डॉक्टर्सचा आणि नर्सेसचा मुद्दा बिनतोड होता. परंतु या मंडळींना कैद्याला विनायातना मृत्यू यावा, अशी कितीही कळकळ वाटत असती, तरी एका महत्त्वाच्या सत्याकडे डोळेझाक करून चालणार नाही की, हा कैदी काही या लोकांचा पेशंट नव्हे. खऱ्याखुऱ्या पेशंट्सप्रमाणे हा कैदी त्या डॉक्टरची मदत नाकारू शकत नाही. खरं तर त्या कैद्याला आणि त्याच्या नातलगांना त्या डॉक्टरचं नावसुद्धा सांगण्यात आलेलं नसतं आणि उपलब्ध झालेल्या वैद्यकीय मदतीमुळे सरकारचं काम होतं. त्या कैद्याच्या गरजांकडे आणि हिताकडे लक्ष पुरवणं, हा त्यामागचा हेतू नसतोच. औषध हे मृत्युदंडाच्या सजेचं इथं साधन बनवलं जात असतं. हळुवारपणे शिरेत सुई टोचणारा आणि पोटॅशियमची गोळी योग्य वेळेस देणारा मदतीचा हात मृत्युदंड देण्याचंच काम करत असतो, या सत्याकडे आपण डोळेझाक करूच शकत नाही.

या सत्यामुळे माझी खात्री पटलेली आहे की, आपण नैतिक आचारसंहितेचंच पालन केलं पाहिजे आणि मृत्युदंडाच्या प्रक्रियेत सहभाग घेण्यास डॉक्टर्स आणि नर्सेस यांवर कायद्यानं बंदी घातली गेली पाहिजे. आणि त्यांच्या मदतीशिवाय मृत्युदंड देता येणार नाही आणि तसा दिल्यास कैद्याला ज्या यातना होतील, तो निष्ठुरपणा, घटनेच्या विरोधात जाईल, असा जर कोर्टानं युक्तिवाद केला, तर मृत्युदंड देणं कायद्यानं रद्द केलं पाहिजे.

जो समाज अत्यंत दुष्ट अशा खुन्यांना जन्मठेपेची सजा देतो, तो समाज अशांना फाशीची सजा देणाऱ्या समाजापेक्षा अधिक कष्ट झेलतो, असं अजिबात सिद्ध झालेलं नाही. परंतु ज्या समाजातलं सरकार, वैद्यकीय व्यवसायाची महत्त्वाची नीतिमूल्यं जाणूनबुजून उलथून पाडत असतं, त्या समाजाची अधोगती होणार, हे धरून चालायला हरकत नाही. स्वत:चे हेतू साधण्यासाठी अमेरिकेतलं सरकार वैद्यकीय कौशल्यांचा मानवाविरुद्ध समजून उमजून वापर करत आहे, कैद्यांची उलट तपासणी घेण्यासाठी वैद्यकीय व्यवसायिकांची मदत घेत आहे, त्यांचे वैद्यकीय

अहवाल आणि मृत्यूचे दाखले यांत फेरफार घडवून घेत आहे, त्यांना जबरदस्तीनं खाऊ घालण्यासाठी कैद्यांच्या नाकातून नळ्या घालायला लावत आहे आणि त्यांना ठार मारण्यासाठीसुद्धा त्यांची मदत घेत आहे. मानवी शरीरांबाबत हातचलाखी करण्याचं डॉक्टरांचं कौशल्य जसजसं वाढत जाईल, तसतसा त्यांच्या कौशल्याचा वापर करून घ्यायचा सरकारचा प्रयत्नसुद्धा वाढत जाईल. वैद्यकीय व्यवसायाची सचोटी राखून ठेवणं ही गोष्ट त्यामुळे अत्यंत महत्त्वाची बनली आहे.

ज्या चार डॉक्टर्सबरोबर आणि एका मेल-नर्सबरोबर मी बोललो, त्या सर्वांनी त्यांच्या व्यवसायाच्या पूर्वापारपासून चालत आलेल्या नीतिमूल्यांचं उल्लंघन केलेलं होतं. त्यांच्या वैयक्तिक वर्तणुकीमुळे ती नीतिमूल्यं पायदळी तुडवली गेली आहेत. जोवर मृत्युदंडाच्या प्रक्रियेत मदत करण्यासाठी तुरूंग मूठभर डॉक्टर्स आणि नर्सेसवर विसंबून राहू शकेल, तोवर इतर अनेकांची नैतिकता कुचकामाची ठरेल. परंतु इथं नमूद केलंच पाहिजे की, मी ज्यांच्या-ज्यांच्या मुलाखती घेतल्या, त्यातले बहुतांश लोक त्यांच्या नैतिक कर्तव्यांकडे गांभिर्यानं बघत होते आणि या सत्याबाबतसुद्धा विचार होणं गरजेचं आहे.

लिखित नियमांचं केवळ पालन करत राहणं, ही गोष्ट कुठल्याही डॉक्टरच्या किंवा नर्सच्या दृष्टीनं अगदी सोपी असते. परंतु आंधळेपणानं या नियमांचं पालन न करणं हीसुद्धा आपणा सर्वांची जबाबदारी ठरेल. वैद्यकीय व्यवसायात वेगवेगळ्या विभागांत कोणती गोष्ट योग्य आणि सर्वोत्कृष्ट ठरेल, याबाबत महत्त्वाचे मतभेद आहेत : दुरासाध्य रोग झालेल्यांना त्यांच्या यातनांमधून मुक्ती मिळवून देणं, सतत वेदना होणाऱ्या रुग्णांवर अमली पदार्थ देऊन उपचार करणं, बरं होणं अशक्य अशांचा जीव जगवून धरणारे उपचार थांबवणं, गर्भपात घडवणं, मृत्युदंड देणं. लांब यादीतल्या या थोडक्याच गोष्टी आहेत. या सर्व बाबतीत व्यावसायिक निर्बंध आणि सरकारी नियम आहेत आणि कधीकधी हे निर्बंध आणि नियम चुकीचे ठरले आहेत आणि भविष्यातही चुकीचे ठरतील. अशा वेळेस आपल्याला निर्णय घ्यावा लागेल. असा निर्णय आपण हुशारीनं आणि सूज्ञपणानं घ्यायला हवा.

परंतु कधीकधी आपले निर्णयसुद्धा चुकीचे ठरतील. ज्या डॉक्टर्सनी आणि नर्सेसनी त्यांची विशेष कौशल्यं ८७६ जणांचे प्राण प्राणघातक इंजेक्शनद्वारा घेण्यासाठी वापरली, त्यांनीसुद्धा चुकीचाच निर्णय घेतला होता. अशा वेळेस सर्वांनीच घडणाऱ्या परिणामांना सामोरं जायची सिद्धता ठेवायला हवी. सर्वांत महत्त्वाची गोष्ट म्हणजे, आपली कौशल्यं हुशारीनं वापरणं आणि योग्यपणे वापरणं यांच्यात उद्भवणारा संघर्ष ओळखायला आपण सिद्ध राहिलं पाहिजे. मृत्युदंड देताना मदत करणं हे याचं ढळढळीत उदाहरण आहे. परंतु हे एकमेव उदाहरण नव्हे किंवा सर्वांत भीषण उदाहरणही नव्हे!

लढा देण्याबाबत

माझी समजूत होती की, वैद्यकीय व्यवसायाबाबतची सर्वांत अवघड गोष्ट आहे, त्यासाठीची विशेष कौशल्यं आत्मसात करणं. परंतु ही समजूत चुकीची आहे. अर्थात तुम्हाला तुमचं काम जमतंय असा आत्मविश्वास वाटू लागतो, न लागतो, तोच एखादं अपयश तुम्हाला नाउमेद करतं, हे सत्य अलाहिदा! आणि तरी कधीकधी तुम्ही अतिशय थकून जात असलात, तरी त्या कामाचा शारीरिक ताण हीसुद्धा अवघड लढत नव्हे. खरं तर डॉक्टर म्हणून काम करण्यातली सर्वांत अवघड बाबत असते, कशावर तुमचा ताबा आहे आणि कशावर तुमचा ताबा नाही, हे जाणून घेणं!

थॉमस नावाचा माझा एक पेशंट आहे. तो एका हेमंत ऋतूत मला भेटायला माझ्या क्लिनिकमध्ये आला. त्याला 'कुशिंग्ज सिन्ड्रोम' नावाचा एक हॉर्मोन्स संबंधित विकार जडलेला होता. या विकारात ॲड्रिनल ग्रंथींचा आकार वाढतो आणि त्यातून कॉर्टिझॉल या स्टीरॉईड हॉर्मोनचा प्रचंड प्रमाणात स्राव होऊ लागतो. जणू काही त्या व्यक्तीला शिरेतून चोवीस तास प्रचंड मात्रेत त्या स्टीरॉईडचा डोस दिला जात असावा; इतक्या प्रचंड प्रमाणात त्या ग्रंथींमधून हा स्राव होत असतो. आणि ह्या स्रावामुळे तुमचे स्नायू बळकट होत नाहीत, त्यांची झीज होऊ लागते.

थॉमसचं वय आहे बहात्तर वर्षांचं. त्या वर्षापर्यंत तो त्याच्या पत्नीसमवेत केपकॉडवर जोमदारपणे सेवानिवृत्तीनंतरच्या आयुष्याचा उपभोग घेत होता. न्यूयॉर्क शहरातल्या माध्यमिक शाळेत इतिहास शिकवण्याचं काम करून त्यानं निवृत्ती घेतली होती. त्याची तब्येत उत्तम होती. त्याला उच्च रक्तदाबासाठी आणि उजव्या खुब्यात अधूनमधून उसळणाऱ्या संधिवातासाठी औषधं घ्यावी लागत होती. परंतु

या आधीच्या हिवाळ्यात काढल्या गेलेल्या एका एक्स-रेनंतर काही शंका उपस्थित झाली होती आणि त्याला सी टी स्कॅन करून घ्यावा लागला होता. त्यात त्याच्या डाव्या मूत्रपिंडात तीन इंची गोळा दृष्टीस पडला. ती कर्करोगाची गाठ होती. आता मागे वळून पुन्हा पाहिल्यावर लक्षात आलं की, त्या स्कॅनमध्ये ॲड्रिनल ग्रंथी नेहमीपेक्षा गुबगुबीत दिसत होती. परंतु ती फारशी मोठी दिसत नव्हती आणि कर्करोगाची समस्या अधिक ज्वलंत वाटत होती. थॉमसवर शस्त्रक्रिया करून त्याचं कॅन्सरग्रस्त मूत्रपिंड काढून टाकण्यात आलं होतं. कॅन्सरचं निदान वेळेत झालं असल्यामुळे तो इतरत्र पसरला नव्हता आणि थॉमस विनासायास बरा झाला.

परंतु पुढील काही महिन्यांत थॉमसच्या चेहऱ्यावर आणि हातापायांवर जाणवण्यायेवढी सूज दिसू लागली. तो गोल-मटोल, सुजल्यासारखा दिसू लागला. त्याच्या त्वचेला अल्पशा धक्क्यानं खरचटू लागलं. त्याला वारंवार विचित्र प्रकारच्या न्यूमोनियाचा – फंगल न्यूमोनिया – जो केमोथेरपीवरल्या किंवा एच्.आय्.व्ही. झालेल्या लोकांनाच होतो – त्रास होऊ लागला. या मागचं कोडं त्याच्यावर उपचार करणाऱ्या डॉक्टरांना उकलता येईना. त्यांनी विविध प्रकारच्या चाचण्या करून पाहिल्या आणि अखेरीस त्यांना आकाशाला भिडलेली कॉर्टिझॉलची पातळी सापडली. या विकाराला 'कुशिंग्ज सिन्ड्रोम' म्हणतात. अनेकदा स्कॅन्स केले गेले आणि त्यातून स्पष्टपणे दिसलं की, त्याच्या ॲड्रिनल ग्रंथी आकारानं नेहमीपेक्षा चौपटीनं मोठ्या झाल्या होत्या आणि त्यांच्यातून प्रचंड प्रमाणात स्टीरॉईड्सचा स्राव होत होता. असं का व्हावं, यासाठीचं कारण शोधण्यासाठी डॉक्टरांनी आणखी चाचण्या घेतल्या. सर्वसाधारणत: पिट्यूटरी ग्रंथी नीटपणे काम करेनाशा झाल्या, तर असा त्रास उद्भवतो. परंतु तसं आढळलं नाही. थॉमस दिवसेंदिवस इतका अशक्त आणि थकलेला दिसू लागला की, साधी हालचाल करायला त्याला खूप प्रयास पडू लागले. उन्हाळा आला, तोवर त्याला जिनासुद्धा चढता येईनासा झाला. सप्टेंबर महिना आला, तोवर त्याला बसल्याचं उठून उभं राहता येईनासं झालं. त्याच्या एन्डोक्रीनॉलॉजिस्टनं (हार्मोन्सचा स्राव घडवणाऱ्या विविध ग्रंथींचा तज्ज्ञ) ह्या हॉर्मोनला नाकाम करणारी औषधं देऊन पाहिली. परंतु नोव्हेंबरपर्यंत थॉमसला अजिबातच उभं राहता येईनासं झालं आणि तो व्हीलचेअरला खिळला. फंगसविरोधी उपचार करूनही त्याचा न्युमोनिया वारंवार डोकं वर काढू लागला. त्याच्या ॲड्रिनल ग्रंथींमधून बेलगामपणे वाहणाऱ्या हॉर्मोन्समुळे त्याचे स्नायू विनाश पावत होते आणि त्याची रोगप्रतिकारक यंत्रणा नाकाम बनत चालली होती.

थँक्स गिव्हिंग सणापूर्वी माझा सल्ला घेण्यासाठी त्याला माझ्याकडे पाठवण्यात आलं होतं. त्याच्या पत्नीच्या चेहऱ्यावरची भीती स्पष्टपणे वाचता येत होती, परंतु तो स्वत: मात्र व्हीलचेअरला खिळलेला असून आणि पांढऱ्या ट्यूबलाईटनी

उजळलेल्या अनोळखी तपासणी खोलीत आलेला असूनही अगदी शांत, जरब बसवणारी व्यक्ती भासत होता. तो सहा फूट एक इंच उंचीचा होता. अ‍ॅफ्रो-कॅरिबिअन वंशाचा होता. शाळेच्या वर्गात हुकमत गाजवण्याची सवय असलेल्या माणसाप्रमाणे त्याचं बोलणं स्पष्ट आणि परखड होतं. मी थेट मुद्याकडे वळलो. मी त्याला सांगितलं की, त्याच्यापुढली वैद्यकीय समस्या दूर करण्याचा फक्त एकच मार्ग होता: तो म्हणजे, त्याच्या दोन्ही अ‍ॅड्रिनल ग्रंथी काढून टाकणं! मी त्याला सांगितलं की, या अ‍ॅड्रिनल ग्रंथी मूत्रपिंडावर एखाद्या पिवळ्या रंगाच्या त्रिकोणी हॅटप्रमाणे चपखलपणे बसलेल्या असतात. उजवी ग्रंथी यकृताखाली असते आणि डावी ग्रंथी जठरामागे असते आणि या दोन्ही ग्रंथी काढून टाकणं, हा अगदी टोकाचा उपाय असतो. त्या काढून टाकल्यामुळे अतिरिक्त असा हॉर्मोनचा पुरवठा शून्यावर जाऊन पोचतो. हॉर्मोनचा पुरवठा शून्यावर आल्यामुळे कमी रक्तदाब, वैफल्याची भावना, आत्यंतिक थकवा, शारीरिक आघात किंवा जंतुसंसर्ग झाल्यास त्याला तोंड देण्याची शारीरिक असमर्थता यांसारखे त्रास उद्‌भवतात. परंतु या हॉर्मोन्सच्या गोळ्या दिल्यामुळे असे त्रास कमी होतात. ही शस्त्रक्रियासुद्धा अवघड स्वरूपाची असते. ती करताना अतिरिक्त रक्तस्त्रावापासून सर्व इंद्रियं नाकाम होण्यापर्यंत विविध धोके संभवतात. विशेषत: त्याच्या बाबतीत ही शक्यता जास्त होती, कारण त्याची प्रकृती ढासळलेली होती आणि त्याची मूत्रपिंडं काढून टाकण्यात आलेली होती. परंतु त्याच्या अ‍ॅड्रिनल ग्रंथी काढून टाकल्या नसत्या, तरीसुद्धा त्याची प्रकृती अधिक-अधिक खालावत गेली असती आणि तो काही महिन्यांतच मृत्युमुखी पडला असता.

थॉमसला मृत्यू नको होता. परंतु त्यानं प्रांजल कबुली दिली की, शस्त्रक्रियेची आणि त्यामुळे घडणाऱ्या परिणामांची त्याला मृत्यूपेक्षाही अधिक भीती वाटत होती. त्याला वेदना नको होत्या. त्याला घरापासून दूर जायचं नव्हतं. मी त्याला सांगितलं की, त्यानं आपली भीती बाजूला सारली पाहिजे. मी त्याला विचारलं की, त्याची इच्छा काय होती? तो म्हणाला त्याला इतरांप्रमाणे सर्वसाधारण आयुष्य जगायचं होतं, त्याला त्याच्या पत्नीच्या सहवासात जगायचं होतं. त्याच्या घराजवळच्या समुद्रकिनाऱ्यावर फिरायचं होतं. मी म्हटलं, ''त्यासाठी तुला शस्त्रक्रियेला सामोरं जावं लागणार आहे. त्यात गंभीर स्वरूपाचे धोके आहेत. त्यातून बरं होणं अवघड आहे. कदाचित ह्या शस्त्रक्रियेनं फायदाही होणार नाही.'' पण त्याच्यापुढे तेवढा एकच पर्याय शिल्लक होता. त्यानं शस्त्रक्रियेला सामोरं जाण्याचा निर्णय घेतला.

तांत्रिकदृष्ट्या शस्त्रक्रिया अत्यंत सुरळीतपणे पार पडली. त्याच्या अ‍ॅड्रिनल ग्रंथी काढून टाकल्यामुळे कॉर्टिझॉलची पातळी झपाट्यानं खाली आली आणि औषधांच्या साहाय्यानं ती प्रमाणात राखता आली. आता तो मरण पावण्याची काहीही भीती

उरली नव्हती. परंतु शस्त्रक्रियेनंतर आता सात महिने उलटले असले, तरीसुद्धा तो अजूनही घरी जाऊ शकलेला नाही. तीन आठवडे तो कोमात गेला होता. त्याला पुन्हा न्युमोनिया झाला. त्याच्या श्वसननलिकेला छेद देऊन श्वसन सुलभ करण्यासाठी नळी घालावी लागली आणि त्याला नाकातल्या नळीवाटे द्रवरूपी अन्न द्यावं लागलं. त्यानंतर त्याच्या पोटाला जंतुसंसर्ग झाला आणि त्यातला द्राव काढून टाकण्यासाठी अनेक नळ्या घालाव्या लागल्या. हॉस्पिटलमध्ये पसरलेल्या दोन भिन्न प्रकारच्या रोगजंतूंमुळे त्याच्या जखमांमध्ये पू झाला. त्याला एकंदर चार महिने अतिदक्षता विभागात ठेवावं लागलं आणि अशक्तपणामुळे त्याच्या उरल्यासुरल्या स्नायूंचसुद्धा ऱ्हास झाला.

थॉमस आता दीर्घ काळ रुग्णसेवा पुरवणाऱ्या संस्थेत वास्तव्य करत आहे. त्याला स्ट्रेचरवर टाकून, ॲम्ब्युलन्समधून नुकतंच माझ्या ऑफिसमध्ये आणलं होतं. त्याच्यावर उपचार करणाऱ्या डॉक्टरनं मला सांगितलं की, त्याची शक्ती हळूहळू वाढत होती, परंतु माझ्या ऑफिसात मात्र त्याला उशीवरून डोकं उचलायला सुद्धा त्रास होत होता. त्याला बोलता यावं, या हेतूनं मी त्याच्या घशात छिद्र पाडून बसवलेल्या नळीवर हात धरला. त्यानं मला विचारलं की, तो केव्हा उभा राहू शकेल, कधी घरी जाऊ शकेल. मी त्याला उत्तर दिलं की, ते मला ठाऊक नाही. हे ऐकून तो रडू लागला.

आज आमच्या हाताशी वैद्यकशास्त्रानं पुरवलेली विविध कौशल्यं आहेत. ती वापरायला शिकणं अवघड आहेच, परंतु त्यांच्या मर्यादा जाणून घेणं हे त्याहूनही अवघड आहे.

माझ्या पत्नीच्या न्यूहॅम्पशायरमध्ये राहणाऱ्या कझिन्सनी मला एकदा फोन केला आणि त्यांच्या बारा वर्षांच्या मुलीबद्दल - कॅलीबद्दल – माझा सल्ला विचारला. साधारणतः एका वर्षापूर्वी तिला अचानक श्वास लागायला सुरुवात झाली. छातीचा एक्स-रे काढला असता, छातीभर पसरलेली गाठ दिसली. तो 'लिम्फोमा' होता; परंतु पीटर फ्रँकलिनला, शिकत असताना झालेल्या लिम्फोमासारखा तो नव्हता. नॉन-हॉजकिन्स लिम्फोमा होता. या प्रकारचा लिम्फोमा, तिच्या पातळीवरील रोगाच्या बाबतीत ८० टक्के वेळा बरा करता येतो. कॅलीला नेहमीचा केमोथेरपीचा सहा महिन्यांचा डोस देण्यात आला. तिचे केस गळून गेले. तिच्या तोंडात फोड आले. ती अत्यंत अशक्त झाली आणि तिला सतत मळमळू लागलं. परंतु तिचा कर्करोग नाहीसा झाला. त्यानंतर अनेक महिन्यांनी ती गाठ पुन्हा पूर्वी एवढीच मोठी झालेली दिसली. जेव्हा केमोथेरपी देऊनही लिम्फोमा पुन्हा उद्भवतो, तेव्हा त्याबद्दल अभ्यासाची पुस्तकं आकडेवारी देत नाहीत. ती फक्त म्हणतात की, रोगाच्या

संभाव्य चढउताराचं व कारणांचं पूर्वनिदान चुकलं आहे. कॅलीवर उपचार करणाऱ्या कर्करोग तज्ज्ञाजवळ मात्र पर्याय उपलब्ध होते. तिनं आणि कॅलीच्या कुटुंबीयांनी एका नव्या केमोथेरपीचा प्रयोग करून पाहायचं ठरवलं. परंतु पहिल्याच डोसनंतर कॅलीच्या शरीरातल्या पांढऱ्या पेशींचं प्रमाण काळजी वाटावी एवढं घटलं. तिला त्यातनं उठण्यासाठी खूप दिवस हॉस्पिटलमध्ये राहावं लागलं. तिच्यावर उपचार करणाऱ्या कर्करोग-तज्ज्ञानं कॅलीच्या कुटुंबीयांबरोबर अन्य पर्यायांची चर्चा केली. त्यांनी सर्वांनी मिळून आणखी एका वेगळ्या केमोथेरपीचा प्रयोग करून पाहण्याचा निर्णय घेतला. या वेळेसही तिच्या पांढऱ्या पेशींचं प्रमाण खूप खाली गेलं आणि कॅन्सरची गाठ एका सेंटिमीटरनंसुद्धा कमी झाली नाही.

त्या वेळेस तिच्या वडिलांनी, रॉबिननी, मला फोन केला. पुढे काय करावं, हे त्यांना उमजत नव्हतं. तीन वेगवेगळ्या प्रकारच्या केमोथेरपी देऊनही कॅन्सर वाढतच होता. त्या कॅन्सरमुळे जमा होणाऱ्या द्रावांचा निचरा करण्यासाठी कॅलीच्या छातीत अर्धा इंची नळी घालावी लागली होती. तिला पुन्हा असह्य मळमळ जाणवत होती. उलटी येत असल्यामुळे तिला अन्न घेता येत नव्हतं. ती अत्यंत थकून गेली होती आणि खंगली होती. छातीतली नळी, कॅन्सर, खुपसलेल्या सुया, बदलावी लागणारी बँडेजेस यांमुळे तिला सतत वेदना होत होत्या. आणखी पर्याय अजूनही उपलब्ध होते — इतर प्रकारच्या केमोथेरपी, प्रायोगिक उपचार, बोन-मॅरो– ट्रान्स्प्लांट. परंतु रॉबिनचा प्रश्न होता की, या साऱ्या पर्यायांमुळे ती वाचण्याची कितपत शक्यता होती? त्यांनी तिच्यावर आणखी उपचार करावेत? की तिला घरी नेऊन तिला मरू द्यावं?

आपण काय करू शकतो आणि काय करू शकत नाही, याच्या मधोमध स्पष्ट सीमारेषा असल्यासारखं काही जण बोलत असतात. बरेच विश्लेषक म्हणतात की, आयुष्यातल्या शेवटच्या सहा महिन्यांसाठी समाजस्वास्थ्यासाठीच्या पुंजीचा चतुर्थांश भाग खर्च करणं, ही अत्यंत हास्यास्पद गोष्ट आहे. कदाचित आपण हा वायफळ खर्च थांबवूही शकू, परंतु त्यासाठी लोकांचे शेवटचे सहा महिने केव्हा सुरू होणार, हे समजणं आवश्यक आहे.

जेव्हा खात्रीनं काहीही सांगता येत नसतं, तेव्हा लढा देत राहणारे डॉक्टर्स गरजेचे ठरतात, हे सत्य नाकारता येत नाही. एका मित्रामुळे माझी वॉटसन बॉवेज ज्युनियर या राष्ट्रीय कीर्तीच्या प्रसूति-तज्ज्ञाशी ओळख झाली. ते युनिव्हर्सिटी ऑफ नॉर्थ कॅरोलायना इथे प्रसूतिशास्त्राचे प्राध्यापक आहेत आणि आता त्यांना 'एमेरिटस' हा मानाचा किताब देण्यात आला आहे. आम्ही बोलायला सुरुवात केल्यावर मी त्यांना प्रश्न विचारला की, आजवरच्या व्यावसायिक आयुष्यात त्यांना सर्वांत जास्त कोणत्या गोष्टीचा अभिमान वाटतो आहे? माझी अपेक्षा होती की, ते प्रयोगशाळेत

त्यांनी लावलेल्या शोधांबद्दल किंवा प्रसूतिशास्त्रातल्या त्यांनी शोधून काढलेल्या नव्या कौशल्यपूर्ण पद्धतींबद्दल बोलतील. पोटातल्या गर्भाकडे प्राणवायू कशा पद्धतीनं वाहून नेला जातो, याबद्दल त्यांनी अत्यंत महत्त्वाचं असं पाया घालणारं संशोधन केलं आहे आणि मातेच्या पोटातल्या गर्भाला रक्त कसं द्यायचं, हे शोधून काढणारे अमेरिकेतले ते पहिलीच हस्ती होते. परंतु ते म्हणाले की, त्यांना सर्वांत जास्त अभिमान एका वेगळ्याच प्रयोगाबद्दल वाटत होता. हा प्रयोग त्यांनी १९७५ साली युनिव्हर्सिटी ऑफ कोलोराडो इथे अगदी तरुण वयात प्रसूतितज्ज्ञ म्हणून काम करताना करून पाहिला होता. त्या वेळेस पूर्ण दिवस भरायच्या दोन महिने आधी किंवा त्याहूनही आधी जन्मलेली बाळं वाचण्याचा अजिबात संभव नाही, असं धरलं जायचं. त्यामुळे अशा बाळांसाठी फारसं काहीही केलं जायचं नाही. परंतु त्यांनी वर्षासाठी एक प्रयोग करून पाहायचं ठरवलं आणि अशी बाळं कितीही छोटी, कितीही अशक्त आणि कितीही निळी पडलेली असली, तरी त्यांना जगवता येईलच, अशा भावनेनं त्यांच्यावर उपचार करायचं ठरवलं. त्यांच्या गटात काम करणाऱ्या डॉक्टरांनी कोणतंही नवं तंत्रज्ञान वापरलं नाही. पूर्ण दिवस भरल्यानंतर जन्मलेल्या बाळांसाठी त्यांनी जे काही केलं असतं, तेच त्यांनी या बाळांसाठीसुद्धा केलं. जर पूर्ण दिवस भरण्यापूर्वी जन्माला येत असलेल्या बाळाच्या प्रसूतीच्या वेळेस त्रास उद्‌भवला, तर पूर्वी जगण्याची शक्यता नसलेल्या अशा बाळासाठी डॉक्टर्स सिझेरियन शस्त्रक्रिया करायचे नाहीत. परंतु त्यांनी तशी करायला प्रारंभ केला. ते गर्भाच्या हृदयाच्या ठोक्यांचं मापन करून त्यावर लक्ष ठेवू लागले. यापूर्वी कुणीही तसं करायचे नाहीत. अकाली जन्मलेल्या मुलांना ते रेस्पिरेटर्सवर ठेवू लागले आणि त्यांना शिरेतून पोषक द्राव देऊ लागले, मग ते बाळ कितीही निर्जीव आणि लुळं पडलेलं वाटो! आणि त्यांच्या लक्षात आलं की, अकाली जन्मलेली आणि फक्त दोन-तीन पौंड वजनाची अशी अनेक मुलं जगली-वाचली आणि इतर सर्वसामान्य मुलांसारखीच सुदृढ आणि निरोगी झाली. आणि त्यांच्या वतीनं डॉक्टर्सनी झगडून प्रयत्न केले, यामुळेच ते घडू शकलं.

रुग्ण संपूर्णतः बरा होईल आणि पूर्वीप्रमाणे निरोगी-सुदृढ होईल, याची शाश्वती वाटत नसतानासुद्धा, त्याला बरा करण्यासाठी डॉक्टरांनी प्रयत्नांची शर्थ करावी, अशीच आपली अपेक्षा असते. इराक आणि अफगाणिस्तान लढायांमध्ये जखमी झालेल्या सैनिकांचंच उदाहरण पाहा. अशा प्रकारे जखमी झालेले सैनिक यापूर्वीच्या युद्धांमध्ये अजिबात जगायचे नाहीत, परंतु अशांनाच आता डॉक्टर्स वाचवू शकत आहेत. शंभर टक्के देह भाजलेले सैनिक, डोक्याला गंभीर आणि कायमस्वरूपी इजा झालेले सैनिक, पोटातल्या इंद्रियांना जखमा झालेले किंवा हात-पायांपैकी तीन अवयव गमावलेले सैनिक जगवण्यात आता डॉक्टर्सना यश

मिळतंय. दोन्ही हात आणि एक पाय गमावल्यावर त्या सैनिकाला चांगलं आयुष्य जगता येईल किंवा नाही, याची आम्हाला अजिबातच कल्पना नसते. परंतु तरीही आम्ही डॉक्टर मंडळी प्रयत्न करायचं थांबवत नाही. त्याऐवजी अशांचं पुनर्वसन चांगल्या प्रकारे कसं करता येईल, यासाठी आम्ही प्रयत्नशील राहतो. डॉक्टरांनी प्रयत्न करून रुग्णाला वाचवायचा आणि त्याचं पुनर्वसन करायचा मार्ग शोधून काढावा, अशीच आमची अपेक्षा असते.

अगदी साध्यासाध्या गोष्टीतसुद्धा डॉक्टरांनी निकराचा प्रयत्न करायला हवा, अशी आमची अपेक्षा असते. माझ्या दहा वर्षांच्या मुलीला हॅटीला प्रदीर्घ काळ सोरायसिसचा त्रास सहन करावा लागला. त्वचारोग विशेषज्ज्ञांनी अधिक-अधिक तीव्र मात्रेतली स्टीरॉईडची मलमं आणि औषधं देऊन पाहिली. त्यामुळे हा विकार थोडासा दबला, तरी थोडेसेच लाल चट्टे नाहीसे व्हायचे. आपण तिच्यासाठी याहून अधिक काहीही करू शकणार नाही, असं त्यानं आम्हाला सांगितलं. तो म्हणाला, ''आपण फक्त हा विकार प्रमाणात ठेवू शकू आणि कालांतरानं तो दूर होईल, अशी आशा करू शकू.'' त्यामुळे अनेक वर्षं हॅटीनं हा विकार निमूटपणे सहन केला. परंतु त्या विकाराचा तिला तिरस्कार वाटायचा विशेषत: चेहऱ्यावर उठलेले लाल चट्टे तिला फारच नकोसे वाटायचे. ती तिच्या आईला आणि मला सांगत राहायची, ''प्लीज! मला दुसऱ्या डॉक्टरकडे घेऊन जा ना!'' त्यामुळे अखेरीस आम्ही तसं केलं. ही दुसरी त्वचारोग-विशेषज्ञ म्हणाली की, तिला आणखी एक औषधाचा प्रयोग करून पाहायचा होता. तिनं हॅटीला ॲमॉक्सिसिलिन दिलं. हे एक सर्वसाधारण प्रतिजैविक आहे. ती म्हणाली की, मोठ्या माणसांवर ते लागू पडत नाही, परंतु कधीकधी ते मुलांना लागू पडतं. फक्त दोनच आठवड्यांत हॅटीच्या त्वचेवरचे सर्व लाल चट्टे नाहीसे झाले.

डॉक्टरनं एक सर्वांत सोपा आणि सर्वाधिक सूज्ञपणाचा नियम पाळला पाहिजे : त्यानं नेहमी लढा देत राहिलं पाहिजे! आणखी काय करता येईल, याचा त्यानं सतत शोध घेत राहिलं पाहिजे. मला हा नियम मोलाचा वाटतो. हा नियम पाळल्यामुळे आमच्या हातून एक अत्यंत गंभीर चूक घडणं टळतं – ज्या रुग्णाला वाचवता आलं असतं, त्याच्या बाबतीत हार मानून प्रयत्न थांबवणं!

माझ्या एका मित्राची वयस्कर आजी पाठदुखीसाठी इबुप्रोफेन घ्यायची. त्या औषधामुळे तिच्या जठरात रक्तस्राव होऊ लागला आणि ती अत्यवस्थ झाली. हा रक्तस्राव भीषण प्रमाणात होत होता. तिला इतका प्रचंड रक्तस्राव होत होता की, तिला अनेकदा रक्त द्यावं लागलं. लाल रक्तपेशींनी आणि प्लाझ्मानं ठासून भरलेल्या, हवेचा जास्त दाब दिलेल्या पिशव्या, शक्य तेवढ्या वेगानं तिच्या जीर्ण शिरांमध्ये रिकाम्या केल्या जात होत्या. तिच्यावर तातडीनं एन्डॉस्कोपी केली गेली,

अँजिओग्रॅम काढले गेले आणि अनेक तास झगडल्यावर फुटलेली रक्तवाहिनी शोधता आली आणि रक्तस्राव थोपवता आला. परंतु त्यानंतरसुद्धा ती चटकन बरी झाली नाही. तिला अनेक आठवडे बेशुद्ध अवस्थेत व्हेंटिलेटरवर अतिदक्षता विभागात ठेवावं लागलं. तिची फुप्फुसं आणि हृदय निकामी झालं. श्वसनासाठी, द्रवरूपी अन्न देण्यासाठी आणि लघवीसाठी तिच्या देहात नळ्या घालाव्या लागल्या. महिन्याहून जास्त काळ उलटला, तरी सुधारणेचं कोणतंही चिन्ह दिसेना. तिचे कुटुंबीय फोल ठरणारे उपचार चालू ठेवण्याबाबत साशंक झाले. ती बरी होऊन आनंदाचं आयुष्य जगू शकेल, याची शक्यता वाटेनाशी झाली. अखेरीस तिचे कुटुंबीय डॉक्टरपाशी गेले आणि तिला जगत ठेवणारी यंत्रं दूर करण्याची त्यांनी विनंती केली.

परंतु, डॉक्टर त्या गोष्टीला तयार झाले नाहीत. ते म्हणाले, ''आपण आणखी थोडी वाट पाहू या.'' माझा मित्र म्हणाला, ''ते कळकळीनं बोलत असले, तरी याबद्दल ते अगदी ठाम होते.'' तिला जगवत ठेवणारी यंत्रं दूर करायची त्यांची अजिबात तयारी नव्हती. त्यामुळे त्यांच्या म्हणण्यापुढे कुटुंबानं मान तुकवली. आणि खरोखरच दहा दिवसांनी माझ्या मित्राच्या आजीची प्रकृती झपाट्यानं सुधारू लागली. डॉक्टर लवकरच साऱ्या नळ्या काढून टाकू शकले. श्वसनासाठी तिच्या श्वासनलिकेला दिलेल्या छेदाची जखम पूर्णपणे भरून आली. ती संकटातून बाहेर पडली आणि पूर्णपणे बरं होण्यास जरी आणखी अनेक आठवडे लागले, तरी ती पूर्ववत बरी झाली आणि पुढली अनेक वर्षं आनंदात जगली. माझा मित्र म्हणाला, ''तिनं मला अनेकदा सांगितलं की, आमच्यासमवेत आयुष्य कंठता आलं, याचा तिला अतिशय आनंद वाटत होता.''

म्हणूनच आपण कधीही प्रयत्न करायचं, निकराचे प्रयत्न करायचं, कधीही थांबवता कामा नये. अनिश्चितता वाटत असताना प्रयत्न करत राहणं, याहून अधिक योग्य पर्याय नाही. परंतु असं केल्यानं नेहमीच यश मिळेल किंवा असे प्रयत्न रुग्णाच्या दृष्टीनं माणुसकीचे ठरतील, अशी कोणतीही खात्री देता येत नाही, हे उमगायला फारसा वेळ लागत नाही. सर्व डॉक्टर्सकडे – मग ते डॉक्टर्स शल्यविशारद असोत, मानसरोगतज्ज्ञ असोत, त्वचारोगतज्ज्ञ असोत – काही असे रुग्ण येतात की, कितीही प्रयत्न केले तरी – त्यांना बरं करणं किंवा त्यांचं योग्य निदान करणंही शक्य होत नाही. माझ्या स्वत:कडेच भीषण पोटदुखीचं चिवट दुखणं घेऊन अनेक रुग्ण आलेले आहेत. मी त्यांच्या वेदनेचं मूळ शोधायचा सर्वतोपरी प्रयत्न केलेला आहे. मी त्यांना सी. टी. स्कॅन्स आणि एम्. आर. आय. करायला लावले आहेत. मी त्यांना गॅस्ट्रोएन्टेरॉलॉजिस्ट्सकडे (पचनसंस्थेचे विशेषज्ञ) पाठवलं आहे. त्यांनी या रुग्णांची जठरं आणि आतडी एन्डोस्कोपीनं तपासली आहेत. त्यांना पॅंक्रियाटिटिस

(स्वादुपिंडांचा रोग), गॅस्ट्रायटिस (जठर विकार), अल्सर्स (क्षतं), दुधातल्या लॅक्टोजच्या अपचनाचा त्रास, क्वचित आढळणारे सेलियाक स्प्रूसारखे विकार नसल्याची मी खात्री करून घेतली आहे. परंतु त्यांच्या वेदना मात्र मला दूर करता आलेल्या नाहीत. एका रुग्णानं विनवणी केली, "माझं पित्ताशय काढून टाका." त्या रुग्णाच्या इंटर्निस्टनंसुद्धा या विनंतीला दुजोरा दिला. परंतु विविध चाचण्यांमध्ये पित्ताशय तंदुरुस्त स्थितीतच आढळलं. वेदना नेमक्या पित्ताशयाच्या जागीच होत होत्या, परंतु ते तर तंदुरुस्त दिसत होते. मग अशा वेळेस तिथूनच वेदनांचा उगम होत असावा, अशा अंधुक शक्यतेच्या बळावर तिचं पित्ताशय काढून टाकायचं? कधी-कधी अशीही वेळ येते आणि तुम्हाला कबूल करावं लागतं की, तुमच्या पुढल्या समस्येवर तुम्हाला उत्तर शोधता येत नाहीय. अशा वेळेस जास्त प्रयत्न करत राहिल्यानं उपायापेक्षा अपायाचीच शक्यता जास्त वाटते. कधी-कधी तुम्हाला काहीही करता येत नाही.

मी एकदा लॉबीमधून जात होतो, तेव्हा अतिदक्षता विभागात काम करणारी जीनी नावाची एक नर्स समोरून आली आणि तिनं मला थांबवलं. ती रागावली होती, हे स्पष्टपणे दिसत होतं. "तुम्हा डॉक्टर्सचा प्रॉब्लेम काय आहे? केव्हा प्रयत्न थांबवावेत, हे तुम्हाला कधीच कळत नाही?" त्या दिवशी फुप्फुसांचा कर्करोग झालेल्या एका रुग्णाची ती देखभाल करत होती. त्याचं एक फुप्फुस काढून टाकण्यात आलं होतं आणि तीन आठवडे वगळता, गेले पाच महिने तो अतिदक्षता विभागात पडून होता. त्याच्या शिल्लक राहिलेल्या फुप्फुसाला, शस्त्रक्रियेनंतर न्युमोनिया झाला होता आणि त्याला ट्रॅकिऑस्टॉमी आणि रेस्पिरेटरशिवाय श्वसन करता येत नव्हतं. त्याला सतत गुंगीची तीव्र मात्रेतली औषधं द्यावी लागत होती, अन्यथा त्याच्या रक्तातली प्राणवायूची पातळी खाली जात होती. थेट जठरात सोडलेल्या नळीतून त्याला अन्न द्यावं लागत होतं. जंतुसंसर्ग होऊन त्याची मूत्रपिंडं निकामी झाली होती आणि त्याला सतत डायलिसिसवर ठेवावं लागत होतं. अनेक दिवसांपूर्वीच स्वच्छपणे दिसलं होतं की, हा माणूस हॉस्पिटलबाहेर जगूच शकणार नाही. परंतु त्याचे डॉक्टर्स किंवा त्याची पत्नी हे सत्य स्वीकारायला तयारच होत नव्हते, कारण त्याला कोणताही बरा न होण्याजोगा विकार झालेला नव्हता (कर्करोगग्रस्त फुप्फुस यशस्वीरीत्या काढून टाकण्यात आलं होतं) आणि तो फक्त पन्नाशीच्या वयाचा होता. त्यामुळे तो तिथं नुसता पडून होता. तो बरा होण्याची काहीही शक्यता दिसत नव्हती आणि त्याचे डॉक्टर्स त्याला नुसतं जगवत ठेवत होते. अशा प्रकारच्या ह्या एकमेव रुग्णावरच जीनी इलाज करत नव्हती. अतिदक्षता विभागात जीनीला असे अनेक रुग्ण दिसत होते.

परंतु आम्ही बोलत होतो, तेव्हा जीनीनं असंही कबूल केलं की, तिच्या

माहितीच्या काही डॉक्टर्सनी प्रयत्न करायचं फारच लवकर थांबवलं होतं, असं तिला वाटलं होतं. मी तिला विचारलं की, तिच्या मते सर्वोत्कृष्ट डॉक्टर्स काय करतात? उत्तर देण्यापूर्वी तिनं थोडा विचार केला. ती अखेरीस म्हणाली, की उत्कृष्ट डॉक्टर्स एक महत्त्वाची गोष्ट जाणत असतात, "हा प्रयत्न त्यांच्यासाठी नव्हे, तर रुग्णासाठी केला जातोय!" ती म्हणाली की, चांगल्या डॉक्टर्सना नेहमीच बरोबर उत्तरं मिळत नसतात. कधीकधी ते फारच दीर्घ काळ प्रयत्न करत राहतात, तर कधीकधी पुरेसा वेळ प्रयत्न करत नाहीत. परंतु ते निदान क्षणभर थांबून विचार करतात की, त्यांच्या इलाजांची दिशा योग्य आहे की नाही. ते त्यांच्या सहकाऱ्यांचा दृष्टिकोन जाणून घ्यायचा प्रयत्न करतात. ते आपला अभिमान या गोष्टीच्या आड येऊ देत नाहीत.

हे अंतर्ज्ञान मिळवणं दिसतंय त्याहून अधिक अवघड आणि अधिक सूज्ञपणाचं आहे. जेव्हा कुणीतरी तुमच्या विशेष कौशल्यांमुळे तुमचा सल्ला विचारत येतं, आणि तुमचं कौशल्य अपुरं ठरतं, तेव्हा तुमच्यापाशी काय उरतं? तुमच्यापाशी फक्त तुमची नैतिकता उरते आणि कधी-कधी तुमचा अभिमानच एक अडथळा बनतो. तुम्ही नाकारता की, तुमचा प्रयत्न फसला आहे. तुम्ही नाकारता की, याहून जास्त करणं तुम्हाला शक्य होणार नाहीय. तुम्ही संतापता. कधीकधी तुम्ही रुग्णालाच दोष देऊन सफाई देता, "तिनं माझ्या सूचनांचं पालन केलं नाही!" कधीकधी तर तुम्हाला त्या रुग्णाला पुन्हा भेटायचीच भीती वाटू लागते. माझ्या हातून या साऱ्या गोष्टी घडल्या आहेत आणि त्यातून कोणतंही चांगलं निष्पन्न झालेलं नाही.

कोणत्या गोष्टींवर आपला ताबा असेल आणि कोणत्या गोष्टींवर आपला ताबा नसेल, याबद्दल कोणतंही मार्गदर्शन उपलब्ध नाही. जेव्हा अनिश्चितता असते, तेव्हा प्रयत्न थांबवण्याऐवजी प्रयत्न करत राहण्यातच शहाणपणा आहे. परंतु केव्हा फक्त अहंकारापोटी, हार मानण्याच्या असमर्थतेपोटी प्रयत्न चालू ठेवले जात आहेत, हे प्रत्येकानं ओळखायला शिकलं पाहिजे.

एका दृष्टीनं सतत लक्ष देत राहणं हेच आमचं कर्तव्य आहे. परंतु हा लढा फक्त आणखी प्रयत्न करण्यासाठी करून चालत नाही. हा लढा आमच्या रुग्णांसाठी योग्य ते निर्णय आणि उपचार यांसाठी देणं महत्त्वाचं आहे. योग्य काय आहे, हे स्पष्टपणे उमजत नसलं, तरीही तसा प्रयत्न करत राहिलं पाहिजे.

केमोथेरपीच्या चक्रानंतर कॅलीला काहीही फायदा झाला नाही, तेव्हा ती वाचण्याची कितपत शक्यता होती, हे तिच्या डॉक्टर्सना सांगता येईना. एखादं नवं औषध किंवा वेगळी केमोथेरपी किती उपयुक्त ठरेल, याचा अंदाज कुणालाच बांधता येत

नव्हता. यशाची शक्यता नाकारता येत नव्हती. परंतु कॅलीला किंवा तिच्या आईवडिलांना उपचार थांबवावेसे वाटले, तर त्यातही काही वावगं नाही, असं कॅलीच्या डॉक्टरांनी स्पष्टपणे सांगितलं.

मी रॉबिनशी बोललो, तेव्हा तो अत्यंत प्रक्षुब्ध, दु:खी मन:स्थितीत होता आणि काय करणं योग्य ठरेल, याचा शोध घेत होता. डॉक्टरांनी त्याच्यापुढे जे पर्याय ठेवले होते, ते योग्य होते, असं सांगण्याखेरीज मी आणखी काहीही करू शकलो नाही. त्याची मुलगी जगू शकेल, असं कुणीतरी आश्वासन द्यावं, अशी त्याला तळमळ लागलेली स्पष्टपणे दिसत होती. परंतु तिला नाहक वेदना सोसाव्या लागाव्यात, अशी त्याची अजिबात इच्छा नव्हती. जर पुढल्या उपचारांमुळे शंभरातली दोन मुलं वाचत असली, परंतु उरलेल्या अठ्ठ्याण्णव मुलांना वेदनामय मरण येत असलं, तर असे उपचार कॅलीवर करणं योग्य ठरेल का, असा त्याचा प्रश्न होता. या प्रश्नाला माझ्याकडे उत्तर नव्हतं. ह्या प्रश्नाचं उत्तर कॅलीला आणि तिच्या आईवडिलांना स्वत:च शोधून काढावं लागणार होतं.

आमचं बोलणं झाल्यानंतर काही दिवसांतच कॅलीची आई शेली हिनं सर्व आप्तमित्रांना एक ई-मेल पाठवली. त्याची सुरुवात एका अवतरणानं झालेली होती :

'भविष्यात आपल्यापुढे काय वाढून ठेवलंय, याची सर्व भीती आणि धास्ती आपण आपल्या आत्म्यातून हद्दपार केली पाहिजे!' दोन दिवसांतच, ७ एप्रिल, २००६ रोजी, कॅलीच्या आईवडिलांनी तिला घरी आणलं. १७ एप्रिल, २००६ रोजी शेलीनं पुन्हा एक ई मेल पाठवली : 'पहाटे एक वाजल्यानंतर ईस्टर-मंडेच्या दिवशी, कॅली घरी शांतपणे मरण पावली. आम्ही सारे जण ठीक आहोत. आमचं घर अविश्वसनीय शांततेनं भरून गेलं आहे.'

भाग ३

कल्पकता

गुणसंख्या

काही दिवसांपूर्वीची ती बॉस्टनमधली शीतल पहाट होती. पहाटेचे पाच वाजले होते. तपकिरी-काळे केस आणि आयरिश लोकांप्रमाणे फिकट रंगाची त्वचा असलेली, गर्भार राहून एक्केचाळिसावा आठवडा चालू असलेली, एलिझाबेथ रुर्के कुशीवर वळली आणि तिनं तिच्या नवऱ्याला- क्रिसला – जागं केलं.

ती म्हणाला, "मला कळा येत आहेत."

"खात्रीनं?" त्यानं विचारलं.

"अगदी नक्की." ती म्हणाली.

तिला दिलेली तारीख उलटून एक आठवडा होऊन गेला होता. तिला येणाऱ्या कळा वेदनामय होत्या आणि चिमट्यात पकडल्यासारख्या वाटत होत्या. कधीमधी येणाऱ्या आकडीसारख्या त्या अजिबातच नव्हत्या. त्या पाठीच्या खालच्या भागातून सुरू होऊन, तिच्या संपूर्ण पोटाभोवती आवळल्यासारखा वेढा घालत होत्या. पहिली कळ आल्यावर ती शांत झोपेतून खडबडून जागी झाली. त्यानंतर दुसरी कळ आली. मग तिसरी कळ आली.

ती पहिल्यांदाच गर्भवती राहिली होती. आतापर्यंत गर्भारपण सुरळीतपणे पार पडलं होतं. पहिल्या तिमाहीत जाणवणारा थकवा आणि मळमळ सोडता (त्या वेळेस तिला फक्त कोचावर आडवं पडून 'लॉ अँड ऑर्डर' या धारावाहिक मालिकेचं पुनर्प्रक्षेपण पाहावंसं वाटायचं. तिनं ते इतक्या वेळा पाहिलं की, त्यात भूमिका करणाऱ्या सॅम वॉटरस्टनला पाहिल्यावर तिला पुन्हा आजारी असल्यासारखं वाटू लागायचं) इतर काही त्रास झाला नाही. तिनं इंटर्नल मेडिसिनमधली रेसिडन्सी (निवासी डॉक्टरचं पद) नुकतीच पूर्ण केली होती आणि काहीच महिन्यांपूर्वी

मॅसॅच्युसेट्स जनरल हॉस्पिटलमध्ये तिनं नोकरी मिळवली होती. दिवस भरेपर्यंत ती तिथं काम करत राहू शकली होती. ती आणि तिचा नवरा आता अंथरुणात उठून बसले आणि घड्याळात पाहून दोन कळांमधला वेळ मोजू लागले. कळा दर सात मिनिटांनी येत होत्या आणि आणखी काही वेळ तशाच येत राहिल्या.

साडेआठ वाजता तिच्या प्रसूतितज्ज्ञाच्या ऑफिसमधले फोन सुरू झाल्याबरोबर रुर्केनं तिथं फोन लावला; परंतु तिला माहीत होतं की, तिथले लोक सांगणार होते : ''दर पाच मिनिटाला कळा यायला लागून त्या निदान मिनिटभर टिकेपर्यंत इथे येऊ नकोस.'' रुर्के म्हणाली, ''तुम्ही प्रसूतीबद्दल प्रशिक्षण देणाऱ्या वर्गात जाता आणि तिथं ते तुमच्या मनावर हेच लाखो वेळा ठसवतात. ह्या प्रशिक्षणाचा एकमेव उद्देश असतो, खरोखरच प्रसूतीची वेळ जवळ येईपर्यंत तुम्ही हॉस्पिटलमध्ये येऊ नये, हे पाहण्याचा!''

नर्सनं तिला विचारलं की, तिला दर पाच मिनिटांनी कळा येऊन त्या मिनिटभर टिकत होत्या का? उत्तर होतं 'नाही'. तिची गर्भजलाची पिशवी फुटली होती का? पुन्हा उत्तर होतं, 'नाही'! ''सुरुवात तर चांगली झालीय, परंतु तिनं एवढ्यात हॉस्पिटलमध्ये येऊ नये,'' असं तिला सांगण्यात आलं.

वैद्यकीय प्रशिक्षण घेत असताना, रुर्केनं पन्नास बाळं जन्मताना पाहिली होती आणि त्यातल्या चार प्रसूतींवर तिनं स्वत: देखरेख केली होती. शेवटचं बाळ पार्किंग लॉटमध्ये जन्मलं होतं.

''त्यांनी फोन केला, 'बाळ बाहेर येतंय. आम्ही हॉस्पिटलमध्ये पोचतोय आणि ती प्रसूत होतेय!' आम्ही इमर्जन्सी रूममध्ये होतो आणि आम्ही धावत-धावत पार्किंग लॉटमध्ये पोचलो. बाहेर गोठवणारी थंडी पडली होती. गाडी तुफान वेगानं हॉस्पिटलपाशी आली आणि खच्कन ब्रेक लावले गेले. गाडीचा दरवाजा सताड उघडला आणि आत ती बाळंत होणारी आई होती. आम्हाला बाळाचं डोकं दिसत होतं. माझ्याबरोबर धावत येणारा रेसिडंट माझ्या आधी सेकंदभर तेथे पोचला. त्यानं त्याचे हात पुढे केले आणि पार्किंग लॉटमध्येच जन्मलेलं ते बाळ त्यानं अलगद हातात झेललं. बाहेर अफाट थंडी होती आणि बाळाच्या अंगाबाहेर पडून गोठणारी वाफ मी आयुष्यभर विसरणार नाही. बाळ काळंनिळं पडलं होतं, रडत होतं आणि त्याच्या भोवतीची वाफ थिजली होती. मग आम्ही हा इवलासा जीव एका प्रचंड मोठ्या स्ट्रेचरवर ठेवला आणि धावत पळत ते स्ट्रेचर हॉस्पिटलमध्ये नेलं.''

रुर्केला अशा प्रकारे तिच्या बाळाला पार्किंग लॉटमध्ये जन्माला घालायचं नव्हतं. तिला नीटपणे, शस्त्रक्रियेशिवाय बाळाला जन्म द्यायचा होता. तिला एपिड्यूरल (कमरेपासून खालील भाग बधिर करणं) सुद्धा नको होतं. ती म्हणाली, ''मला अंथरुणाला खिळायचं नव्हतं. मला कमरेपासून खालपर्यंत दगड बनायचं नव्हतं.

मला युरिनरी कॅथेटर नको होता. एपिड्यूरल संदर्भातल्या प्रत्येक गोष्टीचा मला तिटकारा वाटत होता.'' तिला वेदनेची भीती वाटत नव्हती. अनेक प्रसूतींच्या वेळेस काय घडतं, हे तिनं जवळून पाहिलेलं होतं. त्यामुळे तिच्यावर केल्या जाणाऱ्या गोष्टींवरचा ताबा गमवायची तिची अजिबात इच्छा नव्हती.

तिनं ड्यूला (प्रसूतीच्या वेळेस मार्गदर्शन करणारी साहाय्यक) नेमण्याबद्दल विचार केला होता. अनेक संशोधन प्रकल्पांनी निष्कर्ष काढलेला होता, की ड्यूलाची नियुक्ती केल्यामुळे सिझेरियन किंवा एपिड्यूरलची गरज लागण्याची शक्यता कमी होते. परंतु तिनं त्याबाबत जेवढा जास्त विचार केला, तेवढी तिला जास्त भीती वाटू लागली की, कुणीतरी त्रासदायक बाई ड्यूला म्हणून वाट्याला आली, तर आपली अवस्था बिकट होईल. तिनं मिड्वाईफची (सुईण) मदत घेऊन प्रसूत होण्याच्या पर्यायाचासुद्धा विचार केला. परंतु डॉक्टर या नात्यानं तिला वाटलं की, दुसऱ्या डॉक्टरचं सहकार्य घेणंच अधिक सोपं वाटेल.

परंत प्रसूतीच्या कळा सोसताना मात्र तिला गोष्टींवर ताबा सुटत असल्यासारखं वाटू लागलं होतं. दुपारचे बारा वाजले, तरी तिच्या कळांची तीव्रता फारशी वाढलेली नव्हती. त्या अजूनही दर सात मिनिटांनीच येत होत्या. फार तर दर सहा मिनिटांनी येत होत्या. तिला जास्त-जास्त अस्वस्थ वाटत होतं. ती म्हणाली, ''एखाद्या प्राण्याप्रमाणे हातापायांवर जोर देऊन उभं राहिलं, तरच थोडा आराम वाटत होता.'' त्यामुळे ती कळा सोसताना हातापायांवर ओणावून उभी राहत होती. तिचा नवरा तिच्या जवळ तिला धीर देत उभा होता. आपलं मूल लवकरच जन्माला येणार आहे, या कल्पनेनं ते दोघेही रोमांचित झाले होते आणि सचिंतही झाले होते.

अखेरीस, दुपारी साडेचार वाजता, तिला दर पाच मिनिटांनी कळा येऊ लागल्या आणि ते त्यांच्या जेट्टा कारनं हॉस्पिटलला जायला निघाले. त्यांनी बाळासाठीची कार-सीट गाडीच्या मागच्या सीटवर घट्ट बसवली होती. 'द गर्लफ्रेंड्स गाइड टू प्रेग्नन्सी' या पुस्तकात सुचवल्याप्रमाणे तिनं तिच्या बॅगेत सर्व सामान भरून ती बॅग बरोबर आणली होती. (त्या पुस्तकात लिहिल्याप्रमाणं तिनं बॅगेत लिपस्टिकसुद्धा भरली होती. खरं तर ती लिपस्टिक कधीच वापरायची नाही!) ते हॉस्पिटलच्या प्रवेशकक्षात पोचले, तेव्हा ती पूर्ण तयारीत होती. तिचं बाळ जन्माला येणार होतं आणि नैसर्गिकपणे ते जन्माला यावं, म्हणून ती उत्सुक होती.

''मला कोणतीही शस्त्रक्रिया नको होती. कुणी डॉक्टर्स नको होते. कोणतीही औषधं नको होती. परिपूर्ण अशा जगातल्या लताकुंजात, शुभाशीर्वाद देणाऱ्या पऱ्यांच्या उपस्थितीत, मला माझं बाळ या जगात आणायचं होतं.''

मानवी जन्म ही एक आश्चर्यकारक नैसर्गिक प्रक्रिया असते. कॅरल बर्नेटनं एकदा

बिल क्रॉस्बीला हा अनुभव कशासारखा असतो, हे समजावून सांगितलं होतं. ती म्हणाली होती, ''तुमचा खालचा ओठ धरा आणि तो तुमच्या चेहऱ्यापासून शक्य तेवढा लांबवर खेचत न्या. त्यानंतर तो तुमच्या डोक्यावरून खेचत न्या.'' जन्म देण्याची प्रक्रिया उत्क्रांतीतून उद्‌भवलेल्या एका समस्येवरचा तोडगा आहे. सस्तन प्राण्यांना ताठ चालता येण्यासाठी लहान, न हलणारं ओटीपोट असावं लागतं. त्यांचा मेंदूसुद्धा मोठा असतो. त्यामुळे बाळाचं मोठं डोकं त्या छोट्या ओटीपोटात नीटपणे बसणं गरजेचं असतं. यावरचा एक तोडगा म्हणून, सर्व आया मुलांना वेळेपूर्वीच जन्म देतात. इतर सस्तन प्राण्यांची बाळं जन्मत:च खुटखुटीतपणे चालू लागतात आणि काही तासांमध्येच आपलं अन्न शोधू शकतात. माणसाची बाळं जन्मत: अतिशय लहान असतात आणि अनेक महिने ती पूर्णत: असाहाय्य असतात. असं असूनही मानवाचं मूल जन्मतं, ती गुंतागुंतीच्या गोष्टींची शृंखला असते.

प्रथम मातेचं ओटीपोट विस्तार पावतं. गर्भारपणाच्या पहिल्या तिमाहीत, आईच्या देहातून स्रवणाऱ्या हॉर्मोन्समुळे ओटीपोटाला आधार देणाऱ्या चार हाडांचे सांधे-ताणले जातात आणि सैल होतात. त्यामुळे जवळजवळ एक इंचभर जास्त जागा उपलब्ध होते. गर्भार स्त्रिया चालत असतात, तेव्हा त्यांना ओटीपोटाला आधार देणाऱ्या वेगवेगळ्या भागांच्या हालचाली जाणवू लागतात.

मग प्रत्यक्ष प्रसूतीची वेळ जवळ येते, तेव्हा गर्भाशयाचा आकार बदलतो. गर्भारपणात गर्भाशय नीटनेटक्या, गोलाकार आणि हवासुद्धा आत शिरू शकणार नाही, अशा पिशवीसारखा असतो. प्रसूतीच्या वेळेस त्याचा आकार एखाद्या नरसाळ्यासारखा होतो. आणि प्रत्येक कळेबरोबर बाळाचं डोकं त्या नसराळ्यातून खाली-खाली, योनिमार्गाच्या दिशेनं ढकललं जातं. अगदी अपंग स्त्रियांच्या प्रसूतीच्या वेळेसही असंच घडतं. त्यासाठी त्या आईला कोणताही प्रयत्न करावा लागत नाही.

दरम्यान, गर्भाशयाचं मुख – सर्व्हिक्स – हळूहळू नरम पडून शिथिल बनू लागतं. हेच सर्व्हिक्स गर्भारपणात इंचभर जाडीचं, स्नायू आणि स्नायुबंधांनी बनलेलं, सिलिंडरच्या आकाराचं, गर्भमुख बंद करणारं झाकण म्हणून काम करत असतं. गर्भाच्या डोक्याच्या भारामुळे हेच सर्व्हिक्स ताणलं जाऊन हळूहळू कागदाएवढं पातळ बनतं. या प्रक्रियेला 'इफेसमेंट' (पुसून टाकण्याची प्रक्रिया) म्हटलं जातं. तिथे एक छोटंसं, गोल भोक दिसू लागतं आणि प्रत्येक कळ आली की, ते आणखी रुंद होऊ लागतं. बाळाच्या डोक्यातून घट्ट बसणारा शर्ट खेचून काढावा, तशी ती प्रक्रिया वाटते. अखेरीस येणाऱ्या वेणांमुळे (गर्भाशयाच्या आकुंचन-प्रसरणामुळे) ह्या सर्व्हिक्सचं तोंड चार इंच फाकतं. म्हणजेच दहा सेंटिमीटर एवढं फाकतं. बाळाच्या कपाळाच्या रूंदीएवढं ते फाकतं. ते असं फाकल्यानंतरच बाळाचं

डोकं त्यातून बाहेर येऊ शकतं. त्यामुळे या सर्व्हिक्सच्या रुंदीवरच बाळाचा जन्म अवलंबून असतो. दोन ते तीन सेंटिमीटर रुंदी असते, तेव्हा कळांची सुरुवात असते. अजून प्रसूतीसाठी खूपच वाट पाहावी लागणार असते. चार ते सात सेंटिमीटर रुंदी झाली की, कळांचा जोर वाढलेला असतो. त्या वेळेस खऱ्याखुऱ्या कळा येऊ लागतात. कधी-कधी गर्भाभोवतीची गर्भजलानं भरलेली पिशवी या दाबामुळे फुटते आणि स्वच्छ गर्भजल जोरानं बाहेर पडतं. यानंतर कळांची तीव्रता आणखी वाढते.

सर्व्हिक्सचं भोक सात सेंटिमीटरपासून दहा सेंटिमीटर होतं, तेव्हा त्याला स्थित्यंतराचा काळ म्हणतात. त्या वेळेस कळांची तीव्रता पराकोटीला पोचलेली असते. गर्भाशयाच्या या आकुंचन-प्रसरणामुळे बाळाचं डोकं योनिमार्गाकडे आणि गर्भाशयाच्या सर्वांत अरुंद अशा हाडांनी वेढलेल्या भागाकडे ढकललं जातं. ओटीपोट पुढपासून मागपर्यंत यापेक्षा, डावीकडून उजवीकडे अधिक रुंद असते. त्यामुळे जर बाळाच्या डोक्याच्या सर्वांत रुंद भागाकडून – कपाळाकडून – ओटीपोटाच्या रुंद बाजूनं बाळ बाहेर आलं, तर प्रसूती सर्वांत सुलभ जाते. प्रथम टाळूचा भाग दिसू लागतो. आईला कुंथण्याची तीव्र इच्छा वाटू लागते. मग डोकं बाहेर येतं. त्यानंतर खांदे बाहेर येतात आणि बघता बघता श्वासोच्छवास करणारं, रडणारं बाळ जगात प्रवेश करतं. त्यानंतर नाळ कापण्यात येते. गर्भाशयाच्या अंत:त्वचेला चिकटलेली वार (placenta) सुटी होते आणि नाळेला थोडासा हिसका दिला आणि मातेनं थोडासा जोर लावला की, वार बाहेर पडते. तत्क्षणी गर्भाशय आपोआपच आकुंचन पावून, स्नायूंचा करकचून आवळलेला एक चेंडू बनतो. तशा आकुंचन पावलेल्या स्नायूंमुळे गर्भाशयाच्या आंतरत्वचेवरच्या प्रसरण पावलेल्या आणि रक्ताळलेल्या शिरांमधला रक्तस्राव थोपवला जातो. सर्वसाधारणपणे मातेच्या स्तनांमधून ताबडतोब कोलॉस्ट्रम (खूप प्रथिनं असलेलं घट्ट दूध-म्हशीच्या अशा प्रारंभीच्या दुधाला चीक म्हणतात) स्रवू लागतं आणि नवागत बाळ स्तनपान करू शकतं.

परंतु सारं काही निर्विघ्नपणे पार पडलं, तरच असं घडू शकतं. कोणत्याही टप्प्यावर या प्रक्रियेत काहीतरी विघ्न उभं राहू शकतं. हजारो वर्षं मुलाचा जन्म हे तरुण मातांच्या आणि अर्भकांच्या मृत्यूचं प्रमुख कारण धरलं जात होतं. शिरांमधून प्रचंड प्रमाणात रक्तस्राव सुरू राहणं, हा धोका प्रसूतीनंतर उद्‌भवू शकतो. प्लासेंटा (वार) फाटू शकतो किंवा सुटा होऊ शकतो किंवा प्रसूतीनंतर त्याचा काही भाग गर्भाशयाच्या अंत:त्वचेलाच चिकटून राहू शकतो. असं झालं की, भीषण प्रमाणात रक्तस्राव होऊ लागतो किंवा प्रसूतीनंतर गर्भाशय आकुंचन पावतच नाही. असं झालं, तरीसुद्धा गर्भाशयाचे उघड्या जखमांचे भाग आणि ताणून फुटलेल्या शिरा

यांतून रक्तस्राव होतच राहतो आणि अखेरीस आई मरण पावते. कधीकधी प्रसववेदनांच्या वेळेस गर्भाशयच फाटतो.

याखेरीज जंतुसंसर्गाचा धोका असतोच. एकदा का गर्भजलाची पिशवी फुटली की, तासागणिक गर्भाशयात रोगजंतूंचा प्रवेश होण्याची शक्यता वाढते. एकोणिसाव्या शतकात सेमेलविसच्या लक्षात आलं की, बरेचदा डॉक्टरांच्या द्वारेच जंतुसंसर्ग फैलावतो. कारण ते सुईणींपेक्षा, जंतुसंसर्ग झालेल्या जास्त बाळंतिणींना तपासत असत आणि हात न धुता, त्याच हातांनी निरोगी बाळंतिणींनासुद्धा तपासत असत. त्यामुळे जंतुसंसर्ग फैलावून गर्भार मातेच्या पोटातला गर्भ आणि त्याची आई दोघेही बरेचदा मृत्युमुखी पडत असत. प्युर्पेरल फीवरनं (बाळंतरोगानं) प्रतिजैविकांपूर्वीच्या जमान्यात अनेक बाळंतिणी मृत्युमुखी पडत. बाळंतपणात मृत्यू पावण्याचं तेव्हाचं तेच प्रमुख कारण होतं. आजसुद्धा जर गर्भपिशवी फुटल्यानंतर चोवीस तासांच्या आत आई प्रसूत झाली नाही, तर ४० टक्के वेळा तिला जंतुसंसर्ग होतो.

सर्वांत मुख्य धोका उद्‌भवतो प्रसूती अडल्यामुळे – बाळ बाहेर पडण्यात अडचण उद्‌भवल्यामुळे! बाळ एक तर खूप मोठं तरी असतं आणि गर्भारपणाचे चाळीस आठवडे उलटून गेल्यानंतर ती शक्यता भरपूरच असते किंवा मातेचं ओटीपोट खूप लहान तरी असतं. ड जीवनसत्त्व आणि कॅल्शियम अपुऱ्या प्रमाणात मिळालं की, हटकून मुडदूस (रिकेट्स) होतो आणि ही शक्यता वाढते. कधीकधी मूल आडवं येतं. अशा वेळेस बाळाचा फक्त हातच बाहेर येतो. कधीकधी मूल ढुंगणाकडूनच बाहेर येतं. त्याचे पाय छातीशी असतात आणि ते अडकून बसतं. कधीकधी ते पायाळू असतं. पाय प्रथम बाहेर येतात, परंतु छातीचा भाग बाहेर येऊ शकत नाही आणि हात डोक्याच्या वर अडकलेले असतात. कधीकधी ते डोक्याकडून बाहेर येतं, परंतु तरीही अडकतं, कारण त्याचं डोकं उलट्या बाजूनं बाहेर येत असतं. कधीकधी बाळाचं डोकं बाहेर आलं, तरी त्याचे खांदे आईच्या ओटीपोटातल्या योनिमार्गावरील हाडांमागे अडकून असतात.

यांपैकी कोणतीही घटना धोक्याची असते – जेव्हा बाळ अडकून राहतं, तेव्हा त्याला रक्त आणि प्राणवायू पुरवणारी नाळ अडकते किंवा दाबली जाते आणि त्यामुळे बाळ गुदमरतं. कधीकधी आईला अनेक तास प्रसूतिवेदना होत राहतात, तरीही ती प्रसूत होत नाही आणि आई आणि तिच्या पोटातलं बाळ दोघेही मरण पावतात. उदाहरण द्यायचं, तर १८१७ साली वेल्सची प्रिन्सेस शार्लट, चौथ्या जॉर्जची एकवीस वर्षांची मुलगी चार दिवस प्रसूतिवेदना सहन करत होती. तिचं नऊ पौंडाचं बाळ आडवं आलं होतं आणि त्याचं डोकं तिच्या ओटीपोटाच्या मानानं फार मोठं होतं. पन्नास तास प्रसूतिवेदना सोसल्यावर ते अखेरीस बाहेर आलं परंतु ते मृतावस्थेत होतं. सहा तासांनी शार्लटसुद्धा मरण पावली, कारण तिला भीषण

प्रमाणात रक्तस्राव झाला होता. ती जॉर्जची एकमेव अपत्य असल्यामुळे, तिच्या मृत्यूनंतर राजगादी चौथ्या जॉर्जच्या भावाकडे गेली आणि त्यानंतर त्याच्या पुतणीकडे गेली. अशा प्रकारे व्हिक्टोरिया राणी बनली.

सुईणी आणि डॉक्टर्स यांनी अशा आपत्तींमधून मार्ग काढण्यासाठी अनेक युक्त्या-प्रयुक्त्या शोधून काढल्या आहेत आणि त्यांचे हे कल्पक प्रयत्न प्रसूतिशास्त्रातल्या कल्पकतेचा इतिहास बनले आहेत. आईचे प्राण वाचवण्यासाठी पहिल्या प्रथम यशस्वीरीत्या वापरल्या गेलेल्या कल्पक हत्याराला 'क्रोचेट' किंवा 'क्रॉनिओक्लास्ट' म्हणत. हे एक लांब आणि धारदार टोकांचं, पक्ष्यांच्या पंजांसारखे आकडे असलेलं आयुध आहे. अगदी प्रचंड धोका उद्भवला असता, निदान मातेचे तरी प्राण वाचवता यावेत, म्हणून सुईणी किंवा डॉक्टर्स त्या चिमट्यानं पोटातल्या गर्भाची कवटी फोडून तो गर्भ बाहेर खेचून काढायचे.

बाळ आणि बाळंतीण, दोघांना वाचवण्याच्या विविध युक्त्या शोधून अनेक डॉक्टरांनी आणि सुईणींनी दिगंत कीर्ती मिळवली आहे. उदाहरणार्थ लव्हसेटनं शोधलेली रीत डोक्यावर हात अडकून ढुंगणाकडून बाहेर येऊ पाहणाऱ्या बाळासाठी वापरली जाते. या पद्धतीत तुम्ही बाळाला ढुंगणाकडून पकडून बाजूला वळवता आणि आत हात घालून त्याचा हात छातीवरून खाली आणि त्यानंतर बाहेर आणता. जर ढुंगणाकडून बाहेर येऊ पाहाणाऱ्या बाळाचे हात बाहेर आले, पण डोकं अडकून राहिलं, तर Mariceau-Smellie-Veit ही क्लृप्ती वापरतात. तुम्ही बाळाच्या तोंडात बोट घालून, त्याला जोर लावून खाली खेचू शकता आणि त्याच वेळेस डोक्याला योग्य मार्गानं खाली आणू शकता.

ज्या बाळाचं डोकं बाहेर आलंय, परंतु खांदे अडकून राहिलेत, असं बाळ लगेच बाहेर काढलं गेलं नाही, तर पाच ते सात मिनिटांत ते गुदमरतं. कधीकधी डॉक्टरनं आईच्या योनिमार्गाच्या हाडाच्या वर मुठीचा दाब देऊन खाली ढकललं, तर बाळाचा अडकलेला खांदा सुटा होऊ शकतो. तसं करता आलं नाही, तर - वुड्स कॉर्क स्क्रू हे कौशल्य असतोच. त्यात तुम्ही आत हात घालता, बाळाच्या खांद्याची पुढली बाजू घट्ट पकडता आणि त्याला मागे ढकलून बाळाला बाहेर काढता रुबिन कौशल्य नावाची आणखी एक पद्धत आहे. त्यात तुम्ही अडकलेल्या खांद्याची मागची बाजू पकडून ती बाळाच्या छातीच्या बाजूला ढकलता आणि अडकलेला खांदा सोडवता. मॅकरॉबर्ट कौशल्य नावाची आणखी एक पद्धत आहे. यात तुम्ही आईचे पाय जोरानं तिच्या पोटापर्यंत वाकवून उचलून घेता, त्यामुळे तिच्या योनिमार्गाजवळचं हाड वर उचललं जातं आणि बाळाचा त्याखाली अडकून बसलेला खांदा सुटा होतो. आणखी एक पद्धत आहे, परंतु कोणीही त्याची जबाबदारी स्वीकारायला तयार होत नाही. असं असलं, तरी ऐतिहासिक काळापासून.

ही पद्धत वापरल्यामुळे, अनेक बाळांचे प्राण वाचवता आले आहेत. यात तुम्ही गळ्याजवळची बाळाची हाडं (कॉलरबोन्स) मोडता आणि बाळाला बाहेर खेचून काढता.

असे अनेक प्रकार आहेत आणि जरी त्यामुळे असंख्य बाळांची आयुष्यं वाचलेली असली, तरी बरेचदा त्यामुळे अपयशसुद्धा पदरी पडलं आहे. प्राचीन काळापासून अडकलेल्या बाळाला बाहेर काढण्यासाठी शस्त्रक्रिया उपयुक्त आहे, हे ज्ञात होतं. इ.स. पूर्वी सातव्या शतकात रोममध्ये जो कायदा होता, त्यानुसार मृत बाळंतिणीचं पोट फाडून मूल बाहेर काढेपर्यंत (ते वाचलं असेल, अशा आशेपोटी), तिचं दफन करायला परवानगी दिली जायची नाही. १६१४ साली पंचम पोप पॉलनं अशा प्रकारचाच नियम घातला आणि असं मूल जिवंतपणे बाहेर काढता आलं, तर त्याला बाप्तिस्मा द्यावा, असं नमूद केलं. परंतु जिवंत आईचं सिझेरियन करण्याला, इतिहासात प्रदीर्घ काळापर्यंत गुन्हा समजलं जात होतं, कारण तसं केल्यामुळे जवळजवळ प्रत्येक वेळी माता अतिरिक्त रक्तस्राव आणि जंतुसंसर्गामुळे मरण पावायची आणि बाळाआधी तिचा जीव वाचण्याला प्राधान्यक्रम दिला जायचा. (सिझेरियन शस्त्रक्रिया हा शब्द सीझरच्या जन्मकथेवरून आला असावा. सीझरची आई ऑरेलिया हिचं पोट फाडून सीझरला बाहेर काढलं, अशी आख्यायिका आहे. परंतु इतिहासकार या गोष्टीला कपोतकल्पित समजतात; कारण सीझरच्या जन्मानंतर ऑरेलिया दीर्घ काळ जिवंत राहिली.) एकोणिसाव्या शतकाच्या उत्तरार्धात ॲनेस्थेसिया (भूल देणं) आणि अँटिसेप्टिक (रोगजंतूंना प्रतिबंध) या गोष्टी विकसित झाल्यावर आणि विसाव्या शतकाच्या प्रारंभी दुहेरी थरावर टाके घालण्याचं तंत्र विकसित झाल्यावर, फाडून उघड्या केलेल्या गर्भाशयातून अतिरिक्त रक्तस्राव होणं थांबलं आणि सिझेरियन शस्त्रक्रियेच्या पर्यायाचा वापर होऊ लागला. असं असूनही त्याबद्दल विशेष अनुकूल मत नव्हतं. त्यामागचं कारण होतं की, त्याहूनही श्रेयस्कर पर्याय उपलब्ध होता : तो म्हणजे प्रसूतीसाठी फॉरसेप्स (चिमटा) वापरण्याचा.

फॉरसेप्सची कथा जेवढी असाधारण आहे, तेवढीच ती व्यथित करणारीसुद्धा आहे! त्याचं कारण असं आहे, की जीव वाचवण्यासाठी उपयुक्त अशी ही कल्पना, शतकाहून अधिक काळ गुप्त ठेवण्यात आली होती. पीटर चेंबरलेन (१५७५-१६२८) ह्या आद्य **फ्रेंच ह्यूगनॉटनं*** फॉरसेप्स या उपकरणाची सर्वांत आधी

---

* French Huguenot : जॉन काल्व्हिनच्या प्रेरणेनं, १६ व १७व्या शतकात फ्रान्समधील प्रोटेस्टंट चर्चची स्थापना झाली. त्याच्या अनुयायांना फ्रेंच ह्यूगनॉट्स म्हणतात. १७व्या शतकाच्या अखेरीस त्यांचा फ्रान्समध्ये छळ होऊ लागल्यामुळे, जवळजवळ ५ लाखहून अधिक प्रोस्टेस्टंट इतर देशात स्थलांतरित झाले.

निर्मिती केली. लंडनमध्ये प्रसूतितज्ज्ञ म्हणून ह्यूगनॉट्सच्या अनेक पिढ्यांनी काम केलं. पीटर चेंबरलेन हा त्यातला आद्य ह्यूगनॉट होता. फॉरसेप्स हे सॅलड उचलण्यासाठी जो चिमटा वापरतात, तसंच दिसतं. हा धातूचा लांब चिमटा असतो आणि त्याची दोन पाती बाळाच्या डोक्याभोवती चपखलपणे बसतील, अशा आकाराची असतात. त्याचे दांडे मधोमध असलेल्या एका खिळ्यानं एकत्र जोडलेले असतात. काळजीपूर्वक बाळाच्या डोक्याभोवती हा चिमटा बसवून बाहेर खेचलं की, अडकलेलं बाळ सहजपणे बाहेर काढता यायचं आणि बाळ आणि माता या दोन्ही वाचवू शकेल, असं हे पहिलंच साधन होतं. चेंबरलेन कुटुंबीयांना कळलं होतं की, त्यांनी कोणतातरी अत्यंत महत्त्वाचा शोध लावला आहे आणि त्यांनी ही गोष्ट कुटुंबापुरतीच सीमित आणि गुप्त ठेवण्याचा चंग बांधला. जेव्हा केव्हा अडलेल्या बाळंतिणीला सोडवण्यासाठी त्यांना बोलावलं जायचं, तेव्हा ते प्रत्येकाला खोलीबाहेर काढायचे आणि आईच्या कमरेखालचा भाग चादरीनं किंवा ब्लँकेटनं झाकून टाकायचे. त्यामुळे काय चाललं असें, हे तिलासुद्धा दिसायचं नाही. ही गोष्ट त्यांनी तीन पिढ्या एवढ्या कालखंडासाठी कुटुंबापुरतीच सीमित आणि इतरांपासून गुप्त ठेवली. १६७० साली या कुटुंबातील तिसऱ्या पिढीतल्या ह्यू चेंबरलेननं ह्या चिमट्याची कल्पना फ्रेंच सरकारला विकायचा प्रयत्न केला, परंतु त्याला यश आलं नाही. त्याच्या आयुष्याच्या अखेरच्या काळात त्यानं हे गुपित ॲमस्टरडॅममधल्या रॉजर रूनह्वेसेन या प्रसूतितज्ज्ञापुढे उघड केलं. त्यानं हे गुपित पुढली साठ वर्षं फक्त त्याच्या कुटुंबातच लपवून ठेवलं. अठराव्या शतकाच्या मध्यापर्यंत कुणालाही त्याबद्दल गंधवार्ताही लागली नाही. परंतु एकदा याची बातमी फुटल्यावर त्याचा सर्वत्र वापर होऊ लागला. १८१७ साली प्रिन्सेस शार्लटला प्रसूतीला त्रास झाला, तेव्हा तिच्या प्रसूतितज्ज्ञावर, सर रिचर्ड क्रॉफ्टवर, भरपूर टीका झाली, कारण त्यानं फॉरसेप्सचा वापर केला नव्हता. ती मरण पावल्याबद्दल त्याला इतकं दुःख झालं की, तिच्या मृत्यूनंतर काही दिवसांतच त्यानं स्वत:तर गोळी झाडून आत्महत्या करून घेतली.

विसाव्या शतकाच्या प्रारंभापर्यंत प्रसूतिसंदर्भातल्या समस्यांचं बहुतांशी निराकरण झालेलं होतं. सुखरूपणे प्रसूती व्हावी, म्हणून डॉक्टर्स अनेक उपाय योजू लागले होते : जंतुनाशकांचा वापर, फॉरसेप्स, रक्त देणं, ॲर्गाट नावाचं कळा सुरू करणारं आणि प्रसूतीनंतर गर्भाशयाचं आकुंचन करणारं औषध (गर्भाशयाच्या आकुंचनामुळे अतिरिक्त रक्तस्राव थोपवला जायचा), आणि गंभीर परिस्थितीत सिझेरियन! १९३० सालापर्यंत शहरातल्या अनेक स्त्रिया, घरी सुईणींची मदत घेण्याऐवजी हॉस्पिटलमध्ये डॉक्टरांच्या देखरेखीखाली प्रसूत होणं पसंत करू लागल्या.

परंतु १९३३ साली, न्यूयॉर्क ॲकॅडेमी ऑफ मेडिसिन यांनी एक धक्कादायक

अहवाल प्रसिद्ध केला की, न्यूयॉर्क शहरात प्रसूतीच्या वेळेस, २०४१ बाळंतिणी मरण पावल्या होत्या. हे संशोधन करणारे लोक म्हणाले, की त्यांच्या पाहणीनुसार यातले निदान दोन तृतीयांश मृत्यू टाळता आले असते. या आधीच्या दोन दशकांमध्ये, आयांच्या मृत्यूच्या प्रमाणात काहीही घट झालेली नव्हती आणि नवागत अर्भकं मृत्युमुखी पडण्याचं प्रमाण तर वाढलंच होतं. हॉस्पिटलमध्ये जाऊन काहीच फायदा झालेला दिसत नव्हता. स्त्रियांनी घरीच बाळंत होणं श्रेयस्कर दिसत होतं. हे संशाधन करणारे लोक स्तिमित झाले होते, कारण अनेक डॉक्टर्सना ते स्वत: काय करत होते, याबद्दल काहीही समजत नव्हतं. अतिरिक्त रक्तस्त्रावाचा धोका आणि उपचार करयाजोग्या अनेक समस्या त्यांना समजतच नव्हत्या. ते जंतुसंसर्ग टाळण्यासाठीचे प्राथमिक नियमही पाळत नव्हते. फॉरसेप्सचा चुकीचा वापर करून ते स्त्रियांना इजा करत होते आणि जंतुसंसर्गानं दूषित करत होते. व्हाइट-हाऊसनं यासारखाच राष्ट्रीय अहवाल प्रसिद्ध केला. डॉक्टरांपाशी योग्य उपकरणं होती, परंतु अशी उपकरणं जवळ नसलेल्या सुईणी त्यांच्यापेक्षा अधिक चांगलं काम करत होत्या.

ह्या दोन अहवालांमुळे आधुनिक प्रसूतिशास्त्र एका गंभीर निर्णायक टप्प्यावर येऊन पोचलं. या क्षेत्रातल्या तज्ज्ञांनी असाधारण कल्पकता दाखवली होती. त्यांनी प्रसूतिसंदर्भातल्या अनेक समस्या दूर करण्यासाठी ज्ञान मिळवलं होतं आणि उपकरणं शोधून काढली होती. तरीसुद्धा, मिळवलेलं हे ज्ञान आणि शोधलेली उपकरणं अत्यंत अपुरी ठरली होती. जर **फ्रेनॉलॉजी** (माणसाच्या कवटीचं निरीक्षण करून आणि हातानं चाचपून, त्या माणसाच्या मानसिकतेचा अंदाज बांधण्याची प्रक्रिया) किंवा **ट्रेपॅनिंग** (मेंदूच्या भागांना होणाऱ्या रोगांवर उपाय करण्यासाठी कवटीला बारीक छिद्र पाडण्याची प्रक्रिया)प्रमाणे प्रसूतिशास्त्रही घसरणीला लागायला नको असलं, तर त्यासाठी वेगळ्या प्रकारची कल्पकता वापरणं गरजेचं होतं. मूल जन्माला येताना करण्याच्या सर्व गोष्टींचं प्रमाणीकरण करणं गरजेचं होतं.

ह्या नंतर पंच्याहत्तर वर्षांनी, वैद्यकशास्त्रानं प्रसूतिशास्त्राचा जो कायापालट घडवला आहे, तो स्तिमित करणारा आणि घाबरवून टाकणारासुद्धा आहे. आज ९० टक्क्यांपेक्षा जास्त वेळा, गर्भाच्या हृदयाच्या ठोक्यांकडे इलेक्ट्रॉनिक माध्यमातून लक्ष ठेवलं जातं. ८० टक्के वेळा शिरेतून द्राव दिला जातो. तीन चतुर्थांश प्रसूतींच्या वेळेस एपिड्यूरल (मणक्यात इंजेक्शन देऊन कमरेखालचा भाग बधिर करणं) ॲनेस्थेसिआ दिला जातो. कळा भरभर याव्यात, म्हणून औषधं दिली जातात. (आजची पसंती ergot या औषधाला नसून Pitocin या औषधाला आहे. कळा सुरू करणाऱ्या नैसर्गिक हॉर्मोनची ही रासायनिक प्रतिकृती आहे.) ही औषधं

निदान निम्म्या वेळेस दिली जातात. आज अमेरिकेत ३० टक्के प्रसूतींसाठी सिझेरियन शस्त्रक्रिया केली जाते आणि हे प्रमाण वाढतच चाललेलं आहे. प्रसूतिशास्त्र संपूर्णत: बदललं आहे आणि त्याबरोबरच अपत्यजन्माची प्रक्रियासुद्धा बदलून गेली आहे.

दाखल करून घेणाऱ्या कर्मचाऱ्यानं एलिझाबेथ रुर्केला आणि तिच्या नवऱ्याला एका छोट्या प्राथमिक तपासणीच्या खोलीत नेलं. प्रसूतिकक्षातल्या एका नर्सनं तिच्या कळांमधलं अंतर मोजलं. कळा खरोखरच पाच-पाच मिनिटांच्या अंतरानं येत होत्या. त्यानंतर तिनं रुर्केच्या गर्भाशयाच्या मुखाची तपासणी करून त्याचं प्रसरण आणि रुंदी मोजली. बारा तास कळा सोसल्यावर ही रुंदी निदान सात ते आठ सेंटिमीटर असेल, असं रुर्केला वाटत होतं. प्रत्यक्षात ती रुंदी अवघी दोन सेंटिमीटर होती.

ही नाउमेद करणारी बातमी होती. तिच्या प्रसूतीला अजून भरपूर वेळ लागणार होता. ही तर नुसती सुरुवात होती. त्या नर्सनं तिला परत घरी पाठवून देण्याचा विचार केला होता. परंतु विचारान्ती तिनं तिला दाखल करून घ्यायचं ठरवलं. प्रसूतिकक्षात नर्सेसच्या कक्षाभोवती, घोड्याच्या नालाच्या आकारात बसवलेल्या, रुग्णांसाठीच्या बारा खोल्या होत्या. हॉस्पिटल्सच्या दृष्टीनं प्रसूतिकक्ष पैसे मिळवून देणारा किफायतशीर कक्ष असतो. जर प्रसूत होणाऱ्या आयांना तिथला अनुभव सुखद वाटला, तर त्या हॉस्पिटलवर त्यांची वर्षानुवर्ष निष्ठा राहते. त्यामुळे प्रसूतिकक्षातल्या खोल्या शक्य तेवढ्या सुखकारक आणि अगत्यशील वाटाव्यात, असा प्रयत्न केला जातो. खरं तर त्या खोल्या उपचार आणि शस्त्रक्रियेसाठीच तयार केलेल्या असतात. प्रत्येक खोलीत सुखद प्रकाश, खिडक्यांवरचे आकर्षक पडदे, नातेवाईकांसाठी सुखद खुर्च्या, तापमान हवं तसं ठेवण्याची सुविधा यांसारख्या सुखसोयी पुरवलेल्या असतात. रुर्केच्या खोलीत तर जॅकुझीसुद्धा होती. पुढले अनेक तास तिनं रबरी सीटवर बसून टबमध्ये काढले. अधूनमधून ती हॉलमध्ये फेऱ्यासुद्धा मारत होती, कळा आल्यावर थांबत होती.

रात्रीचे साडेदहा वाजल्यानंतर कळांची तीव्रता वाढली. त्या दर दोन मिनिटांनी येऊ लागल्या. तिच्या प्रसूतितज्ज्ञाच्या गटातला जो डॉक्टर तिथं उपस्थित होता, त्यानं तिची तपासणी केली. तिचं सर्व्हिक्स (गर्भाशयाचं मुख) अजूनही अवघ्या दोन सेंटिमीटर रुंदीचंच राहिलं होतं. ते आणखी रुंद होतच नव्हतं.

त्या डॉक्टरनं तिच्यापुढे दोन पर्याय ठेवले. तिला पिटोसिन हे औषध देऊन, सर्व्हिक्स रुंदावण्याची प्रक्रिया सुरू करता आली असती किंवा ती घरी जाऊ शकली असती आणि खऱ्याखुऱ्या कळा येऊ लागल्यावर परतू शकली असती. रुर्केला

औषध घ्यायचा पर्याय पसंत नव्हता, म्हणून मध्यरात्रीला ती आणि तिचा नवरा घरी परत गेले.

परंतु घरी पोचताक्षणी तिच्या लक्षात आलं की, तिनं चुकीचा निर्णय घेतला होता. तिला वेदना सहन होत नव्हत्या. तिचा नवरा पलंगावर आडवा होऊन गाढ झोपी गेला होता आणि तिला एकटीला ह्या कळा काढणं सहन होत नहतं. आपण मूर्ख दिसू नये, म्हणून तिनं आणखी अडीच तास कसाबसा दम धरला. त्यानंतर तिनं क्रिसला उठवून हॉस्पिटलचा रस्ता धरला. पहाटे अडीच वाजता, नर्सनं तिला पुन्हा एकदा तपासलं. रुर्केच्या हातात अजूनही हॉस्पिटलचाच बिल्ला अडकवलेला होता. प्रसूतितज्ज्ञानंसुद्धा तिला पुन्हा एकदा तपासलं. आता सर्व्हिक्सची रुंदी चार सेंटिमीटर झालेली होती. आता कळांचा परिणाम दिसू लागला होता.

परंतु रुर्केच्या इच्छाशक्तीला मात्र ओहोटी लागू लागली होती. कळा यायला लागून आता बावीस तास उलटून गेले होते आणि झोपेचा अभाव आणि वेदना, यांमुळे ती अगदी थकून गेली होती. वेदना कमी व्हाव्यात, म्हणून तिनं न्यूबिअन नावाचं अमली औषध घेऊन पाहिलं, त्याचाही परिणाम झाला नाही, तेव्हा ती खचून गेली आणि तिनं एपिड्यूरलची मागणी केली. भूलतज्ज्ञ खोलीत आला. त्यानं तिला त्याच्याकडे पाठ करून अंथरुणावर बसायला सांगितलं. तिच्या पाठीच्या कण्यावर जंतुनाशकाचा ओला, थंड बोळा फिरलेला तिला जाणवला. सुईचं दडपण जाणवलं आणि सुई आत गेल्यावर पायापर्यंत गेलेली सणक जाणवली. त्या सुईतून डॉक्टरनं तिला कमरेपासूनखालचा भाग बधिर करणारं औषध दिलं आणि बधिरपणा आल्यामुळे तिला कळा जाणवेनाशा झाल्या. त्यानंतर तिचा रक्तदाब खाली गेला. एपिड्यूरलचा असा परिणाम होतो, हे सर्वज्ञात आहे. डॉक्टरांनी तिला शिरेतून द्राव द्यायला सुरुवात केली आणि तिचा आणि बाळाचा रक्तदाब वाढवण्यासाठी एफेड्रिनची इंजेक्शन्स दिली. तिचा रक्तदाब योग्य पातळीवर स्थिर करायला पंधरा मिनिटं प्रयत्न करावे लागले. परंतु मॉनिटरवरून कळत होतं की, सारा वेळ बाळाच्या हृदयाच्या ठोक्यांचा वेग योग्य पातळीवरच राहिलेला होता – मिनिटाला १५० ठोके. उपचार करणारे सारे जण पांगले आणि पहाटे चार वाजता रुर्के झोपी गेली.

पहाटे सहा वाजता प्रसूतितज्ज्ञ पुन्हा तिला तपासायला आला आणि अजूनही तिच्या सर्व्हिक्सची रुंदी फक्त चार सेंटिमीटरच राहिली आहे, हे ऐकून रुर्के आणखीच नाउमेद झाली. वैद्यकीय उपचारांशिवाय प्रसूत होण्याची तिची जिद्द आणखी कमी झाली. तिनं शिरेतून पिटोसिन घ्यायला होकार दिला. आता कळांचा जोर वाढला. सकाळी साडेसात वाजता तिच्या सर्व्हिक्सची रुंदी सहा सेंटिमीटर झाली होती. ही खरीखुरी प्रगती होती. रुर्के हरखून गेली. तिनं आणखी विश्रांती

घेतली. तिची ऊर्जा पुन्हा परत येऊ लागली होती. आणखी काही तासांतच अखेरच्या वेणा येतील, असं तिला खरोखरच वाटू लागलं होतं.

सकाळ झाल्यावर ॲलेक्झांड्रा पेसी ही नवी प्रसूतितज्ज्ञ कामावर आली. तिनं नर्सेस बसतात, तिथल्या प्रत्येक आईच्या तक्त्यावर नजर टाकली. सर्वसाधारण दिवशी सकाळी एका खोलीतली आई अखेरच्या वेणा देत असते, तर दुसऱ्या खोलीतली आई औषधाच्या मदतीनं कळांची तीव्रता वाढवू पाहात असते. आणखी एका खोलीतल्या आईचं बाळ अजून खाली उतरलेलं नसतं, ती नुसतीच वाट पाहत असते. रुर्केच्या तक्त्यावर लिहीलं होतं : "G2P0 41.2 wts pit +6/100/-2". याचाच अर्थ असा, दोनदा गर्भार, अजून एकही मूल जन्मलेलं नाही (रुर्केची यापूर्वी दोन मिसकॅरेजेस – गर्भपात – झाले होते), गर्भार राहून एक्केचाळीस आठवडे आणि दोन दिवस झाले होते. तिला पिटोसिन दिलं जात होतं. तिचं सर्व्हिक्स सहा सेंटिमीटर रुंद झालं होतं आणि पूर्णत: नरम आणि पातळ झालेलं होतं. बाळ 'निगेटिव्ह टू' या जागी होतं. म्हणजे बाळाचं डोकं दिसायला बाळाला अजून सात सेंटिमीटर खाली उतरावं लागलं असतं.

पेसी रुर्केच्या खोलीत गेली आणि तिच्याकडे पाहणारी प्रसूतितज्ज्ञ म्हणून तिनं स्वत:ची ओळख करून दिली. पेसी बेचाळीस वर्षांची होती आणि तिनं दोन हजारांहून जास्त प्रसूतींवर काम केलेलं होतं. ती जेवढी कार्यक्षम, तेवढीच सौहार्दपूर्ण वाटत होती. तिनं सुईणीच्या मदतीनं स्वत:ची मुलं जन्माला घातली होती. रुर्केची तिच्याशी तार जुळली.

रुर्केच्या कळा वाढाव्यात, म्हणून पेसीनं आणखी तीन तास वाट पाहिली. सकाळी साडेदहा वाजता तिनं रुर्केला पुन्हा तपासलं आणि तिचा चेहरा सचिंत झाला. अजूनही सर्व्हिक्स फक्त सहा सेंटिमीटर रुंदीचंच होतं. बाळसुद्धा आणखी खाली उतरलेलं नव्हतं. पेसीनं आत हात घालून बाळाची टाळू चाचपली. टाळूचा मृदू भाग कुठे होता, हे पाहून बाळाचं तोंड कुठल्या बाजूला होतं, हे बघितलं. बाळ कुशीवर वळलेलं होतं आणि अडकून राहिलेलं होतं.

कधी-कधी कळांची तीव्रता वाढवली की, बाळाचं डोकं योग्य बाजूला वळतं, आणि बाळ खाली उतरू लागतं. म्हणून हातमोजे चढवलेल्या हाताच्या बोटानं, पेसीनं रुर्केच्या गर्भजलाच्या पिशवीला भोक पाडलं. गर्भजल जोरानं बाहेर वाहून गेलं आणि ताबडतोब कळांची तीव्रता आणि वेग वाढला. परंतु बाळ मात्र जागचं अजिबात हललं नाही. त्याहूनही काळजीची गोष्ट म्हणजे प्रत्येक कळेबरोबर बाळाच्या हृदयाच्या ठोक्यांचा वेग कमी-कमी होऊ लागला. १२० वरून १००, १०० वरून ८० असा तो झपाट्यानं खाली येऊ लागला. तो पुन्हा पूर्वपदावर यायला एक मिनिटभर वेळ लागला. हा वेग खाली उतरला की, त्याचा अर्थ काय हे सांगणं

कठीण असतं. 'माल प्रॅक्टिस'चे खटले भरणारे वकील म्हणतात की, 'मदत करा', असा तो बाळाचा आक्रोश असतो. कधीकधी ते खरंही असतं. असा कमी झालेला वेग हे बाळाला अपुरा रक्तपुरवठा आणि प्राणवायू मिळत असल्याचं चिन्ह असू शकतं. कधीकधी बाळाच्या नाळेचा त्याच्या गळ्याभोवती वेढा पडत असतो किंवा ती नाळ दाबली जात असते. परंतु बरेचदा आईची कळ देऊन झाल्यावरही बाळाच्या हृदयाच्या ठोक्यांचा वेग खालीच राहिला, तरी बाळ अगदी ठीकठाक असतं. कधीकधी (आई कळ देत असताना) बाळाचं डोकं जोरात दाबलं जातं आणि त्यामुळे ठोक्यांचा वेग खाली येतो.

डॉ. पेसीला नेमकं काय कारण होतं, हे ठरवता येईना. त्यामुळे तिनं पिटोसिन देणं बंद करून कळांची तीव्रता कमी केली. तिनं रुर्केला (आणि त्यायोगे तिच्या बाळाला) नाकाला नळी लावून जादा प्राणवायू द्यायला सुरुवात केली. तिनं बाळाच्या टाळूला ओरखडा काढून त्याला त्रास दिला आणि त्याची प्रतिक्रिया म्हणून त्याच्या हृदयाच्या ठोक्यांचा वेग वाढत होता की नाही, हे बघितलं. कळ आली की, ठोक्यांचा वेग खाली येत होता, परंतु तो नेहमी पूर्ववतही होत होता. पंचवीस मिनिटांनी असे चढ-उतार व्हायचे अखेरीस थांबले. बाळाच्या हृदयाच्या ठोक्यांचा वेग, योग्य पातळीवर स्थिर राहू लागला.

पुढे काय? गेल्या पाच तासांत रुर्केचं सर्व्हिक्स आणखी तसूभरही रुंदावलं नव्हतं. बाळाचं डोकं अजूनही आडव्या स्थितीत अडकून राहिलेलं होतं. तिला कळा यायला लागून तीस तास उलटले होते आणि बाळ अजिबात जागचं हलत नव्हतं.

जगभरात दर वर्षी तेरा कोटी बाळं जन्म घेतात. त्यांपैकी चाळीस लाख बाळं अमेरिकेत जन्माला येतात. काहीही उपचार केले, तरी त्यातली काही बाळं जन्मत:च दगावतात. असं असलं, तरी डॉक्टरांना प्रचंड आत्मविश्वास वाटत असतो की, ते प्रयत्न करतील आणि त्यायोगे बाळं दगावण्याचं प्रमाण खाली आणू शकतील. १९३० सालच्या राष्ट्रीय अहवालानं जेव्हा सिद्ध केलं होतं की, प्रसूतितज्ज्ञ तसं करू शकलेले नाहीत आणि त्यांची अकार्यक्षमता हेच त्यामागचं प्रमुख कारण आहे, तेव्हा वैद्यकीय व्यवसायानं एका नव्याच धोरणाचा अवलंब सुरू केला आणि वैद्यकीय व्यावसायिकांवर कडक निर्बंध लादले. बाळांना जगात आणण्याचं काम करणाऱ्या प्रसूतितज्ज्ञांना योग्य प्रशिक्षण घेणं अनिवार्य केलं गेलं. प्रसूतीच्या वेळेस कुणी उभं राहायचं, त्यांनी कोणत्या पद्धतीनं काम करायचं, त्यांना फॉरसेप्स आणि तत्सम धोक्याची उपकरणं वापरायची परवानगी आहे किंवा नाही याबद्दल हॉस्पिटल्सनी कडक नियम कार्यान्वित केले. बाळंतपणात घडणाऱ्या मृत्यूंची, हॉस्पिटल्स आणि राज्य-अधिकाऱ्यांद्वारे कसून तपासणी केली जाऊ

लागली आणि सर्वसाधारण दर्जा न सांभाळल्यामुळे असे मृत्यू घडले होते की काय, याची कसून चौकशी होऊ लागली.

दर्जा राखण्याबाबत अशी धोरणं राबवल्यामुळे बाळंतपणात मृत्यू पावण्याचं प्रमाण खूपच खाली आलं. १९३०च्या दशकाच्या मध्याला बाळंत होणं ही स्त्रीच्या आयुष्यातली सर्वाधिक धोक्याची घटना समजली जात होती. १५० गर्भवतींपैकी एक स्त्री बाळंतपणात मृत्युमुखी पडायची. दर्जाबाबत अधिक कडक निर्बंध पाळण्यामुळे आणि पेनिसिलिनच्या आणि अन्य प्रतिजैविकांच्या शोधामुळे, १९५०च्या दशकापर्यंत बाळंतपणात स्त्री मृत्यू पावण्याचं प्रमाण ९० टक्के घटलं. आता दोन हजारांत फक्त एक स्त्री मृत्युमुखी पडू लागली होती.

परंतु नवजात अर्भकांच्या बाबतीत परिस्थिती इतकी आनंददायक नव्हती. अजूनही तिसांपैकी एक बाळ जन्मतःच मृत्युमुखी पडत होतं. ही परिस्थिती शंभर वर्षांपूर्वी होती, तशीच होती आणि त्यात बदल कसा घडवायचा, हे स्पष्टपणे उमगत नव्हतं. त्या सुमाराला, न्यूयॉर्कमध्ये काम करणाऱ्या व्हर्जिनिया अपगार नावाच्या एका स्त्री-डॉक्टरला एक नवीन कल्पना सुचली. ती अगदी सरळसोपी कल्पना होती, परंतु त्यामुळे प्रसूती आणि नवजात अर्भकाचं संगोपन यांत आमूलाग्र बदल घडून आला. प्रसूतिशास्त्रात बंडखोर विचार अपगार प्रस्थापित करू शकेल, असं कुणालाही वाटलं नसतं. गमतीची गोष्ट म्हणजे तिला स्वतःलाही मुलं झालेली नव्हती किंवा तिनं इतरांच्या प्रसूतीच्या वेळेस एकदाही मदत केलेली नव्हती.

कोलंबिया विश्वविद्यालयाच्या वैद्यकीय शाखेत १९३३ साली तिनं प्रवेश मिळवला होता आणि तिथं प्रवेश मिळवणारी ती पहिलीच स्त्री होती. तिचे वडील वेस्टफील्ड, न्यू जर्सी इथल्या एका विमा कंपनीत अधिकारी होते. ती उंचनिच होती आणि तिनं चष्मा आणि केसात बॉबी-पिन्स घातल्या नसत्या, तर ती फारच प्रभावशाली दिसली असती. तिच्या ठायी निर्भयता, आपुलकी आणि नैसर्गिक उत्साह यांचं जे आगळंवेगळं मिश्रण होतं, त्यामुळे सर्व जण तिच्याकडे आकृष्ट व्हायचे. कुणीही अडचणीत असलं, तर ती त्याच्यापाशी बसायची आणि म्हणायची, ''आईला त्याबद्दल सांग पाहू!'' परंतु त्याबरोबरच ती आपल्या कामाबद्दल अत्यंत कडक होती. ती फक्त अत्यंत कुशल व्हायोलिन-वादकच नव्हती, तर ती आपली वाद्यं स्वतःच बनवायची. वयाच्या एकोणसाठाव्या वर्षी, ती एका इंजिनाचं विमान उडवायला शिकली होती. ती रेसिडंट (निवासी डॉक्टर) म्हणून काम करत होती, तेव्हा तिनं शस्त्रक्रिया केलेला एक रुग्ण मरण पावला. त्याबद्दल जुनी आठवण सांगताना, तिचा सहकारी स्टॅन्ली जेम्स म्हणाला, ''तिच्या हातून लहान, परंतु महत्त्वाच्या रोहिणीवर चुकून चिमटा बसवला गेला की काय, अशी तिनं खूप वेळ काळजी केली. ऑटॉप्सी (मृत्यूचं कारण शोधण्यासाठीची शवतपासणी) करण्याची

परवानगी मिळाली नाही, तेव्हा ती गुपचूप शवागारात गेली आणि तिनं शस्त्रक्रियेसाठी छेद घेतलेली जागा उघडून कारण शोधण्याचा प्रयत्न केला. त्या लहानशा रोहिणीवर खरोखरच चिमटा बसवलेला तसाच राहिला होता. ती ताबडतोब शल्यविशारदाकडे गेली आणि तिनं त्याला ह्याची कबुली दिली. ती कधीही स्वत:च्या चुकीवर पांघरूण घालण्याचा प्रयत्न करायची नाही. त्यासाठी कितीही किंमत मोजावी लागली, तरी तिला सत्य जाणून घ्यायचंच असायचं!''

तिची सर्जरीतली रेसिडन्सी पूर्ण झाल्यावर, तिच्या विभागाच्या अध्यक्षांनी तिला सांगितलं की, ती कितीही निपुण असली, तरी एका स्त्री शल्यविशारदेकडे फारसे रुग्ण आकृष्ट होणं शक्य नाही. कोलंबिया विश्वविद्यालयात ॲनेस्थेसियॉलॉजिस्ट (भूलतज्ज्ञ) म्हणून प्राध्यापकीय काम करण्यासाठी त्यांनी तिचं मन वळवलं. हे पद शल्यविशारद ह्या पदापेक्षा खूपच कमी प्रतिष्ठेचं होतं. परंतु तिनं स्वत:ला मनापासून त्या कामात झोकून दिलं. भूलतज्ज्ञांच्या मंडळाकडून ॲनेस्थेसिऑलॉजिस्ट असं प्रमाणपत्र मिळवणारी ती देशातली दुसरी महिला होती. तिनं कोलंबिया विश्वविद्यालयाच्या वैद्यकीय विभागात, 'ॲनेस्थेसिया' (भूलशास्त्र) ही स्वतंत्र शाखा निर्माण केली आणि कालांतरानं ती शाखा सर्जरीएवढीच महत्त्वपूर्ण बनवली. आपल्या व्यावसायिक आयुष्यात, तिनं वीस हजारांपेक्षा जास्त रुग्णांना भूल देण्याचं काम केलं. ती नेहमीच आपल्या पर्समध्ये स्कालपेल (शस्त्रक्रियेसाठीची सुरी) आणि लांबलचक नळी बाळगायची आणि कुणाला तातडीनं श्वसनासाठी श्वासनलिकेत नळी घालण्याची वेळ उद्भवली, तर त्या गोष्टींचा वापर करायची. तिनं दहा-बारा लोकांवर त्याचा प्रयोग केला होता आणि त्यांचे प्राण वाचवले होते. ती नेहमी म्हणायची, ''योग्य असेल, तेच करा आणि तेसुद्धा त्या क्षणीच करा!''

बाळंतपणाच्या वेळेस आईला भूल देण्याचं काम करणं तिला तिच्या व्यावसायिक आयुष्यात अत्यंत प्रिय वाटायचं. नवं अर्भक जगात येताना पाहणं तिला अत्यंत आनंददायी वाटायचं. परंतु नवागतांची ज्या पद्धतीनं देखभाल केली जायची, ते मात्र तिला अतिशय भीतिप्रद वाटायचं. जी बाळं जन्मत: विकृत असायची किंवा खूपच लहान आकाराची असायची किंवा निळी पडून श्वासोच्छ्वास घ्यायची, त्यांना जन्मत:च मृत असं घोषित करून नजरेआड ठेवलं जायचं आणि तसंच मरू दिलं जायचं. अशी बाळं जगू शकणार नाहीत, असं गृहीत धरून त्यांच्यावर कोणतेही उपचार केले जायचे नाहीत. अपगारला हे पटायचं नाही, परंतु ही पद्धत बदलण्याचा तिला कोणताही अधिकार नव्हता. ती प्रसूतितज्ज्ञ नव्हती आणि पुरुषांच्या व्यावसायिक जगात ती एकमेव स्त्री होती. तिनं एक आडवळणाचा, परंतु अत्यंत प्रभावी मार्ग शोधला : तिनं एक गुणमापक तक्ता बनवला.

ह्या तक्त्याला 'अपगार तक्ता' म्हणून ओळखलं जाऊ लागलं. या तक्त्यानुसार,

नर्सेसना नवजात अर्भकाच्या प्रकृतीचं मापन, 'शून्य ते दहा' ह्या मोजपट्टीवर करावं लागलं. जर बाळ शरीरभर गुलाबी रंगाचं दिसत असेल, तर त्याला दोन गुण मिळायचे, ते नीट रडलं, तर आणखी दोन गुण मिळायचे. ते नीटपणे श्वास घेत असलं, तर आणखी दोन गुण मिळायचे. ते दोन हात आणि दोन पाय नीटपणे हलवत असलं, तर आणखी दोन गुण मिळायचे, त्याच्या हृदयाच्या ठोक्यांचा आकडा मिनिटाला शंभराहून जास्त असला, तर त्याला आणखी दोन गुण मिळायचे. असे एकूण दहा गुण मिळाले, तर ते नवजात अर्भक उत्तम तब्येतीचं आहे, असं समजलं जायचं, चार किंवा त्याहून कमी गुण मिळालेलं अर्भक 'ब्लू बेबी' समजलं जाई.

१९५३ साली प्रसिद्ध झालेल्या या तक्त्यानं खळबळ माजवली. ह्या तक्त्यामुळे, डोळ्यांनी पाहून करून घेतलेल्या प्रकृतीविषयक ग्रहाची जागा आता तुलना करतायेण्याजोग्या आकडेवारीनं घेतली. हा तक्ता भरण्यासाठी प्रत्येक बाळाच्या खऱ्याखुऱ्या प्रकृतीची काळजीपूर्वक पाहणी करणं आणि नीटपणे नोंद ठेवणं गरजेचं बनलं. भरीतभर म्हणजे, डॉक्टरांमधल्या स्पर्धेमुळे, त्यांच्या हॉस्पिटलमध्ये जन्मलेल्या बालकांचा गुणतक्ता अधिक चांगला बनवण्यासाठी त्यांच्यात चुरस लागू लागली.

जगभरात, हॉस्पिटलमध्ये जन्मलेल्या प्रत्येक बालकाची नोंद, जन्मल्याबरोबर एक मिनिटानं आणि पुन्हा पाच मिनिटांनी अपगार तक्त्यात केली जाऊ लागली. त्यामुळे लोकांना ताबडतोब उमगलं की, जन्मल्याबरोबर एक मिनिटानं अपगार तक्त्यात अगदी कमी गुण मिळवणाऱ्या बालकालासुद्धा बरेचदा जास्त प्राणवायू आणि ऊब देऊन नवचेतना देता येते आणि जगवता येतं आणि पाचव्या मिनिटाला अपगार तक्त्यात केल्या जाणाऱ्या नोंदीत त्याचीच गुणसंख्या उत्तम होऊ शकते. नवजात अर्भकांसाठीचे अतिदक्षता-विभाग सर्वत्र संस्थापित होऊ लागले. ह्या तक्त्यामुळे प्रसूतीच्या तंत्रातसुद्धा सकारात्मक बदल घडू लागले. मातेला स्पायनल आणि एपिड्यूरल ॲनेस्थसिया दिला असता जन्मणाऱ्या मुलांचे गुण, जनरल ॲनेस्थेसिया दिल्यावर जन्मलेल्या मुलांच्या गुणांपेक्षा अधिक चांगले आहेत, याची सर्वांना जाणीव झाली. प्रीनेटल-अल्ट्रासाउंड (गर्भाची सोनॉग्राफी) वापरल्यामुळे, प्रसूतीच्या वेळेस उद्‌भवू शकणाऱ्या समस्यांबद्दल आगाऊ माहिती मिळू लागली. गर्भाच्या हृदयाचे ठोके मोजण्याचा परिपाठ पडला. कालांतराने हजारो सुधारणा आणि नवे शोध लागले आणि त्यामुळे प्रसूतिसंदर्भातले उपचार (obstetrics package) तयार झाले आणि त्यामुळे नाट्यपूर्ण सुधारणा घडून आली. आज पूर्ण दिवसांनी जन्मलेल्या बाळाच्या मृत्यूचं प्रमाण पाचशेत अवघं एक आहे आणि दहा हजारातं फक्त एक आई मृत्युमुखी पडते. जर १९३० सालाप्रमाणेच आज हे

प्रमाण असतं, तर गेल्या वर्षी २७,००० माता बाळंतपणात मृत्युमुखी पडल्या असत्या (प्रत्यक्षात पाचशेहूनही कमी माता मृत्युमुखी पडल्या) आणि १,६०,००० बालकं जन्मल्याबरोबर मृत्युमुखी पडली असती (प्रत्यक्षात त्याच्या १/८ बालकं मृत्युमुखी पडली.)

इथे एक विरोधाभास दिसून येतो. व्यवसायात नवीन सुधारणा कशा घडतात, याबद्दल जर तुम्ही कोणत्याही संशोधक-डॉक्टरला प्रश्न विचारलात, तर तो तुम्हाला 'पुराव्यानं प्रमाणित' अशा वैद्यकशास्त्राबद्दल तरफदारी करताना दिसेल. कोणतीही गोष्ट, **'डबल ब्लाइंड'*** आणि **'रँडमाइज्ड कन्ट्रोल्ड'**** ट्रायलनं उपयुक्त असल्याचं सिद्ध झाल्याचं प्रमाणपत्र, संशोधन केंद्रांनी दिल्याशिवाय, त्याचा रुग्णांवर प्रयोग केला जाऊ नये, असंच त्यांचं म्हणणं असतं. परंतु १९७८ साली एक सर्वेक्षण घेऊन कोणती वैद्यकीय शाखा अशा 'संशोधन प्रमाणित' गोष्टींचा सर्वाधिक वापर करते, याबद्दल टक्केवारी लावली होती. त्यात प्रसूतिशास्त्र शेवटच्या क्रमांकावर होतं. प्रसूतिशास्त्रानं फारच थोड्या 'रँडमाइज्ड ट्रायल्स' घेतल्या होत्या आणि जेव्हा त्यांनी अशा ट्रायल्स घेतल्या होत्या, तेव्हा त्यांनी त्याच्या निष्कर्षांकडे दुर्लक्ष केलं होतं. गर्भाच्या हृदयाच्या ठोक्यांचं मापन करणाऱ्या यंत्राचंच उदाहरण घ्या. सर्वसाधारण प्रसूतिवेदनांच्या वेळेस, नर्सनं दर तासाला बाळाच्या हृदयाच्या ठोक्यांचा वेग मोजण्यापेक्षा या मॉनिटरमुळे काही विशेष फायदा होतोय, असं कोणत्याही सर्वेक्षणानं सिद्ध झालेलं नाही. वस्तुत: असे मॉनिटर्स वापरल्यामुळे बरेचदा विनाकारण सिझेरियन शस्त्रक्रिया केल्या जातात, कारण मॉनिटरवर नेहमीपेक्षा ठोक्यांमध्ये अगदी थोडीशीही भिन्नता दिसली की, सर्व जण घाबरतात आणि सर्वसाधारण प्रसूतीची वाट न पाहता सिझेरियनचा पर्याय स्वीकारतात. असं असलं, तरी जवळजवळ सर्व हॉस्पिटल्सच्या प्रसूतिकक्षात असे मॉनिटर्स सर्रास वापरले जातात किंवा फॉरसेप्सचा वापर जवळजवळ पूर्णपणे थांबल्याचंच उदाहरण पाहा. प्रत्यक्षात फॉरसेप्स आणि सिझेरियनची तुलना करणारी अनेक सर्वेक्षणं घेतली गेली आहेत आणि फॉरसेप्सच्या वापरापेक्षा सिझेरियन

---

* Double blind trial काही रुग्णांना प्लॅसिबो (औषध नसलेल्या गोळ्या) दिल्या जातात आणि काहींना औषधांच्या गोळ्या दिल्या जातात. कुणाला नुसत्या (प्लॅसिबो) गोळ्या दिल्या आहेत आणि कुणाला औषधांच्या गोळ्या दिल्या आहेत, हे रुग्णांना आणि गोळ्या देणाऱ्यांना, दोघांनाही ठाऊक नसतं.

* Randmised controlled trial दोन भिन्न उपचारपद्धतींची तुलना करता यावी म्हणून विशिष्ट निवड पद्धत न वापरता, वेगवेगळ्या रुग्णांवर दोनपैकी एक पद्धतीनं उपचार करणं.

करण्यात जास्त फायदा असल्याचं कुठेही आढळलेलं नाही. (काही सर्वेक्षणात तर असंही आढळलं की, प्रत्यक्षात फॉरसेप्स वापरणंच अधिक श्रेयस्कर ठरतं.)

इतर क्षेत्रातली डॉक्टर मंडळी नेहमीच प्रसूतितज्ज्ञांकडे तुच्छतेने पाहत आलेली आहेत. इतर क्षेत्रातल्या डॉक्टर्सना वाटतं की, प्रसूतितज्ज्ञांना फारसं डोकं नसतं. (या शाखेकडे सर्वांत हुशार विद्यार्थ्यांना आकृष्ट करून घेणं ही पूर्वापारपासून अत्यंत अवघड गोष्ट आहे) आणि ते जे काम करतात, त्यात फारच थोडं वैज्ञानिक कौशल्य किंवा अत्याधुनिकता आढळते. तरी प्रसूतिशास्त्रानं जितकी आयुष्यं वाचवली आहेत, तेवढी अन्य कोणत्याही वैद्यकीय शाखेनं वाचवलेली नाहीत. रोगांवर इलाज करून लोकांच्या आयुष्याची प्रत वाढवण्यासाठी आपण काय करू शकतो, यात स्तिमित करणारे बदल घडले आहेत, ही गोष्ट मान्य केली पाहिजे. आता आपल्यापाशी पक्षाघात थांबवण्यासाठी आणि कर्करोगावर इलाज करण्यासाठी वेगवेगळी औषधं आहेत. आपण हृदयातल्या रोहिण्यांसाठी स्टेंट्स बनवले आहेत. कृत्रिम सांधे बनवले आहेत. कृत्रिम श्वसनाची यंत्रं तयार केलेली आहेत. परंतु प्रसूतितज्ज्ञ, त्यांचे उपाय जितक्या खात्रीलायकपणे आणि सुरक्षितपणे करू शकतात, तसं अन्य वैद्यकीय शाखांमधल्या डॉक्टरांना करता येतंय? आपण त्यांच्या जवळपासही येऊ शकत नाही.

संपन्न देशांमध्ये, सर्वसाधारण न्युमोनिया हे मृत्यूचं चतुर्थ क्रमांकावरचं नेहमीचं कारण आहे आणि गेल्या पंचवीस वर्षांमध्ये त्यामुळे घडणाऱ्या मृत्यूंचं प्रमाण प्रत्यक्षात वाढलंच आहे. त्यामागचं एक कारण असं आहे की, न्युमोनियाची तीव्रता वाढलेली आहे. परंतु तेवढंच महत्त्वाचं दुसरं कारण असंही आहे की, आम्ही डॉक्टर्स पुरे पडलेलो नाही. अनेक उत्कृष्ट संशोधनांनी आपल्याला दाखवून दिलेलं आहे की, कोणती प्रतिजैविकं सर्वोत्कृष्ट आहेत. या संशोधनांनी असंही सिद्ध केलं आहे, की रुग्णाला हॉस्पिटलमध्ये दाखल करायची गरज पडली असता, प्रारंभीच्या चार तासात त्याला ही प्रतिजैविकं सुरू केली, तर तो मृत्युमुखी पडण्याची शक्यता खूपच कमी होते. परंतु प्रत्यक्षात काय घडतं, याकडे आपण फारसं लक्ष देत नाही. अलीकडेच घेतलेल्या सर्वेक्षणाद्वारा सिद्ध झालं आहे की, न्युमोनिया झालेल्या ४० टक्के रुग्णांना वेळेवर प्रतिजैविकं दिली जात नाहीत. आपण जेव्हा त्यांना प्रतिजैविकं देतो, तेव्हा २० टक्के रुग्णांना चुकीची प्रतिजैविकं दिली जातात.

याउलट, प्रसूतिशास्त्रात जर एखादं धोरण वापरून पाहणं श्रेयस्कर वाटलं, तर ते संशोधन चाचण्यांनी प्रमाणित होण्याची वाट न बघता, प्रसूतितज्ज्ञ ते धोरण वापरून बघायचे. ते प्रथम त्या धोरणाचा अवलंब करायचे आणि त्यानंतरच ते त्यामुळे फायदा झाला किंवा नाही, याचा शोध घ्यायचे. प्रसूतिशास्त्र, टोयोटा आणि जनरल इलेक्ट्रिकप्रमाणेच सुधारणा घडवत गेलं : प्रथम प्रयोग करून पाहायचा,

परंतु त्यानंतर नेहमीच बारकाईनं त्याचे परिणाम तपासून पाहायचे आणि प्रयोगात सुधारणा घडवत राहायच्या आणि ते धोरण उपयुक्त ठरलं आहे. प्रसूति-शास्त्रानं अमलात आणलेल्या सर्व प्रक्रिया – प्रसूति संदर्भातले उपचार – आवश्यक आणि उपयुक्त आहेत, हे स्पष्ट नाही. उदाहरणार्थ, सरसकट गर्भाच्या हृदयाच्या ठोक्यांकडे लक्ष द्यायला हवं की नाही, याबद्दल दुमत आहे. परंतु एकत्रितपणे या साऱ्या गोष्टी करण्याच्या प्रक्रियेमुळे, प्रसूतीचा धोका खूपच कमी होऊन त्यात सुरक्षितता आली आहे. आणि वाढत्या वयात, लठ्ठ स्त्रियांना दिवस जाण्यामुळे उद्‌भवणाऱ्या समस्या वाढत जाऊनही सुरक्षिततेचं प्रमाण वाढलं आहे.

अपगार-तक्त्यामुळे हा सारा बदल घडून आला आहे. हा तक्ता अत्यंत व्यवहार्य आणि हिशोबाला सोपा होता आणि त्यावर नजर टाकता क्षणी आपल्या उपचारांच्या कार्यक्षम उपयुक्ततेचा डॉक्टरांना अंदाज बांधता येत होता. वैद्यकशास्त्राच्या अन्य शाखांमध्ये आपण नेमक्या प्रकारच्या डझनावारी गोष्टी मोजत असतो : ब्लड काउंट, इलेक्ट्रोलाइट्सची पातळी, हृदयाची स्पंदनं, व्हायरल लोड. परंतु ह्या सर्व गोष्टी एकत्रितपणे मांडून, त्या रुग्णाच्या एकूण प्रकृतीचा अंदाज बांधण्याजोगा तक्ता आम्ही बनवू शकलो नाही. आपले प्रयत्न किती उपयुक्त ठरले आहेत, याचा आपल्याला फार तर ढोबळ अंदाज बांधता येतो आणि कधी-कधी तर तेवढा अंदाजही बांधता येत नाही. अवघड अशी शस्त्रक्रिया पार पाडल्यावर माझा रुग्ण मृत्यू पावण्याचं प्रमाण मी पन्नासात एक धरावं की पाचशेत एक धरावं? मला ते सांगणं शक्य होणार नाही. त्यातल्या सूक्ष्म भेदांबद्दल मला अंदाज बांधता येत नाही. रुग्णाचे नातेवाईक मला विचारतात, "शस्त्रक्रिया कशी पार पडली?" मी फक्त सांगू शकतो, "अगदी नीटपणे."

अपगार-तक्त्यामुळे डॉक्टर्सना केवळ त्यांच्या उपचारांच्या उपयुक्ततेचा त्वरित अंदाजच बांधता आला, असं नव्हे. या तक्त्याचा त्याखेरीज आणखी एक उपयोग झाला : कार्यक्षमता वाढवण्याचे वेगवेगळे पर्याय त्यांच्यापुढे खुले झाले. प्रसूतिकक्षाचे प्रमुख, त्यांच्या डॉक्टर्सच्या आणि सुइणींच्या अपगार-तक्त्यांकडे बारकाईनं पाहू लागले आणि ब्रेड-फॅक्टरीचा मॅनेजर जसं त्याच्या कर्मचाऱ्यांनी किती पाव जाळले, याचा अंदाज बांधतो, त्याप्रमाणेच ते त्यांच्या कर्मचाऱ्यांची गुणवत्ता त्या तक्त्याच्या आधारे तपासून पाहू लागले. त्या दोघांनाही अगदी नवशिक्या कर्मचाऱ्यापासून ते अनुभवी कर्मचाऱ्यापर्यंत प्रत्येकाची कार्यक्षमता वाढवणारे उपाय शोधायचे होते. त्यामुळे कधीकधी अगदी बिनचूक परिपूर्णता मिळवण्यापेक्षा ते कामाच्या विश्वसनीयतेला अधिक प्राधान्य देऊ लागले.

फॉरसेप्सचा वापर हे त्याचं बोलकं उदाहरण आहे. वॉटसन बॉवेस ज्युनियर या युनिव्हर्सिटी ऑफ नॉर्थ कॅरोलायनामधल्या एमेरिटस प्रोफेसरबरोबर मी फॉरसेप्सबद्दल

चर्चा केली. अकाली जन्मलेल्या बाळांची काळजी कशी घ्यावी, याबाबतच्या त्यांच्या अभ्यासाखेरीज त्यांनी पाठ्यपुस्तकात फॉरसेप्स वापराच्या तंत्राबद्दल एक संपूर्ण अध्याय लिहीला आहे आणि तो अनेक जण काळजीपूर्वक वाचत आले आहेत. त्यांनी १९६०च्या दशकात प्रसूतितज्ज्ञ म्हणून काम केलं होतं आणि त्या काळी सिझेरियन शस्त्रक्रिया ५ टक्क्यांपेक्षा कमी स्त्रियांवर केली जात होती आणि ४० टक्क्यांपेक्षा जास्त वेळा फॉरसेप्सचा वापर केला जात होता. ते म्हणाले की, अनेक शोध प्रकल्पांद्वारा फॉरसेप्सची उपयुक्तता सिद्ध झालेली होती. परंतु या प्रकल्पांनी सिद्ध केलं होतं की, मोठ्या हॉस्पिटलमधल्या अत्यंत अनुभवी प्रसूतितज्ज्ञांनाच फॉरसेप्समुळे यश लाभलेलं होतं. त्याच वेळेस अपगार-तक्त्यातले गुण वाढवण्याची जबाबदारी प्रसूतिशास्त्रातल्या सर्व व्यावसायिकांवर टाकण्यात आली होती. मग ते डॉक्टर्स अनुभवी असोत की अननुभवी आणि मोठ्या हॉस्पिटलमध्ये काम करत असोत की, अगदी लहानशा!

बॉवेस मला म्हणाले, "सिझेरियन शस्त्रक्रिया शिकवण्यापेक्षा, फॉरसेप्सचा वापर करायला शिकवणं जास्त अवघड आहे. सिझेरियन शिकवताना तुम्ही विद्यार्थ्यांच्या समोरच्या बाजूलाच उभे असता. विद्यार्थी काय करतो आहे, हे तुम्हाला नीटपणे दिसत असतं. तुम्ही त्याला सांगू शकता, 'इथे नाही, तिथे!' परंतु फॉरसेप्सच्या बाबतीत अंदाज बांधायला शिकवणं, ही अतिशय अवघड गोष्ट आहे."

बाळाच्या डोक्याला फॉरसेप्समध्ये पकडणं हीच मोठ्या कौशल्याची गोष्ट आहे. आईच्या ओटीपोटाच्या आणि बाळाच्या डोक्याच्या आकारानुसार तुम्हाला योग्य प्रकारचा फॉरसेप्स निवडावा लागतो आणि फॉरसेप्सचे निदान ५-६ प्रकार आहेत. तुम्हाला दोन बाजूंनी सममिती राखून ह्या चिमट्याची पाती आत घालावी लागतात. तीसुद्धा दोन्ही बाजूचे डोळे आणि कान यांच्या मधोमध, गालाच्या हाडांच्या उंचवट्यावरून नीटपणे आत घालावी लागतात. "हे नीटपणे जमण्यासाठी अनेक रेसिडंट डॉक्टर्सना दोन ते तीन वर्षं प्रशिक्षण घ्यावं लागलं," बॉवेस म्हणाले. त्यानंतर डॉक्टरला ट्रॅक्शन आणि कंप्रेशन (खेचून काढणं आणि घट्ट दाबून धरणं) या दोन्ही गोष्टींसाठी एकाच वेळेस जोर लावावा लागतो. बॉवेसच्या अध्यायात, त्यानं खेचून काढण्यासाठी ४० ते ७० पौंडांचा असा जोर लावायला सांगितलं आहे आणि बाळाचं डोकं चिमट्यात घट्ट धरण्यासाठी पाच पौंडांचा जोर लावायची सूचना दिली आहे. "जेव्हा तुम्ही फॉरसेप्सवर जोर लावता, तेव्हा तुम्हाला खेचलं जाण्याच्या हालचालीचा अंदाज बांधता आला पाहिजे," बॉवेस म्हणाले. जोर फारच लावला, तर कातडी फाटू शकते, कवटी फुटू शकते, बाळाच्या मेंदूत घातक रक्तस्राव होऊ शकतो. बॉवेस म्हणाले, "काही रेसिडंट्सना

याचा उत्तम अंदाज बांधता यायचा तर इतरांना ते अजिबात जमायचं नाही.''

प्रसूतितज्ज्ञांपुढला मुख्य प्रश्न होता : वैद्यकीय व्यवसाय ही हस्तकला आहे की पेशा आहे?

जर ती हस्तकला असली, तर तुम्ही प्रसूतितज्ज्ञांना विविध प्रकारची हस्तकलेची कौशल्यं शिकवण्यावर लक्ष केंद्रित करायला हवंत. ज्या बाळाचे खांदे अडकले आहेत, त्याच्यासाठी 'वुड्स कॉर्कस्क्रू मनूव्हर.' ढुंगणाकडून बाहेर पडू पाहणाऱ्या बाळासाठी – 'लव्हसेट मनुव्हर.' खूप मोठं डोकं असलेल्या बाळासाठी फॉरसेप्सचा अंदाज. नवं तंत्रज्ञान आणि पद्धती शोधून काढण्यासाठी संशोधन करायला हवं. सर्वांनाच हातानं या गोष्टी सफाईनं करणं जमेलच असं नाही, ही गोष्टसुद्धा स्वीकारली पाहिजे.

परंतु वैद्यक-व्यवसायाकडे एक पेशा म्हणून पाहिलं आणि फक्त अमेरिकेत दर वर्षी जन्माला येणाऱ्या चाळीस लाख बाळांच्या प्रसूतीच्या सुरक्षिततेची जबाबदारी या व्यवसायावर आहे, या सत्याचा स्वीकार केला, तर त्यासाठी वेगळ्या प्रकारची समज असणं आवश्यक आहे. मग दृष्टिकोन बदलतो. तुम्ही विश्वसनियतेवर भर देऊ लागता. मग तुम्हाला शंका वाटू लागते की, अमेरिकेत व्यवसाय करणारे बेचाळीस हजार प्रसूतितज्ज्ञ ही सर्व तंत्रं सुरक्षितपणे वापरू शकतील की नाही? सर्व प्रकारचं प्रशिक्षण घेतलेल्या डॉक्टर्सच्या हातून, फॉरसेप्स वापरताना झालेल्या चुका आणि त्यामुळे बाळाला आणि आईला पोचलेली इजा, यांबद्दलच्या सतत कानी पडणाऱ्या अहवालांची तुम्ही गांभिर्यानं दखल घेऊ लागता. अपगार-तक्त्यांचा वापर सुरू झाल्यानंतर, प्रसूतितज्ज्ञांनी ठरवलं की, प्रसूतीच्या वेळेस आई अडली, तर त्यातून तिला सोडवण्यासाठी फॉरसेप्सपेक्षा सोपा आणि भरवशाचा उपाय शोधणं गरजेचं आहे आणि त्यासाठी त्यांनी सिझेरियनचा पर्याय स्वीकारला.

सकाळचे साडेसात वाजल्यावर आणि प्रसववेदना सुरू होऊन एकोणचाळीस तास उलटल्यावर एलिझाबेथ रुर्केवर प्रसूतीसाठी शस्त्रक्रिया करण्यात आली. आठ तासांपूर्वीच डॉ. पेसीनं तिला हा पर्याय सुचवला होता. परंतु त्या वेळेस एलिझाबेथ कळा सोसून बाळाला सर्वसाधारणरीत्या जगात आणू इच्छित होती. तिनं शस्त्रक्रियेच्या पर्यायाला तेव्हा नकार दिला आणि जरी डॉक्टर्सना रुर्केच्या प्रयत्नांना यश येईल, अशी फारशी शक्यता वाटत नव्हती, तरी हार्ट मॉनिटरनुसार बाळाची प्रकृती ठीक दिसत होती. रुर्केनं आणखी काही वेळ प्रयत्न करत राहण्यात काही हरकत दिसत नव्हती. डॉक्टरनी पिटोसिनची मात्रा थोडीशी वाढवली. बाळाच्या हृदयाचा स्पंदनांना झेपेल, एवढी ती मात्रा वाढवण्यात आली. एपिड्यूरल दिलेलं असूनही कळा अत्यंत वेदनामय बनल्या आणि प्रगतीची चिन्हं दिसू लागली: दुपारी तीन वाजेपर्यंत

रुर्केचं सर्व्हिक्स जवळजवळ नऊ सेंटिमीटरपर्यंत रुंद झालं. कळांमुळे बाळ आणखी दोन सेंटिमीटर्स पुढे सरकलं होतं. अगदी स्वत: पेसीलासुद्धा आशा वाटू लागली होती, की रुर्के शस्त्रक्रियेशिवाय प्रसूत होऊ शकेल.

परंतु आणखी तीन तास उलटले, तरी बाळाचं डोकं तसूभरही खाली उतरलं नाही आणि ते अजून बाजूला वळलेलंच राहिलं होतं. रुर्केचं सर्व्हिक्ससुद्धा आणखी रुंदावलं नव्हतं. अखेरीस रुर्केनं प्राक्तनाचा स्वीकार केला आणि जेव्हा पेसीनं सिझेरियनचा पर्याय पुन्हा पुढे ठेवला, तेव्हा तिनं त्या पर्यायाचा स्वीकार केला.

आता पिटोसिन-ड्रिप बंद करण्यात आली. कळांचा वेग मोजणारं यंत्र दूर करण्यात आलं. आता फक्त बाळाच्या हृदयाची स्पंदनं मोजणाऱ्या मॉनिटरची टक् टक् ऐकू येत राहिली. शस्त्रक्रिया करणाऱ्या सहकाऱ्याची पेसीनं रुर्केशी ओळख करून दिली. रुर्के इतके तास प्रसववेदना सोसत होती की, प्रसूतितज्ज्ञांच्या तीन पाळ्या झाल्या होत्या. तिला हॉलच्या दुसऱ्या बाजूला असलेल्या प्रशस्त, पांढऱ्या टाइल्स लावलेल्या-ऑपरेटिंग रूममध्ये नेण्यात आलं. तिच्या नवऱ्यानं क्रिसनं हिरव्या रंगाचे निर्जंतुक केलेले कपडे, मास्क, टोपी आणि बुटांवरचं आवरण घाईघाईनं अंगावर चढवलं. तो ऑपरेटिंग टेबलजवळच्या खुर्चीत बसला आणि त्यानं एलिझाबेथच्या खांद्यांवर आश्वासक हात ठेवला. भूलतज्ज्ञानं तिच्या एपिड्यूरलमध्ये जास्तीचं औषध घातलं आणि पोटाला टोचून ते बधिर झालं असल्याची खात्री करून घेतली. नर्सनं तिच्या पोटावर पिवळ्या तपकिरी रंगाच्या जंतुनाशकाचा बोळा फिरवला. त्यानंतर शस्त्रक्रियेचा छेद घेण्यास प्रारंभ केला गेला.

सिझेरियन शस्त्रक्रिया मला आगळीवेगळीच वाटते आणि ती अतिशय सरळसोपीसुद्धा वाटते. तुम्ही दहा नंबरची ब्लेड कातडीतून आत घुसवता. पोटाच्या खालच्या बाजूला एका बाजूकडून दुसऱ्या बाजूपर्यंत ती फिरवता. तुम्ही कातडी आणि चरबीचा पिवळा थर यांचा छेद घेता. पांढऱ्या रंगाचं गॉझ-पॅड घेऊन तुम्ही रक्ताचे बिंदू टिपून रक्त थोपवता. पोटांच्या स्नायूंभोवतीचं फॅसिया नावाचं तंतुमय पटल कापून, तुम्ही त्याखालच्या लाल रंगाच्या स्नायूंपर्यंत पोचता. 'रेक्टस ॲबडॉमिनस' हे स्नायू दोन उभ्या पट्ट्यांच्या आकाराचे असतात. ते तुम्ही एखादा पडदा फाडावा तसे मधोमध फाडता. त्यांना चिमटे लावून डावीकडे आणि उजवीकडे ताणून धरून अलग करता. तुम्ही पेरिटोनियम हे जवळजवळ पारदर्शक असं पातळ पटल कापता. आणि त्याखालचा प्लमच्या रंगाचा, जाड आणि स्नायुमय गर्भाशय तुमच्या दृष्टीस पडतो. तुम्ही स्कालपेलच्या साहाय्यानं गर्भाशयाला एक प्राथमिक छेद देता आणि त्यानंतर 'बँडेज सिझर्स' नावाच्या कात्रीनं तो भरभर आणि सुलभपणे उघडता. एखादं चिवट चामड्यासारखं फळ कापावं, तसा तुम्ही गर्भाशय कापता.

त्यानंतर जे काही दृष्टीला पडतं, ते मला मोठं अद्भुत वाटतं. तुम्ही कापून

उघडल्या केलेल्या गर्भाशयात हात घालता आणि तुमच्या हाताला एखादं ट्यूमर (गाठ) किंवा विकृती लागायच्या ऐवजी हलणारी पाच चिमुकली पावलांची बोटं, गुडघा आणि संपूर्ण पाय तुमच्या हाताला लागतो आणि अचानक तुम्हाला जाणवतं की, वळवळणारा चिमुकला मानवी जीवच तुमच्या हातात आला आहे. क्षणभर तुम्हाला टेबलावरच्या बाळाच्या आईचा विसरच पडतो. कधीकधी मातेच्या उदरातून ते बाळ काढायला प्रयास पडतात. जर डोकं ओटीपोटात खूप खाली उतरलं असेल, तर तुम्हाला ते बाळ कमरेपासून घट्ट धरावं लागतं आणि ताठ उभं राहून जोरानं बाहेर खेचावं लागतं. कधीकधी दुसऱ्या कुणाला तरी खालून बाळाच्या डोक्याला वर ढकलावं लागतं. मग नाळ कापली जाते. बाळाला ब्लँकेटमध्ये घट्ट गुंडाळलं जातं. नर्स अपगार-तक्ता भरू लागते.

आणखी एकदा कळ येऊन मातेचा गर्भाशय आकुंचन पावलं की, पोटाच्या छेदातून प्लॅसेंटा (वार) बाहेर काढता येते. स्वच्छ, निर्जंतुक असं नवं गॉझ-पॅड घेऊन तुम्ही आईच्या गर्भाशयाच्या आतला भाग स्वच्छ करता आणि रक्ताच्या गुठळ्या आणि इतर कचरा बाहेर काढून टाकता. तुम्ही आत विरघळणाऱ्या धाग्यानं गर्भाशयाला दुहेरी टाके मारून तो शिवून टाकता. दुसऱ्या धाग्यानं तुम्ही स्नायूंभोवतीचं 'फॅसिया' हे पटल पुन्हा शिवून टाकता. त्यानंतर तुम्ही टाके घालून कातडी शिवून टाकता. हे झालं की, तुमचं काम संपतं.

ही शस्त्रक्रिया एके काळी अगदी क्वचितच केली जायची, आता ती नेहमीची बनली आहे. पूर्वीच्या जमान्यात पायाळू बाळासाठी प्रसूतितज्ज्ञांना एक तंत्र वापरावं लागायचं, तर पृष्ठभागाकडून बाहेर पडणारं आणि डोक्यांच्या वर हात घेतलेलं बाळ बाहेर काढताना वेगळंच तंत्र वापरावं लागायचं. ओटीपोटात डोकं अडकून राहिलेल्या बाळासाठी आणखी तिसरंच तंत्र वापरावं लागायचं. ही सारी तंत्रं अवघड प्रकारची होती. आता मात्र कोणतीही समस्या असली, तरी त्यावरचा उपाय मात्र एकच आहे. तो म्हणजे सिझेरियन! छोटी रुग्णालयेसुद्धा हा शस्त्रक्रिया करू शकतात आणि ती सर्वसाधारणत: उत्तम प्रकारे पार पाडता येते.

अर्थात ही शस्त्रक्रिया कितीही सरळसुलभ दिसली, तरी त्यातही चुका घडू शकतात. कधी-कधी गर्भाशयाचा छेद घेताना बाळच जखमी होतं. जर प्लॅसेंटा (वार) सुटा झाला आणि बाळाचं डोकं त्यातून पटकन बाहेर काढता आलं नाही, तर बाळ गुदमरून मरू शकतं. आईलाही गंभीर धोका उद्भवू शकतो. शल्यविशारद या नात्यानं फाटलेलं आतडं किंवा उकललेल्या जखमा शिवण्यासाठी मला बोलावण्यात आलं होतं. अशा वेळेस जोराचा रक्तस्राव होऊ शकतो. जखमांमध्ये जंतुसंसर्ग होणं ही नित्याची बाब असते. रक्ताच्या गुठळ्या होण्याची किंवा न्युमोनिया होण्याची शक्यतासुद्धा भरपूर असते. इतर समस्या उद्भवल्या नाहीत,

तरी साध्या प्रसूतीपेक्षा या शस्त्रक्रियेनंतर पूर्ववत होण्यास खूप जास्त वेळ लागतो आणि बरं होण्याची प्रक्रियासुद्धा अत्यंत वेदनामय असते. आणि यानंतरच्या गर्भारपणात स्त्रियांना पुष्कळ समस्यांना सामोरं जावं लागतं. गर्भाशय जिथे टाके मारून शिवलेला असतो, ती जागा, पुढली प्रसूती नेहमीप्रमाणे नैसर्गिकरीत्या करू पाहिल्यास, उकलण्याची शक्यता दोनशेत एक एवढी असते. पुढल्या गर्भारपणाच्या वेळेस टाके मारलेली खडबडीत जागा नव्या बाळाच्या प्लॅसेंटाला चिकटून बसून, रक्तस्राव घडण्याचा धोकासुद्धा उद्‌भवू शकतो. सिझेरियन ही अखेरीस एक शस्त्रक्रिया आहे, हे सत्य नाकारता येत नाही.

परंतु सिझेरियन टाळताही येत नाही. आपण आता अशा टप्प्यावर पोचलो आहोत की, प्रसूतीबाबत कोणताही धोका उद्‌भवला की, डॉक्टर्स सिझेरियनचाच पर्याय स्वीकारतात. तो सर्वांत खात्रीलायक पर्याय आहे. जर बाळ दहा पौंडांहून मोठं असलं किंवा यापूर्वीच्या प्रसूतीच्या वेळेस सिझेरियन करण्यात आलं असलं किंवा बाळ आडवं आलं असलं किंवा ढुंगणाकडून बाहेर येत असलं किंवा जुळं असलं; तर यासारख्या संभाव्य संकटांच्या वेळेस डॉक्टर किंवा सुईण सिझेरियनचा पर्याय सुचवतात. डॉक्टर्स अशा वेळेस सर्वसाधारणपणे नैसर्गिकरीत्या प्रसूत होण्याचा धोका स्वीकारायला राजी नसतात. मग त्यात कितीही कमी धोका असो!

मी बॉवेसला प्रश्न विचारला की, रुर्केसारख्या रुग्णाबाबत त्यानं साठच्या दशकात कोणता मार्ग स्वीकारला असता. त्यानं निवडलेला पहिला पर्याय नक्कीच फॉरसेप्स हा असणार होता. (त्यानं कळा येऊ लागल्यावर काही वेळानंच पिटोसिनची मात्रा, आताच्या स्वीकार्य मात्रेपेक्षा, खूप पटींनी वाढवून तिचं सर्व्हिक्स पूर्णपणे रुंद केलं असतं आणि त्यानंतर त्यानं फॉरसेप्स आत घातला असता.) त्यानं फॉरसेप्स वापरून हजारांपेक्षा जास्त मातांची सुटका केली होती आणि नवजात अर्भकाला त्या दरम्यान होणाऱ्या इजेचं प्रमाण सिझेरियन एवढंच, बहुधा अधिक कमीच होतं. आणि फॉरसेप्स वापरून मातेची सुटका केल्यावर, सिझेरियनपेक्षा ती आई अधिक लवकर बरी व्हायची. जर तो रुर्केवर त्या काळी इलाज करत असता, तर बहुधा ती सिझेरियनशिवाय प्रसूत झाली असती. परंतु बॉवेसचं वापरायला अवघड अशा शस्त्रावर प्रभुत्व होतं. जेव्हा त्याच्या व्यवसायाचे नीतिनियम बदलले, तेव्हा बॉवेसनं ते स्वीकारले. त्यानं मला सांगितलं, "एक प्रोफेसर या नात्यानं तुम्ही विद्यार्थ्यांपुढे आदर्श निर्माण कला पाहिजे. तुमच्या हाताखालच्या शिकाऊ विद्यार्थ्यांना जी गोष्ट सहजी शिकता येणार नाही, ती करण्याच्या फंदात तुम्ही न पडणं हेच सूज्ञपणाचं ठरेल आणि ह्या पद्धतीत अशाश्वती तेव्हाही होतीच." कधीतरी त्याचा अंदाज चुकेल किंवा त्याचं कौशल्य अपुरं ठरेल, याबद्दल त्यालासुद्धा काळजी करावी लागत होती.

हे व्यवसायाचे नियम होते. अकुशल डॉक्टरला, फॉरसेप्स वापरण्यापासून आणि अन्य पर्याय (मनूव्हर्स) वापरण्यापासून परावृत्त करायचं असेल, तर सर्वांनाच त्यांच्या वापरापासून परावृत्त करणं गरजेचं होतं. जेव्हा बॉवेसनं १९९९ साली व्यवसायातून निवृत्ती घेतली, तेव्हा त्याच्या इतर सहकाऱ्यांप्रमाणेच, तोसुद्धा २४ टक्के रुग्णांवर सिझेरियन शस्त्रक्रिया करू लागला होता आणि जर तो आजही व्यवसाय करत असता, तर त्यानं आजच्या प्रथेप्रमाणेच, ३० टक्के रुग्णांवर सिझेरियनचा प्रयोग केला असता.

सिझेरियन शस्त्रक्रिया किती सुरक्षित बनली आहे, याचा एक पुरावा पाहायचा, तर सध्या जी चर्चा गांभिर्यानं आणि जोरदारपणे चाललेली आहे, त्याकडे पाहिलं पाहिजे. गर्भारपणाचा एकोणचाळिसावा आठवडा चालू असलेल्या आणि विशेष कोणताही धोका नसलेल्या गर्भवतीला, कळांची वाट पाहायला लावण्यापेक्षा सिझेरियनचा पर्याय सुचवला जावा की नाही, हा त्या चर्चेचा विषय आहे. ही कल्पना म्हणजे फाजील आत्मविश्वासाचा कळसच आहे, असं मला वाटतं. सर्वसाधारण नैसर्गिक प्रसूतीची वाटही न पाहता सिझेरियनचा विचार कसा करता येईल? निरोगी माणसांची ॲपेंडिक्स काढून टाकावीत किंवा पृष्ठभागाचा कृत्रिम सांधा अधिक बळकट असल्यामुळे कारणावाचून तो बसवावा, असं कोणताही शल्यविशारद कधीही सांगत नाही. शस्त्रक्रियेदरम्यान उद्भवणाऱ्या समस्यांचं प्रमाण, अगदी – साध्या-साध्या शस्त्रक्रियांच्या वेळेसही भरपूर जास्त असतं. परंतु काय सांगावं! प्रसूतिशास्त्रात जी औद्योगिक क्रांती घडते, त्यामुळे कदाचित येत्या दशकात नैसर्गिक प्रसूतिपेक्षा सिझेरियन शस्त्रक्रिया सरसकट सुरक्षित बनेलसुद्धा.

एकोणचाळिसाव्या आठवड्यात आतून ढुशा देणाऱ्या पाचशे निरोगी बाळांमधलं एक बाळ आज जन्मण्यापूर्वी किंवा जन्मतेवेळी मरण पावतं. हे प्रमाण आजपर्यंतच्या आकडेवारीच्या तुलनेत अत्यल्प असलं, तरी अनेक प्रसूतितज्ज्ञांना खरोखरच विश्वास वाटतो की, सिझेरियनमुळे यातली आणखी काही बाळं वाचवता येतील. अनेक जण तर पुढे जाऊन असंसुद्धा म्हणतात की, त्यामुळे स्त्रियांच्या सुरक्षिततेची शक्यतासुद्धा वाढेल. आधी ठरवून सिझेरियन करणं, हे आणीबाणी उद्भवल्यावर सिझेरियन करण्यापेक्षा नक्कीच कमी धोक्याचं असतं. आणीबाणी उद्भवल्यावर जेव्हा शस्त्रक्रिया करावी लागते, तेव्हा आई आणि बाळ दोघांनाही धोका संभवतो आणि ती अत्यंत घाईनं करावी लागल्यामुळे इतर धोकेसुद्धा वाढतात. अमेरिकेत नुकतंच एक संशोधनात्मक सर्वेक्षण घेतलं गेलं होतं. त्या वेळेस गंभीर प्रश्न उपस्थित केला गेला होता की, आधी योजून केलेली सिझेरियन्स खरोखरच निर्धोक आहेत किंवा नाहीत. परंतु ब्रिटन आणि इस्राइल इथे जी सर्वेक्षणं घेण्यात आली होती, त्यांनुसार सिद्ध झालं आहे की, पूर्वनियोजित सिझेरियनदरम्यान दगावणाऱ्या

स्त्रियांचा आकडा नैसर्गिक प्रसूतीच्या वेळेस मरण पावणाऱ्या स्त्रियांच्या संख्येपेक्षा नकीच कमी आहे. पूर्वनियोजित सिझेरियननंतर, उर्वरित आयुष्यात इनकॉन्टिनन्स (लघवीवर नियंत्रण ठेवता न येणं) आणि युटेरीन प्रोलॅप्स (गर्भाशय खाली उतरणं) यांसारख्या समस्या कमी प्रमाणात उद्‌भवतील, अशी शक्यता वर्तवली जाते (अर्थात हे अजून सिद्ध झालेलं नाही.).

असं असलं, तरी अपत्यजन्माच्या वेळेस सर्रास शस्त्रक्रिया करण्याचा परिपाठ मात्र अस्वस्थ करतो. देशभरातील काही रुग्णालयं निम्म्यापेक्षा जास्त वेळा सिझेरियन करतात. भूतकालीन जीवनाच्या ओढीमुळेच ह्या नव्या प्रणालीबद्दल अस्वस्थता वाटते असं नव्हे; अस्वस्थता वाटते, कारण आपण आयुष्यातल्या आणखी एका नैसर्गिक प्रक्रियेबरोबरची नाळ तोडत आहोत. आणि बाळाला सुखरूपपणे बाहेर काढून आईची सुटका करण्याचं कौशल्यसुद्धा आपण गमावण्याच्या मार्गावर आहोत. ह्या कौशल्याचा वापर नेहमीच यशस्वी ठरला नसला, तरी हे कौशल्य अनेक शतकं जपलं गेलं होतं, जतन करून त्यात भर घातली गेली होती. प्रसूतिशास्त्राच्या नव्या प्रवाहात ते नामशेष होऊ घातलं आहे.

संशयी लोकांच्या नजरेतून सुटलेलं नाही की, सिझेरियन शस्त्रक्रिया प्रसूतितज्ज्ञाच्या वेळापत्रकाच्या दृष्टीनं खूप सोयीची तर ठरतेच, परंतु त्याच वेळात, नैसर्गिकरीत्या झालेल्या प्रसूतीपेक्षा यात पैसेसुद्धा खूपच जास्त मिळतात. प्रसूतितज्ज्ञ म्हणतात की, माल-प्रॅक्टिसचे (हलगर्जीपणा) खटले भरले जातील, या भीतीपोटी ते त्यांना आवश्यक वाटतं, त्याहून जास्त वेळा सिझेरियनचा पर्याय स्वीकारतात. असंख्य स्त्रियांना शस्त्रक्रियेच्या दिव्यातून जायला लावणं ही काही आनंदाची बाब नव्हे. परंतु बाळांना धोका पोचू नये, या आपल्या जाज्वल्य इच्छेपोटी आपण शस्त्रक्रियेचा पर्याय स्वीकारत असतो. ज्या विश्वसनीयतेचा आपल्याला ध्यास लागलेला असतो, त्यासाठी आपण ही किंमत मोजत असतो.

आपली गुणसंख्या वाढवण्याच्या नादात आपल्या हातून जुलूम होत असतो. आपण नवजात अर्भकाच्या प्रकृतीबाबत तक्ता भरत असतो. परंतु आईनं सोसलेल्या वेदना, रक्तस्राव आणि थकव्यातून उठण्यासाठी लागणारा वेळ हे आपल्या खिजगणतीतही नसतं. प्रसूत झालेल्या स्त्रीच्या प्रकृतीबाबत नोंद करणारा कोणताही तक्ता आपण तयार केलेला नाही. ती फक्त जगली वाचली आहे की नाही, एवढंच आपण पाहतो. तिच्या स्वास्थ्यासाठी आणि त्यात सुधारणा घडवण्यासाठी आपल्याला उद्युक्त करतील, अशा कोणत्याही गोष्टी अस्तित्वातच नाहीत. परंतु आपण हा असमतोल नक्कीच सुधारू शकू. जर अर्भकाच्या प्रकृतीबाबत नोंद करता येणारे मुद्दे शोधता येतात, तर मातेसाठी तसेच मुद्दे का शोधता येऊ नयेत? वैद्यकीय व्यवसायाची मदत घेणाऱ्या प्रत्येक रुग्णासाठी अपगार-तक्ते निर्माण केले पाहिजेत

: मानसोपचार घेणारा रुग्ण, हॉस्पिटल वॉर्डमध्ये भरती करण्यात आलेला रुग्ण, शस्त्रक्रियेला सामोरा जाणारा रुग्ण आणि प्रसूत होणारी स्त्री या सर्वांसाठी, प्रकृतीचं मोजमाप करणारा तक्ता तयार केला गेला पाहिजे. माझ्या संशोधन गटानं नुकताच शस्त्रक्रियेसाठीचा अपगार-तक्ता बनवला आहे. दहा गुण असलेल्या या तक्त्यात रक्तस्त्रावाचं प्रमाण, कमीत कमी हृदयस्पंदनं, शस्त्रक्रियेदरम्यान नोंदला गेलेला रक्तदाबाचा नीचांक या गोष्टींची नोंद केली जाते. आम्ही हजार रुग्णांसाठी हा तक्ता भरला. त्यात ९ ते १० एवढे गुण मिळवणाऱ्या रुग्णांबाबत समस्या उद्भवण्याचं प्रमाण ४० टक्क्यांपेक्षा कमी होतं आणि त्यातलं कुणीही मरण पावलं नाही. पाचपेक्षा कमी गुण मिळालेल्या रुग्णांच्या बाबतीत समस्या उद्भवण्याची शक्यता ५० टक्क्यांपेक्षा जास्त होती आणि त्यातील १४ टक्के लोक मृत्युमुखी पडण्याची शक्यता होती. शस्त्रक्रियेनंतर प्रत्येक रुग्णाला किती त्रास झाला आहे, हे मोजण्याची सोपी पद्धत शोधली जायला हवी. प्रत्येक रुग्णाचा तो अधिकार आहे. असं मोजमाप घेतलं गेलं, तरच शल्यविशारदांवर सुधारणा घडवण्याचं दडपण येऊ शकेल. प्रत्येक रुग्णाच्या बाबतीत अधिक चांगली सेवा पुरवण्याचं ध्येय, आपण का डोळ्यांपुढे ठेवू नये?

रुर्के म्हणते, ''मी सारं डोळ्यांनी पाहिलं, बरं का! मला सर्जिकल लाइट्सच्या प्रकाशात सारं काही दिसलं. मी तिचं डोकं बाहेर येताना पाहिलं.'' कॅथेरीन ॲन जन्मत: सात पौंड पंधरा औंस वजनाची होती. तिचे केस पिंगट होते, डोळे निळसर भुरे होते. तिच्या आईच्या ओटीपोटात तिचं डोकं जिथे आडवं अडकून राहिलं होतं, तिथे फिकट जांभळ्या रंगाचे वळ उठले होते. जन्मल्याबरोबर पहिल्या मिनिटाला, अपगार-तक्त्यावर तिला आठ गुण मिळाले होते. पाचव्या मिनिटाला, ती गुणसंख्या नऊ झाली होती. जवळजवळ सर्वोत्तम!

तिच्या आईला मात्र खूप त्रास झालेला होता. ''मी अगदी शिणून गेले होते. मी इतकी थकून गेले होते की, मला ग्लानीच आलेली होती आणि मला असह्य वेदना होत होत्या,'' रुर्के म्हणाली. तिनं जवळजवळ चाळीस तास प्रसववेदना सोसल्या होत्या आणि त्यानंतर सिझेरियन शस्त्रक्रियेला सामोरं जावं लागलं होतं. पेसीनं तिला दुसऱ्या दिवशी सकाळी सांगितलं, ''तुला दुहेरी हल्ल्याला सामोरं जावं लागलं आणि तुला खूपच त्रास सोसावा लागला आहे.'' रुर्के इतकी अशक्त झाली होती की, तिला पान्हासुद्धा फुटेना.

''मी पूर्णपणे अपयशी झालेय, असं मला वाटत होतं. माझी जी उद्दिष्टं होती, ती सारी फसली होती. मला एपिड्यूरल घ्यायची इच्छा नव्हती आणि मी त्यासाठीच विनवणी करू लागले. मला सिझेरियन नको होतं आणि मी त्याला होकार दिला.

मला बाळाला अंगावर पाजायचं होतं आणि तीच गोष्ट अशक्य झाली.'' संपूर्ण आठवडाभर तिला या गोष्टीचा त्रास होत होता. ती म्हणाली, ''त्यानंतर एका दिवशी मला एकाएकी लख्खकन् उमगलं, 'असा विचार करणं हा मूर्खपणाच आहे. तुला इतकं गोड बाळ लाभलंय आणि आता त्या गोड बाळाकडे तू जास्त लक्ष पुरवायला हवंस.' माझ्या गोंडस लेकीमुळे मी माझी सारी खंत विसरू शकले.''

बेल कर्व्ह

मुलांच्या जन्माच्या वेळेस पुरवलेल्या वैद्यकीय सेवेचं मोजमाप करण्यासाठी, व्हर्जिनिया अपगारनं जो कल्पक तक्ता शोधून काढला, तो झाला कल्पकतेचा एक प्रकार. परंतु तो तक्ता वापरून, त्याच्या साहाय्यानं तुम्ही जे बदल घडवता, तो झाला कल्पकतेचा आणखी वेगळा प्रकार आणि वैद्यकीय-सेवेचा दर्जा उंचावण्यासाठी, या दोन्ही प्रकारची कल्पकता आवश्यक असते. मिनिॲपोलिसमधल्या एका डॉक्टरनं हे सत्य पूर्णपणे ताडलं होतं. त्यानं अत्यंत क्वचित होणाऱ्या, परंतु जिवावर बेतणाऱ्या एका रोगावर केल्या जाणाऱ्या इलाजांमध्ये सुधारणा घडवण्यात चाळीस वर्षं खर्च केली. परंतु त्याची कहाणी सांगण्यापूर्वी मला तुम्हाला ॲनी पेजबद्दल सांगायला हवं. ह्या लहान मुलीलाच हा दुर्धर रोग जडला होता.

ॲनीच्या आजाराची सुरुवात ज्या लहान लहान गोष्टींनी झाली, त्यांचं महत्त्व, रोगाचं निदान झाल्यानंतर मागे वळून बघितलं असताच उमगू शकलं असतं. उदाहरणार्थ, ती अगदी तान्ही असताना तिचे वडील तिला 'पोटॅटो चिप्' अशी हाक मारायचे, कारण तिचा पापा घेतला की, तिची त्वचा खारट लागायची. आणखी एक गोष्ट म्हणजे ॲनीच्या आईला कधीकधी तिच्या श्वासोच्छ्वासात घरघर ऐकू यायची, परंतु तिच्या पीडिॲट्रिशनला (बालरोगतज्ज्ञाला) स्टेथॉस्कोपमधून ती कधीच जाणवायची नाही. शेवटी निदानासाठी महत्त्वाचा मुद्दा ठरला तिचा आकार. काही काळ घट्टमुट्ट हाडापेरांची ॲनी चिमुकली दिसली, तरी ती त्यांच्या कुटुंबाचीच आनुवंशिकता होती, असं समजलं जात होतं. तिच्यापेक्षा चार वर्षांनी मोठी असलेली तिची बहीण लॉरीन पीडिॲट्रिशनच्या वाढीच्या तिच्या वयाच्या मुलींच्या तुलनेत तक्त्यात नेहमीच अगदी खालच्या पायरीवर असायची. परंतु ॲनी तीन

वर्षांची झाली, तेव्हा ती त्या तक्त्यापेक्षा खूपच तळाच्या जागी पोचली होती. तिची चौतीस इंच उंची ठीक होती, परंतु तिचं वजन अवघं तेवीस पौंड होतं. तिच्या वयाच्या ९८ टक्के मुलींपेक्षा ते खाली होतं. ती कुपोषित दिसत नव्हती, परंतु ती अगदी तंदुरुस्तसुद्धा वाटत नव्हती.

'वाढण्यास असमर्थ' असं त्याचं वर्णन केलं जातं आणि या गोष्टीमागे अनेक कारणं असतात : पिट्यूटरी ग्रंथींमधला बिघाड, हायपोथायरॉइडिझम (थायरॉइड ग्रंथींचं कार्य मंदावणं), चयापचय प्रक्रियेतले आनुवंशिक दोष, आतड्यांना सूज येण्याचा विकार, शिशामुळे विषबाधा (lead poisoning), एचआयव्ही विषाणूंचा प्रादुर्भाव. पाठ्यपुस्तकातली ही यादी निदान पानभर तरी लांब आहे. ॲनीच्या डॉक्टरनं तिची कसून तपासणी केली आणि त्यानंतर २७ जुलै १९९७ रोजी त्यानं ॲनीच्या घामाच्या परीक्षेचे निष्कर्ष सांगण्यासाठी तिच्या घरी तिच्या आईवडिलांना फोन केला. तिची आई-ऑनर-म्हणते, ''तो दिवस मी कधीही विसरू शकणार नाही.''

ही घामाची परीक्षा गमतीशीरच असते. बाळाच्या कोपरापासून खालच्या हाताच्या आतल्या बाजूची त्वचा स्वच्छ करून कोरडी केली जाते. त्यावर दोन लहानशी गॉझ-पॅड्स चिकटवली जातात. त्यातलं एक पिलोकार्पीन या घाम आणणाऱ्या औषधात बुडवलेलं असतं आणि दुसरं मिठाच्या द्रावणात बुडवलेलं असतं. हाताला इलेक्ट्रोड्स जोडले जातात आणि पिलोकार्पीन त्वचेत शोषलं जावं, म्हणून पाच मिनिटं इलेक्ट्रोड्समधून विजेचा मंद प्रवाह सोडला जातो. घामेजून लाल झालेली इंचभर व्यासाची जागा त्वचेवर दिसू लागते. त्या जागेवरचा घाम शोषून घेण्यासाठी कोरडे फिल्टरपेपर्स त्या जागेवर टेपनं बांधले जातात आणि अर्धा तास तिथेच ठेवले जातात. त्यानंतर एक तंत्रज्ञ त्या फिल्टरपेपर्सवरच्या क्लोराईडच्या प्रमाणाचं मोजमाप करतो.

फोनवर डॉक्टरनं ऑनरला सांगितलं की, तिच्या मुलीच्या शरीरातली क्लोराईडची पातळी सर्वसाधारण पातळीपेक्षा खूपच जास्त होती. ऑनर स्वत: एका हॉस्पिटलमध्ये फार्मासिस्ट म्हणून काम करते. तिनं अशी अनेक मुलं तिच्या व्यावसायिक आयुष्यात पाहिलेली होती. ''यावरून मी बोध घेतला की, ती मरण पावणार आहे,'' मी त्यांच्या घरी गेलो असता, तिनं मला सांगितलं. ते लव्हलँड या सिनसिनॅटीच्या उपनगरात राहत होते. या घामाच्या चाचणीवरून ॲनीला सिस्टीक फायब्रॉसिस झाला असल्याचं सिद्ध झालं.

सिस्टीक फायब्रॉसिस हा जनुकांद्वारे संक्रमित होणारा रोग आहे. प्रत्येक वर्षी फक्त एक हजार अमेरिकन मुलांना तो झाला असल्याचं निदान करण्यात येतं. अमेरिकेतल्या एक कोटी मुलांमध्ये हे सदोष जनुक सापडतं, परंतु हा रोग अप्रगट

स्थितीत असतो. जर दोन्ही आईवडिलांमध्ये असं सदोष जनुक असलं आणि ते मुळात संक्रमित झालं, तरच त्या मुलात ह्या रोगाची लक्षणं दिसू लागतात. ह्या सदोष जनुकाचा १९८९ साली शोध लावला गेला. ते ७ क्रमांकाच्या क्रोमोझोमच्या लांब बाजूवर चिकटलेलं असतं आणि ते म्यूटंट (परिवर्तन झालेलं) प्रथिन तयार करतं. या प्रथिनामुळे क्लोराईड संदर्भातली पेशींची क्षमता विस्कळीत होते. त्यामुळेच सिस्टिक फायब्रॉसिस झालेल्या लोकांचा घाम खारट लागतो. (मीठ म्हणजेच सोडियम क्लोराईड.) क्लोराईड संदर्भातल्या या व्याधीमुळे पूर्ण शरीरातल्या स्त्रावांवर परिणाम घडतो आणि ते स्त्राव घट्ट बनतात. त्यामुळे शरीरभर होणारे स्त्राव कोरडे आणि डिंकासारखे चिकट बनतात. स्वादुपिंडामधल्या वाहिन्यांमधून पाचक एन्झाइम्स वाहून नेली जातात. स्त्रावाच्या चिकटपणामुळे ह्या वाहिन्यांमधला प्रवाह खंडित होतो आणि मुलानं खाल्लेल्या अन्नाचं रक्तात शोषण होऊ शकत नाही. याच कारणामुळे ॲनीची वाढ खुंटली होती. परंतु ह्या व्याधीचा फुप्फुसांवर होणारा परिणाम जिवावर बेततो. घट्ट झालेला श्लेष्म वायुकोशांमध्ये अडकून बसतो आणि घट्ट होतो. त्यामुळे फुप्फुसांची क्षमता कमी होऊ लागते. कालांतरानं मुलांच्या एकाच फुप्फुसाएवढी जागा कार्यक्षम राहते, त्यानंतर अर्ध्या, त्यानंतर शून्य!

ऑनर आणि डॉन पेजच्या मनात एकच विचार सतत निनादत होता : आपण सिनसिनॅटीमधल्या बालक-रुग्णालयात जायलाच हवं. सिनसिनॅटी शहरातलं बालक रुग्णालय देशभरातल्या अत्यंत नामवंत बालक रुग्णालयांपैकी एक आहे. इथेच आल्बर्ट साबिन यानं ओरल पोलिओ व्हॅक्सीन शोधून काढलं होतं. 'नेल्सन टेक्स्टबुक ऑफ पीडियाट्रिक्स'मधलं (हे या विषयावरचा धर्मग्रंथ मानलं जातं) सिस्टीक फायब्रॉसिसवरचं प्रकरण ह्याच बालरुग्णालयातल्या बालरोगतज्ज्ञानं लिहीलं आहे. पेज पतिपत्नींनी या रुग्णालयाशी संपर्क साधला आणि त्यांना दुसऱ्या दिवशी सकाळी भेटीसाठी बोलावण्यात आलं.

ऑनर जुनी आठवण सांगताना म्हणते, "आम्ही तिथे अनेक तास थांबलो होतो आणि त्या गटाच्या वेगवेगळ्या सदस्यांना भेटलो होतो. त्यांनी ॲनीच्या रक्तदाबाची नोंद केली, तिच्या रक्तातल्या प्राणवायूची पातळी मोजली, इतर काही चाचण्या केल्या. त्यानंतर त्यांनी आम्हाला बालरोगतज्ज्ञाला भेटायला एका खोलीत पाठवलं. तो अत्यंत सहृदय होता, परंतु तेवढाच स्पष्टवक्ता होता. त्यानं आम्हाला विचारलं, 'हा जनुकांद्वारे संक्रमित होणारा रोग आहे, हे तुम्हाला माहीत आहे का? हा रोग तुम्ही केलेल्या कशामुळे किंवा झालेल्या संसर्गामुळे होत नसतो, हे तुम्ही जाणता?' त्यानं आम्हाला सांगितलं की, हा रोग झालेल्या रुग्णांची (मीडियन) मधोमधची आयुर्मर्यादा असते तीस वर्षे आणि ॲनीच्या आयुष्यात ती चाळीसपर्यंत पोचलेली दिसेल. त्याच्या दृष्टीनं या रोगाच्या उपचारांबाबत ही मोठीच सुधारणा होती आणि

आम्हाला वाटत होतं, त्याहून हा आकडा बराच चांगला होता. परंतु फक्त चाळीस वर्षं? आम्हाला ही बातमी ऐकायची नव्हती!''

उपचार करणाऱ्या तज्ज्ञांनी सर्वांनी मिळून तिच्यावरील उपचार ठरवले. पेज दांपत्याला सांगण्यात आलं की, ॲनीला प्रत्येक जेवणाच्या पहिल्या घासाबरोबर पॅंक्रिॲटिक एन्झाईमच्या गोळ्या द्याव्या लागतील. तिला पूरक जीवनसत्त्वं द्यावी लागतील. शक्य तेवढ्या जास्तीच्या कॅलरीज (उष्मांक) तिला तिच्या जेवणातून द्याव्या लागतील. उदा. शक्य तिथे चमचाभर लोणी देणं, तिनं मागितलं की, आइस्क्रीम देणं आणि भरीला त्या आइस्क्रीमवर चॉकलेट-सॉस घालणं इत्यादी.

श्वसनासंबंधी उपचार करणाऱ्या डॉक्टरनं त्यांना सांगितलं की, त्यांनी दिवसातून दोनदा, अर्धा-अर्धा तास, हातांनी तिच्यावर श्वसनासाठीचे उपचार करायला हवेत. त्या वेळेस त्यांनी हाताच्या पंज्याचा आकार करून, ॲनीच्या धडावरच्या नेमक्या चौदा जागी (पुढच्या, मागच्या, बाजूच्या विवक्षित चौदा जागी) हातांनी बुक्क्या मारून, आतला घट्ट श्लेष्म सुटा करायला मदत केली पाहिजे. म्हणजे तिला खोकून तो श्लेष्म बाहेर काढून टाकता येईल. तिला श्वसन करून आत ओढून घेण्यासाठी औषधं लिहून देण्यात आली. डॉक्टरनं त्यांना सांगितलं की, संपूर्ण तपासणीसाठी ॲनीला दर तीन महिन्यांनी आणणं आवश्यक होतं. त्यानंतर पेज दांपत्य ॲनीला घेऊन घरी गेलं आणि त्यांनी त्यांच्या नव्या आयुष्याला प्रारंभ केला. ॲनीचं आयुष्य शक्य तेवढं वाढवण्यासाठी जे जे करणं गरजेचं होतं, त्या साऱ्या गोष्टींबद्दल त्यांना संपूर्ण सल्ला दिला गेला होता.

परंतु ह्या डॉक्टर्सनी पेज दांपत्याला एक गोष्ट मात्र सांगितली नाही. ती म्हणजे, पेज दांपत्याच्या समजुतीप्रमाणे सिनसिनॅटी बालरुग्णालय, सिस्टीक फायब्रॉसीस वरच्या उपचारांच्या दृष्टीनं देशातलं अत्युच्च ठिकाण नव्हतं. त्या वर्षीच्या आकडेवारीनुसार, ते फारफारतर सर्वसाधारण पातळीवरचं होतं. ही बाब लहानसहान नव्हती. १९९७ साली, सर्वसाधारण रुग्णालयात उपचार घेणारे सिस्टीक फायब्रॉसिसचे रुग्ण फक्त तीस वर्षांपेक्षा थोडीच जास्त वर्षं जगत होते, तर सर्वोत्कृष्ट रुग्णालयातले रुग्ण सेहेचाळीस वर्षं जगत होते. काही मोजपट्ट्यांनुसार तर सिनसिनॅटीतलं बालरुग्णालय सरासरीपेक्षाही खालच्या दर्जाचं होतं. सिस्टीक फायब्रॉसीस झालेला रुग्ण किती जगेल, याचं भाकित त्याच्या फुप्फुसांच्या क्षमतेवरूनच वर्तवता येतं. सिनसिनॅटी बालरुग्णालयातल्या बारा वर्षांखालील ॲनीसारख्या मुलांची फुप्फुसांची क्षमता देशभरातल्या सी.एफ. रुग्णांच्या तुलनेत तळाच्या २५ टक्क्यांमध्ये मोडत होती आणि तिथल्या डॉक्टर्सना हे सत्य ठाऊक होतं.

पूर्वी गृहीत धरलं जायचं की, एका विषयातल्या वेगवेगळ्या तज्ज्ञांमधले किंवा

वेगवेगळ्या हॉस्पिटल्समधले फरक फार महत्त्वाचे ठरत नाहीत. जर सिस्टीक फायब्रॉसीसवर उपचार करणाऱ्या सर्व केंद्रांचे निकाल तुम्ही आलेखाद्वारा (graph) दाखवलेत, तर तो आलेख शार्क माशाच्या कल्ल्याच्या आकाराचा असा दिसेल, अशी लोकांची अपेक्षा असायची :

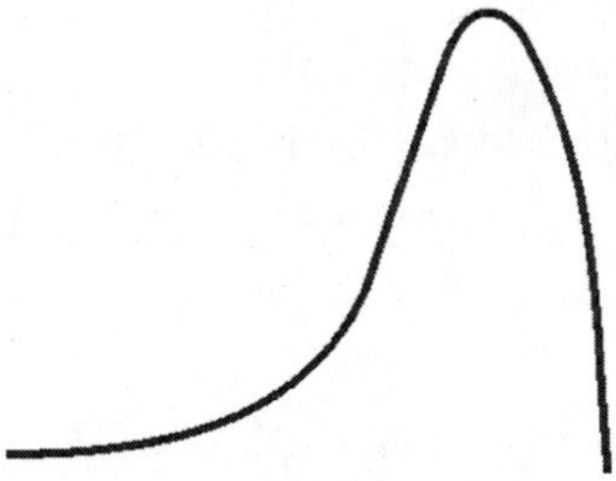

त्याचाच अर्थ असा की, अत्युच्च दर्जाच्या यशाच्या आसपासच इतर निकालांची दाटी असणार. परंतु प्रत्यक्षात जे पुरावे दिसत आहेत, त्यावरून परिस्थिती उलट वाटतेय. प्रत्यक्षात तुम्हाला बेल-कर्व्ह (घंटेच्या आकाराचा आलेख) सापडतो.

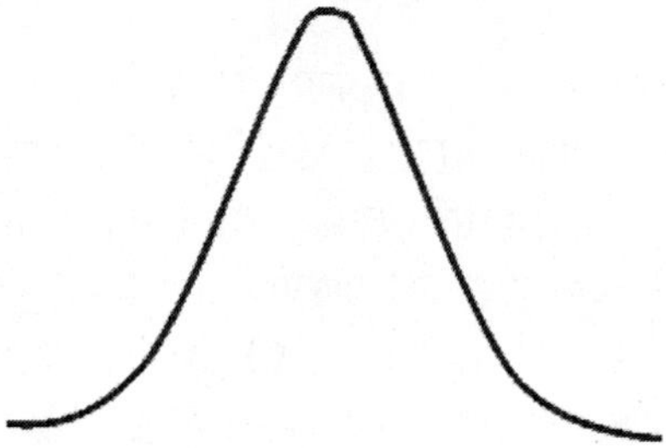

अशा प्रकारचा. या आलेखाचा अर्थ असा की, मूठभर लोकांचे इलाज अत्यंत यशस्वी ठरतात, मूठभर लोकांचे इलाज अत्यंत अपयशी ठरतात आणि बहुतांश लोकांचे इलाज अगदी सुमार ठरतात.

हर्नियाच्या शस्त्रक्रियेचीच गोष्ट पाहा : ज्यांचे इलाज अगदी बेताचे ठरतात, अशा सर्जननं शस्त्रक्रिया केली असता, शस्त्रक्रियेनंतरही रुग्णाला हर्नियाचा त्रास वारंवार उद्भवण्याची शक्यता दहात एक या प्रमाणात असते. सुमार दर्जाच्या अधिकांश सर्जन्सच्या बाबतीत ही शक्यता विसात एक असते आणि उत्कृष्ट दर्जाच्या सर्जन्सच्या बाबतीत ही शक्यता पाचशेत एकापेक्षाही कमी असते. नवागत

अर्भकांना निओनेटल केअर युनिटमध्ये ठेवावं लागलं, तर त्यांच्या मृत्यूचं सरासरी प्रमाण असतं १० टक्के. परंतु वेगवेगळ्या युनिट्सच्या गुणवत्तेनुसार ह्या आकड्यात ६ टक्क्यांपासून १६ टक्क्यांपर्यंत तफावत दिसून येते. कृत्रिम गर्भरोपण (इनविट्रो फर्टिलायझेशन) करून घेणाऱ्या स्त्रियांच्या बाबतीतसुद्धा यशाची सरासरी शक्यता ४० टक्के असली, तरी हे करणाऱ्या क्लिनिकच्या दर्जानुसार त्यात १५ टक्क्यांपासून ६५ टक्क्यांपर्यंत फरक दिसून येतो. वेगवेगळी केंद्रं ज्या वयाचे रुग्ण स्वीकारतात, खूप धोका असलेले रुग्णसुद्धा स्वीकारायला ते तयार होतात किंवा नाही आणि अशाच अन्य मुद्द्यांमुळे ही तफावत काही अंशी तयार होत असते. परंतु हे मुद्दे वगळले, तरीही विविध हॉस्पिटल्समधून पुरवल्या जाणाऱ्या रुगणसेवेत खूपच तफावत असते आणि काही हॉस्पिटल्स खरोखरच इतरांपेक्षा अधिक गुणवत्तेची असतात.

अशा 'बेल कर्व्ह' धर्तीचा आलेख स्वीकारणं ही डॉक्टरांच्या दृष्टीनं खूपच अवघड बाब असते. आपली वैद्यकीय यंत्रणा त्यांना उत्तम सेवा पुरवेल, या आमच्या आश्वासनांचा फोलपणा या 'बेल कर्व्ह'वरून सिद्ध होत असतो. आपण आपली जबाबदारी शक्य तेवढ्या उत्कृष्टपणे पार पाडतोय, ह्या आम्हा सर्वांच्या विश्वासालासुद्धा या आकडेवारीमुळे तडा जातो. परंतु ह्या 'बेल कर्व्ह'चा पुरावा डॉक्टर्स आणि रुग्ण यांपर्यंत हळूहळू पोचत गेला की काय घडतं, हे आत्ताशी कुठे आम्हाला उमगू लागलं आहे.

वैद्यकशास्त्रात अपयशाला सामोरं जायला आम्हाला शिकावंच लागतं. अनपेक्षितपणे उद्भवणाऱ्या समस्या आणि परिणामस्वरूप मृत्यू या गोष्टी सर्व डॉक्टर्सच्या अनुभवाला येतात. एक गोष्ट मात्र आम्ही अजून करू लागलो नाही : आम्ही अजूनही आमच्या वैयक्तिक यश-अपयशाची तुलना आमच्या सहकाऱ्यांच्या यश-अपयशाबरोबर करू लागलो नाही. मी ज्या खात्यात काम करतोय, त्याच्या सदस्यांची प्रामाणिक समजूत आहे की, आमचं खातं देशभरातल्या सर्वोत्कृष्ट खात्यांमधलं एक खातं आहे. परंतु सत्य कबूल करायचं, तर त्या समजुतीला पुष्टी देणारा कोणताही ठोस पुरावा आज आमच्यापाशी उपलब्ध नाही. बेसबॉल संघांपाशी जिंकण्या-हरण्याची यादी असते. व्यवसायांपाशी दर तिमाहीचे उत्पन्नाचे आकडे असतात. परंतु डॉक्टरांपाशी काय असतं?

वेबसाइटवर 'हेल्थ ग्रेड्स' नावाची एक कंपनी आहे. ती कंपनी $१७.९५ दिले असता, तुम्ही निवडलेल्या कोणत्याही डॉक्टरबद्दल अहवाल देते. अलीकडेच मी या कंपनीकडे माझ्या आणि माझ्या अनेक सहकाऱ्यांच्या (गुणतक्तारूपी) अहवालाची मागणी केली. या अहवालांवरून फारसं काही कळत नाही. त्यातून पुढील माहिती मिळते : माझ्या विशेष प्रकारच्या कौशल्याबद्दल मला प्रमाणपत्र

मिळालं आहे की नाही. माझ्यावर कोणतेही फौजदारी खटले भरले गेले आहेत किंवा नाहीत. मला कोणत्याही हॉस्पिटलच्या नोकरीतून निलंबित करण्यात आलं आहे किंवा नाही. माझा वैद्यकीय व्यवसायाचा परवाना काही काळासाठी किंवा कायमचा रद्दबातल करण्यात आला आहे किंवा नाही आणि मला गैरवर्तणुकीबद्दल शिक्षा करण्यात आली आहे किंवा नाही. ही माहिती उपयुक्त आहे, यात शंकाच नाही. परंतु त्यावरून खऱ्याखुऱ्या गुणवत्तेचा कितीसा बोध होतो?

अलीकडच्या काळात वेगवेगळ्या डॉक्टर्सच्या आणि हॉस्पिटल्सच्या गुणवत्तेचं मोजमाप घेण्याचे अनेक प्रयत्न करण्यात आले आहेत. कुणालाच हे काम सोपं वाटलेलं नाही. कोणत्या गोष्टीचं मूल्यमापन करावं, याचीच उकल करणं अवघड बनतंय. १९८६ ते १९९२ या सहा वर्षांच्या काळात मध्यवर्ती सरकारनं एक वार्षिक अहवाल प्रसिद्ध करायला प्रारंभ केला आहे. त्याला 'डेथ लिस्ट' म्हणतात. मेडिकेअर ह्या राष्ट्रीय विमा योजनेअंतर्गत असलेल्या वयोवृद्ध आणि अपंग रुग्णांच्या मृत्यूच्या प्रमाणावरून वेगवेगळ्या हॉस्पिटल्सचा दर्जा ठरवला जातो. यात प्रचंड तफावत आढळते आणि पहिल्या वर्षी जेव्हा ही डेथलिस्ट प्रसिद्ध करण्यात आली, तेव्हा तिला प्रसारमाध्यमांनी ठळक प्रसिद्धी दिली. परंतु त्याद्वारा केलेली प्रतवारी अगदी कुचकामाची ठरली. वृद्ध आणि अपंग लोकांचे मृत्यू त्यांच्या वयावर किंवा आजाराच्या गांभिर्यावर अवलंबून असतात आणि मृत्यूचं कारण वय की डॉक्टर हे ठरवणं संख्याशास्त्रज्ञांना शक्य झालं नाही. या आकड्यात सतत इतका फरक दिसून यायचा की, त्यामुळे प्रतवारी ठरवण्याचं काम अतिशय अवघड होऊन बसायचं हॉस्पिटल्सच्या प्रतवारीत प्रत्येक वर्षी फक्त मूठभर मृत्यूंमुळे प्रचंड फरक पडायचा. त्यांची गुणवत्ता वाढवण्यासाठी कोणते बदल घडवावेत, हे सांगणं त्यामुळे दुस्तर बनायचं (त्यांनी त्यांचे सर्वांत गंभीरपणे आजारी असे रुग्ण दुसऱ्या हॉस्पिटल्समध्ये पाठवून दिले असते, तर ही प्रतवारी उंचावली असती. परंतु प्रतवारीचा तो हेतू नव्हता.) लवकरच ह्या प्रतवारीकडे सर्व जण दुर्लक्ष करू लागले.

तरुण रुग्णांच्या बाबतीतही मृत्यूच्या आकड्यावरून डॉक्टरची गुणवत्ता ठरवता येत नाही. सरतेशेवटी, अगदी थोडे तरुण रुग्ण मरण पावतात आणि जेव्हा ते मरण पावतात, तेव्हा त्यात आश्चर्य करण्याजोगं काहीच नसतं. त्यातल्या बऱ्याच रुग्णांना शरीरभर फैलावलेला कॅन्सर तरी झालेला असतो किंवा गंभीर रक्तस्राव घडवणारी मोठी इजा तरी झालेली असते किंवा असंच काहीतरी झालेलं असतं. सर्वसाधारण परिस्थितीत आपण किती चांगली रुग्णसेवा पुरवू शकतो आणि ती प्रक्रिया कशा प्रकारची असते, याचं मोजमाप करण्याची रीत शोधून काढणं गरजेचं आहे. उदाहरणार्थ, न्युमोनिया झालेल्या रुग्णांना माझं हॉस्पिटल किती वेळा योग्य

तीच प्रतिजैविकं देतं? आणि एकूणच ते कोणत्या प्रतीची रुग्णसेवा पुरवतं? आमच्या हॉस्पिटलमधले निकाल, इतर हॉस्पिटल्सच्या तुलनेत कोणत्या पातळीवर असतात?

अशा प्रकारची माहिती जमवणं अवघड असतं. वैद्यकशास्त्र अजूनही लिखित अहवालांवर भिस्त ठेवत असतं. त्यामुळे माहिती गोळा करण्यासाठी तुम्हाला एकतर थेट रुग्णांच्या प्रकृतीचे तक्तेच तपासावे लागतात किंवा थेट रुग्णांशीच बोलावं लागतं. ह्या दोन्ही गोष्टी अत्यंत खर्चिक आणि यातायातीच्या आहेत. वैयक्तिक माहिती गुप्त राखण्याच्या नव्या निर्बंधांमुळे हे काम आणखीच अवघड होऊन बसलं आहे. परंतु ते सुरू करणं ही काळाची गरज आहे. देशातली व्हेटेरन्स हॉस्पिटल्स, हल्ली काही कर्मचाऱ्यांची नेमणूक फक्त वेगवेगळ्या सर्जन्सच्या हातून उद्‌भवलेल्या समस्यांचं आणि मृत्यूंचं प्रमाण लिहून ठेवून त्याची तुलना करण्यासाठीच करत असतात. माझ्या हॉस्पिटलसकट प्रशिक्षण देणारी एकूण चौदा हॉस्पिटल्स अलीकडे एकत्रितपणे नेमकं हेच काम करत आहेत. आपल्या राज्यातल्या प्रत्येक कार्डिॲक सर्जनबद्दलची अशी माहिती जमवण्याचं काम कॅलिफोर्निआ, न्यू जर्सी, न्यू यॉर्क आणि पेनसिल्व्हेनिया ही राज्यं गेली अनेक वर्षं नित्यनेमानं करत आहेत.

वैद्यक व्यवसायातली एक छोटीशी शाखा – त्या व्यवसायातल्या डॉक्टर्सना लाभलेल्या यश-अपयशाची नोंद करण्यात, इतर शाखांच्या तुलनेत आघाडीवर आहे. ती शाखा आहे सिस्टीक फायब्रॉसीसवर उपचार करणाऱ्यांची. सिस्टीक फायब्रॉसीस फाउंडेशन गेली चाळीस वर्षं, देशभरातल्या सी. एफ. उपचार केंद्रांमधली तपशीलवार माहिती एकत्र करून ठेवत आहे. ही संस्था इतरांपेक्षा जास्त सुबद्ध आहे, म्हणून त्यांनी हे काम करायला सुरुवात केली, असं अजिबात नाही. त्यांनी ही माहिती जमा करायला प्रारंभ केला, कारण १९६०च्या दशकात क्लीव्हलंडमधल्या ले रॉय मॅथ्यूज नावाच्या बालरोगतज्ज्ञानं त्याच्या क्षेत्रातल्या सर्वांना हैराण करायला सुरुवात केली होती.

१९५७ साली, क्लीव्हलंडमधल्या 'बेबीज अँड चिल्ड्रन्स हॉस्पिटल'मध्ये फुफ्फुसांचा तरुण तज्ज्ञ डॉक्टर या नात्यानं त्यानं सिस्टीक फायब्रॉसीससाठीचा उपचार – उपक्रम सुरू केला होता आणि काही वर्षांतच त्यानं दावा करायला सुरुवात केली होती की, त्याच्या रुग्णांच्या मृत्यूचं वार्षिक प्रमाण २ टक्क्यांपेक्षा कमीच होतं. सिस्टीक फायब्रॉसिसवर उपचार करणाऱ्या कुणाच्याही दृष्टीनं त्या वेळी असा दावा करणंही अत्यंत हास्यास्पद गोष्ट ठरली असती. ह्या रोगाला बळी पडण्याचं देशभरातलं प्रमाण होतं २० टक्क्यांपेक्षा जास्त आणि सर्वसाधारणपणे रुग्ण तीन

वर्षांच्या वयातच मरण पावायचा आणि इकडे तर मॅथ्यूज दावा करत होता की, तो आणि त्याचे सहकारी या रोगाचे गंभीर परिणाम अनेक वर्षं थोपवून धरू शकत होते. डॉक्टरांच्या एका परिषदेत तर त्यानं सर्वांपुढे चक्क दावा केला होता, ''आमचे रुग्ण किती काळ जगतील, हे अजून दिसायचंय, परंतु माझी अपेक्षा आहे की, त्यातले बरेचसे माझ्या अंत्यविधीपर्यंत जगू शकतील आणि तिथं उपस्थित राहू शकतील.''

१९६४ साली, सिस्टीक फायब्रॉसिस फाउंडेशननं, युनिव्हर्सिटी ऑफ मिन्नसोटा इथल्या वॉरन वॉरविक नावाच्या बालरोगतज्ज्ञाला दहा हजार डॉलर्सचं बेताचं वित्तसाहाय्य दिलं आणि अमेरिकाभरच्या सिस्टीक फायब्रॉसीसवर उपचार करणाऱ्या एकतीस केंद्रांमधून प्रत्येक सी. एफ. रुग्णाच्या उपचारांबाबत सर्व माहिती गोळा करण्याचं काम त्याच्यावर सोपवलं. या माहितीवरून मॅथ्यूजचा दावा खरा आहे की खोटा, हे सिद्ध करता आलं असतं. अनेक महिन्यांनी त्यानं ही सर्व माहिती गोळा केली : इतरत्र उपचार घेतलेल्या सी. एफ. रुग्णांच्या तुलनेत, मॅथ्यूजकडच्या रुग्णांचं अपेक्षित आयुष्य एकवीस वर्षांचं होतं. मॅथ्यूज हा एक ठळक अपवाद होता. गेल्या पाच वर्षांत तो उपचार करत असलेला सहा वर्षांखालचा एकही रुग्ण मरण पावलेला नव्हता.

इतर ठिकाणच्या डॉक्टर्सपेक्षा सी. एफ.कडे पाहण्याचा मॅथ्यूजचा दृष्टिकोन वेगळा होता. तो या रोगाकडे, 'अचानक उद्भवणारा रोग' या नजरेतून पाहतच नव्हता. तो सी. एफ.कडे हळूहळू गंभीररूप धारण करणारी व्याधी म्हणूनच पाहत होता आणि त्याचे रुग्ण या रोगाला बळी पडलेले स्पष्टपणे दिसण्यापूर्वीच तो ह्या रोगाला दूर ठेवण्यासाठीचे प्रतिबंधक उपाय सुरू करत होता. प्रत्येक रात्री तो त्याच्या रुग्णांना एका तंबूत झोपायला लावायचा. या तंबूत हवेतून सतत पाण्याच्या सूक्ष्म थेंबांचा मारा केला जायचा. हे सूक्ष्म थेंब इतकं दाट धुकं पसरवायचे की, त्यातून आरपार बघणं अशक्य व्हायचं. या सूक्ष्म थेंबांमुळे, रुग्णांच्या फुप्फुसांमधला श्लेष्म पातळ व्हायचा आणि तो खोकून बाहेर काढून टाकणं शक्य होत असे. ब्रिटिश बालरोगतज्ज्ञांनी योजलेल्या उपचारांचा तो अवलंब करायचा आणि रुग्णाच्या कुटुंबीयांना रुग्णाच्या छातीवर चापट्या मारायला सांगायचा. या क्रियेमुळेसुद्धा वायुकोशांमध्ये अडकलेला कफ सुटून बाहेर पडायला मदत व्हायची. वॉरविक्‌चा अहवाल प्रसिद्ध झाल्यावर मॅथ्यूजच्या उपचार-पद्धतीचं अनुकरण संपूर्ण देशभरात केलं जाऊ लागलं आणि ती सर्वमान्य उपचारपद्धत बनली. 'अमेरिकन थोरॅसिक सोसायटी'नं ह्या उपचारपद्धतीला मान्यता दिली आणि विविध उपचारकेंद्रांबाबत वॉरविकनं जमा केलेली माहिती इतकी उपयुक्त ठरली की, अशी माहिती दर वर्षी जमा करण्याची प्रथा, सिस्टीक फायब्रॉसिस फाउंडेशननं आजतागायत सुरू ठेवली आहे.

पूर्वापारपासून जमा केलेली माहिती अत्यंत मुग्ध तर करतेच, परंतु ती आपल्याला खजिलसुद्धा करते. १९६६ सालापर्यंत देशभरातलं सी. एफ.मुळे घडणाऱ्या मृत्यूंचं प्रमाण इतकं खाली आलं होतं की, या रोगाचे रुग्ण सरासरी दहा वर्षं तरी जगू लागले होते. १९७२ साली हे वय अठरा झालं. जलदपणे खूपच फरक घडून आला. परंतु त्याच कालावधीत मॅथ्यूजच्या केंद्रानं त्यांना मागे टाकलं होतं. ह्या फाउंडेशननं त्यांच्या माहितीपत्रकात वेगवेगळ्या केंद्रांचा नावानिशी उल्लेख केलेला नव्हता. लोकांनी खुलेपणानं आपली माहिती द्यावी, यासाठी त्यांनी त्यांचं नाव गुप्त ठेवण्याचं आश्वासन दिलेलं होतं. परंतु मॅथ्यूजचं केंद्र मात्र स्पष्टपणे त्यांची आकडेवारी सांगायचं. १९७०च्या दशकाच्या प्रारंभीच्या काळात, फुप्फुसांना गंभीर स्वरूपाची इजा पोचण्यापूर्वी त्यांच्याकडे आलेले ९५ टक्के रुग्ण, अठरा वर्षांपेक्षा जास्त काळ जिवंत राहिलेले होते. हा आलेख घंटेसारखा (बेल् कर्व्ह) असला, तरी त्याची रुंदी किंचितशी कमी होत होती. परंतु सर्व केंद्रांची सरासरी कार्यक्षमता उंचावली, तरी मॅथ्यूजचं केंद्र आणि इतर काही केंद्रं इतरांपेक्षा अधिक चांगले उपचार करू शकत होती.

२००३साली देशभरातल्या सी. एफ. रुग्णांची आयुर्मर्यादा तेहतीस वर्षं एवढी उंचावली होती, परंतु सर्वोत्कृष्ट केंद्रांमधली रुग्णांची आयुर्मर्यादा मात्र सत्तेचाळीसपेक्षाही जास्त झालेली होती. हॉस्पिटल्समधलं मृत्यूंचं प्रमाण सांगताना, तज्ज्ञ लोक जशी लबाडी करायचे, तशीच लबाडी ते ह्या आयुर्मर्यादेचं कथन करताना करत असले, तरी इतर काही हिशोब मात्र हीच कथा सांगतात. उदाहरणार्थ, फुप्फुसांची क्षमता हे जगू शकण्याबाबतचं सर्वांत महत्त्वाचं परिमाण आहे. सर्वसाधारण केंद्रांमध्ये सी. एफ. रुग्णांची फुप्फुसांची सी. एफ. क्षमता निरोगी माणसांच्या क्षमतेच्या तीन चतुर्थांश असते. सर्वोत्कृष्ट केंद्रांमध्ये रुग्णाची ही क्षमता निरोगी मुलांएवढीच चांगली असते. काही जण सफाई देतात की, हा फरक त्या रुग्णाकडे आनुवंशिकतेने आलेल्या जनुकावर अवलंबून असतो किंवा त्या रुग्णाच्या कुटुंबाच्या सामाजिक पातळीवर अवलंबून असतो. परंतु अलीकडच्या संशोधन-सर्वेक्षणानुसार, हे सर्व मुद्दे एकत्रितपणे घेतले, तरी ते फक्त २५ टक्के फरक घडवू शकतील. परंतु काही केंद्रांमधील सी. एफ. रुग्ण सर्वसाधारण रुग्णांएवढ्याच फुप्फुसांच्या क्षमतेचे कसे असू शकतात, याबद्दल त्यावरून बोध घेता येत नाही. सी. एफ. झालेल्या रुग्णांबाबतची आपली उपचारपद्धती, इतर रोगांवरच्या उपचारपद्धतीपेक्षा अत्यंत प्रगत झालेली असल्यामुळे वेगवेगळ्या केंद्रातील निकालांमधला फरक आणखीच बुचकळ्यात टाकतो. आपली एकूण उपचारपद्धती ज्या क्षमतेची असावी, अशी आपली इच्छा असते, त्या तोडीची आपली सी. एफ.वरची उपचारपद्धती आहे. देशभरात एकूण ११७ अशी सी. एफ.साठीची खास अशी उपचारकेंद्रं

आहेत आणि रुग्ण त्यातल्या एका केंद्रात उपचार करून घेत असतात. सर्व केंद्रांना अवघड चाचण्यांमधून पार झाल्यावरच प्रमाणपत्र मिळवता येतं. सी.एफ्. झालेल्या रुग्णांवर उपचार करण्याचा भरपूर अनुभव त्या केंद्रांमधल्या डॉक्टरांनी मिळवलेला असतो. सी. एफ.वर उपचार करताना त्या सर्व जणांनाच समान मार्गदर्शन मिळालेलं असतं. हे मार्गदर्शन इतर रोगांवरच्या उपचारपद्धतीबाबतच्या मार्गदर्शनापेक्षा खूपच जास्त तपशीलवार असतं. अधिक चांगली उपचारपद्धती शोधण्यासाठी, ते सर्व जणच संशोधनात्मक प्रयोगांमध्ये सहभाग घेत असतात. त्यामुळे त्यांना लाभणारं यशसुद्धा सारखंच असावं, अशी अपेक्षा करणं चुकीचं ठरू नये. परंतु प्रत्यक्षात मात्र त्यांना लाभणाऱ्या यशात प्रचंड तफावत आढळते. रुग्णांना हे ठाऊक नसतं. त्यांना जेव्हा हे कळतं, तेव्हा काय होतं?

सिनसिनॅटीमधल्या बालरुग्णालयात सी. एफ.वर दिल्या जाणाऱ्या उपचारांबद्दल माहिती देण्यासाठी २००१ सालच्या हिवाळ्यात पेज पतिपत्नींबरोबर इतर वीस कुटुंबांना आमंत्रण देण्यात आलं होतं. आता ॲनी सात वर्षांची झाली होती आणि दुसऱ्या इयत्तेत शिकणारी ती एक चुणचुणीत विद्यार्थिनी होती. तिची वाढ अजूनही नीटपणे होत नव्हती आणि साधी सर्दी झाली, तरी तिला प्रचंड त्रास होत होता. परंतु तिच्या फुप्फुसांची क्षमता मात्र स्थिर पातळीवर टिकून राहिली होती. ही सर्व कुटुंबं हॉस्पिटलमधल्या एका प्रशस्त कॉन्फरन्स हॉलमध्ये जमली होती. थोडक्यात परिचय करून दिल्यानंतर, डॉक्टरांनी पॉवरपॉइंटवर वेगवेगळ्या स्लाइड्स दाखवायला सुरुवात केली : सर्वोत्कृष्ट केंद्रांचे आहार आणि श्वसनावरचे निकाल दाखवल्यानंतर त्यांनी सिनसिनॅटी हॉस्पिटलचे निकाल दाखवले. हा मनमोकळ्या आणि खुल्या माहितीसंदर्भातला पारदर्शित्वाचा एक प्रयोगच होता. डॉक्टर्स काहीसे सचिंत वाटत होते. काही जणांचा तर अशा मेळाव्याला विरोधच होता. परंतु हॉस्पिटल नेतृत्वानं हा प्रयोग करून पाहण्याचा आग्रह धरला होता. त्यामागचं कारण होतं : डॉन बर्विक!

बर्विक पूर्वी बालरोगतज्ज्ञ होता. तो बॉस्टनमधली ना नफा तत्त्वावरची एक संस्था चालवत आहे. त्या संस्थेचं नाव आहे, 'इन्स्टिट्यूट फॉर हेल्थ केअर इम्प्रूव्हमेंट' (स्वास्थ्यसेवा-सुधारणा-संस्था). ही संस्था वैद्यकीय व्यवसायात सुधारणा घडवण्यासाठी, त्याच्या संकल्पना वापरायला तयार असणाऱ्या हॉस्पिटल्सना अनेक लक्ष डॉलर्सचं अनुदान देते. असंच एक अनुदान सिनसिनॅटीमधल्या सी. एफ. केंद्रानं मिळवलं. बर्विकची महत्त्वाची अट होती की, हे अनुदान मिळवणाऱ्या केंद्रांनी त्यांचा अहवाल आणि माहिती त्यांच्या रुग्णांपुढे खुली करायची. एका डॉक्टरनं याच अटीचं वर्णन 'रुग्णांपुढे नागवं व्हायचं' अशा शब्दांमध्ये केलं होतं.

बर्विक हा एक अवलिया डॉक्टर आहे. 'मॉडर्न हेल्थकेअर' नावाच्या अमेरिकेत प्रसिद्ध होणाऱ्या मासिकानं त्याचं वर्णन 'अमेरिकेतील स्वास्थ्य-सेवा-व्यवसायातली तिसऱ्या क्रमांकाची वजनदार असामी' अशा शब्दांमध्ये केलं होतं. त्या यादीतल्या अन्य लोकांप्रमाणे त्याचं महत्त्व तो भूषवत असलेल्या पदांमुळे त्याला मिळालेलं नाही. (पहिल्या स्थानावर होता 'सेक्रेटरी ऑफ हेल्थ अँड ह्यूमन सर्व्हिसेस,' आणि द्वितीय स्थानावर होता, 'हेड ऑफ मेडिकेअर अँड मेडिकेड.') बर्विकचं महत्त्व आहे त्याच्या विचारांमुळे!

डिसेंबर १९९९च्या परिषदेत बर्विकनं एक चाळीस मिनिटांचं भाषण केलं आणि अमेरिकन स्वास्थ्य-सेवेच्या त्रुटींबद्दलचे त्याचे विचार स्पष्ट केले. अनेक वर्षं उलटल्यानंतर, अजूनही लोक त्याच्या भाषणाची आठवण काढतात. त्या भाषणाचा व्हीडिओ सर्व जण अत्यंत लक्षपूर्वक पाहतात. (मी तो व्हीडिओ दाखवून-दाखवून – खराब झालेल्या परिस्थितीत भाषणानंतर वर्षभरानं पाहिला.) ह्या भाषणाच्या प्रती देशभरातल्या हजारो डॉक्टर्सकडे पाठवण्यात आल्या होत्या. बर्विक हा मध्यमवयीन, मृदुभाषी आणि अत्यंत साधा असा माणूस आहे. त्याच्या साध्यासुध्याशा प्रतिमेचा वापर, आपल्या फायद्यासाठी कसा करून घ्यायचा, हे त्याला बरोबर समजतं. त्याच्या भाषणाची सुरुवात त्यानं १९४९ साली मॉंटॅना राज्यातल्या जंगलाला लागलेल्या आगीबद्दलच्या मनाची पकड घेणाऱ्या कहाणीनं केली. अग्निशामक दलाचे पॅराशूट वापरणारे लोक ह्या आगीच्या विळख्यात अडकले होते. घाबरून जाऊन त्यांनी ७६° इतका चढ असलेल्या शिखरावरून चढून जाऊन सुरक्षित जागा गाठण्याचा प्रयत्न केला. परंतु वॅग डॉज नावाच्या त्यांच्या प्रमुखानं ताडलं की, त्यांची योजना सफल होणार नव्हती. त्यामुळे तो थांबला. त्यानं काडेपेटी बाहेर काढली आणि त्याच्या समोरचं उंच गवत पेटवून दिलं. ही आग झपाट्यानं चढावर पसरली. जळून साफ झालेल्या जागी त्यानं पाऊल टाकलं आणि तिथे तो झोपला आणि त्यानं त्याच्या सहकाऱ्यांना हाक मारून, त्याचंच अनुकरण करण्याची सूचना दिली. त्यानं त्या आणीबाणीच्या क्षणी जो शोध लावला होता, त्याला आपण 'एस्केप-फायर' (सुटका करून घेण्यासाठी लावलेली आग) असं म्हणतो. वन विभागात अग्निशामक दलाचं प्रशिक्षण देण्यासाठी हीच युक्ती कालांतरानं सर्रास शिकवली जाऊ लागली. त्याच्या गटातल्या लोकांनी एक तर त्याची हाक ऐकली तरी नाही, किंवा त्याचं डोकं फिरलं होतं, असं त्यांना वाटलं असावं. ते त्याला तिथेच सोडून पुढे पळत गेले. आणखी दोघे सोडून बाकी सर्व जण त्या भडकत्या ज्वालांमध्ये भस्मसात झाले. डॉज मात्र काहीही इजा न होता सुखरूप राहिला.

बर्विकनं विशद केलं की, अग्निशामक दलाचे लोक सांघिकपणे न वागता विस्कळितपणे वागले होते. तार्किकदृष्ट्या विचार करण्याचीं व एकजुटीनं काम

करायची क्षमता भीतीपोटी ते गमावून बसले होते. जीव वाचवण्याजोगी युक्ती सापडू शकेल, हे त्यांना कळलंच नव्हतं. संकटकाळात सदोष संस्थांची नेमकी अशीच गत होते आणि त्याचं ठाम मत होतं की, सध्याची स्वास्थ्य सेवा यंत्रणा अशीच सदोष आहे. अत्याधुनिक ज्ञान आणि उपचारपद्धती शिकून घेण्याची धडपड करताना, त्यांना अगदी साधीसुधी कामंसुद्धा करता येईनाशी झाली आहेत. स्वास्थ्य सेवा यंत्रणेतल्या त्रुटी दूर करण्यासाठी आपण दोन गोष्टी करणं आवश्यक आहे, असं बर्विकचं ठाम मत आहे. त्या दोन गोष्टी आहेत : आपल्या कुवतीची परीक्षा करणं आणि आपण जे करत आहोत, त्याबद्दल स्पष्टपणे आणि मनमोकळेपणे सांगणं. आपण डॉक्टर्सच्या आणि हॉस्पिटल्सच्या कार्यक्षमतेची नियमितपणे तुलना करत राहायला हवी. ही तुलना करताना आपण शस्त्रक्रियेनंतर उद्‌भवणाऱ्या समस्यांपासून, ते सांगितलेलंच औषध रुग्णाला योग्य प्रकारे आणि वेळेवर किती वेळा दिलं जातंय, हे मोजण्यापर्यंत सर्व गोष्टी लक्षात घेतल्या पाहिजेत. आणि तो पुन: पुन्हा म्हणतो की, हॉस्पिटल्सनी ही सर्व माहिती रुग्णांसाठी उपलब्ध करून दिली पाहिजे. तो म्हणतो, ''मी सुचवत असलेल्या 'एस्केप फायर'चा पहिला नियम आहे, 'कोणतीही गोष्ट गुप्त ठेवायची नाही!''' त्याचा दावा आहे की, पारदर्शित्वामुळे सुधारणा घडून येतील, मग त्या लाजेपोटी का घडेनात! ह्या पारदर्शित्वामुळे सिद्ध होईल की, रुग्णांचं स्वास्थ्य आणि सोय सर्वाधिक महत्त्वाची आहे, डॉक्टरांची नव्हे! त्यायोगे एक महत्त्वाचं नैतिक मूल्यसुद्धा पाळलं जाईल, कारण लोक त्यांच्या आयुष्याशी निगडित असलेली प्रत्येक गोष्ट जाणून घेऊ शकतील.

त्याची संकल्पना वापरण्यास तयार असलेल्या हॉस्पिटल्सना अनुदान देता यावं, म्हणून बर्विकच्या संस्थेला रॉबर्ट वुड जॉन्सन फाउंडेशननं भरपूर निधी दिला. यामुळेच सिनसिनॅटी बालरुग्णालयातले डॉक्टर्स, नर्सेस आणि समाजसेवक त्या दिवशी रुग्णांच्या कुटुंबीयांसमोर अनिश्चिततेच्या मन:स्थितीत उभे राहिले होते. त्यांनी कबुली दिली की, त्यांच्या उपक्रमाचा दर्जा खूप खालच्या पातळीवरचा आहे आणि तो सुधारण्यासाठी त्यांच्या कोणत्या योजना होत्या, हेसुद्धा त्यांनी विशद केलं. आश्चर्याची गोष्ट म्हणजे एकही कुटुंब हा उपक्रम सोडून इतरत्र जाऊ इच्छित नव्हतं.

राल्फ ब्लॅकवेल्डरनं मला सांगितलं, ''त्या मीटिंगनंतर आम्ही त्याबद्दल विचार केला.'' त्याची पत्नी ट्रेसी आणि त्याला एकूण आठ मुलं आहेत. त्यातली चार सी. एफ. ग्रस्त आहेत. ''आम्ही विचार केला की, आम्ही इथून हलायला हवं. मी माझा धंदा विकून दुसरीकडे धंदा नव्यानं सुरू करू शकलो असतो. आमच्या मनात आलं, 'इथेच राहून आपल्या मुलांना निकृष्ट दर्जाची रुग्णसेवा कशासाठी घ्यायला

लावायची? माझ्या मुलांना सर्वोत्कृष्ट रुग्णसेवा मिळायला हवी.'' परंतु ह्या उपचार-केंद्राच्या सदस्यांनी त्यांना सर्व खरी माहिती दिलेली पाहून ते दोघेही खूपच प्रभावित झाले होते. तिथल्या बालरुग्णालयातल्या कुणीही कोणत्याही सबबी सांगितल्या नव्हत्या आणि त्या सर्वांनाच आपली रुग्णसेवेची प्रत उंचावण्याची खरीखुरी इच्छा होती, हे स्पष्टपणे दिसत होतं. ब्लॅकवेल्डर्स पतिपत्नी अनेक वर्षं या सर्वांना ओळखत होते. ह्या उपक्रमातली आहारतज्ज्ञ टेरी शिंडलर हिचं स्वत:चंच मूल या उपक्रमाद्वारे रुग्णसेवा घेत होतं. ह्या केंद्रातली फुप्फुसांची तज्ज्ञ डॉक्टर बार्बरा चिनी हुशार, दक्ष आणि प्रेमळ होती. ती रात्री उशिरा आलेले फोन न कुरकुरता घ्यायची, आणीबाणीच्या वेळेस, मुलांना त्यातून सुखरूपपणे बाहेर काढायची नवीन उपचारपद्धती उपलब्ध होताक्षणी त्यांचा वापर करू लागायची. ह्या उपक्रमाचा संचालक जिम ॲक्टन ह्यानं वैयक्तिकदृष्ट्या हमी दिली की, काही अवधीतच हे सर्वोत्कृष्ट उपचार-केंद्र बनेल.

ह्या मीटिंगमध्ये ऐकलेली आकडेवारी आणि ह्या केंद्राचा दर्जा ऐकून ऑनर पेज घाबरून गेली. ब्लॅकवेल्डर्सप्रमाणेच पेज दांपत्याचीसुद्धा ह्या उपक्रमातल्या सर्व डॉक्टर्सशी जवळीक होती. परंतु ही बातमी मात्र त्यांच्या निष्ठेचा कस पाहणारी निघाली. ह्या उपक्रमाची यशस्विता वाढवण्यासाठी विविध समित्यांची स्थापना करण्यात येत असल्याचं ॲक्टननं जाहीर केलं. प्रत्येक समितीत निदान एका पालकाचा समावेश असणं आवश्यक होतं, असं ॲक्टननं जाहीर केलं. ही गोष्ट काही आगळीवेगळीच होती. आंतरिक-परीक्षण-समितीवर हॉस्पिटल्स फारच क्वचित वेळा रुग्णांच्या कुटुंबीयांना सहभाग घेऊ देतात. त्यामुळे इथून अन्यत्र जाण्याऐवजी, ऑनरनं ह्या समितीत सहभाग घेऊन हाच उपक्रम चालू ठेवायचं ठरवलं. ह्या उपक्रमातल्या समित्या रुग्ण सेवेबाबतच्या विज्ञानाची नव्यानं पाहणी करणार होत्या. ऑनरच्या समितीला मोठं आश्चर्य वाटलं, की या केंद्राचे निकाल होते त्याहून अधिक चांगले का नाहीत! या सी. एफ. रुग्णसेवा-केंद्रानं फक्त सी. एफ. संदर्भातल्या राष्ट्रीय स्तरावरच्या मार्गदर्शक सूचनांचंच पालन केलेलं नव्हतं, तर त्यांच्याच दोन डॉक्टरांनी या सूचना लिहिण्यात मदतसुद्धा केलेली होती. या समितीला सर्वोत्कृष्ट केंद्र पाहण्याची इच्छा होती, परंतु सर्वोत्कृष्ट केंद्रं कोणती, हे त्या समितीतल्या कुणालाच माहीत नव्हतं. जरी सिस्टीक फायब्रॉसीस-फाउंडेशन त्यांच्या वार्षिक अहवालांमध्ये देशभरातल्या ११७ केंद्रांपैकी प्रत्येक केंद्राचे गुणवत्तादर्शक निकाल प्रकाशित करत असली, तरी त्या केंद्रांची नावं गुप्त ठेवली जात होती. डॉक्टर्सनी फोन करून आणि ई-मेल्स धाडून फाउंडेशनकडे देशातल्या सर्वोत्कृष्ट पाच केंद्रांची नावं विचारली, परंतु त्यांना कोणतंही उत्तर देण्यात आलं नाही.

अनेक महिन्यांनी सन २००२च्या प्रारंभी बर्विकनं सिनसिनॅटीमधल्या सी.एफ.

केंद्राला भेट दिली. आपल्या रुग्णसेवेचा दर्जा सुधारण्यासाठी ते केंद्र मनापासून प्रयत्न करत असलेलं पाहून आणि रुग्णांच्या कुटुंबीयांची त्यासाठीची बांधिलकी पाहून तो अत्यंत प्रभावित झाला. परंतु या समितीला देशातल्या सर्वोत्कृष्ट केंद्रांची माहिती सी. एफ. फाउंडेशनकडून मिळवता येऊ नये, याचं त्याला अतिशय आश्चर्य वाटलं. वैद्यकीय-व्यवहारांकडे बघणाऱ्या, फाउंडेशनच्या उपाध्यक्षाबरोबर बर्विकनं संपर्क साधला. प्रेस्टन कँबल हे उपाध्यक्ष अत्यंत सावधगिरीनं बोलले. त्यांनी सांगायचा प्रयत्न केला की, ही वेगवेगळी केंद्रं त्यांची माहिती स्वेच्छेनं देत होती आणि गेली चाळीस वर्षं ते अशी माहिती न चुकता देत होते, कारण ती गुप्त ठेवली जाईल, असा त्यांचा विश्वास होता. एकदा त्यांच्या विश्वासाला तडा गेला की, ते खरीखुरी माहिती देऊन वेगवेगळ्या उपचार पद्धतींबाबत आणि त्यांच्या उपयुक्ततेबद्दल सांगणं कदाचित थांबवतील.

कँबल हा अत्यंत सावध आणि विचारी माणूस आहे. तो फुप्फुसांबद्दल विशेष जाण असलेला बालरोगतज्ज्ञ आहे आणि त्यानं आपलं व्यावसायिक आयुष्य सी. एफ. रुग्णांची सेवा करण्यात खर्च केलं आहे. बर्विकबरोबरच्या चर्चेमुळे तो अस्वस्थ झाला. सी. एफ. फाउंडेशनला नेहमीच संशोधन अत्यंत महत्त्वाचं वाटत आलं आहे. मूलभूत विज्ञानासाठी निधी देऊन ह्या फाउंडेशननं सी. एफ. ही व्याधी कोणत्या जनुकाच्या दोषामुळे होते, हे शोधून काढलं होतं. या संशोधनाद्वारा दोन नवी औषधं तयार करून ती रुग्णांना द्यायची संमती मिळवली होती आणि सध्या परीक्षणाखाली असलेली डझनभर अन्य औषधंसुद्धा शोधून काढली होती. रुग्णसेवेचा दर्जा मापण्याच्या दृष्टीनं त्यांनी केलेल्या प्रयत्नांमुळे अनेक संशोधन प्रकल्प सुरू झाले होते, त्यामुळे नव्या मार्गदर्शनपर सूचना तयार करता आल्या होत्या, प्रमाणपत्रं मिळवण्यासाठी अधिक कडक निर्बंध घालून अधिक नियमित प्रकारची रुग्णसेवा उपलब्ध करून देण्यात यश मिळवलं होतं. परंतु फाउंडेशननं केलेल्या संशोधनाद्वारे असंही सिद्ध झालं होतं की, वेगवेगळ्या केंद्रांद्वारे पुरवल्या जाणाऱ्या रुग्णसेवेच्या दर्जात भरपूर भिन्नता आहे.

बर्विकच्या फोन कॉलनंतर एक-दोन आठवडे उलटल्यावर कँबलनं सर्वोत्कृष्ट अशा पाच केंद्रांची नावं सिनसिनॅटीमधल्या सी. एफ. उपचार केंद्राला कळवली. अधिक पारदर्शित्व राखलं, तरच अधिक सुधारणा घडू शकेल, हे त्याला स्वत:लाच मनापासून पटलं होतं. २००४ साली फाउंडेशननं आपलं उद्दिष्ट जाहीर केलं की, काही काळानं, ते प्रत्येक केंद्राच्या रुग्णसेवेचा दर्जा जाहीर करतील; परंतु ही गोष्ट प्रत्यक्षात उतरवण्यासाठी त्यांना थोडा कालावधी मिळणं आवश्यक होतं, असंसुद्धा त्यांनी नमूद केलं. देशभरात सी. एफ. रुग्णांवर इलाज करणाऱ्या केंद्रांपैकी फक्त थोड्याच केंद्रांनी आपलं नाव जाहीर करण्यास परवानगी दिलेली होती.

असं असूनही, ह्या सर्वोत्कृष्ट पाच केंद्रांपैकी एका केंद्राला भेट दिल्यानंतर, मला त्या केंद्राचं नाव न सांगणं, डॉक्टरांची नावं गुप्त ठेवणं आणि तपशिलात न शिरणं शक्य झालं नाही. अशी सर्व माहिती दिल्याखेरीज सर्वोत्कृष्ट केंद्र कशा प्रकारे इतकी उत्तम सेवा पुरवू शकतं, हे सांगणं शक्य झालं नसतं. सिनसिनॅटीमधल्या लोकांनासुद्धा हीच गोष्ट जाणवली. सर्वोत्कृष्ट पाच केंद्रं कोणती हे एकदा कळल्यावर त्यांनी प्रत्येक केंद्रातल्या लोकांबरोबर संपर्क साधला आणि त्यांना जे सर्वोत्कृष्ट केंद्र वाटलं, त्या मिन्नसोटा सिस्टीक फायब्रॉसिस सेंटरला त्यांनी भेट दिली. हे केंद्र मिन्निआपुलीसमधल्या केअर व्ह्यू युनिव्हर्सिटी चिल्ड्रन्स हॉस्पिटल येथे स्थित आहे. मी प्रथम सिनसिनॅटीमधल्या केंद्रात गेलो आणि त्यानंतर तुलनेसाठी मिन्निॲपुलिसमधल्या केंद्रात गेलो.

सिनसिनॅटीत मला जे दिसलं, ते पाहून मी खूपच प्रभावित झालो आणि त्याचा मधोमधचा क्रमांक पाहून मला आश्चर्यसुद्धा वाटलं. इथल्या सी. एफ. केंद्रातील कर्मचारी अत्यंत कुशल, उत्साही आणि समर्पित भावानं काम करणारे होते. त्यांनी नुकतीच फ्लू व्हॅक्सीन देण्याची मोहीम पार पाडली होती आणि त्यांच्या ९० टक्के रुग्णांपर्यंत ते पोचले होते. त्यांच्या क्लिनिकमध्ये येण्यापूर्वी रुग्ण एका प्रश्नपत्रिकेत उत्तरं भरून द्यायचे. त्यामुळे तेथील डॉक्टर्सना आधीच नीटपणे उमगायचं की, त्यांना कोणते प्रश्न विचारले जातील आणि येणाऱ्या रुग्णांना एक्स रे, इतर चाचण्या आणि तज्ज्ञांचा सल्ला यांपैकी कशाची गरज भासेल. रुग्ण घरी जाण्यापूर्वी डॉक्टर्स त्यांना त्यांच्या भेटीबद्दल लिखित स्वरूपातला सारांश आणि त्यांच्या तपासण्यांचा संपूर्ण अहवाल द्यायचे. ही गोष्ट माझ्या रुग्णांबाबत करण्याचं तोवर माझ्या डोक्यातही आलेलं नव्हतं.

एके दिवशी सकाळी मी सी. एफ. केंद्रात काम करणाऱ्या सात तज्ज्ञ डॉक्टर्सपैकी एकीच्या - कोरी डेन्सच्या - क्लिनिकमध्ये जाऊन बसलो. आम्ही जे रुग्ण तपासले, त्यातली एक होती अलीसा. ती पंधरा वर्षांची होती. तिच्या तोंडावर वांग होते. ती अगदी बारीक होती. तिनं नखांवर गडद लाल नेलपॉलिश लावलं होतं आणि तिचे सरळसोट, फिकट सोनेरी केस तिनं पोनीटेलमध्ये बांधले होते. एका हातात तिनं फेसाळत्या पेयाची बाटली धरलेली होती. तिनं पायावर पाय टाकले होते आणि ती ते सतत वरखाली हलवत होती. तिच्या एका बाजूला तिचे आईवडील बसलेले होते. सारे प्रश्न थेट तिलाच विचारले जात होते. ती कशी होती? शाळा कशीकाय चालली होती? श्वासाबाबत काही त्रास जाणवतो का? आहारात पुरेसे उष्मांक घेण्याबाबत काही अडचण येत होती का? सुरुवातीला ती हो/नाही अशीच, एका शब्दात उत्तरं देत होती. परंतु अलीसाला अनेक वर्षं डेन्स

ओळखत होती आणि हळूहळू अलीसा अधिक मोकळेपणानं बोलू लागली. ती म्हणाली, "गोष्टी बऱ्याचशा सुरळितपणे चालल्या आहेत. ती तिचे उपचाराबाबतचे नियम नीटपणे पाळतेय." दिवसातून दोनदा तिच्या आईवडिलांपैकी कुणीतरी हातानी तिच्या फुप्फुसांवर उपचार करत होतं. त्यानंतर लगेचच ती इनहेलरच्या साहाय्यानं औषधं घेत होती आणि व्हिटॅमिन्सच्या गोळ्यासुद्धा घेत होती. त्या दिवशी सकाळीच तिच्या फुप्फुसांच्या क्षमतेचं मापन करण्यात आलेलं होतं. ते ६७ टक्के कार्यक्षम होतं. नेहमीच्या ८० टक्के कार्यक्षमतेपेक्षा हे प्रमाण थोडं कमी होतं. आदल्या दिवशी तिला खोकल्याचा थोडा जास्तच त्रास झालेला असल्यामुळे ही कार्यक्षमता उणावली असावी, असा अंदाज होता. गेले अनेक महिने अलिसाला पोटात कळा येत होत्या, त्याची डेन्सला चिंता वाटत होती. अलिसा म्हणाली की, या कळा अचानकच सुरू व्हायच्या - जेवणापूर्वी, जेवणानंतर मध्यरात्री. त्या तीव्र स्वरूपाच्या असायच्या आणि दोन तास सतत येत राहायच्या. सर्व तपासण्या, चाचण्या, एक्स-रे यांतून कोणतीही विकृती दिसत नव्हती; परंतु शाळेत न जाता गेले पाच आठवडे तिला घरीच राहावं लागलं होतं. तिचे आईवडील अगदी वैतागून गेले होते, कारण बहुतांश वेळ ती अगदी ठीकठाक दिसायची. ह्या वेदना तिच्या मेंदूचीच निर्मिती होती की काय, अशी त्यांना शंका येऊ लागली होती. डेन्सची याबद्दल खात्री नव्हती. तिनं स्टाफ नर्सला अलिसाबरोबर घरी जायला सांगितलं. एका पचनसंस्थेच्या तज्ज्ञाकडे तिला तपासणीसाठी पाठवलं आणि वेदनांविषयक तज्ज्ञाकडेसुद्धा पाठवलं आणि नेहमीच्या तीन महिन्यांऐवजी, त्यापूर्वीची तपासणीची तारीख दिली.

माझ्या मते ही आदर्श उपचार पद्धत होती : विस्कळित, तरी माणुसकीची, काळजीपूर्वक आणि मनापासून केलेली – कुणालाही हवीशी वाटेल अशी! त्यानंतर मी मिन्निॲपुलिसला गेलो.

तिथल्या फेअरव्ह्यू युनिव्हर्सिटी चिल्ड्रन्स हॉस्पिटल्मधल्या सी. एफ. उपचार केंद्राचा संचालक दुसरा तिसरा कुणीही नसून, स्वत: वॉरन वॉरविक्च होता. ह्या बालरोगतज्ज्ञानंच ले रॉय मॅथ्यूजच्या शंकास्पद अशा यशस्वितेच्या दर्जाबद्दल चौकशी - तपासणी केली होती. तेव्हापासून वॉरविक्ला एक छंदच जडला : इतरांपेक्षा अधिक यशस्वी होण्यासाठी काय करावं लागतं, हे शोधून काढण्याचा! तो ठामपणे सांगतो की, या मागचं गुपित अगदी सोपं-सरळ आहे. ते त्यानं मॅथ्यूजकडूनच शिकून घेतलं होतं : तुमच्या रुग्णाची फुप्फुसं शक्य तेवढी खुली आणि सक्षम ठेवण्यासाठी जे-जे करता येईल, ते सतत करत राहा. पोअरव्ह्यूमध्ये येणाऱ्या सी. एफ. रुग्णांवर इतर ठिकाणच्या रुग्णांसारखेच उपचार केले जात होते

: तीच इनहेलेशन-औषधं (छातीतील कफ पातळ होऊन बाहेर पडावा, म्हणून श्वासनलिकेत वाफेच्या सूक्ष्म कणांचा मारा), तीच प्रतिजैविकं आणि छातीवर ठोकून कफ सैल करण्यासाठीचे तेच व्यायाम. असं असूनही कशी कोण जाणे, परंतु वॉरविक करत असलेली प्रत्येक गोष्ट वेगळी होती.

त्याच्या क्लिनिकमध्ये मी एके दिवशी दुपारी पोचलो आणि तो सतरा वर्षांच्या हायस्कूल सीनिअर असलेल्या जॅनेल नावाच्या रुग्ण मुलीला तपासत होता, तेव्हा मी तेथेच उपस्थित होतो. ही जॅनेल सहा वर्षांची असताना तिला सी. एफ. ही व्याधी जडल्याचं निदान करण्यात आलं होतं आणि ती तेव्हापासून त्याच्याच देखरेखीखाली उपचार घेत होती. ती आज नेहमीप्रमाणे तीन महिन्यांनंतरच्या तपासणीसाठी आलेली होती. तिनं काळ्या रंगानं रंगवलेले केस तिच्या खांद्यांपर्यंत आलेले होते. तिनं काळंभोर आय-लायनर वापरलं होतं. प्रत्येक कानात चार इअररिंग्ज घातले होते, आणखी दोन इअररिंग्ज तिच्या भिवयांवर अडकवले होते आणि जिभेत लहान कुडं घातलं होतं. वॉरविक शहात्तर वर्षांचा होता. तो पाठीत वाकला होता. उंचसोट होता आणि गबाळ्या पोशाखात वावरत होता. त्यानं जीर्ण झालेलं ट्वीड जॅकेट घातलं होतं. त्याच्या त्वचेवर सदोष यकृतामुळे पडतात, तसे डाग पडलेले होते. त्याचे पातळ केस पिकू लागले होते. प्रथमदर्शनी तो गेल्या शतकातला वृद्ध प्रोफेसर वाटत होता. तो पुढ्यावर हात ठेवून क्षणभर जॅनेलचं निरीक्षण करत तिच्यासमोर उभा राहिला. मग त्यानं तिला प्रश्न विचारला, ''जॅनेल, आपला सी. एफ. उपक्रम देशभरातला सर्वोत्कृष्ट उपक्रम व्हावा, यासाठी तू काय करते आहेस?''

ती म्हणाली, ''ही काही सोपी गोष्ट नव्हे, बरं का!'' त्यांनी अशी खेळीमेळीची थोडीशी शाब्दिक देवघेव केली. तिच्या म्हणण्याप्रमाणे, तिचं अगदी छान चाललेलं होतं. शाळा छान चालली होती. वॉरविक्नं तिच्या सर्वांत नव्या फुप्फुस - तपासणीचा अहवाल बाहेर काढला. अलिसाच्या अहवालाप्रमाणेच जॅनेलच्या अहवालात थोडी अधोगती झालेली दिसली. तीन महिन्यांपूर्वी जॅनेलची फुप्फुसं १०९ टक्के कार्यक्षम होती. (सी. एफ. न झालेल्या रुग्णांपेक्षाही तिची फुप्फुसं अधिक तंदुरुस्त अवस्थेत होती.) आज तिच्या फुप्फुसांची कार्यक्षमता ९० टक्क्यांपर्यंत खाली उतरलेली दिसत होती. ही कार्यक्षमतासुद्धा वाईट नव्हती आणि या आकड्यात थोडे चढ-उतार होणं अपेक्षितच असतं. परंतु ह्या आकड्यांकडे पाहण्याची वॉरविक्ची दृष्टी वेगळी होती.

त्यानं आठ्या पाडून विचारलं, ''ही क्षमता खाली का गेलीय?'' जॅनेलनं खांदे उडवले.

इतक्यात खोकला झाला होता? नाही. सर्दी? नाही. ताप? नाही. ती उपचार

नियमितपणे घेत होती? हो! अर्थात! दररोज? हो! तिनं उपचार घ्यायला कधी दांडी मारली होती? हो! प्रत्येक जणच कधीतरी दांडी मारतं! 'कधीतरी' म्हणजे कितीदा?

मग असेच प्रश्न विचारून वॉरविकनं सत्य बाहेर काढून घेतलं. गेले काही महिने तिनं उपचार घेतलेलेच नव्हते.

त्यानं नेटानं विचारलं, ''तू उपचार का घेत नाहीस?'' त्याला आश्चर्य वाटलेलंही दिसलं नाही किंवा तो रागावलेलाही दिसत नव्हता. जणू काही अशी मनोवेधक घटना यापूर्वी कधीही पाहिली नसल्याप्रमाणे त्याला खरंखुरं कुतूहल वाटत होतं, असं दिसत होतं.

जॅनेल म्हणाली, ''मी नाही सांगू शकत.''

तो खोदून-खोदून विचारतच राहिला. ''उपचार घेण्यात कोणती अडचण आहे?''

''ठाऊक नाही.''

डोक्याकडे बोटानं निर्देश करून त्यानं विचारलं, ''तिथं काय शिजतंय?'' ''मला ठाऊक नाही.'' ती पुन्हा म्हणाली.

तो क्षणभर थांबला आणि त्यानंतर माझ्याकडे वळला. त्यानं आता एक वेगळीच शक्कल लढवली. तो मला म्हणाला, ''या सिस्टीक फायब्रॉसिसच्या रुग्णांबाबतची गंमत सांगतो. ते अतिशय उत्तम असे शास्त्रज्ञ असतात. ते सतत प्रयोग करून पाहत असतात. ते प्रयोग करून पाहतात, तेव्हा त्यांना आलेल्या अनुभवांचा अर्थ लावण्यासाठी आपण त्यांना मदत केली पाहिजे. तर मग ते उपचार घेणं थांबवतात. मग काय बरं होतं? ते आजारी पडत नाहीत. त्यामुळे ते निष्कर्ष काढतात की, डॉ. वॉरविक् खुळा आहे.''

जॅनेलकडे संपूर्णपणे दुर्लक्ष करत तो मला म्हणाला, ''आपण आकड्यांकडे पाहू या.'' भिंतीवर लावलेल्या एका फळ्याजवळ तो गेला. तो फळा भरपूर वेळा वापरात आलेला दिसत होता. ''सी. एफ.मुळे फुप्फुसांची गंभीर व्याधी जडण्याचा संभव प्रत्येक दिवसामागे अर्धा टक्का असतो.'' त्यानं हा आकडा फळ्यावर लिहिला. जॅनेलनं डोळ्यांची छद्मी हालचाल करून पावलांनी ताल धरायला सुरुवात केली. ''परंतु सी. एफ. झालेल्या रुग्णानं रोज सांगितल्याप्रमाणे उपचार घेतले, तर फुप्फुसांची गंभीर व्याधी जडण्याची शक्यता असते फक्त पाच शतांश टक्के'' त्यानं पुन्हा हे आकडे फळ्यावर लिहिले. ''त्यामुळे तुम्ही जेव्हा (उपचार थांबवण्याचा) प्रयोग करता, तेव्हा तुम्हाला तंदुरुस्त राहण्यातला दैनिक फरक दिसतो ९९.५ टक्के आणि ९९.९५ टक्के. त्यात तुम्हाला खूप फरक जाणवत नाही, नाही का? कोणत्याही दिवशी सर्वसाधारणतः तुम्ही तंदुरुस्त राहण्याची शक्यता असते शंभर टक्के. परंतु'' — तो थांबला आणि एक पाऊल माझ्या दिशेनं टाकून पुढे

म्हणाला, ''तो फरक खूपच मोठा आहे.'' त्यानं फळ्यावर हिशोब लिहिले. ''ह्या फरकाची संपूर्ण वर्षभराची बेरीज करा आणि हा फरक असेल, बरं राहण्याची ८३ टक्के शक्यता किंवा फक्त १६ टक्के शक्यता!''

तो आता जॅनेलकडे वळून म्हणाला, ''तू आयुष्यभर तंदुरुस्त कशी राहू शकशील? तू वृद्धापकाळानं ग्रस्त अशी रुग्ण कशी बनशील?'' त्यानं तिला विचारलं. जॅनेलनं आता उद्दामपणे पायानं ठेका द्यायचं बंद केलं. तो पुढे म्हणाला, ''मी तुला कोणतंही आश्वासन देऊ शकत नाही. मी फक्त शक्यता वर्तवू शकतो.''

माझ्या लक्षात आलं की, ह्या छोट्याशा भाषणातूनच वॉरविक्चं परिस्थितीबद्दलचं आकलन आणि धोरण सिद्ध होत होतं. त्याचा ठाम विश्वास होता की, सर्वोत्कृष्ट परिणामांसाठी दररोज ९९.५ टक्के यश आणि ९९.९५ टक्के यश यातला फरक लक्षात घेणं अत्यंत आवश्यक आहे. माणसं करतात, त्या बऱ्याचशा गोष्टी अशाच असतात : बॅटनं हवेत उंऽऽच उडवलेला चेंडू झेलणं, मायक्रोचिप्स बनवणं, रातोरात माल पोचवणं. या बाबतचा वैद्यकशास्त्रातला महत्त्वाचा फरक असा आहे की, या ९९.५ टक्के आणि ९९.९५ टक्के यशातल्या फरकामुळं लोक आपलं आयुष्य गमावतात.

त्यामुळे जॅनेलच्या बाबतीतला तो फरक शोधण्याचा वॉरविक नेटानं प्रयत्न करत होता. अखेरीस त्यानं शोधून काढलं की, तिनं एक नवा बॉयफ्रेंड शोधला होता. तिनं नवी नोकरीसुद्धा शोधली होती आणि ती रात्रभर काम करत होती. त्या मित्राचं स्वत:चं अपार्टमेंट होतं आणि ती एकतर तिथे किंवा नाहीतर मैत्रिणीकडे बराच वेळ काढत होती. त्यामुळे उपचार घेण्यासाठी ती घरी जातच नव्हती. शाळेतल्या नव्या नियमांमुळे, तिला औषधाचा प्रत्येक डोस घ्यायला शाळेतल्या नर्सकडे जावं लागत होतं. त्यामुळे तिनं जाणं थांबवलंच होतं. ''त्याचा वैताग येतो!'' असं ती म्हणाली. त्याला समजलं की, काही औषधं ती घेत होती, कारण तिला खरोखरच वाटत होतं, की त्याचा उपयोग होतो. ती व्हिटॅमिन्सच्या गोळ्यासुद्धा घेत होती. (''तू त्या का घेतेस?'' ''कारण त्या 'कूऽऽल' (मस्त) आहेत!'') बाकीच्या औषधांकडे ती दुर्लक्ष करत होती. वॉरविकनं तिच्यापुढे एक प्रस्ताव ठेवला : दररोज शाळा संपल्यावर जॅनेलनं घरी जाऊन श्वसनासंबंधीचे उपचार घ्यावेत आणि तिच्या जिवलग मैत्रिणीला त्याबाबत मदत करायला सांगावं. तिनं इतर औषधं आपल्या खिशात किंवा बॅगेत ठेवावीत आणि ती स्वत:च घ्यावीत. (''नर्स मला त्याची परवानगी देणार नाही!'' ''मग तिला सांगूच नकोस ना!'' तो म्हणाला आणि स्वत:ची काळजी घेण्याच्या क्रियेवर त्यानं हुशारीनं 'बंडखोरी'चा रंग चढवला.) तोवर जॅनेलची याला हरकत नव्हती. परंतु त्यापुढे तो म्हणाला की, तिनं आणखी एक गोष्ट करायला हवी : उपचार न घेतल्यामुळे झालेली इजा भरून

काढण्यासाठी तिनं काही दिवस हॉस्पिटलमध्ये राहून डॉक्टरांच्या देखरेखीखाली उपचार घ्यायला हवेत.

"आज?"

"हो! आजच!"

"उद्या चालेल?"

तो म्हणाला, "जॅनेल, आपण कर्तव्याला चुकलो आहेत. आपण कर्तव्याला चुकलो असलो, तर त्याची प्रांजळ कबुली देणं आवश्यक असतं." हे ऐकल्यावर ती रडायला लागली.

वॉरविक्‌ची एकाग्रता, चढाई आणि कल्पकता यांमुळे तो असामान्य बनला आहे. तो त्याच्या रुग्णांबाबत गंभीरपणे साधक-बाधक विचार करत असतो. तो त्यांना नीटपणे प्रयत्न करण्यासाठी प्रचंड उत्तेजन देतो. आणि कल्पकतेनं नवे मार्ग शोधायला तो कचरत नाही. वीस वर्षांमागे चर्चमधल्या गानवृंदाचं गाणं ऐकता-ऐकता, एकीकडे तो रुग्णांची तपासणी अधिक चांगल्या प्रकारे कशी करता येईल, याबद्दल विचार करत होता. त्या विचारमंथनातून त्यानं नव्या प्रकारच्या स्टेथॉस्कोपचा शोध लावला. तो त्याला स्टीरिओ-स्टेथॉस्कोप म्हणतो. त्या स्टेथॉस्कोपमध्ये दोन लटकत्या घंटा असतात. आणि ध्वनिवहनाला लागणाऱ्या विलंबामुळे, फुप्फुसांचे आवाज 'स्टीरिओ' (त्रिमिती) पद्धतीनं ऐकू येतात. त्यानं हा स्टीरिओ-स्टेथॉस्कोप एका इंजिनिअरकडून बनवून घेतला. ह्या स्टेथॉस्कोपनं जॅनेलची तपासणी करताना त्यानं एक घंटा तिच्या छातीच्या उजव्या बाजूवर आणि दुसरी घंटा छातीच्या डाव्या बाजूवर टेकवली आणि ठामपणे सांगितलं की, तिच्या फुप्फुसांमधल्या वेगवेगळ्या वायुकोशांचे आवाज त्याला ऐकू येत होते.

त्यानं खोकण्याची एक वेगळी पद्धत शोधून काढली. त्याचे रुग्ण जोरानं खोकून कफ बाहेर काढून टाकत आहेत, एवढंच त्याला पुरेसं वाटत नव्हतं. त्याला अगदी खोलवरून, जोरानं खोकणं अपेक्षित होतं. त्यानं त्याच्या ऑफिसात, त्यानंतर आलेल्या एका रुग्णाला त्या पद्धतीनं खोकायला लावलं. त्या रुग्णानं आपले हात ताणून वर केले, जांभई दिली, चिमटीत नाक पकडलं, शक्य तेवढं खाली वाकून छातीवरचा दाब वाढवला आणि त्यानंतर ताठ बसून जोरानं खोकून सारा कफ उच्छ्वासाच्या हवेबरोबर जोरानं बाहेर काढून टाकला. ("पुन्हा! आणखी जोरात!" वॉरविक्‌नं त्याला उत्तेजन देऊन म्हटलं.)

त्यानं जवळजवळ वीस वर्षांपूर्वी एक अत्यंत महत्त्वाची गोष्ट तयार केली. यांत्रिक पद्धतीनं छातीवर गुद्दे मारणारं जाकीट त्यानं त्याच्या रुग्णांसाठी बनवलं. सिस्टीक फायब्रॉसीसच्या रुग्णांना श्वसनाबाबतचे दैनिक उपचार करून घेणं विशेष

जिकिरीचं वाटत असतं. त्यासाठी आणखी एका व्यक्तीची मदत आवश्यक असते. त्यासाठी इमानेइतबारे रुग्णाच्या छातीवरल्या चौदा वेगवेगळ्या जागी बुक्के मारणं आवश्यक असतं. ते नियमितपणे न चुकता दररोज दोन वेळा करावं लागतं आणि ते वर्षानुवर्षं करत राहावं लागतं. कुत्र्याच्या छातीभोवती रक्तदाबासाठी घातलेल्या कड्यात हवा भरली आणि रिकामी केली की, त्याच्या फुप्फुसांमधले स्राव बाहेर पडायला मदत होते, हा एका संशोधनाचा निष्कर्ष त्याला खूप महत्तवाचा वाटला. १९८०च्या मध्याला त्यानं हे जाकीट तयार केलं. आता त्याला 'व्हेस्ट' म्हणतात. ते काळ्या लोकरी जॅकेटसारखं दिसतं. त्याच्या दोन बाजूंना पोकळीत हवा भरण्यासाठीच्या नळ्या असतात. त्या नळ्या कंप्रेसरला जोडल्या की, जोरानं हवा आत भरली जाते आणि बाहेर काढली जाते. (ही व्हेस्ट चढवलेल्या एका रुग्णाशी मी बोललो. छोट्या खडबडीत रस्त्यावरून जाणारी गाडी जशी हादरेल, तसे त्या व्हेस्टला हादरे बसत होते.) कालांतरानं घेतलेल्या संशोधन-सर्वेक्षणांद्वारा सिद्ध झालं की, ह्या जॅकेटचा उपयोग हातानं छातीवर ठोकून केलेल्या उपचारांएवढा नक्कीच होतो, किंबहुना जास्तच होतो! आणि हातांनी उपचार करून घेण्यापेक्षा रुग्ण हे जॅकेट अधिक नियमितपणे वापरतात. आज सी. एफ. झालेले किंवा फुप्फुसांची अन्य व्याधी झालेले ४५,००० रुग्ण अशा जॅकेटचा वापर करतात.

इतर अनेक क्लिनिक्सप्रमाणेच मिन्नसोटा सिस्टीक फायब्रॉसिस सेंटरमध्ये अनेक डॉक्टर्स आणि अनेक अन्य कर्मचारी काम करतात. वॉरविक्नं दर आठवड्याला एक मीटिंग घेऊन प्रत्येक डॉक्टरच्या उपचारांबाबत विचार करण्याची आणि त्या उपचारांची पाहणी करण्याची प्रथा सुरू केली. सर्वांच्या उपचारांची यशस्विता सारखीच असायला हवी, हा त्याचा आग्रह इतर डॉक्टर्सना मोठा जाचक वाटतो. काही लोक वैतागतात. एक डॉक्टर म्हणाला, "उपचारांच्या वेगवेगळ्या पद्धतींबद्दल तो पुरेसा आदर दाखवेल, अशी खात्री देता येणार नाही!" आणि जरी त्यानं या केंद्राच्या संचालकपदाचा १९९९ साली राजीनामा दिला आणि त्याच्या कार्लोज मिला या शिष्याला ती जागा मोकळी करून दिली, तरी तो अजूनही ह्या केंद्राचं नेतृत्व करतो आहे. त्यांच्या रुग्णांच्या फुप्फुसांची क्षमता ८० टक्के किंवा ९० टक्के चांगली असल्याबद्दल तो आणि त्याचे सहकारी समाधान मानत नाहीत. त्यांचं उद्दिष्ट असतं १०० टक्के क्षमता गाठण्याचं किंवा त्याहूनही अधिक क्षमता गाठण्याचं. त्याच्या केंद्रात उपचार घेणाऱ्या मुलांपैकी जवळजवळ १० टक्के मुलं त्यांच्या जठरात थेट जोडलेल्या नळीद्वारा जास्तीचं पोषण घेतात. कारण वॉरविक्च्या मते त्यांचं वजन पुरेसं वाढत नाहीय. असं करणं आवश्यक आहे, असं कोणत्याही संशोधनाद्वारा सिद्ध झालेलं नाही. परंतु या सेंटरमध्ये उपचार घेणारं एकही मूल किंवा युवा व्यक्ती जवळजवळ गेल्या दहा वर्षांत मृत्युमुखी पडलेली नाही. त्यांचा

वयानं सर्वांत मोठा रुग्ण आता सदुसष्ठ वर्षांचा आहे.

वाटेल तसे प्रयोग रुग्णांवर करणं किती धोक्याचं आहे, याची आम्हा वैद्यकीय व्यावसायिकांना पुरेशी जाणीव आहे. आम्ही संशोधनाद्वारे सिद्ध झालेल्या उपचारपद्धतीच वापरायचा निक्षून प्रयत्न करत असतो. परंतु रुग्णांच्या प्रकृतीत घडलेल्या सुधारणांवरच सारं लक्ष केंद्रित करून, वॉरविक्नं यशस्वीरीत्या नवनवे प्रयोग करून पाहिले आहेत आणि संशोधनानं सिद्ध केलेल्या गोष्टींकडे तो जवळजवळ तिरस्कारानं बघू लागला आहे. उपचारांबाबतची राष्ट्रीय मार्गदर्शक पद्धत त्याच्या मते केवळ इतिहासाचा अहवाल आहे. त्याचं म्हणणं आहे की, या मार्गदर्शक-पद्धतींना 'एक्स्पायरी डेट' (वापर थांबवण्याची तारीख) असायला हवी. तो त्याच्या आणखी एका रुग्णाला स्कॉट् पायपरला तपासायला जात होता, तेव्हा मी त्याच्या सोबत गेलो. पायपर वयाच्या बत्तिसाव्या वर्षी जेव्हा उपचारांसाठी फेअरव्ह्यू क्लिनिकमध्ये आला, तेव्हा त्याची ८० टक्के फुप्फुसं नाकाम झालेली होती. तो इतका अशक्त झालेला होता आणि त्याला इतकी धाप लागत होती की, त्याला चालताही येत नव्हतं; मग काम करणं तर दूरचीच गोष्ट! तो आणखी वर्षभर तरी जगेल की नाही, याची शाश्वती नव्हती. त्याला झाली चौदा वर्षं!

"कधीकधी मला वाटतं की, आता सारं संपलंय. मी आणखी जगू शकणार नाही. परंतु कधीकधी वाटतं की, मी साठ, सत्तर किंवा त्याहूनही जास्त वर्षं जगू शकेन." गेले अनेक महिने पायपरला एक नवी गोष्ट करून पाहायला वॉरविक सांगत होता. दररोज केवळ दोनदा, तीस मिनिटांसाठी, छातीचे व्यायाम देणारी व्हेस्ट वापरून न थांबता, आणखी एक वेळा – दुपारी झोपताना, दोन तासांसाठी – त्यानं ती वापरावी, असा वॉरविक्नं आग्रह धरला होता. सुरुवातीला गदगद हलणाऱ्या व्हेस्टमध्ये झोप घेणं पायपरला अवघड वाटत होतं. आता त्याला त्याची सवय झाली आहे. दुपारच्या झोपेच्या वेळी व्हेस्ट वापरायला सुरुवात केल्यानंतर, पायपरला पुन्हा बोलिंग करणं शक्य झालं. गेल्या अनेक वर्षांमध्ये प्रथमच तो कोणतातरी खेळ खेळू शकत होता. त्यानं आठवड्यातल्या दोन रात्री खेळणाऱ्या संघात नाव नोंदवलं. त्याला चार गेम्स होईपर्यंत टिकाव धरता येत नव्हता आणि तिसऱ्या गेमच्या वेळी त्याचे सरासरी गुण खाली जाऊ लागत; परंतु आपले सरासरी गुण १७७पर्यंत नेणं त्याला शक्य झालं होतं. "तुला आणखी एक गेमसाठी टिकाव धरता यावा, यासाठी आपल्याला आणखी काय करता येईल, असं तुला वाटतंय?" वॉरविक्नं पायपरला प्रश्न विचारला. पायपर म्हणाला की, हवा थंड असली — पन्नास अंश फॅरेनहाइटच्या खाली हवेचं तापमान असलं — आणि हवेतली आर्द्रता ५० टक्क्यांहून खाली असली की, त्याची शारीरिक क्षमता वाढायची. वॉरविकनं त्याला सुचवलं की, गरम आणि आर्द्रता जास्त असलेली हवा

असताना आणि गेमच्या दिवशी पायपरनं आणखी एक तास ती व्हेस्ट वापरावी. त्यानं ह्या कल्पनेला होकार दिला.

आपण धरून चालतो की, डॉक्टरची कार्यक्षमता त्याच्या ज्ञानावर आणि कौशल्यावरच अवलंबून असते. मिन्निॲपुलिसमधला किंवा इराकच्या युद्धभूमीवरचा, किंवा भारतातल्या पोलिओची साथ उसळलेल्या खेड्यातला, देशभरातल्या प्रसूतिगृहांमधला आणि मी या पुस्तकात वर्णिलेल्या अन्य बाबतीतला अनुभव मात्र सांगतो की, ज्ञान आणि कौशल्य ह्या रुग्णसेवेसंदर्भातल्या सर्वांत सोप्या गोष्टी आहेत. प्रचंड ज्ञान आणि कौशल्य ठायी असलेले डॉक्टर्स रुग्णसेवेसंदर्भात अगदी सुमार दर्जाचे असू शकतात. आक्रमकता, प्रामाणिकपणे कर्तव्यं पार पाडण्याची वृत्ती आणि कल्पकता यांसारख्या धूसर वाटणाऱ्या गोष्टीच अत्यंत महत्त्वाच्या ठरत असतात. सिनसिनॅटी आणि मिनिॲपुलिस या दोन्ही ठिकाणच्या सी. एफ. केंद्रांमधले डॉक्टर्स, ज्ञान आणि कौशल्य या बाबतीत तुल्यबल होते. त्यांनी सी. एफ. संदर्भातली सर्व माहिती उत्तम प्रकारे आत्मसात केलेली होती. परंतु कोणतीही श्वसनासंबंधीची किंवा अन्य समस्या नसलेली ॲनी पेज, जर मिन्निॲपुलिसमधील केंद्रात उपचार घेत असती, तर थेट अन्न पोचवणारी नळी तिच्या जठरात नक्कीच घातली गेली असती आणि तिचं श्वसन निरोगी मुलांपेक्षाही अधिक चांगलं व्हावं, यासाठी वॉरविकच्या संघानं जंग-जंग पछाडले असते.

डॉन बर्विकला वाटतं की, ज्या बारीकसारीक गोष्टींमुळे वैद्यकीय उपचारांमध्ये उंची गाठता येते, त्या गोष्टी शोधता येतात आणि अनुकरणानं त्या शिकता येतात. परंतु असा बोध घेणं शक्य होत नाही, कारण असे वैद्यकीय सेवेचे मेरुमणी कोण आहेत, हे कुणालाच ठाऊक नसतं. जर आपल्याला सर्व डॉक्टर्सची क्षमता समजली, तर त्यातल्या सर्वोच्च क्षमतेच्या लोकांना शोधणं आणि त्यांच्यापासून बोध घेणं इतरांना शक्य होईल. सर्वोत्कृष्ट रुग्णसेवा पुरवणारे डॉक्टर्स कोणती गोष्ट वेगळ्या प्रकारे करतात, हे जाणून घेण्याबाबत आपल्याला जर प्रामाणिक कुतूहल वाटत असेल, तरच त्याबद्दलची माहिती सर्वत्र पसरेल, असं बर्विकचं म्हणणं आहे.

बर्विकच्या या सिद्धान्ताचा लवकरच पडताळा घेता येणार आहे. डिसेंबर २००६ मध्ये, सिस्टीक फायब्रॉसिस फाउंडेशननं सर्व केंद्रांचं मन वळवण्यात यश मिळवलं आणि त्यांचे निकाल सर्वांपुढे मांडण्याची परवानगी मिळवली. हे निकाल रोगाच्या तीव्रतेनुसार मोजले जातात. ही सारी माहिती आता सिस्टीक-फायब्रॉसिस-फाउंडेशनच्या वेबसाइटवर (www.cfl.org) उपलब्ध आहेत. स्वेच्छेनं अशी माहिती उपलब्ध करून देणारी वैद्यकीय व्यवसायातली ही पहिलीच शाखा आहे.

वॉरविकचा संघ ज्या पद्धतीनं प्रत्येक सी. एफ. रुग्णाच्या पोषणावर आणि

श्वसनक्षमतेवर बारकाईनं लक्ष / नियंत्रण ठेवत असतो, त्याचंच अनुकरण आता सिनसिनॅटीमधल्या सी. एफ. संघानं करायला प्रारंभ केला आहे. आपली कार्यक्षमता वाढवण्याबाबत त्यांनी आता अधिक आक्रमकतेनं प्रयत्न सुरू केले आहेत. परंतु जंगजंग पछाडून प्रयत्न करणाऱ्या आणि नवे-नवे प्रयोग करून पाहणाऱ्या वॉरविकसारख्या व्यक्तीचं अनुकरण करणं सर्वांनाच जमेल, असं सांगता येणार नाही. सिस्टीक फायब्रॉसिस फाउंडेशननं आपली माहिती जाहीर करू इच्छिणारी वेगवेगळी सी. एफ. उपचारकेंद्रं एकत्र आणायला सुरुवात केल्यावर, काही आकृतिबंध लक्षात येऊ लागले आहेत, असं ब्रूस मार्शलचं म्हणणं आहे. तो सी. एफ. फाउंडेशनसाठी काम करतो आणि दर्जा उंचावण्यासाठी प्रयत्न करणाऱ्या गटाचा तो प्रमुख आहे. सर्व केंद्रांनी खूपच प्रगती घडवली आहे, परंतु फेअरव्ह्यूसारख्या (मिन्निॲपुलीसमधील) केंद्राला मागे टाकणं अजूनही कुणालाच जमलेलं नाही.

"दर्जाप्रमाणे चार भागांत विभागणी करून तुम्ही दर्जातल्या सुधारणेचं मापन करता आणि सर्वोच्च २५ टक्के विभागातल्या लोकांचा सुधारणेचा वेग सर्वाधिक असतो. ते इतरांना मागे टाकून खूप-खूप पुढे निघून जाण्याची शक्यता भरपूर आहे," मार्शलचं म्हणणं आहे. हे सर्वोत्कृष्ट गट बहुधा शिकून बदल घडवण्याची प्रचंड क्षमता राखून असणार आणि हे बदल घडवणं त्यांना इतरांपेक्षा प्रचंड जलद गतीनं पार पाडता येत असणार!

आपण आपली सरासरी गुणवत्ता कितीही सुधारली, तरी गुणवत्तेबाबतच्या आलेखाचा बेल् कर्व्ह (घंटेसारखा आकार) कायमच राहणार आहे, हे सत्य आपण एकदा स्वीकारलं की, आपल्या मनात अनेक प्रश्न शिल्लक राहातात. तळाच्या ५० टक्के कार्यक्षमतेच्या डॉक्टर्सना, ही माहिती जाहीर केल्यानंतर त्यामुळे त्रास होऊ शकेल का? आपण आपल्या पेशंट्ससमोर आपल्या दर्जाची कबुली देणं अपेक्षित असेल का? आपले पेशंट्स आपला दर्जा समजल्यावर आपल्याला सोडून इतरत्र जातील का? तळाच्या दर्जाच्या डॉक्टर्सना, सर्वोच्च दर्जाच्या डॉक्टर्सपेक्षा कमी पैसे स्वीकारावे लागतील का? बहुधा या सर्व प्रश्नांना 'होय' असंच उत्तर द्यावं लागेल.

अलीकडे दर्जा पाहून पैसे देण्याची प्रथा सुरू झाली आहे. (बेताच्या मंडळींना टाळा, असं कुणी म्हणत नसलं, तरी व्यवहारात तसंच घडतं!) देशभरातल्या मेडिकेअर, एटना, ब्लू क्रॉस, ब्लू शील्ड यांसारख्या वैद्यकीय-विमा-कंपन्या दर्जाचे काही निकष सिद्ध होईपर्यंत १० टक्के पैसे देतच नाहीत. आधी निश्चित केलेला यशाचा दर्जा गाठला आहे, हे दिसेपर्यंत आतड्याचं प्रत्यारोपण करण्याच्या शस्त्रक्रियेसाठी सर्जन्सना पैसे द्यायचे नाहीत, असं मेडिकेअरनं ठरवलं आहे आणि हीच प्रथा इतर शस्त्रक्रियांबाबतही पाळली जाण्याची भरपूर शक्यता आहे. या गोष्टीची डॉक्टर्सना

काळजी वाटू लागलीय. ही संकल्पना डॉक्टर्सपुढे प्रथमच मांडणाऱ्या परिषदेत मी एकदा सामील झालो होतो. भाषण संपतेवेळी श्रोत्यांपैकी काही जण संतापानं ओरडू लागले होते : आम्हाला आमच्या दर्जाप्रमाणे पैसे दिले जाणार आहेत? हा दर्जा कोणी ठरवायचा? आणि कसा?

परंतु फक्त वैद्यकीय व्यवसायातच अशी दर्जा-मापणी होत नाहीय. अग्निशामक दलातले लोक, सी.ई.ओ., विक्रेते यांनासुद्धा दर्जामापनाला सामोरं जावं लागतंय आणि काही ठिकाणी तर त्यानुसार त्यांना पैसे दिले जात आहेत. परंतु अशा दर्जाच्या निकषावर आपलं मूल्यमापन केलं जावं, ह्या गोष्टीची आपणा सर्वांनाच काळजी वाटतेय. अशा मूल्यमापनात योग्य गोष्टी कधीच तपासल्या जात नाहीत. आपल्या नियंत्रणाबाहेर असलेल्या गोष्टी या मूल्यमापनात कधीच लक्षात घेतल्या जात नाहीत. असा दर्जा देण्याचा गैरवापर केला जाऊ शकतो. असा दर्जा ठरवणं अन्याय्य असू शकतं. तरीसुद्धा एक गोष्ट मात्र कधीच नाकारता येत नाही : सर्व मानवी व्यवहारांच्या गुणमापनाचा आलेख 'बेल कर्व्ह' अशाच प्रकारचा असतो आणि मापले गेलेले भेद बहुधा महत्त्वाचे असतात.

सिनसिनॅटी बालरुग्णालयातल्या सी. एफ. संघ, सी. एफ. उपचारांबाबत आपलं केंद्र जगातलं सर्वोत्कृष्ट केंद्र बनवण्यासाठी प्रचंड प्रयत्न करत होता. परंतु अशा प्रयत्नांनंतरही ते केंद्र सरासरी मध्यम कार्यक्षमतेचं राहिलं, तर ती काय करेल, असं मी ऑनर पेजला विचारलं.

तिनं मला उत्तर दिलं, ''असं घडेल, असं मला अजिबात वाटत नाहीय. या सर्व कर्मचाऱ्यांनी इतका प्रामाणिक आणि जोरदार प्रयत्न केला आहे की, त्यांना यश मिळणार नाही, अशी मी कल्पनाही करू शकत नाही.''

परंतु मी नेटानं तिला हाच प्रश्न वारंवार विचारल्यानंतर ती मला म्हणाली, ''हे केंद्र मध्यम दर्जाचंच राहिलं, तर मी इथेच चिकटून राहीन, असं मला वाटत नाही.'' त्यानंतर तिनं याबद्दल आणखी विचार केला. केवळ दर्जाची आकडेवारी पाहून ती ॲनीला तिच्यावर निष्ठेनं आणि प्रेमानं उपचार करणाऱ्या डॉक्टर्सपासून दूर घेऊन जाईल? कदाचित ती तसं करेलही. परंतु त्याबरोबरच तिनं मला तिचं प्रांजल मत सांगितलं की, त्यांचे प्रामाणिक प्रयत्न तिला किती महत्त्वाचे वाटत आहेत, याचं ती शब्दांत वर्णन करू शकत नव्हती. याबाबत थोडासाच विचार केला की, माझ्या मनात एक प्रश्न उभा राहतो : मी करत असलेल्या शस्त्रक्रियांच्या गुणवत्तेचा आलेख मांडला, तर त्यातलं माझं स्थान कोठे असेल? इंडोक्रीन ग्रंथींना झालेल्या ट्यूमर्सवर शस्त्रक्रिया करणं ही माझी विशेषता होती. जे सर्जन्स अशा शस्त्रक्रिया क्वचितच करतात, त्यांच्यापेक्षा माझी गुणवत्ता जास्त बरी ठरेल, अशी मी आशा केली, तरी माझी गुणवत्ता वॉरविकच्या जवळपास पोचणारी असेल? मला अशा

प्रश्नाचं उत्तर द्यावं लागेल?

आपल्या कामाची जबाबदारी स्वीकारणाऱ्या कुणालाही एका अत्यंत अवघड प्रश्नाला तोंड द्यावं लागतं : मी सामान्य दर्जाचा निघालो, तर काय होईल? माझ्या एवढाच अनुभव असलेल्या सर्व सर्जन्सची गुणवत्ता आपण तपासली आणि त्यांमधला मी तळागाळाचा निघालो, तर त्यावरचं उत्तर अगदी सोपं असेल : मी हातात स्कालपेल धरणं पूर्णपणे थांबवेन. परंतु मी 'बी मायनस' या दर्जाचा निघालो तर? असं घडलं, तर सर्जन्सनी बजबजलेल्या मोठ्या शहरात व्यवसाय करताना, मी माणसांवर शस्त्रक्रिया करण्यासाठी कोणती सफाई देऊ शकेन? मी स्वतःला सांगू शकेन की, अखेरीस कुणीतरी अगदी सामान्य दर्जाचं असणारच आहे. जर गुणवत्तेचा आलेख घंटेच्या आकाराचा असतो, हे सत्य मान्य केलं, तर बरेचसे डॉक्टर्स अगदी सामान्य कुवतीचे असणार आहेत, हे वास्तव नाकारता येणार नाही. असं असलं, तर त्यांच्यापैकी एक असल्याची लाज कशासाठी वाटून घ्यायची?

परंतु लाज एका गोष्टीची मात्र वाटायलाच हवी. सामान्य असण्याची नव्हे, तर सामान्य राहणं स्वीकारण्याची लाज वाटायला हवी. सामान्यतेतून प्रयत्नपूर्वक बाहेर पडून कार्यक्षमता वाढवायचा कोणताही प्रयत्न न करण्याची लाज वाटायला हवी. प्रत्येकालाच ठाऊक असतं की, सर्वसामान्य प्रतीचं असणं हे आपलं दैव असतं आणि काही बाबतीत रूप, पैसा, टेनिस – ह्या दैवाचा स्वीकार करणंच योग्य ठरेल. परंतु तुमच्या सर्जनबाबत, तुमच्या मुलाच्या बालरोगतज्ज्ञाबाबत, तुमच्या शहरातल्या पोलीसखात्याबाबत, तुमच्या गावातल्या हायस्कूलबाबत असा सुमारपणा तुम्ही स्वीकारू शकाल? जर अशा गोष्टींवर आपलं आणि आपल्या मुलांचं आयुष्य पणाला लागणार असलं, तर कुणीही सर्वसामान्यांचा स्वीकार करणार नाही!

कामगिरी सुधारण्यासाठी

एकेदिवशी मी ऑपरेशन-थिएटरमध्ये शस्त्रक्रिया करत होतो आणि पलीकडे उभ्या असलेल्या डॉ. मार्क सायमन ह्या एकोणतीस वर्षांच्या भूलतज्ज्ञाशी बोलत होतो, कारण शस्त्रक्रिया फारशी अवघड नव्हती. मी ज्या वेगवेगळ्या सिस्टीक फायब्रॉसीसवर उपचार करणाऱ्या केंद्रांना भेट दिली होती, त्याबद्दल मी त्याला सांगितलं आणि ही चर्चा माझ्या अपेक्षेपेक्षा त्याला अधिक महत्त्वाची वाटली, कारण तो स्वत:च सिस्टीक फायब्रॉसिसचा रुग्ण होता. आम्ही खूप वेळा एकत्र काम केलं होतं. तो लहानखुरा होता आणि त्याला बरेचदा कर्णकटू असा खोकला यायचा. सिस्टीक फायब्रॉसिस झालेल्या रुग्णांची ही विशेषता असते. तरीसुद्धा मला तशी शंका आलेली नव्हती. तो म्हणाला की, या रोगाला तोंड देण्यासाठी फार धडपड करावी लागते. मेडिकल-स्कूलच्या पहिल्या तीन वर्षांच्या कालखंडात त्याची प्रकृती बऱ्यापैकी होती. परंतु चौथ्या वर्षात असताना त्याचा रोग वाढला आणि त्याला हॉस्पिटलमध्ये दाखल होऊन चार आठवडे उपचार घ्यावे लागले. पुढल्या वर्षी, बॉस्टनमध्ये रेसिडन्सी करत असताना त्याला पुन्हा सहा आठवडे उपचारांसाठी रजा घ्यावी लागली. रेसिडन्सीचं त्याचं हे दुसरं वर्ष अर्धंमुर्धं पार पडतं न पडतं, तोच त्याला आणखी एक महिना हॉस्पिटलमध्ये काढावा लागला. तो आता आहे एकोणतीस वर्षांचा आणि सी. एफ. रुग्णाचं सरासरी आयुर्मान फक्त तेहतीस वर्षांचं असतं, हे त्याला ठाऊक आहे. त्यामुळे आम्ही कळीच्या प्रश्नाबद्दल चर्चा करू लागलो : त्याचं आयुष्य कशामुळे वाचू शकेल? प्रयोगशाळेतल्या विज्ञानासाठी पैसे खर्च केल्यामुळे? की सध्याची स्वास्थ्य-सेवा-प्रणाली सुधारून अधिक कार्यक्षम बनवल्यामुळे?

बरेच लोक उत्तर देतील की, प्रयोगशाळेतल्या विज्ञानावर भर देऊन नवे शोध लावणं हा त्यावरचा हुकमी उपाय आहे. १९८९साली जेव्हा शास्त्रज्ञांनी सिस्टीक फायब्रॉसीसची व्याधी जडवणारं जनुक शोधून काढलं होतं, तेव्हा हा विचारच योग्य आहे आणि सी. एफ. वरचा खात्रीलायक इलाज लवकरच शोधून काढता येईल, असं बहुतेकांना वाटलं होतं. परंतु असा नाट्यपूर्ण शोध कधी लागलाच नाही. असा शोध लागून सी. एफ. वर उपाय शोधला जाईल, ही अशा मार्कनं अजूनही सोडलेली नाही. परंतु त्याचा जीव वाचवण्याएवढ्या जलद गतीनं हा शोध लागेल, असं मात्र त्याला आता वाटत नाहीय. तो म्हणतो की, त्याऐवजी त्याचं सारं लक्ष केंद्रित झालंय सध्याचं ज्ञानच वापरून पद्धतशीरपणे प्रयत्न करून उपचारपद्धती आणि त्याची यशस्विता यांवर सुधारणा घडवण्याच्या पर्यायावर! त्याला प्रांजलपणे वाटतं की, सध्या चाललेल्या वेगवेगळ्या प्रयत्नांपैकी, या गोष्टीवरचे प्रयत्नच अधिक आयुष्यं वाचवू शकतील आणि मला त्याचं म्हणणं पटतंय!

आपलं ज्ञान आणि रोगांवरचे इलाज यांत सुधारणा घडवण्यासाठी नवे-नवे शोध लावणं अर्थातच अत्यंत महत्त्वाचं आहे. मग ते इलाज सी. एफ.वरचे असोत, बालपणी झालेल्या लिम्फोमावरचे असोत किंवा देहाला ग्रासणाऱ्या अन्य कोणत्या व्याधीवरचे असोत! परंतु आपल्याजवळ सध्या उपलब्ध असलेल्या ज्ञानाचाच आपण अजून कार्यक्षमतेनं वापर करू लागलेलो नाहीत आणि हे बदलण्यासाठी आपण पुरेसा प्रयत्नसुद्धा करू लागलेलो नाही. जेव्हा आपण उपचार-पद्धतीचं रूपांतरच विज्ञानात करू लागतो — जसं आपण हात धुण्याबाबत पाहिलं किंवा जखमी सैनिकांवरच्या त्वरित उपचारांबद्दल पाहिलं किंवा प्रसूतिसंदर्भात पाहिलं — तेव्हा आपण हजारो आयुष्यं वाचवू शकतो. वैद्यकीय उपचारांमध्ये सुधारणा घडवण्याचे शास्त्रशुद्ध प्रयत्न केल्यामुळे (ज्यासाठी सध्या अत्यल्प वित्तसाहाय्य मिळतं आहे) येत्या दशकात जेवढी आयुष्यं वाचवता येतील; तेवढी आयुष्यं जनुकांवरच्या संशोधनामुळं, स्टेम सेल थेरपीमुळं, कॅन्सर-व्हॅक्सीनमुळंसुद्धा वाचवता येणार नाहीत किंवा वर्तमानपत्रांमध्ये ठळक मथळ्यात छापून येणाऱ्या अन्य संशोधनांमुळेसुद्धा वाचवता येणार नाहीत. त्यामुळे त्याचं महत्त्व आज अनन्यसाधारण बनलं आहे.

आता ब्रेस्ट-कॅन्सरचीच गोष्ट घ्या. १९९० सालापासून, औद्योगिक क्रांती झालेल्या देशांमधलं ब्रेस्टकॅन्सरमुळे घडणाऱ्या मृत्यूंचं प्रमाण २५ टक्क्यांनी खाली आलं आहे. ब्रेस्ट कॅन्सर संदर्भातल्या नोंदणीवरून केलेल्या संशोधनाद्वारा अलीकडेच सिद्ध झालं आहे की, ह्या २५ टक्के घटीपैकी पाव किंवा बहुधा अर्ध्याहून जास्त घट केवळ स्त्रियांनी वाढत्या प्रमाणात केलेल्या मॅमोग्राफ-चाचण्यांमुळे घडलेली आहे. मॅमोग्राफीमुळे ब्रेस्ट कॅन्सरची अगदी सुरवात असतानाच त्याबद्दल समजतं

आणि तो इतरत्र पसरण्यापूर्वीच त्याचा समूळ नायनाट करता येतो. परंतु त्यासाठी अत्यंत आवश्यक असलेली गोष्ट म्हणजे : स्त्रियांनी जागरूकतेनं, वर्षातून एकदा मॅमोग्राफ-चाचणी करून घेतलीच पाहिजे. त्यापेक्षा जास्त काळानं मॅमोग्राफ-चाचणी केली, तर ब्रेस्ट कॅन्सर वेळेत लक्षात येत नाही. तो वाढून इतरत्र पसरू शकतो.

तर मग किती स्त्रिया दर वर्षी असा मॅमोग्राफ करून घेतात? पाच वर्षांच्या कालखंडात सातपैकी एक स्त्री असा मॅमोग्राफ काढून घेते आणि दहा वर्षांच्या कालखंडात सोळापैकी फक्त एक स्त्री मॅमोग्राफ काढून घेते. त्यामागची कारणं अनेक आहेत. बरेचदा या हलगर्जीपणासाठी स्त्रियांनाच दोषी ठरवलं जातं. परंतु त्यामागची महत्त्वाची कारणं अनेक आहेत : या गोष्टीला खूप वेळ लागतो. त्याचा शारीरिक त्रास होतो, मॅमोग्राफ काढणं अवघड असतं, त्यासाठी खूप पैसे लागतात आणि ही सुविधा असणाऱ्या जागा सोयीच्या नसतात. स्वास्थ्यविमा ज्यांना उपलब्ध नाही, अशांना हा खर्च परवडण्याजोगाच नाही आणि त्याबद्दल आठवण देण्याची तसदी स्वास्थ्यकेंद्रं क्वचितच घेतात. अमेरिकेचं सरकार आणि खासगी संस्था दर वर्षी जवळजवळ एक बिलियन (शंभर कोटी) डॉलर्स खर्चून ब्रेस्ट-कॅन्सरवरचे नवे उपचार शोधणाऱ्या संशोधनासाठी वित्तसाहाय्य करत असतात; परंतु मॅमोग्राफ-सुविधा सहजपणे सर्वांना उपलब करून देण्यासाठी काय सुधारणा करता येईल, यासाठी काहीही वित्तसाहाय्य देत नाहीत. तरीही विविध संशोधनं सतत दाखवत आलेली आहेत की, नियमितपणे मॅमोग्राफ काढून घेतला, तर ब्रेस्ट-कॅन्सरमुळे ओढवणाऱ्या मृत्यूंचं प्रमाण एक तृतीयांशानं कमी होईल.

परंतु अशा गोष्टींमळे किती प्रचंड प्रमाणात फरक पडू शकतो, हे सत्य मला जगभरातल्या वैद्यकीय-व्यवसायाची पूर्णपणे माहिती करून घेईपर्यंत उमगलेलं नव्हतं. जगातल्या अनेक ठिकाणी रुग्ण सेवेसंदर्भातली कार्यक्षमता वाढवल्यामुळेच आयुष्यं वाचवणं शक्य होत असतं. जनुकांबाबतच्या संशोधनामुळे नव्हे! २००३ साली मी शस्त्रक्रियेचं प्रशिक्षण नुकतंच पूर्ण केलं होतं आणि माझ्या व्यवसायाला जोमानं सुरुवात करण्यापूर्वी मी माझ्या मात्यापित्यांच्या मूळ देशात-भारतात — जाऊन निमंत्रित शल्यविशारद म्हणून काही काळ काम करायचं ठरवलं. दोन महिन्यांच्या या दौऱ्याच्या वेळेस मी भारतभरातल्या वेगवेगळ्या सहा सार्वजनिक-हॉस्पिटल्समध्ये काम केलं. ही हॉस्पिटल्स दोन हजार खाटांपासून ते खेड्यातल्या झोपड्यांमधली चिमुकल्या हॉस्पिटल्सपर्यंत विविध प्रकारची होती. काही सर्वसाधारण अशी जनरल-हॉस्पिटल्ससुद्धा होती. प्रत्येक ठिकाणी मी दोन ते तीन आठवडे काम केलं.

मी भारतात भेट दिलेल्या हॉस्पिटल्सपैकी एक हॉस्पिटल होतं माझ्या पित्याच्या

मूळ गावाला – उटीला – सेवा पुरवणारं जिल्हा-रुग्णालय. उटी हे गाव मुंबईच्या पश्चिमेला चारशे मैलांवर आणि कर्नाटकलगत उत्तरेला आहे. कर्नाटकातच मी पोलिओ - निर्मूलनाची मोहीम पाहिली होती. माझ्या वडिलांचे अनेक नातेवाईक अजूनही तिथे राहत आहेत. माझे वडील धरून एकूण तेरा बहीण-भावंडं आहेत. ते सारे शेतकरी आहेत - ऊस, कापूस आणि ज्वारी ही पिकं काढणारे. ठिबक-सिंचनाच्या सुविधेमुळे, त्यांना वर्षातून दोनदा पिकं काढता येतात आणि माझे वडील त्यांना नियमितपणे जे पैसे धाडतात, त्यामुळे त्यांना थोडी आर्थिक सुबत्ता लाभली आहे. उटी गावात पक्की सडक आणि वीज आहे. थोड्या घरांमध्ये नळाचं पाणी येतं. कुपोषणाची समस्या उरलेली नाही. जर खेड्यातले लोक आजारी पडले किंवा त्यांना तपासणी करून घ्यायची असली, तर गावात प्राथमिक-स्वास्थ्य-केंद्र आहे आणि तिथं एक डॉक्टर आठवड्यातून एकदा येतो. त्यांना हिवताप झाला किंवा जुलाब होऊ लागले, तर तो त्यांना उमरखेड इथल्या छोट्या रुग्णालयात पाठवतो. उमरखेड हे उटी शेजारचंच लहानसं शहर आहे. त्याहून काही अधिक गंभीर स्वरूपाची व्याधी जडली, तर तो त्यांना सत्तर मैलांवरच्या नांदेडमधल्या जिल्हा रुग्णालयात पाठवतो. मूतखडा झालेला माझा चुलतभाऊ त्याच जिल्हा-रुग्णालयात गेला होता.

नांदेड हे एकमेव जिल्हा-रुग्णालय, जिल्ह्यातल्या उटीसारख्या एकूण १४०० खेड्यांना स्वास्थ्यसेवा पुरवत आहे. जिल्ह्याची लोकसंख्या आहे तेवीस लाख. ह्या जिल्हा-रुग्णालयात पाचशे खाटा आहेत. तीन मुख्य ऑपरेटिंग रूम्स आहेत आणि मी तिथे गेलो, तेव्हा तिथे फक्त नऊ जनरल-सर्जन्स होते. (कॅन्सस राज्यात नऊ जनरल सर्जन्स असण्यासारखीच ही परिस्थिती होती.) जिल्हा रुग्णालयाच्या दोन मुख्य इमारती सिमेंट-काँक्रिटच्या असून त्यांना फिकट तपकिरी रंगाचा गिलावा दिलेला आहे. हे सर्जन्स रोज सकाळी कामावर येतात, तेव्हा ओ.पी.डी.मध्ये शेकडो लोक धक्काबुक्की करत उभे असतात. त्यातले निदान दोनशे लोक शस्त्रक्रिया करून घेण्यासाठी आलेले असतात. सर्जिकल-वॉर्डस् भरून वाहत असतात. इतर गोष्टींसाठी उपचार घेणाऱ्यांची रीघसुद्धा सतत चालूच असते आणि माझ्या पुढचा प्रश्न होता : या साऱ्याला ते कसे पुरे पडू शकतात? हे सर्जन्स साऱ्या हर्नियांवर, ट्यूमर्सवर, ॲपेंडिक्सवर आणि किडनी स्टोन्सवर कसे उपचार करू शकतात? आणि इतक्या असंख्य रुग्णांवर उपचार करता-करता ते जेवायला, झोपायला आणि जिवंत राहायला वेळ कुठून काढतात?

एका सर्वसाधारण सकाळच्या दिवशी मी डॉ. आशिष मोटेवार या पस्तिशीपुढल्या जनरल-सर्जनबरोबर कामावर गेलो. त्यानं टॉम सेलेकासारखी मिशी ठेवली होती, खाकी पँट चढवली होती आणि गळ्याजवळचं बटण उघडं ठेवलेला निळ्या

रंगाचा ऑक्स्फर्ड शर्ट घातला होता. त्याच्या जवळची आयुधं होती : त्याचं पेन, बारीक नाजूक बोटं आणि त्याची अक्कलहुशारी!

नांदेडमधली क्लिनिक्स मला भारतात इतर ठिकाणी दिसलेल्या क्लिनिक्ससारखीच होती. उन्हाळ्यात ती भट्टीसारखी तापायची. भिंतीवरच्या रंगाच्या ढलप्या पडून जायच्या. सिंक्स काळीमिचकूट दिसायची आणि नळांना पाणी यायचं नाही. डॉक्टर बसायचे, त्या प्रत्येक खोलीत एक धातूचं टेबल, काही खुर्च्या, भिरभिरणारा सीलिंग फॅन, प्रिस्क्रिप्शन्स लिहिण्यासाठी दगडाखाली ठेवलेले कागदांचे चौकोनी तुकडे आणि एकाच वेळेस लक्ष वेधून घेण्यासाठी धडपडणारे सहा ते आठ रुग्ण दिसायचे. भोकं पडून जीर्ण झालेल्या पडद्यांमागे रुग्णतपासणी घेतली जायची.

एका तासात मोटेवारनं सदुसष्ठ वर्षांच्या शौचाला पातळ होऊन वजन घटण्याची तक्रार करणाऱ्या एका शेतकऱ्याला तपासलं. त्याच्या पोटात उंचावर, डावीकडे गाठ आलेली होती. त्यानं सुरीनं बेंबीच्यावर भोसकून झालेल्या आणि पिकलेल्या जखमेच्या विशीच्या आतल्या मुलाला तपासलं. पोटाच्या वरच्या उजवीकडच्या भागात दुखत असल्याची तक्रार करणाऱ्या तिघांना तपासलं. त्यांच्यापैकी दोघांच्या पित्ताशयात खडे झाल्याचं त्यांच्या अल्ट्रासाउंडच्या वैद्यकीय अहवालांवरून स्पष्टपणे दिसत होतं. जबड्यात अक्रोडाच्या आकाराची गाठ वाढत असल्याची तक्रार घेऊन एक लाजरा-बुजरा, एकतीस वर्षांचा रिक्षाचालक आला होता. फेटा बांधलेल्या आणि लंगडत चालणाऱ्या एकाहत्तर वर्षांच्या एका माणसानं त्याची विजार खाली करून त्याच्या जांघेच्या वर, उजवीकडे दुखणारा, जखडलेला हर्निआ दाखवला. एका बापानं त्याच्या सात वर्षांच्या मुलाला आणलं होतं. त्याचं निदान रेक्टल प्रोलॅप्स (गुद खाली उतरणं) असं करण्यात आलं. तिशीच्या वरच्या वयाची, घाबरून वाचा बसलेली एक स्त्री आली आणि तिनं साडी वर करून तिच्या वक्षाच्या त्वचेत वाढणारी बाळाच्या मुठीच्या आकाराची कर्करोगाची गाठ दाखवली.

मोटेवारनं त्या दिवशी तीन तासांत एकूण छत्तीस रुग्ण तपासले. परंतु एवढ्या गोंधळात तो अगदी शांत राहिला होता. तो त्याच्या अंगठ्यानं आणि तर्जनीनं त्याच्या मिशीवर बोटं फिरवत, त्याच्या पुढ्यात रुग्णांनी टाकलेल्या कागदांचं शांतपणे वाचन करत होता. कधीकधी तो फटकळपणे बोलत होता. परंतु त्यानं प्रत्येक रुग्णाला काही क्षण वेळ देण्याचा प्रामाणिक प्रयत्न केला होता.

संपूर्ण तपासणीसाठी पुरेसा वेळ नसताना, रुग्णांचा पूर्वेतिहास किंवा माहिती ऐकून घेणं शक्य नसताना, त्यानं मुख्यत: जलदपणे केलेल्या वैद्यकीय निदानावर भिस्त ठेवली होती. त्यानं एका निवासी डॉक्टरला बोलावलं आणि शेजारच्या शस्त्रक्रियेच्या खोलीत, त्या विशीखालच्या मुलाच्या पिकलेल्या जखमेतला पू काढून टाकायला त्याला सांगितलं. दुसऱ्या निवासी डॉक्टरला त्यानं हर्निआ आणि

पित्तखडे असलेल्या रुग्णांच्या शस्त्रक्रियेचा दिवस नक्की करायला सांगितलं. जुलाब होऊन पोटात दुखणाऱ्या स्त्रीला त्यानं जंतांवरची औषधं देऊन घरी पाठवून दिलं.

वक्षाचा गंभीर स्वरूपाचा कर्करोग झालेल्या स्त्रीवर त्यानं जे उपचार केले, ते पाहून मी थक्क झालो. भारतात येण्यापूर्वी माझी समजूत होती की, इतक्या विकोपाला गेलेल्या कर्करोगावरचे उपाय खूपच गुंतागुंतीचे आणि महाग असतील — केमोथेरपी, रेडिएशन, शस्त्रक्रिया आणि ते उपचार भारतातल्या सार्वजनिक रुग्णालयात देणं शक्य होणार नाही. अशा रुग्णांना भारतातले डॉक्टर्स घरी पाठवून देतील आणि मरू देतील. त्याऐवजी आशिष मोटेवारनं त्या स्त्रीला ताबडतोब हॉस्पिटलमध्ये दाखल करून घेतलं आणि त्याच दुपारी स्वतः तिच्यावर केमोथेरपी सुरू केली. मी एक सर्जन आहे आणि केमोथेरपी सुरक्षित पद्धतीनं कशी द्यावी, याचं मला काहीही ज्ञान नाही. पाश्चिमात्य देशात ही गोष्ट इतकी अवघड समजली जाते, की फक्त कॅन्सर-तज्ज्ञच ती देत असतात. परंतु भारतीय औषध कंपन्या बऱ्याचशा कॅन्सरवरच्या औषधांचं उत्पादन स्वस्तात (आणि चोरलेल्या तंत्रज्ञानाच्या आधारे) करत असतात. मी भारतात जिथे-जिथे गेलो, तिथे-तिथे सर्व सर्जन्सनी केमोथेरपीसाठी लागणारी सायक्लोफॉस्फमाइड, मेथोट्रेक्सेट, फ्लूरोरासिल यांसारखी औषधं योग्य मात्रेत कशी द्यावी, हे शिकून घेतलं आहे. बाकं आणि खुर्च्यां यांवर बसलेल्या रुग्णांना ते असे उपचार देत असतात. गरजेपोटी ते अशी तडजोड करायला शिकले आहेत. श्रीमंत देशात गुंतागुंत उद्‍भवू नये, म्हणून ब्लडकाउंट (रक्तातली पेशींची संख्या मोजणं) घेतला जातो; तसं इथे केलं जात नाही. ह्या विषारी औषधांपासून रुग्णांच्या रक्तवाहिन्या सुरक्षित ठेवण्यासाठी, पाश्चिमात्य देशात महागडी सेंट्रल-व्हीनस-लाइन (छातीजवळच्या नीलेत थेट नळी) घातली जाते. त्याऐवजी, भारतात रुग्णाच्या शिरेत आय्.व्ही. द्रावात टाकून ही केमोथेरपीची औषधं दिली जातात. परंतु येनकेन प्रकारेण, इथले डॉक्टर्स रुग्णांवर उपचार करत असतात. रुग्णांना आवश्यक असणाऱ्या रेडिएशन (क्ष किरण) उपचारांबाबतही तीच कथा आहे. त्यांच्याकडे कोबाल्ट – ६० हे यंत्र सुस्थितीत असलं, (अशा प्रकारचं यंत्र अमेरिकेत १९५०च्या दशकात वापरलं जात होतं) तर सर्जन्स स्वतःच असे उपचार करतात. जर अशा उपचारांमुळे ट्यूमरचा आकार कमी झालेला दिसला, तर ते शस्त्रक्रिया करतात. ही उपचारपद्धती त्यांनी गरजेपोटी, कल्पकतेने तयार केली आहे.

रोगाच्या ज्या तक्रारी घेऊन रुग्ण डॉक्टरपाशी येत होते, त्या सरळसाध्या तक्रारी होत्या आणि हीच गोष्ट मोठी उद्‍बोधक होती. माझ्या वडिलांच्या खेड्यातल्या छोट्याशा रुग्णालयात, पाश्चिमात्य देशांत सहसा न आढळणाऱ्या रोगांसाठी रुग्णांना

दाखल करून घेतलं जात होतं. पाण्यातून फैलावणारा डायरिया (जुलाब), क्षयरोग, मलेरिया; परंतु अशा रोगांमुळे कुणी मृत्युमुखी पडताना दिसत नव्हतं. प्राथमिक स्वरूपाची वैद्यकीय सेवा खूपच सुधारलीय आणि त्याबरोबरच जीवनमानही खूप उंचावलं आहे. काही दशकांपूर्वी भारतातली सरासरी आयुर्मर्यादा होती बत्तीस वर्षं तीच आता वाढून पासष्ठ वर्षं झाली आहे. (मी भारतात गेलो, तेव्हा माझ्या दोन आत्या ८७ आणि ९२ वर्षांच्या होत्या आणि त्या दररोज त्यांच्या शेतात फेरफटका मारू शकत होत्या. माझे आजोबा अखेरीस ११०व्या वर्षी मरण पावले. तेसुद्धा, बसमधून पडून मेंदूची रक्तवाहिनी फुटल्यामुळे मरण पावले.) लोकांना कॉलरा, ॲमीबिक डीसेंट्री होत असते; परंतु त्यातून ते बरे होतात. त्यानंतर त्यांना आमच्यासारख्याच व्याधींना सामोरं जावं लागतं : पित्ताशयाच्या समस्या, कर्करोग, हर्निआ, मोटर-अपघातांमुळे झालेली इजा. भारतातलं मृत्यूसाठीचं पहिल्या क्रमांकावरचं आजचं कारण आहे, कॉरोनरी आर्टरी डिसीझ (हृदयातली धमनीची समस्या) श्वसनसंस्थेला झालेला जंतुसंसर्ग किंवा डायरिया यांमुळे आज कुणी मृत्युमुखी पडत नाही आणि जवळजवळ सर्व लोक – अगदी अशिक्षित लोकसुद्धा – जाणतात की, औषधांमुळे ते या नव्या समस्यांमधून बचावतील.

परंतु भारतातली स्वास्थ्यसेवा अशा नव्या रोगांवर उपचार करण्यासाठी बनवण्यात आली नव्हती, ती प्रामुख्यानं संसर्गजन्य रोगांवर इलाज करण्यासाठी बनवण्यात आली होती. भारतीय सरकारचं स्वास्थ्यसेवेसाठीचं वार्षिक अंदाजपत्रक आहे माणशी चार डॉलर्सचं. संसर्गजन्य रोगांसाठी हे अत्यंत अपुरं आहे आणि हृदयविकाराच्या झटक्यासारख्या समस्येसाठी तर ते संपूर्णत: तोटकं आहे. पोषक आहार उपलब्ध करून देणं, रोगप्रतिबंधक लशी टोचणं आणि सार्वजनिक स्वच्छता राखणं ह्या गोष्टींना प्राधान्यक्रम दिला जातो. तरीही शस्त्रक्रियेची आणि अन्य विशेष कौशल्याच्या उपचारांची गरज असणाऱ्या रुग्णांची गर्दी दिवसेंदिवस वाढतच चाललेली आहे. नांदेडमध्ये त्या सकाळी तिथल्या सर्व सर्जन्सनी जे २५० रुग्ण तपासले, त्यांपैकी निदान पन्नास जणांना शस्त्रक्रियेची गरज होती; परंतु त्या हॉस्पिटलमध्ये ज्या ऑपरेटिंग रुम्स होत्या आणि जेवढे कर्मचारी होते, ते दिवसाला फक्त पंधरा शस्त्रक्रियांसाठी पुरेसे ठरले असते. इतर सर्वांना वाट पाहावी लागणार होती.

मी जिथे-जिथे प्रवास केला, तिथे-तिथे अशीच परिस्थिती दिसली. मी दिल्लीच्या एम्समध्ये (ऑल इंडिया इन्स्टिट्यूट ऑफ मेडिकल सायन्सेस) तीन आठवडे व्हिजिटिंग-सर्जन म्हणून काम केलं. भारतीय शहरांच्या तुलनेत दिल्ली हे विशाल आणि श्रीमंत शहर आहे. तिथे इंटरनेट-ब्रॉडबँड, एटीएम्स, मॉल्स, होंडा आणि टोयोटा यांसारख्या कार्स-आणि त्या बरोबरच सहा-पदरी-डांबरी रस्त्यांवर गाड्यांबरोबर धक्काबुक्की करणाऱ्या गायी आणि रिक्षा यांची रेलचेल आहे. एम्स हे संपूर्ण

देशातलं, भरपूर वित्तनिवेश केलेलं, सर्वोत्कृष्ट कर्मचारी असलेलं सार्वजनिक हॉस्पिटल आहे. असं असूनही, तिथेसुद्धा शस्त्रक्रियेसाठी वाट पाहणाऱ्यांची भरपूर लांबलचक रांग होती. ह्या यादीवर लक्ष ठेवणाऱ्या एका वरिष्ठ रेसिडंट-डॉक्टरसमवेत एका दिवशी मी फेरफटका मारला. शस्त्रक्रियेसाठी प्रतीक्षा करणाऱ्या रुग्णांची ही यादी हातानं टाचण केलेल्या एका रजिस्टरमध्ये ठेवलेली होती. त्याला हे काम अगदी नकोसं वाटत होते. तिथल्या तीन सर्जन्सकडून शस्त्रक्रिया करून घेऊ इच्छिणाऱ्या चारशे रुग्णांची त्या यादीत नोंद केलेली होती. पुढल्या सहा महिन्यांच्या तारखा वेगवेगळ्या रुग्णांसाठी निश्चित करण्यात आलेल्या होत्या. कॅन्सर-रुग्णांना तो प्राधान्यक्रम देत होता. परंतु वेगवेगळ्या मंत्र्यांकडून, उद्योजकांकडून आणि निवडून आलल्या लोकप्रतिनिधींकडून शिफारशीची वशिला-पत्रं घेऊन येणारे लोक या यादीत घुसण्याचा सतत प्रयत्न करायचे. गरजेपोटी त्याला त्यांची विनंती मान्य करणं भाग पडायचं आणि वशिले नसलेल्या अभाग्यांची नावं त्याला नाईलाजानं पुढे ढकलावी लागायची.

नांदेडमधल्या हॉस्पिटलमध्ये अशी अधिकृत प्रतीक्षा-यादी नव्हती. सर्वाधिक गरज असलेल्या रुग्णांना तिथले डॉक्टर्स प्राधान्यक्रम देऊन ताडतोब दाखल करून घ्यायचे आणि जागा होताक्षणी त्यांच्यावर शस्त्रक्रिया करायचे. त्यामुळे शस्त्रक्रियेसाठीचे तीन रुग्णविभाग रुग्णांच्या दाटीनं ओसंडून वाहात होते. प्रत्येक विभागात ओळीनं साठ लोखंडी पलंग ठेवलेले होते. काही पलंगांवर दोन-दोन रुग्ण दाटीवाटीनं झोपत होते; तर काही रुग्णांनी दोन पलंगांमधल्या धुळकट, मोकळ्या जागेत बिछाने पसरले होते. एका दिवशी, पुरुषांच्या विभागातल्या तीन पलंगांवर वेगवेगळे रुग्ण होते. एका खाटेवरचा रुग्ण गुंतलेल्या बेंबीजवळच्या हार्निआच्या शस्त्रक्रियेनंतर बरा होत होता. दुसऱ्या खाटेवरच्या तरुण मुलावर मध्यरात्री पर्फोरेटेड अल्सरवर (फुटलेल्या अल्सरवर : आतड्याला भोक पडून झालेल्या जखमेवर) शस्त्रक्रिया करण्यात आलेली होती. तिसऱ्या खाटेवरचा चष्मा लावलेला पन्नाशीचा शीख माणूस गेल्या आठवड्यापासून त्याच्या स्वादुपिंडावरच्या सुजलेल्या गाठीतला पू काढून टाकण्यासाठी वाट पाहत थांबलेला होता. त्यांच्या समोरच्या बाजूला, जमिनीवरच्या पथारीवर, सत्तरीचा एक माणूस वाकून तिष्ठत बसलेला होता. त्याच्या गुदातल्या रक्ताळलेल्या कर्करोगावर उपचार करून घेण्यासाठी तो सहनशीलपणे वाट पाहत होता. जवळच्याच एका खाटेवर दोघे जण दाटीवाटीनं झोपलेले होते. त्यातल्या एकाला कारनं उडवलं होतं, तर दुसऱ्याच्या मूत्राशयात मोठा खडा झाल्यामुळे त्यात नळी घातलेली होती. दिवसा जशी जागा होईल, त्याप्रमाणे सर्जन्स त्यांना शस्त्रक्रियेसाठी नेत होते आणि रात्रीसुद्धा आळीपाळीनं त्यांच्यावर शस्त्रक्रिया करत होते.

सर्जन्सना फक्त प्रचंड संख्येनं आलेल्या रुग्णांवरच इलाज करावे लागत नव्हते. तसे इलाज करताना त्यांना आवश्यक गोष्टींच्या तुटवड्यालासुद्धा तोंड द्यावं लागत होतं. आणि पाश्चिमात्य देशात ज्या प्राथमिक यंत्रणा आम्ही गृहीत धरत असतो, तशा यंत्रणा उपलब्ध नसताना त्यांना काम करावं लागत होतं.

ज्या रात्री फुप्फुसांवर सहजपणे इलाज करून बरा करता येण्याजोगा एक रुग्ण मी मरताना पाहिला, ती आठवण मला अजूनही अत्यंत व्यथित करते. शहरातल्या एका मोठ्या हॉस्पिटलमध्ये तो आलेला होता. तपासणीसाठी त्याला किती काळ ताटकळत बसावं लागलं होतं, याची मला अजिबात कल्पना नाही. परंतु ज्या सर्जरीतल्या निवासी डॉक्टरला त्याचा केस-पेपर देण्यात आलेला होता, त्याच्यासोबत मी गेलो होतो आणि तिथे बिनगादीच्या एका पलंगावर हा रुग्ण पोटाशी पाय घेऊन, मिनिटाला जेमतेम चाळीस वेळा श्वास घेत बसलेला दिसला. त्याचे डोळे भीतीनं झाकोळले होते. त्याच्या एक्स-रेमध्ये त्याच्या डाव्या फुप्फुसात प्रचंड द्राव साठलेला दिसत होता. त्यामुळे त्याचं फुप्फुस दाबलं गेलं होतं. त्याचा भार पडून त्याचं हृदय आणि श्वासनलिका उजवीकडे कलली होती. त्याची नाडी खूप जलद गतीनं चालली होती. त्याच्या **जुग्युलर-व्हेन्स** (प्राणवायू नसलेलं रक्त डोक्याकडून हृदयाकडे आणणाऱ्या नीला) टरटरून फुगल्या होत्या.त्याच्या फुप्फुसातले द्राव त्वरेनं बाहेर काढून टाकून त्याचं फुप्फुस पूर्वस्थितीला आणणं अत्यंत आवश्यक होतं. परंतु हे साधंसं काम करणंसुद्धा आम्हाला शक्य झालं नाही.

ह्या रेसिडंट-डॉक्टरनं सुईच्या साहाय्यानं हा द्राव काढून टाकण्याचा प्रयत्न केला. परंतु त्या द्रावाला झालेल्या जंतुसंसर्गामुळे, तो द्राव अतिशय घट्ट झाला होता आणि तो सुईनं बाहेर काढणं शक्य झालं नाही. आम्हाला त्याच्या छातीत नळी घालावी लागणार होती. परंतु स्वस्तात मिळणाऱ्या, प्राथमिक गरजेच्या अशा नळ्या संपलेल्या होत्या. त्यामुळे त्या रेसिडंट-डॉक्टरनं रुग्णाच्या भावाला तशी नळी विकत आणण्यासाठी प्रिस्क्रिप्शन लिहून दिलं. तशी नळी विकणारं औषधांचं दुकान शोधण्यासाठी तो भाऊ रात्रीच्या अंधारात धावत बाहेर पडला. आश्चर्याची गोष्ट म्हणजे, अवघ्या दहा मिनिटांमध्ये तो आम्हाला हवी होती तशीच नळी घेऊन परत आला. भारतातल्या कोणत्याही हॉस्पिटलमध्ये अत्यंत आवश्यक गोष्टींचा इतका तुटवडा असतो की, तुम्हाला तुटक्यामुटक्या ठेल्यांवर अशा गोष्टी विकणारे विक्रेते आढळतात. ते औषधांपासून ते पेसमेकर्सपर्यंत सर्व गोष्टी विकत असतात.

आम्ही त्या रुग्णाच्या छातीत नळी घालण्यासाठी त्याला ऑपरेटिंग रूममध्ये नेलं, तेव्हा कुणालाच सुरी असलेला हत्यारांचा संच सापडेना. तो रेसिडंट नर्सला शोधायला धावला. या वेळपर्यंत मी त्या रुग्णाच्या छातीवर दाब देऊन त्याला श्वसनासाठी मदत करू लागलो होतो. रेसिडंटनं त्याच्या छातीवर स्कालपेल

चालवून आतला पू बाहेर काढण्यापूर्वीच या माणसाची नाडी लागेनाशी झाली होती. आता तो पू बाहेर निघूनही काहीही फायदा होणार नव्हता. तो माणूस मरण पावला होता.

आवश्यक गोष्टींचा तुटवडा हे त्याच्या मृत्यूमागचं एक महत्त्वाचं कारण होतं, ही गोष्ट नाकारता येणार नाही. हे हजार खाटा असलेलं हॉस्पिटल होतं, परंतु तिथे छातीत घालण्यासाठी अशा नळ्या उपलब्ध नव्हत्या, पल्स ऑक्सिमीटर्स नव्हते, कार्डिॲक मॉनिटर्स नव्हते, ब्लड-गॅस मापनाची सोय नव्हती. सार्वजनिक रुग्णालयांमध्ये जनतेवर फुकट उपचार केले जातात, अशी समजूत असली; तरी – प्रत्यक्षात आवश्यक गोष्टींच्या तुटवड्यामुळे डॉक्टर्स नेहमीच रुग्णांना स्वत:ची औषधं, नळ्या, हार्निआ शस्त्रक्रियेसाठीची मेश् (जाळ्या), स्टेपलर्स, टाके मारण्यासाठी धागा आणायला सांगत असतात आणि इतर ठिकाणांहून चाचण्या करून घ्यायला सांगत असतात. खेड्यातल्या एका रुग्णालयात मला एक फिकुटलेला, ऐंशी वर्षांचा वृद्ध माणूस दिसला. तो बसनं आणि पायी चालून वीस मैलांचं अंतर काटून तिथं पोचला होता. त्याला गुदातून रक्तस्राव होत होता. परंतु त्याला माघारी पाठवावं लागलं कारण आतून गुदाची तपासणी करण्यासाठी आवश्यक असे हातमोजे आणि जेल तिथं उपलब्ध नव्हतं. त्याला डॉक्टरनं या गोष्टींसाठी प्रिस्क्रिप्शन लिहून दिलं आणि दोन तासांनी तो वृद्ध माणूस या गोष्टी घेऊन लंगडत परत आला.

परंतु अशा गोष्टी केवळ पैशांच्या तुटवड्यामुळे घडत नाही. ज्या हॉस्पिटलमध्ये मला एक पस्तीस वर्षांचा माणूस मरताना दिसला, त्या हॉस्पिटलमध्ये प्राथमिक गरजेच्या गोष्टी उपलब्ध नव्हत्या. तिथं इमर्जन्सी वॉर्डमध्ये फक्त दोनच नर्सेस काम करत होत्या. पाऊल ठेवाल तिथं घाण होती. परंतु त्याच हॉस्पिटलमध्ये कोरा करकरीत स्पायरल सी. टी. स्कॅनर उपलब्ध होता आणि अँजिओग्राफीसाठी सारी अद्ययावत उपकरणं तिथे उपलब्ध होती. या गोष्टींसाठी हजारो डॉलर्स मोजावे लागले असणार. अनेक डॉक्टर्सनी मला सांगितलं की, प्राथमिक गरजेच्या गोष्टी मिळवणं आणि स्वच्छता राखणं, याहून नवं एम. आर. आय. मशीन मागवणं जास्त सोपं पडत होतं. अशी यंत्रं वैद्यकशास्त्रातल्या आधुनिकतेचं प्रतीक मानली जातात. परंतु वैद्यकीय उपचारांच्या यशस्वितेचं ते प्रतीक नव्हे! फक्त मशीन आणलं म्हणजे रोगी बरा करता येत नाही. प्रत्येक वैद्यकीय समस्येचं निराकरण करण्यासाठी ज्या नेहमीच्या, तपशीलवार प्रक्रिया नीटपणे जाणून घेऊन पार पाडाव्या लागतात, त्या बाबतीतल्या कार्यक्षमतेवर उपचारांची यशस्विता अवलंबून असते. भारतीय स्वास्थ्य व्यवस्थेपुढलं सध्याचं प्रचंड मोठं आव्हान आहे, जनतेच्या नव्या आणि अधिक गुंतागुंतीच्या वैद्यकीय समस्यांना तोंड देण्याचं! आणि त्यासाठी

पैशांएवढीच गरज आहे खात्रीलायकपणे आणि सुसुत्रपणे काम करणाऱ्या यंत्रणेची! सध्या भारतात या दोन्ही गोष्टींचा तुटवडा आहे.

ही गोष्ट केवळ भारतापुरतीच मर्यादित नाही आणि त्यामुळेच ती आजची एक अत्यंत ज्वलंत समस्या बनली आहे. पूर्वेकडच्या सर्व देशांमध्ये लोकसंख्येचं स्वरूप झपाट्यानं बदललं आहे. पाकिस्तान, मंगोलिया, पापुआ न्यू गिनी या सर्व ठिकाणी सरासरी आयुर्मर्यादा वाढून साठ वर्षांपर्यंत पोचली आहे. श्रीलंका, व्हिएतनाम, इंडोनेशिया आणि चीन इथे सरासरी आयुर्मर्यादा सत्तरच्या वर आहे. (त्याच्या तुलनेत आफ्रिकेतली आयुर्मर्यादा अतिशय कमी, पन्नासच्या खालची आहे; कारण तिथे एड्सचा फैलाव प्रचंड प्रमाणात झालेला आहे.) आयुर्मर्यादा वाढल्यामुळे कॅन्सर होण्याची, रहदारीचे अपघात होऊन इजा पोचण्याची, मधुमेह आणि पित्तखडे अशा व्याधी जडण्याची शक्यतासुद्धा जगभरात प्रचंड प्रमाणात वाढते आहे. हृदयविकार ही जगभरातली सर्वांत घातक व्याधी बनली आहे. प्रयोगशाळेत विकसित झालेल्या नव्या विज्ञानामुळेच आयुष्यं वाचवता येतील, ही समजूत चुकीची आहे. अजून बाल्यावस्थेत असलेलं, कार्यक्षमता वाढवण्याचं विज्ञानच उपलब्ध असलेल्या ज्ञानाचा वापर करून आयुष्यं वाचवू शकणार आहे. परंतु कुठल्याही देशातल्या सरकारनं हे सत्य अजूनतरी जाणून घेतलेलं नाही. त्यामुळेच जगभरातला प्रत्येक शल्यविशारद, एकट्यानंच आपलं हस्तकौशल्य आणि बुद्धी यांच्या बळावर, ठप्प झालेल्या यंत्रणांना आणि रुग्णांच्या महासागराला तोंड देण्याची धडपड करताना दिसतो आहे.

ही वस्तुस्थिती नाउमेद करणारी आहे, यात काहीही संदेह नाही. भारतातल्या वैद्यकीय कर्मचाऱ्यांनी सध्याच्या परिस्थितीचा निमूटपणे स्वीकार केला आहे. मला भेटलेले सर्व सर्जरी रेसिडंट्स खासगी क्षेत्रात, पैसे मोजून रुग्णसेवा घेणाऱ्या रुग्णांवर उपचार करण्याचं उद्दिष्ट डोळ्यांपुढे ठेवून होते. (पैसे गाठीशी असलेले रुग्ण खासगी रुग्णालयांकडेच वळतात, कारण सरकारी रुग्णालयांमधली परिस्थिती अत्यंत भीषण असते) किंवा प्रशिक्षण पूर्ण झाल्यावर परदेशी जाऊ इच्छित होते. सध्या नोकरी करणारे अनेक सर्जन्ससुद्धा सरकारी नोकरीतून पळ काढण्याच्या विचारात होते. त्यांच्या जागी मी असतो, तर मीसुद्धा तेच केलं असतं. दरम्यान त्यांना रुग्णसेवेसंदर्भात सतत जी तडजोड करावी लागतेय, ती सहन करणं त्यांना अत्यंत अवघड वाटतंय.

परंतु अशा परिस्थितीतसुद्धा ह्या सर्जन्सनी नेटानं जी कौशल्यं विकसित करून घेतली आहेत, ती पाहून मी थक्क झालो. अमेरिकेत प्रशिक्षण घेतलेला सर्जन या नात्यानं मी त्यांना एक-दोन गोष्टी शिकवू शकेन, अशी माझी समजूत होती – परंतु

माझ्या माहितीच्या कोणत्याही पाश्चिमात्य सर्जनला कोसभर मागे टाकेल, अशा प्रतीची कौशल्यं भारतातल्या सर्वसाधारण सर्जननं आत्मसात करून घेतली होती.

नागपूरमधल्या एका सर्जननं मला विचारलं, ''मूत्राशयातला खडा काढून टाकण्यासाठी कोणती पद्धत तुम्ही पसंत करता?'' मी म्हटलं, ''ती जबाबदारी मी युरॉलॉजिस्टवर सोपवतो.''

नांदेडमधल्या एका सर्जनबरोबर एका दुपारी मी राउंड मारत होतो, तेव्हा त्यानं यशस्वीपणे उपचार केलेले अनेक रुग्ण मी पाहिले. प्रोस्टेट ऑब्स्ट्रक्शन, मोठ्या आतड्याचा डायव्हर्टिक्युलायटिस हा विकार, क्षयामुळे फुप्फुसाला झालेली जखम, जांघेतला हर्निआ, थायरॉइड गॉयटर, पित्ताशयाचे रोग, यकृताला झालेलं ट्यूमर, अ‍ॅपेंडिक्स, मूत्रखडा, उजव्या हाताला झालेला कर्करोग या सर्व गोष्टींवर त्यानं केलेल्या शस्त्रक्रिया यशस्वी ठरल्या होत्या. जन्मत:च गुदाचं द्वार नसलेल्या एका तान्ह्या मुलावर शस्त्रक्रिया करून त्यानं हा दोष यशस्वीरीत्या दूर केला होता. फक्त पाठ्यपुस्तकांचा वापर करून आणि एकमेकांच्या अनुभवांची देवघेव करून, भारतातल्या एका अत्यंत सर्वसाधारण हॉस्पिटलमधल्या या सर्जन्सनी थक्क करणारं तंत्रज्ञान विकसित केलं होतं.

हे कसं काय शक्य झालं? अनेक गोष्टींवर या सर्जन्सचा काहीही ताबा नव्हता : रुग्णांची अफाट गर्दी, गरिबी, प्राथमिक गोष्टींचा तुटवडा. परंतु ज्या गोष्टींवर त्यांचा ताबा होता – उदाहरणार्थ वैयक्तिक कौशल्य – त्यात ह्या डॉक्टर्सनी सुधारणा घडवण्याचा प्रामाणिक प्रयत्न केला होता. वैद्यकीय ज्ञान आणि नैपुण्य यांनी भरलेल्या विशाल जगाचा आपण एक भाग आहोत, याची त्यांना जाणीव होती. आपण इतरांशी बरोबरी करू शकू, असा त्यांना विश्वास वाटत होता. यामागचं एक कारण होतं की, नांदेडमधल्या या डॉक्टर्सचं एकमेकांशी स्नेहभावाचं नातं होतं. मी तिथे होतो, तेव्हा दररोज दुपारी हॉस्पिटलसमोरच्या हॉटेलमध्ये हे सारे डॉक्टर्स पंधरावीस मिनिटं सुटी घेऊन एकत्र जमायचे. त्या वेळेस चहा पितापिता ते त्या दिवशी आलेल्या रुग्णांबद्दल आणि त्यांनी त्यांच्यावर केलेल्या इलाजांबद्दल एकमेकांना सांगायचे; त्या इलाजांमागच्या कारणांबद्दल एकमेकांशी चर्चा करायचे. ह्या वैचारिक देवघेवीमुळे त्यांना आपलं कौशल्य वाढवायचं स्फुरण यायचं. ते फक्त आला दिवस ढकलून थांबायचे नाहीत. आपण मनात ठेवलेलं कोणतंही उद्दिष्ट साध्य करू शकू, असा त्यांना विश्वास वाटायचा. आपण बाहेरच्या विशाल वैद्यकीय जगताचा फक्त एक घटकच नसून, आपण त्यासाठी योगदानसुद्धा करू शकू, अशी त्यांना खात्री वाटत होती.

मला नांदेमध्ये ज्या अनेक दु:खकारक गोष्टी दिसल्या, त्यातली एक गोष्ट होती पर्फोरेटेड अल्सर (आम्लामुळे आतड्याला क्षतं पडणं) झालेले असंख्य रुग्ण.

शस्त्रक्रियेचं आठ वर्षं प्रशिक्षण घेत असताना, मला फक्त एकच असा रुग्ण दिसला होता की, आम्लपित्तामुळे त्याच्या आतड्याला भोक पडलं होतं. परंतु नांदेड हा भारतातला असा भाग आहे, जिथं लोक प्रचंड प्रमाणात लाल तिखट खात असतात आणि प्रत्येक रात्री अल्सरच्या वेदनांनी तळमळणारे असंख्य रुग्ण हॉस्पिटलमध्ये धाव घेत असतात. खेड्यातून त्या हॉस्पिटलमध्ये पोचून उपचार मिळेपर्यंत मध्ये इतका वेळ जातो की, बरेच जण तिथे पोचेपर्यंत बेशुद्ध पडलेले असतात. यावरचा सध्याच एकमेव उपाय आहे शस्त्रक्रियेचा! अशा रुग्णाला तातडीनं ऑपरेशन थिएटरमध्ये नेऊन, पोटाच्या मधोमध चीर देऊन, आतला सारा पित्त प्रदूषित द्राव बाहेर काढून टाकावा लागतो, आतड्यातलं भोक शोधून ते शिवून दुरुस्त करावं लागतं. ही प्रचंड मोठी आणि आघात करणारी शस्त्रक्रिया आहे. बरेच वेळा अशा शस्त्रक्रियेतून वाचण्याच्या परिस्थितीतच हे रुग्ण नसतात. त्यामुळे मोटेवारनं एक अफलातून गोष्ट केली आहे. त्यानं नव्या प्रकारची एक शस्त्रक्रिया शोधून काढली आहे. तो आतड्याला पडलेलं भोक, लॅपरोस्कोपी पद्धतीनं (अगदी छोटा छेद घेऊन दुर्बिणीच्या साहाय्यानं केलेली शस्त्रक्रिया) दुरुस्त करतो. त्यासाठी तो फक्त पाव इंचाचा छेद घेतो आणि अवघ्या पंचेचाळीस मिनिटांत सर्वसाधारणत: ही शस्त्रक्रिया तो पूर्ण करतो. मी अमेरिकेतल्या सहकाऱ्यांना ह्या शस्त्रक्रियेबद्दल सांगितलं, तेव्हा त्यांचा त्यावर विश्वासच बसेना. त्यांना ती गोष्ट अशक्य कोटीतली वाटत होती.

मोटेवारनं मात्र अनेक वर्षं ह्या समस्येबाबत विचार केलेला होता आणि आपल्याला अधिक चांगल्या प्रकारे उपचार करता येईल, असा त्याला विश्वास वाटत होता. लॅपरोस्कोपीची जुनी आयुधं त्याच्या खात्याला स्वस्तात मिळवता आली. ती वापरण्याजोग्या आणि स्वच्छ स्थितीत ठेवायची जबाबदारी त्यानं एका मदतनिसावर सोपवली. आणि मोटेवारनं हळूहळू, काळजीपूर्वक नवं तंत्र विकसित केलं. मी त्याला ही शस्त्रक्रिया करताना स्वत: पाहिलं. त्यानं ती अत्यंत सफाईनं आणि जलदपणे पार पाडली. त्यांनं एक **'रँडमाइज्ड ट्रायल'** (वेगवेगळ्या उपचारांची तुलना म्हणून विशिष्ट पध्दत न वापरता वेगवेगळ्या रुग्णांवर वेगवेगळ्या दोन प्रकारे उपचार करणं) घेतली आणि त्याचा अहवाल एका परिषदेत सादर केला. नेहमीच्या शस्त्रक्रियेपेक्षा, अशा प्रकारच्या शस्त्रक्रियेनंतर कमी समस्या उद्‌भवतात आणि रुग्णही जास्त लवकर बरे होतात, हे त्यातून सिद्ध झालं. महाराष्ट्रातल्या दूरच्या, एका धुळकट गावातला मोटेवार आणि त्याचे सहकारी जगभरातले अल्सर-शस्त्रक्रियेबाबतचे सर्वांत कुशल असे तज्ज्ञ सर्जन्स बनले होते.

वैद्यकीय व्यवसायात खरंखुरं यश मिळवणं सोपं नव्हे. त्यासाठी निग्रह, तपशिलाबाबतची जागरूकता आणि कल्पकता गरजेची असते. परंतु भारतात मी जे काही पाहिलं, त्यामुळे माझी खात्री पटली की, ते कुणालाही आणि कुठेही करता

येईल. भारताहून अधिक भीषण परिस्थिती असलेल्या फारच थोड्या अन्य जागा आहेत. परंतु अशा देशातल्या लोकांनीही थक्क करणारी कौशल्यं आत्मसात केली होती. आणि प्रत्येक कौशल्य आत्मसात करण्याची प्रक्रिया अगदी सोप्या पद्धतीनं सुरू झाली होती : समस्यांचं आकलन करून घेण्याची खरीखुरी इच्छा आणि त्या समस्यांचं निरसन करण्याची तीव्र जिद्द.

समस्यांवर व्यवहार्य तोडगे शोधून काढण्याची प्रक्रिया अपरिहार्यपणे अत्यंत संथगतीनं चालणारी आणि अवघड अशीच असते. असं असूनही मला जे दिसलं, ते होतं : सुधारणा घडवणं शक्य असतं! त्यासाठी तीव्र बुद्धिमत्ता गरजेची नसते. त्यासाठी नेटानं, प्रामाणिकपणे प्रयत्न करत राहणं गरजेचं असतं. त्यासाठी स्वच्छ नैतिक विचार गरजेचे असतात आणि सर्वांत महत्त्वाची गोष्ट म्हणजे, त्यासाठी प्रयत्न करत राहण्याची तयारी गरजेची असते.

नांदेडमधल्या, रुग्णांनी ओसंडून वाहणाऱ्या हॉस्पिटलमध्ये एक जोडपं त्यांच्या एका वर्षाच्या मुलाला घेऊन आलं होतं. त्यांच्या चेहऱ्यावर, पाहणाऱ्याला व्यथित करणारा, नेहमीचा भीतीचा आणि असाहाय्यतेचा भाव होता आणि त्याच बरोबर अत्यंत तीव्र अशी आशासुद्धा दिसत होती. अपुरी साधनं असलेल्या, गर्दीच्या सार्वजनिक रुग्णालयात असे भाव मला सतत पाहायला मिळत होते. आईनं हाताचा पाळणा करून धरलेलं ते मूल, काळजी वाटावी एवढं शांतपणे पडून होतं. त्याचे डोळे उघडे असले, तरी त्यात कोणतेही भाव किंवा प्रतिक्रिया दिसत नव्हत्या. त्याचा श्वासोच्छ्वास नियमितपणे आणि विनासायास चाललेला असला, तरी त्याची गती अत्यंत जलद होती; जणू काही त्याच्या देहातली कोणतीतरी यंत्रणा अत्यंत जलद गतीवर नियंत्रित केलेली होती. त्याच्या आईनं सांगितलं की, त्याला सतत, अत्यंत भीतिदायक अशा वेगानं उलट्या होत होत्या. त्या उलट्यांची तीव्रता इतकी प्रचंड होती की, त्याला आलेली उलटी टेबलापलीकडे पोचायची. बालरोग विभागातल्या तज्ज्ञानं नमूद केलं होतं की, त्याचं डोकं त्याच्या लहानशा देहाशी विसंगत अशा प्रचंड मोठ्या परिघाचं होतं आणि त्यानं जे प्राथमिक निदान केलं होतं, ते खरं असल्याचं त्याच्या एक्स-रेवरून सिद्ध झालेलं होतं : त्या मुलाला तीव्र प्रकारचा हायड्रोसेफॅलस हा आनुवांशिक विकार जडलेला होता. या विकारात मेंदूतनं होणारे स्राव नीटपणे वाहून न जाता, अडकून राहतात. मेंदूतल्या स्रावांचा द्राव साठत गेल्यामुळे हळूहळू त्याच्या दाबामुळे कवटी प्रसरण पावते आणि तो दाब कमी करण्यासाठी मेंदू दाबला जातो. मेंदूतून आणि कवटीतून तो द्राव बाहेर काढण्यासाठी नवा मार्ग तयार करण्यासाठी शस्त्रक्रिया केली नाही, तर मेंदूला गंभीर इजा पोचते. उलटीखेरीज दृष्टी जाणं, सतत झोप येणं, बेशुद्धी आणि

अखेरीस मृत्यू ह्या पायऱ्या निश्चित असतात. परंतु जर शस्त्रक्रिया यशस्वीरीत्या करता आली, तर ते मूल इतरांप्रमाणेच नीटपणे जगू, वाढू शकतं. त्यामुळे बालरोगतज्ज्ञानं या मुलाला आणि त्याच्या आईवडिलांना शस्त्रक्रियेच्या वॉर्डमध्ये पाठवलं होतं.

परंतु या वॉर्डमध्ये कुणीही न्यूरोसर्जन (मेंदूचा शल्यविशारद) नव्हता आणि न्यूरोसर्जनला आवश्यक अशी शस्त्रक्रियेची साधनंसुद्धा इथे उपलब्ध नव्हती. कवटीला भोक पाडण्यासाठी आवश्यक असं ड्रिल (भेदन यंत्र), मेंदूतला स्राव मेंदूबाहेर, त्वचेखालून नेऊन पोटाच्या पोकळीत सोडून देण्यासाठी अत्यंत आवश्यक अशी निर्जंतुक केलेली, एकाच बाजूला प्रवाह नेणारी ट्यूब नव्हती. परंतु तिथल्या सर्जन्सना ते मूल तसंच मरू द्यावं, असं अजिबात वाटत नव्हतं. त्यांनी त्या बाळाच्या वडिलांना अत्यंत गरजेच्या अशा गोष्टींची यादी दिली आणि त्यानं त्याच्याशी मिळत्याजुळत्या गोष्टी स्थनिक दुकानांमधून पंधराशे रुपयांना विकत आणल्या (म्हणजे साधारणत: तीस डॉलर्सना.) त्या अगदी हव्या तशा नव्हत्या. ती ट्यूब फारच लांब होती आणि ती निर्जंतुक केलेली नव्हती. परंतु सर्जरी विभागाच्या प्रमुखानं – पी. टी. जामदाडेनं – त्या बाळावर शस्त्रक्रिया करायला होकार दिला.

दुसऱ्या दिवशी सकाळी त्या बाळाला ऑपरेटिंगरूममध्ये आणलं गेलं. तो माझा नांदेडमधला शेवटचा दिवस होता. मी ते ऑपरेशन स्वत: पाहिलं. ती लांबलचक नळी कापून घेऊन, योग्य त्या आकाराची बनवण्यात आली होती. स्टीम ऑटोक्लेव्हमध्ये ठेवून ती निर्जंतुक करण्यात आली होती. एक स्वस्त आणि कार्यक्षम अशा भूल देण्याच्या औषधाचं – केटामाइनचं – इंजेक्शन देऊन, भूलतज्ज्ञानं त्या बाळाला झोपवलं. एका नर्सनं बाळाच्या डोक्याच्या उजव्या बाजूचे केस रेझरनं भादरले आणि डोक्यापासून पृष्ठभागापर्यंत आयोडीन लावून त्याचं निर्जंतुकीकरण केलं. ऑपरेशनचा भाग वगळता, बाळाचं इतर अंग निर्जंतुक आवरणाखाली झाकण्यात आलं. एकाच दिव्याखाली ठेवलेल्या ट्रेमध्ये नर्सनं शस्त्रक्रियेसाठीची लखलखती अवजारं मांडून ठेवली. ती या शस्त्रक्रियेसाठी पूर्णपणे अपुरी होती, असं मला वाटलं. बारीकशी जखम शिवून टाकण्यासाठी मी जी अवजारं वापरली असती, त्यापेक्षा आणखी कोणतीही जास्तीची अवजारं जामदाडेला उपलब्ध नव्हती. परंतु त्यानं स्कालपेल उचलला आणि बाळाच्या कानाच्या वर एका इंचावर त्यानं कातडी आणि त्याखालच्या स्नायूचा छेद घेतला. कात्रीच्या आकाराचा जो धातूचा चिमटा (हेमोस्टॅट) सर्जन्स लहानशी रक्तवाहिनी पकडण्यासाठी वापरतात किंवा टाके मारायचा दोरा उचलण्यासाठी वापरतात, तो त्यानं हातात घेतला आणि त्याच्या टोकानं त्यानं हळूहळू बाळाची उघडी झालेली पांढरी कवटी टोकरायला सुरुवात केली.

सुरुवातीला काहीच घडत नव्हतं. त्या चिमट्याचं टोक टणक हाडावरून सतत घसरत होतं. परंतु हळूहळू त्याला कवटीत घुसवणं शक्य होऊ लागलं. पुढली पंचवीस मिनिटं जामदाडेनं मोठ्या कष्टानं त्या चिमट्याचं टोक आत घुसवून आणि त्याच्या मदतीनं खरवडून कवटीत एक लहानसं भोक पाडत त्यानं ते भोक मोठं करताना, आता उघड्या पडलेल्या मेंदूला इजा होऊ नये, अशी संपूर्ण काळजी घेतली. ते भोक पुरेसं मोठं झाल्यावर, त्यातून त्यानं हळूच निर्जंतुक केलेल्या ट्यूबचं एक टोक आत घुसवलं. ते टोक त्यानं मेंदूच्या पांढऱ्या करड्या भागातून आत घुसवलं आणि ते त्याच्या आतल्या सुजलेल्या, द्रावानं भरलेल्या सच्छिद्र पोकळीत नेऊन पोचवलं. त्यानं त्या नळीचं दुसरं टोक मानेच्या आणि छातीच्या त्वचेखालून सारत पोटाच्या पोकळीत नेऊन सोडलं. पोटाच्या पोकळीत नळीचं दुसरं टोक नेऊन सोडण्यापूर्वी त्यानं क्षणभर थांबून त्या नळीवर नजर टाकली. या नव्या मार्गानं मेंदूतल्या स्रावाचं नीटपणे वहन होत होतं. तो स्राव पाण्याप्रमाणे स्वच्छ, निर्मळ दिसत होता. त्यानं हे काम अत्यंत उत्तम प्रकारे पार पाडलं होतं. त्यानं हार मानली नव्हती. आणि त्याच्या या आशावादी प्रयत्नांमुळे निदान हे एक मूल तरी जिवंत राहणार होतं!

समारोप : सरासरीपेक्षा अधिक चांगली कार्यक्षमता मिळविण्यासाठीच्या काही युक्त्या

२००३ सालच्या ऑक्टोबर महिन्यात, भारतातून अमेरिकेत परत आल्यावर, मी अधिकृतपणे बॉस्टनमध्ये जनरल आणि एन्ड्रोक्रीन सर्जन म्हणून माझं व्यावसायिक आयुष्य सुरू केलं. सोमवारी मी माझ्या हॉस्पिटलमधल्या तिसऱ्या मजल्यावरच्या सर्जरी-क्लिनिकमध्ये रुग्णांची तपासणी करायचो. मंगळवारी आणि काही वीकएन्ड्सना, मी इमर्जन्सी कॉल्स घ्यायचो. बुधवारी मी फेनवेपार्क समोरच्या रस्त्यावरच्या आउटपेशंट क्लिनिकमध्ये आलेले रुग्ण तपासायचो. गुरुवारी आणि शुक्रवारी मी ऑपरेटिंग-रूममध्ये शस्त्रक्रिया करायचो. माझं आयुष्य अत्यंत शिस्तशीर अशा दिनक्रमानं चाललं होतं आणि त्याबद्दल मला कृतज्ञता वाटत होती. तरीसुद्धा अनेक गोष्टींचा स्वीकार करणं मला अवघड वाटत होतं. उदाहरणार्थ, जगात आपलं स्थान किती नगण्य आहे, ही गोष्ट पचनी पाडणं फार अवघड होतं. दक्षिण भारतातल्या बेचाळीस लाख मुलांचं पोलिओ-निर्मूलन करण्याच्या योजना आखणं किंवा आघाडीवर लढत असलेल्या सैनिकांचे जीव वाचवण्यासाठी नव्या युक्त्या शोधणं यांसारख्या महत्त्वाच्या गोष्टींपासून बरेचसे डॉक्टर्स अनेक योजनं दूर असतात. आमचा व्यवसाय खूपच सर्वसाधारण प्रकारचा असतो. सोमवारी माझ्या क्लिनिकमध्ये रुग्ण तपासणी करताना मी सौ. क्ष यांच्या पित्तखड्याबाबत विचार करतो, श्रीयुत य यांच्या दुःखकारक हर्निआबद्दल विचार करतो, कुमारी ज्ञ हिच्या वक्षातल्या गाठीबद्दल विचार करतो. आमचा व्यवसाय चिल्लर स्वरूपाचा असतो. आम्ही एका वेळेस फक्त एकाच रुग्णाकडे लक्ष पुरवत असतो.

परंतु आपला व्यवसाय चिल्लर स्वरूपातला आहे, हे सत्य मान्य करायची मात्र कुणाचीही तयारी नसते. अखेरीस, घातक असू शकतील अशी ६,६०० औषधं लिहून देण्याची सत्ता डॉक्टरांच्या हाती असते. आम्ही एखादं कलिंगड कापावं, अशा सहजपणे मानवी देह कापत असतो. लवकरच आम्हाला डी. एन. ए.बाबत हस्तक्षेप करायचे अधिकारसुद्धा मिळू शकतील. लोक त्यांच्या आयुष्यासाठी आमच्यावर भिस्त ठेवून असतात. आणि तरीसुद्धा आमच्यापैकी प्रत्येक डॉक्टर हा देशभरातल्या ८,१९,०००डॉक्टरांपैकी केवळ एक डॉक्टर असतो आणि दीर्घ आणि निरामय आयुष्य जगण्यासाठी लोकांना मदत करत असतो. प्रत्यक्षात लोकसेवेतला आमचा सहभाग तर त्याहूनही कमीच असतो; कारण स्वास्थ्यसेवेसाठी चोवीस लाख नर्सेस, ३,८८,०००वैद्यकीय साहाय्यक, २,३२,००० फार्मसिस्ट्स, २,९४,००० लॅब टेक्निशिअन्स, १,२१,००० पॅरामेडिक्स, ९४,००० श्वसनसंस्थेचे उपचारक (respiratory therapists) आणि ८५,००० आहारतज्ज्ञ, ही मंडळीसुद्धा हातभार लावत असतात.

आपण या जगड्व्याळ यंत्राचा एक लहानसा खिळा आहोत — मग ते यंत्र कितीही उपयुक्त असलं, तरी अखेरीस ते केवळ एक यंत्रच आहे, असं वाटणं अगदी स्वाभविक आहे. आणि असं का वाटू नये? सर्वसाधारण अमेरिकन निदान अठ्याहत्तर वर्षं जगतो. परंतु सरासरी आयुर्मर्यादा वाढवणं ही गोष्ट मात्र लक्षावधी लोकांचा सहभाग असलेल्या स्वास्थ्य यंत्रणेच्या हाती असते. ती कुणा एकाच व्यक्तीच्या हाती नसते. आपल्यापैकी कुणीही अनिवार्य महत्त्वाचं नसतं. त्यामुळे डॉक्टर म्हणून काम करताना, 'माझं खरंखुरं महत्त्व कोणतं?' असा प्रश्न पडला, तर त्यात आश्चर्य वाटण्याजोगं काहीही नाही.

कधीकधी मला आमच्या मेडिकल कॉलेजच्या विद्यार्थ्यांपुढे भाषण करावं लागतं. एका भाषणाच्या वेळेस, मी या प्रश्नावर उत्तर शोधण्याचा प्रयत्न केला. हे उत्तर विद्यार्थ्यांसाठी तेवढंच माझ्यासाठीही महत्त्वाचं होतं. आपण सर्वसामान्यांपेक्षा अधिक कार्यक्षमता कशा प्रकारे मिळवू शकू, आपल्यात खरीखुरी सुधारणा कशा प्रकारे घडवू शकू, याबाबत मी पाच सूचना केल्या. मी त्यांना पुढीलप्रमाणे सांगितलं.

माझी पहिली सूचना – संकल्पना, पॉल ऑस्टरनं लिहिलेल्या 'Ask an unscripted question' (नेहमीपेक्षा वेगळा, 'जरा हटके' असा प्रश्न विचारा) या माझ्या आवडत्या निबंधातून मला स्फुरली होती. आमच्या व्यवसायात आम्हाला नेहमीच अनोळखी लोकांशी बोलावं लागतं. मग त्यांच्याबद्दल थोडी माहिती करून घेतली, तर काय बिघडलं?

वर-वर पाहता हे अगदी सोपं वाटतं. मग तुमचा नवा पेशंट येतो. तुम्हाला अजून तिघांना तपासायचंय आणि दोन पानं लिहून द्यायची आहेत. घड्याळाचा काटा पुढे-पुढे धावतोय. अशा वेळेस तुम्हाला फक्त हातातलं काम संपवायचं असतं. रुग्णाला कुठे दुखतंय? कुठे गाठ आलीय? काय होतंय? किती दिवस त्रास होतोय? कशामुळे बरा किंवा वाईट फरक पडतोय का? या रुग्णाला यापूर्वी कोणत्या स्वास्थ्य-समस्या होत्या? डॉक्टर या नात्यानं कोणते प्रश्न विचारायचे, हे सर्वांनाच माहीत असतं.

परंतु, योग्य वेळ पाहून, क्षणभर तुमच्या रुग्णाबरोबर शिळोप्याच्या गप्पा मारायला वेळ काढला तर? पठडीबाहेरचे काही प्रश्न त्याला विचारा : "तुम्ही कुठे लहानाचे मोठे झालात?" किंवा, "तुम्ही कोणत्या कारणासाठी बॉस्टनला स्थलांतर केलंत?" किंवा, "काल रात्री तुम्ही रेड-सॉक्स-गेम पाहिलीत?" तुम्ही फार गहन किंवा महत्त्वाचे प्रश्न विचारायची गरज नाही. माणूस म्हणून जवळीक साधता येईल, असा एखादा प्रश्नसुद्धा उपयुक्त ठरतो. काही मंडळींना अशी भावनिक जवळीक साधण्यात रस नसतो. त्यांना फक्त तुम्ही त्यांच्या ट्यूमरची तपासणी करायला हवी असते. तेही ठीकच आहे. अशा लोकांच्या बाबतीत, तुम्ही त्यांना तपासता आणि तुमचं काम हातावेगळं करता.

परंतु बरेच लोक प्रतिसाद देतात, असं तुम्हाला आढळतं. त्यामागचं कारण काहीही असू शकेल : ते सौजन्यशील असतात किंवा स्नेहपूर्णतेनं वागणारे असतात किंवा त्यांना अशा भावनिक जवळिकीची गरज असते. अशा लोकांच्या बाबतीत दोन मिनिटांपेक्षा अधिक काळ संभाषण चालू ठेवण्याचा प्रयत्न करा. त्यांचं म्हणणं ऐकून घ्या. तुम्ही जो काही बोध घेता, तो लक्षात ठेवा. म्हणजे, तुमच्या लेखी तो रुग्ण केवळ सेहेचाळीस वर्षांची, उजवीकडे हर्निआ झालेली व्यक्ती न राहता, तुम्हाला ती एक सेहेचाळीस वर्षांचा मृतांचे क्रियाविधी करणारा आणि ते काम अत्यंत नावडल्यामुळे ते काम सोडून देणारा एक रुग्ण वाटू लागते.

अर्थात हीच गोष्ट आपण रुग्णांव्यतिरिक्त इतरांशीसुद्धा करू शकतो. त्यामुळे रुग्णांच्या महत्त्वाच्या गोष्टींची नोंद ठेवणाऱ्या तुमच्या वैद्यकीय साहाय्यकाशी किंवा रुग्णतपासणीची फेरी मारताना भेटलेल्या नर्सशीसुद्धा तुम्ही क्षण-दोन क्षण असा अनौपचारिक संवाद साधू शकता. असा संवाद साधल्यामुळे काही कुणाचा फायदा होत नसतो. परंतु तसं केल्यामुळे, तुम्ही ज्यांची तपासणी करता ते रुग्ण तुमच्या लक्षात राहू लागतात. त्यांच्याबद्दल तुमच्या मनात केवळ एक धूसर प्रतिमा उरत नाही आणि कधीकधी अवचितपणे तुम्हाला कोणत्यातरी नव्याच गोष्टीचं ज्ञान होतं. उदाहरणार्थ, रेसिडन्सीच्या वेळेस भेटणारा, प्रौढ वयाचा पाकिस्तानी **फ्लेबॉटॉमिस्ट** (रक्ताचे नमुने घेणारा वैद्यकीय तंत्रज्ञ) कराचीत वीस वर्षं काम करत होता आणि

मुलांच्या शिक्षणासाठी त्यानं अमेरिकेत स्थलांतर केलं, हे मला त्याच्याशी बोलल्यामुळेच समजलं. माझ्याबरोबर नेहमी काम करणाऱ्या, शांत स्वभावाच्या, अत्यंत नीटनेटकेपणानं कपडे घालणाऱ्या नर्सनं एके काळी **जिमी हेंड्रिक्स** (रॉक अॅन्ड रोलमधला सुप्रसिद्ध इलेक्ट्रिकल गिटारिस्ट, गायक, संगीतकार आणि गीतकार)बरोबर डेटिंग केलं होतं, हे तिच्याशी अनौपचारिक स्तरावर बोलल्यामुळेच मला उमगलं.

जर तुम्ही प्रश्न विचारू लागलात, तर व्यवसायातला यांत्रिकपणा नाहीसा होतो.

माझी दुसरी सूचना होती : तक्रार करत बसू नका. डॉक्टरांना तक्रार करण्याजोगं खूप काही सहन करावं लागतं, ही गोष्ट अगदी खरी आहे. पहाटेलाच पेजरवर बोलावणं धाडलं जातं, तुम्हाला अनावश्यक वाटतं असं नोंदीचं काम करावं लागतं, शुक्रवारी संध्याकाळी सहा वाजता (घरी जाण्याकडे डोळे लागलेले असताना) कोणतीतरी नवी समस्या उद्भवते. अत्यंत थकून, गळून जाणं म्हणजे काय, याचा प्रत्येक डॉक्टरनं अनुभव घेतलेला असतो. परंतु वैद्यकीय व्यवसाय करताना, डॉक्टरांच्या तोंडून तक्रारी ऐकण्याएवढी नाउमेद करणारी दुसरी गोष्ट अस्तित्वात नाही.

अलीकडेच मी कॅफेटेरियात दुपारचं जेवण घेणाऱ्या डॉक्टर्स आणि नर्सेसच्या घोळक्यात सामील झालो होतो. गप्पांची सुरुवात मस्त मजेत, एकमेकांच्या फिरक्या घेण्यानं झाली. सुरुवातीला एका सर्जनकडे आलेल्या एका रुग्णाबद्दल आम्ही चर्चा केली. (त्याच्या पाठीत डोक्याच्या आकाराचं ट्यूमर वाढत होतं.) त्यानंतर व्हॅनिला कोकचे दोन कॅन्स एका दमात आमच्यासमोर रिकामे करणाऱ्या एका नर्सची आम्ही 'फिरकी' घेतली. (कोकाकोला कंपनी आता व्हॅनिला कोक बनवत नाही. परंतु या नर्सनं त्याचा भरपूर साठा करून ठेवला होता.) परंतु त्यानंतर मात्र एका सर्जननं कडवटपणे घडलेला एक प्रसंग सांगायला सुरुवात केली. त्याला पहाटे दोन वाजता, इमर्जन्सी डिपार्टमेंटमध्ये बोलावलं गेलं होतं. ही गोष्ट आदल्याच रविवारी घडली होती. पित्ताशयाला अत्यंत भीषण असा जंतुसंसर्ग झालेल्या एका रुग्ण स्त्रीची तपासणी करण्यासाठी त्याला बोलावणं धाडलं होतं. त्यानं तिला तपासल्यावर सांगितलं होतं की, तिला हॉस्पिटलमध्ये दाखल करून तिला प्रतिजैविकं, भरपूर द्रवपदार्थ देऊन तिच्यावर उपचार करावेत आणि पित्ताशयाला आलेली सूज उतरेपर्यंत तिच्यावर शस्त्रक्रिया करू नये. परंतु इमर्जन्सीवर असलेल्या डॉक्टरनं तिला सांगितलं की, असं केलं तर ते खूप धोक्याचं ठरेल आणि तिच्यावर ताबडतोब शस्त्रक्रिया करणं गरजेचं ठरेल. हा सर्जन म्हणाला की, इमर्जन्सी फिजीशियनचं म्हणणं चुकीचं होतं. त्याहून चुकीची गोष्ट म्हणजे त्याला वाटणारी

चिंता त्या रुग्ण स्त्रीसमोर प्रकट करण्यापूर्वी, फोन करून त्याची चिंता ह्या सर्जनजवळ व्यक्त करण्याचं साधं सौजन्यसुद्धा त्यानं दाखवलं नव्हतं. सर्जननं नंतर जेव्हा त्याच्याजवळ याचा जाब विचारला, तेव्हा त्यानं अजिबात दिलगिरी दर्शवली नाही; क्षमायाचना तर दूरच! या सर्जनची ही कहाणी ऐकून, इतरांनीसुद्धा त्यांना आलेल्या तशाच अनुभवांबद्दल बोलायला सुरुवात केली. असं व्यावसायिकाला न शोभणारं वर्तन प्रत्येकाच्याच अनुभवाला, केव्हा ना केव्हा, आलेलंच होतं. लंच संपल्यावर जेव्हा आम्ही सारे आपापल्या ऑपरेटिंग रूम्सकडे वळलो, तेव्हा प्रत्येकालाच संताप आलेला होता आणि प्रत्येकालाच केव्हातरी झालेला अपमान डाचत होता.

वैद्यकीय व्यवसाय सत्त्वपरीक्षा पाहणारा ठरतो, तो केवळ अवघड व्याधी बऱ्या करण्याच्या जोखमीमुळे नव्हे! तो अवघड ठरतो, कारण इतर माणसांबरोबर काम करताना परिस्थितीवर आपल्याला पूर्ण नियंत्रण ठेवता येत नाही. आम्हाला आमचं काम संघशक्ती वापरून करावं लागतं. परंतु मैदानी खेळात सांघिकपणे खेळणाऱ्या खेळाडूंपेक्षा आम्हाला दोन वेगळ्या गोष्टींना तोंड द्यावं लागतं : डॉक्टरांच्या सांघिक खेळात लोकांची आयुष्यं पणाला लागलेली असतात आणि या खेळात आमचा कुणीही गुरू नसतो. गुरू नसणं ही काही लहान समस्या नव्हे! डॉक्टर्सनी स्वत:हूनच शिकून घ्यायचं असतं. आम्हालाच धडपड करून कठीण परिस्थितीतून बाहेर पडावं लागतं. परंतु त्या बाबतीत आम्ही फार बरे नसतो. जेव्हा जेव्हा डॉक्टर्स एकत्र जमतात — मीटिंग रूम्समध्ये, परिषदेच्या हॉल्समध्ये, हॉस्पिटलच्या कॅफेटेरियामध्ये — तेव्हा संभाषण नेहमीच तक्रारींकडे वळत असतं.

परंतु तक्रारी करणं टाळा. ती गोष्ट अत्यंत कंटाळवाणी असते आणि त्यानं कुणाचाही फायदा होत नसतो. तक्रारी सांगून आणि ऐकून तुम्हाला फक्त उदास वाटू लागतं. त्याऐवजी दुसऱ्या कोणत्यातरी विषयावर चर्चा करा. तुम्ही सतत आनंदीच राहायला हवं, असं नाही. परंतु संभाषणासाठी कोणतातरी वेगळा विषय निवडा : तुमच्या वाचनात आलेली एखादी नवी कल्पना, तुमच्या पाहण्यात आलेली एखादी आगळीवेगळी समस्या आणि अगदी दुसरं काही सुचलं नाही, तर चक्क हवापाण्याबद्दल बोललेलं परवडेल. परंतु काहीही करून शाब्दिक देवघेव सुरू ठेवा.

कार्यक्षमता वाढवून सर्वसामान्यांपेक्षा वरचढ बनण्यासाठीची माझी तिसरी सूचना आहे : कोणती तरी गोष्ट मोजत राहा. प्रत्येक जण वैद्यकीय व्यवसायात अखेरीस काय करेल — किंवा त्या बाहेर काय करेल — ह्याची फिकीर न करता, प्रत्येकानं जगताना वैज्ञानिक दृष्टिकोन ठेवला पाहिजे. म्हणजेच अगदी सोप्या भाषेत सांगायचं

तर प्रत्येकानं कोणतीतरी गोष्ट मोजत राहिलं पाहिजे. प्रयोगशाळेत काम करणारा संशोधक जनुकाचा ठरावीक दोष असलेल्या, पेट्रीडिशमधल्या ट्यूमर-सेल्स मोजेल. डॉक्टर मोजेल की, ठरावीक उपचारांनंतर किती रुग्णांच्या बाबतीत समस्या उद्‌भवल्या किंवा किती रुग्णांना त्यानं मुलाखतीसाठी दिलेल्या वेळेस तपासलं आणि किती जणांना वाट पाहावी लागली. तुम्ही कोणती गोष्ट मोजताय, हे महत्त्वाचं नाही. त्यासाठी तुम्हाला संशोधनासाठीचं अनुदान मिळवायला नको. त्यासाठी एकाच गोष्टीची गरज आहे. तुम्ही जी गोष्ट मोजताय, ती तुमच्या आवडीची असायला हवी.

मी रेसिडंट म्हणून काम करत होतो, तेव्हा मी मोजायला सुरुवात केली की, शस्त्रक्रियेनंतर किती रुग्णांच्या शरीरात एखादं शस्त्रक्रियेचं हत्यार किंवा स्पंज विसरला जातोय. अशी गोष्ट काही खूप वेळा घडायची नाही : पंधरा हजार शस्त्रक्रियांनंतर एखाद्या वेळेस असं घडायचं. परंतु जेव्हा असं घडायचं, तेव्हा त्यामुळे रुग्णाला गंभीर इजा पोचण्याची शक्यता भरपूर असायची. एका रुग्णाच्या शरीरात तेरा इंची **रीट्रॅक्टर*** राहून गेला होता. त्या रीट्रॅक्टरमुळे त्याचं आतडं आणि मूत्राशय फाटलं. दुसऱ्या एका रुग्णाच्या मेंदूत एक स्पंज राहून गेला होता. त्यामुळे तिथे पू भरलेलं गळू झालं आणि त्याला सतत आकडी येण्याची व्याधी जडली.

त्यानंतर मी आणखी एक गोष्ट मोजायला सुरुवात केली. अशी घटना किती वेळा नर्सनं सगळे स्पंज, सगळी आयुधं अपेक्षेनुसार मोजण्यात हयगय केल्यामुळे घडल्या आणि किती वेळा एखादी गोष्ट कमी भरतेय, ह्या नर्सनं केलेल्या धोक्याच्या सूचनेकडे डॉक्टरनं काणाडोळा केल्यामुळे घडल्या, हे मी मोजू लागलो. परंतु अशा घटना मला आढळेनाच. त्यामुळे अखेरीस मी थोडा सुसंस्कृत झालो आणि ज्या रुग्णांच्या शरीरात कोणती तरी गोष्ट विसरून तशीच राहिलीय आणि ज्यांच्या शरीरात तशी राहिलेली नाही, अशा रुग्णांची मी तुलना करू लागलो. अशा तुलनेनंतर माझ्या लक्षात आलं की, ज्यांच्यावर त्वरेनं शस्त्रक्रिया करावी लागली, अशा रुग्णांबाबतच अशा गोष्टी घडल्या होत्या किंवा ज्यांच्यावर शस्त्रक्रिया करत असता, कोणतीतरी अनपेक्षित गोष्ट दिसली होती, (उदा. सर्जनला ते अ‍ॅपेंडिक्स वाटलं असताना, प्रत्यक्षात कॅन्सर निघणं) त्यांच्याबाबत अशा गोष्टी घडल्या होत्या.

---

* Retractor : शस्त्रक्रियेत वापरलं जाणारं चिमट्यासारखं हत्यार. छेद घेतलेल्या कातडीची दोन टोकं बाजूला करून, त्याच जागी धरून ठेवण्यासाठी हे वापरलं जातं. म्हणजे त्याखालच्या अवयवांपर्यंत सहजगत्या पोचता येते.

मग त्या आकडेवारीमागचं कारण मला कळू लागलं. जर नर्सला प्रत्येक शस्त्रक्रियेच्या वेळेस पन्नास स्पंज आणि दोनशे वेगवेगळी हत्यारं मोजावी लागत असली (ही गोष्ट मुळातच अवघड आहे), तर आणीबाणीच्या शस्त्रक्रियेच्या वेळेस किंवा कोणतीतरी अनपेक्षित गोष्ट दिसल्यामुळे आणखी बरीच हत्यारं आणावी लागली असता, मोजण्यात चूक होण्याचा संभव खूपच वाढतो. लोकांना अशा गोष्टींबद्दल शिक्षा करणं, हा आपला नेहमीचा उपाय असतो. इथे त्याचा उपयोग झाला नसता. त्यासाठी कोणतातरी तंत्रज्ञानात्मक तोडगा आवश्यक होता आणि काही सहकाऱ्यांबरोबर काम करून मी लवकरच तो तोडगा शोधून काढला. स्पंज आणि इतर आयुधं यंत्रानं मोजण्याची सुविधा आम्ही विकसित केली.

माझी चौथी सूचना होती : काहीतरी लिहीत राहा. ही सूचना देऊन घाबरवून टाकायचा माझा हेतू नाही. तुम्ही एखाद्या ब्लॉगसाठी पाच परिच्छेद लिहा किंवा व्यावसायिक जर्नलसाठी शोधनिबंध लिहा किंवा वाचक-गटासाठी एखादी कविता लिहा. काहीतरी लिहीत राहा. तुम्ही जे लिहाल, ते परिपूर्ण असणं गरजेचं नाही. त्यात तुम्ही तुमच्या सभोवतालच्या जगाबाबतचं कोणतं तरी निरीक्षण मात्र नमूद करायला हवं.

तुम्ही लावलेला हातभार कितीही छोटासा का असेना! तुम्ही त्याचं मोल कमी धरू नका. भौतिकशास्त्रज्ञ जॉन झिमन याचं वचन उद्धृत करून लुईस थॉमसनं एकदा म्हटलं होतं, ''आधुनिक विज्ञानाच्या इतिहासात शास्त्रीय संशोधन तुकड्या-तुकड्यांनी परंतु पद्धतशीरपणे प्रकाशित करण्याच्या यंत्रणेचा शोध लावणं, ही कळीचं महत्त्व असलेली गोष्ट म्हटली पाहिजे.'' अनेक लोकांनी लेखनात खारीचा वाटा उचलला, तर त्यांच्या एकत्रित प्रयत्नांमुळे जे ज्ञानभांडार जमा होईल, ते कुण्या एकाला जमवणं कदापि शक्य होणार नाही. आणि ही गोष्ट विज्ञानएवढीच अन्य गोष्टींनासुद्धा लागू आहे.

आणि केवळ लेखनाच्या कृतीमध्ये केवढी ताकद भरली आहे, या गोष्टीची योग्यता कमी लेखू नका. मी डॉक्टरची पदवी मिळवेपर्यंत काहीही लेखन केलेलं नव्हतं. त्यानंतर मात्र मला लेखनाची ऊर्मी जाणवू लागली. त्यात कितीही गुंतागुंत उद्भवत असली, तरी वैद्यकीय व्यवसाय बौद्धिक दृष्टीपेक्षा शारीरिक दृष्टीनं अधिक शिणवणारा आहे. डॉक्टरचं काम किरकोळ प्रकारचं असतं, तो एका पेशंटनंतर दुसऱ्या पेशंटला तपासत असतो. त्यामुळे या कामात जास्त थकायला होतं. यांत्रिकपणे पेशंटमागून पेशंट हातावेगळा करत असताना, आपल्या व्यवसायाच्या व्यापक रूपाकडे तुमचं दुर्लक्ष होऊ शकतं. परंतु तुम्ही लेखणी हाती घेतलीत की, तुम्हाला क्षणभर थांबून, त्रयस्थ आणि अलिप्त दृष्टीनं वेगवेगळ्या समस्यांकडे

पाहता येतं. कुणी प्रचंड चिडून केलेली टीकासुद्धा लेखकाला विचार करायला उद्युक्त करते.

सर्वांत महत्त्वाची गोष्ट म्हणजे तुम्ही आपले विचार वाचकांपुढे, श्रोत्यांपुढे मांडत असता — मग तो वाचकवर्ग किंवा श्रोतृवृंद कितीही लहानसा का असेना — तेव्हा तुम्ही बाहेरच्या विशाल जगाचा एक हिस्सा बनता. एखाद्या विषयावरचे तुमचे विचार तुम्ही साध्याशा न्यूज लेटरमध्ये मांडले की, तुम्ही आशंकेनं विचार करू लागता : 'लोकांचं माझ्या लेखाकडे लक्ष जाईल? त्यांची त्याबद्दल काय प्रतिक्रिया होईल? मी काहीतरी बावळटासारखं तर लिहिलं नाहीय ना?'

जाहीरपणे मांडलेले विचार म्हणजे त्या समाजाचा आपण एक घटक आहोत, याबद्दल आपण केलेली घोषणा, आणि त्या समाजासाठी अर्थपूर्ण योगदान करण्याची आपण प्रकट केलेली आपली इच्छा!

त्यामुळे तुमचा वाचकवर्ग निवडा. काहीतरी लिहा!

वैद्यकीय व्यावसायिकांना मी केलेली क्रमांक पाचची आणि शेवटची सूचना होती: बदल घडवा! माणसं करतात त्या इतर व्यवसायांप्रमाणेच वैद्यकीय व्यवसायातसुद्धा नव्या संकल्पनांबाबत लोकांची प्रतिक्रिया तीन प्रकारची असते — काही थोडे लोक नव्या संकल्पनेचा चटकन स्वीकार करतात. व्यावसायिकता अंगी मुरलेले लोक अशांना 'अर्ली ॲडॉप्टर्स' किंवा 'नव्याचा चटकन स्वीकार करणारे लोक' असं बिरुद देतात. बरेचसे लोक नव्याचा स्वीकार करायला खूप वेळ लावतात आणि काही लोक सतत संशय घेत राहतात आणि नव्याला कायम विरोध करत राहतात. कोणताही डॉक्टर यांपैकी एका पद्धतीनं वागण्याचं समर्थन, विविध प्रकारे करू शकतो. जेव्हा जोनास साल्कनं त्याचं नवं पोलिओ-व्हॅक्सीन ४,००,००० मुलांना दिलं किंवा युद्धाच्या आघाडीवर तैनात असलेल्या कुण्या एका सर्जननं पहिल्यांदाच रक्तस्राव थोपवून, परंतु फाडलेलं पोट उघडं टाकून शस्त्रक्रिया पूर्ण होण्यापूर्वीच एका सैनिकाला जेव्हा लँडस्टुलला हेलिकॉप्टरमधून पाठवून दिलं होतं किंवा वॉरन वॉरविक्नं जेव्हा सिस्टीक फायब्रॉसिस झालेल्या खूप मुलांच्या देहात अन्न देण्यासाठी नळ्या घालायला सुरुवात केली, तेव्हा या कल्पना खरोखरच चांगल्या होत्या की वाईट, हे कुणाला ठाऊक होतं? वैद्यकीय व्यवसायात अनेक चुकीच्या गोष्टी केल्या गेल्या आहेत. एके काळी सतत होणारी वेदना थांबवण्यासाठी 'फ्रंटल लोबॉटॉमी (प्री-फ्रंटल कॉर्टेक्स या मेंदूतले सर्व मज्जातंतू कापून टाकण्याची शस्त्रक्रिया)' केली जात होती. सूज घालवणाऱ्या 'व्हायॉक्स (Vioxx)' या औषधामुळे हार्ट-ॲटॅक्स येऊ लागले. व्हायाग्रामुळे दृष्टी काही अंशी जाते, असं नुकतंच लक्षात आलंय.

असं असलं तरीही नव्या गोष्टींचा चटकन स्वीकार करा. बदल घडवण्याची प्रत्येक संधी वापरा. येणाऱ्या प्रत्येक नव्या प्रणालीचा स्वीकार करावा, असं माझं मुळीच सांगणं नाही. परंतु तुमच्या रुग्णसेवेतल्या त्रुटी ओळखण्याची मानसिकता अंगी बाणवा आणि त्या त्रुटींवर तोडगे शोधायला शिका. वैद्यकीय उपचार यशस्वी होत असले, तरी त्यात भरपूर अनिश्चितता असते आणि अपयशाचीसुद्धा भरपूर शक्यता असते. त्यामुळेच हा व्यवसाय मानवी बनतो. क्वचित प्रसंगी तो यातना देतो, परंतु त्याबरोबरच प्रचंड समाधान मिळवून देतो.

डॉक्टर जे निर्णय घेतो, ते परिपूर्ण असूच शकत नाहीत; परंतु ते निर्णय लोकांची आयुष्यं बदलून टाकतात. हे सत्य लक्षात घेतलं, तर बरेचदा वाटतं की, इतरांचं अनुकरण करणं हा सर्वांत सुरक्षित पर्याय आहे. तुम्ही तसं वागलात, तर तुम्ही वैद्यकीय व्यवसायाच्या जगड्व्याळ यंत्रातला केवळ एक खिळा बनून राहाल. परंतु डॉक्टरनं, किंवा समाजासाठी धोका आणि जबाबदारी स्वीकारू इच्छिणाऱ्या कुणीही, असं घडू देऊ नये.

म्हणून प्रयोगासाठी नित्य नवं शोधायचा प्रयत्न करा. बदल घडवणारं काहीतरी शोधत राहा. लोकांना त्यांचं मत विचारा. संभाषण सुरू ठेवण्यासाठी शक्य तेवढं सारं करत राहा!

◆